AF742792

ಗಾಯತ್ರಿ ರಾಜ್

ಅಂಕಣಕಾರರು ಮತ್ತು ಕಾದಂಬರಿಗಾರ್ತಿಯಾದ ಗಾಯತ್ರಿ ರಾಜ್, ಸಧ್ಯ ಬೆಂಗಳೂರಿನಲ್ಲಿ ಖಾಸಗಿ ಕಂಪನಿಯೊಂದರಲ್ಲಿ ವ್ಯವಸ್ಥಾಪಕಿಯಾಗಿ ಕಾರ್ಯ ನಿರ್ವಹಿಸುತ್ತಿದ್ದಾರೆ.

ಇವರ ಕಥೆ, ಕವನ ಹಾಗೂ ಪ್ರವಾಸ ಕಥನಗಳು, ತರಂಗ, ಸುಧಾ, ಕರ್ಮವೀರ, ಓ ಮನಸೇ, ವಿಜಯ ಕರ್ನಾಟಕ, ಉದಯವಾಣಿ, ಪ್ರಜಾವಾಣಿ, ಹೊಸ ದಿಗಂತ ಪತ್ರಿಕೆಗಳಲ್ಲಿ ಪ್ರಕಟಗೊಳ್ಳುತ್ತಿವೆ.

ಇವರು ಸಾಕಷ್ಟು ಕೃತಿಗಳು ರಚಿಸಿದ್ದು, ಅವುಗಳಲ್ಲಿ "ಬಣ್ಣದ ಜೋಳಿಗೆ" (ಕಥಾಸಂಕಲನ), "ಆಮ್ರಪಾಲಿ" (ಐತಿಹಾಸಿಕ ಕಾದಂಬರಿ), ಬ್ಯೂಟಿಫುಲ್ ಲೈಫ್ (ಅಂಕಣ ಬರಹಗಳ ಸಂಕಲನ). 15 ಸಣ್ಣಕಥೆಗಳು (ಕಥಾಸಂಕಲನ), 3 ನೀಳ್ಗತೆಗಳು (ಕಥಾಸಂಕಲನ), ಹೊಸಕತೆಗಳು (ಕಥಾಸಂಕಲನ) ಎಂಬ ಕೃತಿಗಳು ಈಗಾಗಲೇ ಅಪಾರ ಜನರ ಮೆಚ್ಚುಗೆಯನ್ನು ಪಡೆದಿದ್ದಾವೆ.

ಇವರು ಬರೆದ "ಆಮ್ರಪಾಲಿ" ಕಾದಂಬರಿಗೆ ಈ ವರ್ಷದ ಕನ್ನಡ ಸಾಹಿತ್ಯ ಪರಿಷತ್ತಿನ "ಶ್ರೀಮತಿ ಕೆ.ಎಸ್. ಭಾರತಿ ರಾಜಾರಾಮ್ ಮಧ್ಯಸ್ಥ ದತ್ತಿ ಪ್ರಶಸ್ತಿ", ರಾಜ್ಯ ಮಟ್ಟದ ಸಾಹಿತ್ಯ ಪ್ರಶಸ್ತಿಯಾದ ಅಡ್ವೈಸರ್ "ಪುಸ್ತಕ ಸಾಹಿತ್ಯ" ಪ್ರಶಸ್ತಿ, 2022 ಸಾಲಿನ ಅವ್ವ ಸೃಜನಶೀಲ ಸಾಹಿತ್ಯ ಪ್ರಸಸ್ತಿಯ ಮೆಚ್ಚುಗೆಯನ್ನು ಪಡೆದಿದೆ. ಶೀಘ್ರದಲ್ಲಿಯೇ ಇವರ ಇನ್ನೂ ಎರಡು ಕಾದಂಬರಿಗಳು ಬಿಡುಗಡೆಯಾಗಲಿವೆ.

ಗಾಯತ್ರಿ ರಾಜ್
9148568846
gayathri.yathi@gmail.com

ಟ್ರಾಯ್

ಹಗೆಯ ಬೆಂಕಿಯಲ್ಲಿ
ಸುಟ್ಟು ಕರಕಲಾದ ಪ್ರೇಮಕಥೆ

ಗಾಯತ್ರಿ ರಾಜ್

ವೀರಲೋಕ ಬುಕ್ಸ್ ಪ್ರೈ.ಲಿ.
207, 2ನೇ ಮಹಡಿ, 3ನೇ ಮೇನ್, ಚಾಮರಾಜಪೇಟೆ
ಬೆಂಗಳೂರು–560018. ಮೊಬೈಲ್: 70221 22121
ಇಮೇಲ್: veeralokabooks@gmail.com
ವೆಬ್‌ಸೈಟ್: www.veeralokabooks.com

TROY
Novel written by **Gayathri Raj**

Published by:
VEERALOKA BOOKS PVT. LTD.
207, 2nd Floor, 3rd Main
Chamarajpet, Bengaluru - 560018

Mobile : +91 7022122121
E-mail : veeralokabooks@gmail.com
Website: www.veeralokabooks.com

Price : Rs. 200/-
Pages : 176
First Impression : 2022

Paper used : 70 GSM NS Maplitho
Book size : 1/8th Demy

ISBN : 978-93-94942-34-9

Cover page illustration by : Prashanth Vitla
Inner pages illustration by : Vijaya Vikram

ಸಮರ್ಪಣೆ

ನನ್ನ ಪ್ರತೀ ಓದಿಗೂ ಹಾಗೂ
ಬರವಣಿಗೆಗೂ ಪ್ರೇರಣಾ ಶಕ್ತಿಯಾಗಿ
ನನ್ನ ಬೆನ್ನ ಹಿಂದೆ ನಿಂತಿರುವ
ನನ್ನೆಲ್ಲಾ ಓದುಗ ಮಿತ್ರರಿಗೆ.

ಮುನ್ನುಡಿ

ಮೊದಲಿಗೇ ಒಂದು ಮಾತು ಹೇಳಿಬಿಡುತ್ತೇನೆ.

ಗಾಯತ್ರಿ ರಾಜ್ ಅವರು, ಅವರ ಪ್ರೇಮಬರಹಗಳ ಮೂಲಕವೇ ನನಗೆ ಚೆನ್ನಾಗಿ ಪರಿಚಿತರು. ಅವರ ಬರಹದಲ್ಲಿ ನನಗೆ ತುಂಬ ಇಷ್ಟವಾದ ಚಿತ್ರಕ ಶಕ್ತಿಯಿದೆ. ವಿಶೇಷವಾಗಿ ಪ್ರೇಮವನ್ನು ಆಸ್ವಾದಿಸುವ, ಅನುಭಾವಿಸುವ, ನವಿರು ಚಿತ್ರಗಳನ್ನು ಕಟ್ಟಿಕೊಟ್ಟ ಬರಹಗಳನ್ನು ಅದೆಷ್ಟು ಓದಿದ್ದೀನೋ. ಬರೆಯುವುದಾದರೆ ಒಂದೊಳ್ಳೆ ಪ್ರೇಮಕಥೆಯನ್ನೇ ಕಾದಂಬರಿಯಾಗಿಸಿ ಬರೆಯಿರಿ ಎಂದಿದ್ದೆ. ಅವರು 'ಟ್ರಾಯ್' ಕುರಿತ ಕಾದಂಬರಿ ಬರೆದಿದ್ದೇನೆ ಎಂದಾಗ ನಿಜಕ್ಕೂ ಏನೋ ಕಸಿವಿಸಿ. ಆದರೆ, ತೆರೆದು ಓದಿದಾಗ..

...ಇದು ಯುದ್ಧದ ಕಥೆ ಮಾತ್ರ ಅಲ್ಲ. ಪ್ರೇಮಕಥೆ ಕೂಡಾ!

'ಟ್ರಾಯ್' ಎಂಬ ಈ ಕಥಾವಸ್ತುವಿನ ಬಗ್ಗೆ ಹೇಳಿಬಿಡುತ್ತೇನೆ. ಗ್ರೀಕ್ ಪುರಾಣಕಥೆಗಳು ನಮ್ಮ ಪುರಾಣಗಳಿಗಿಂತಲೂ ಹೆಚ್ಚು ರೋಮಾಂಚಕ ಮತ್ತು ಅಸಂಬದ್ಧ. ಥೂ! ಇದ್ಯಾವ ಸೀಮೆ ದೇವತೆಗಳಪ್ಪಾ? ಮನುಷ್ಯರಿಗಿರೋ ಕಾಮನ್ ಸೆನ್ಸ್ ಕೂಡಾ ಇಲ್ಲದ ಈ ಅಮರ ದೇವತೆಗಳೆಲ್ಲ ಈಗ ಅದೆಲ್ಲಿ ಹೋಗಿ ಸತ್ತಿದ್ದಾರೋ ಎನಿಸುತ್ತದೆ. ಆದರೂ ಅದಕ್ಕೆ 'ಇಂಟರ್‌ನ್ಯಾಷನಲ್ ಮಾರ್ಕೆಟ್' ಇದೆ. ಹಾಗೆಯೇ, ನಮ್ಮ ಎಲ್ಲ ಪುರಾಣಗಳನ್ನೂ ಅಸಡ್ಡೆಯಿಂದ ಹೀಗಳೆದು ಮಾತನಾಡುವ ಬದಲು, ಫ್ಯಾಂಟಸಿ ಅಂತಲೇ ನೋಡಿದ್ದರೆ ಚೆಂದಿರುತ್ತಿತ್ತು. ಏಕೆಂದರೆ ಈಗ ಹಾಲಿವುಡ್ಡನ್ನು ಆಳುತ್ತಿರುವುದು ಬಹುತೇಕ ಗ್ರೀಕ್ ಪೌರಾಣಿಕ ಕಥೆಗಳೇ. ಅದರ ಆಧಾರದಲ್ಲಿಯೇ ಹೊಸಬಗೆಯ ಕಾಮಿಕ್ಸ್ ಹೀರೋಗಳೂ ಬಂದಿದ್ದಾರೆ. ಅದಿರಲಿ.

ನಮ್ಮ ಭಾರತದ ವ್ಯಾಸನ ಹಾಗೆ ಗ್ರೀಕ್ ಇತಿಹಾಸದಲ್ಲಿ ಹೋಮರ್ ಮಹಾಕವಿ. ಆತ ಬರೆದ 'ಇಲಿಯಡ್' ಮತ್ತು 'ಒಡಿಸ್ಸಿ' ಮಹಾಕಾವ್ಯಗಳು ಇತಿಹಾಸಕ್ಕಿಂತ ಹೆಚ್ಚಾಗಿ ಪುರಾಣವಾಗಿಯೇ ಅತ್ಯಂತ ಜನಪ್ರಿಯ. ಅದರಲ್ಲಿ ಇದೊಂದು ಭಾಗ ಇದೆ... ಟ್ರಾಯ್ ಯುದ್ಧ! ಒಂದು ದೇಶದ ರಾಣಿಯೊಬ್ಬಳನ್ನು ಮತ್ತೊಂದು ದೇಶದ ರಾಜ ಹೊತ್ತೊಯ್ದಾಗ ಆ ಎರಡೂ ದೇಶಗಳ ನಡುವೆ ಆ ಕಾರಣಕ್ಕಾಗಿ ಘನಘೋರ ಯುದ್ಧ ನಡೆಯುತ್ತದೆ. ಯುದ್ಧದ ಭೀಕರತೆ ಮತ್ತು ದುರಂತ ಅಂತ್ಯವನ್ನು ಪ್ರತಿಬಿಂಬಿಸುವ ಕಥೆ ಅದು. ಇದನ್ನಿಟ್ಟುಕೊಂಡು ಬಂದಿರುವ ನಾಟಕ, ಸಿನಿಮಾ, ಸೀರಿಯಲ್‌ಗಳಿಗೆ ಲೆಕ್ಕವಿಲ್ಲ. ಪ್ರತಿಯೊಂದರಲ್ಲೂ ಯುದ್ಧದ ವೈಭವೀಕತೆಯೇ ಇದೆ. ಆದರೆ...

ಗಾಯತ್ರಿ ರಾಜ್ ಅವರು ಇದನ್ನು ಪ್ರೇಮಕಥೆಯನ್ನಾಗಿಸಿದ್ದಾರೆ!

ಇಲ್ಲಿ ಅವರು ನೋಡಿರುವ ದೃಷ್ಟಿಕೋನವೇ ವಿಭಿನ್ನವಾಗಿದೆ. ಅವರು ಹೆಲೆನ್ ಪಾತ್ರವನ್ನು ಅಸಹಾಯಕ ಹೆಣ್ತನದ, ಪ್ರತಿಭಟನೆಯ, ಹೋರಾಟದ,

ಪ್ರೇಮರಾಹಿತ್ಯದಲ್ಲಿ ಬಳಲಿದ, ಇಂದಿನ ನವ್ಯಚಿಂತನೆಯಲ್ಲಿ ಕಾಣಿಸುವ ಸ್ತ್ರೀಧ್ವನಿ ಹೇಗಿರಬೇಕೋ ಅದೆಲ್ಲವೂ ಆಗಿರುವ ಹಾಗೆ ಚಿತ್ರಿಸಿದ್ದಾರೆ. ಹೌದು. ಜಿ. ಉದಯಶಂಕರ್ ಅವರು ಕಾಳಿದಾಸನ ನಿಜವಾದ ಹೆಂಡತಿಯನ್ನೇ ಕರೆತಂದು ಕಾಳಿದಾಸ ಒಲಿದ ವೇಶ್ಯೆಯಾಗಿ ಚಿತ್ರಿಸಿ ವಿಮರ್ಶಕರ ಮನಸ್ಸು ಗೆದ್ದರಲ್ಲ, ಅಂಥಹಾ ಕವಿಸ್ವಾತಂತ್ರ್ಯ ಇದು. ಇಲ್ಲಿ ಗಾಯತ್ರಿ ರಾಜ್ ಅವರು ಬರೀ ಕಥೆ ಹೇಳುತ್ತಿಲ್ಲ. ಪದಗಳಲ್ಲಿ ದೃಶ್ಯರೂಪಕವಾಗಿ ಚಿತ್ರಿಸಿಕೊಟ್ಟಿದ್ದಾರೆ. ಹಾಗಾಗಿಯೇ ಈ ಕಾದಂಬರಿ ನಮಗೆ ಹೆಲೆನ್ ಮತ್ತು ಪೆರಿಸ್‌ರ ನಡುವಿನ ಪ್ರೇಮ ಮಾತ್ರವಲ್ಲ, ದಾರುಣವಾದ ಯುದ್ಧದ ಭೀಕರತೆಯನ್ನು ಕೂಡಾ ಬಿಂಬಿಸುತ್ತದೆ. ರಕ್ಕಸನಂತಿದ್ದ ಅಖಿಲೀಸ್ ಕೊನೆಗೆ ಪ್ರೀತಿಗಾಗಿ ಹಂಬಲಿಸುವುದು, ಹೆಲೆನ್ ಮತ್ತು ಪೆರಿಸ್‌ರ ಪ್ರೀತಿ, ಅದಿಷ್ಟೇ ಅಲ್ಲ... ಎಲ್ಲ ಪಾತ್ರಗಳಲ್ಲೂ ನಮ್ಮ ಭಾರತೀಯ 'ಸೆಂಟಿಮೆಂಟ್' ಶೈಲಿಯನ್ನು ತಂದು ತಾಗಿಸುವುದರಲ್ಲಿ ಅವರು ಯಶಸ್ವಿಯಾಗಿದ್ದಾರೆ. ಅವರ ಬರಹ ನಿಜವಾಗಿ ಗೆಲ್ಲುವುದು ಇಲ್ಲಿಯೇ. ಅಲ್ಲಿಯ ಎಲ್ಲ ಪಾತ್ರಗಳು ದೂರದ ಯಾವುದೋ ದೇಶದ ಕಾಣದ ವ್ಯಕ್ತಿತ್ವಗಳೇ ಆಗಿದ್ದರೂ ಅವರು ಮಾತನಾಡುವಾಗ ನಮ್ಮವರೇ ಅನಿಸಿಬಿಡುತ್ತದೆ. ಇಷ್ಟವಾಗಿಬಿಡುತ್ತದೆ.

ಒಂದೇ ಗುಕ್ಕಿನಲ್ಲಿ ಓದಿಸಿಕೊಂಡು ಹೋಗಬಲ್ಲ ಚೆಂದದ ಕಾದಂಬರಿ ಇದು. ಈ ಮೊದಲೇ ಹೇಳಿದಂತೆ ಮೊದಲ ಇಪ್ಪತ್ತೈದು ಭಾಗ ಹೆಲೆನ್ ಮತ್ತು ಪೆರಿಸ್‌ರ ಪ್ರೇಮವೇ ಇದನ್ನು ಆವರಿಸಿಕೊಂಡಿದೆ. ನಿಧಾನಕ್ಕೆ ಕಥೆ ದ್ವೇಷ ವೈಷಮ್ಯಗಳಿಗೆ ತಿರುಗುವಾಗ ಎಲ್ಲ ಪಾತ್ರಗಳೂ ಒಂದೊಂದಾಗಿ ತಮ್ಮ ಹಿನ್ನಲೆಗಳೊಂದಿಗೆ ಪರಿಚಯವಾಗುತ್ತಾ ಹೋಗುತ್ತವೆ. ಆ ಲೆಕ್ಕದಲ್ಲಿ ಇವರ ನಿರೂಪಣೆಯು ಯಾವುದೇ ಸಿನಿಮಾ ಅಥವಾ ಧಾರಾವಾಹಿಗೆ ಕಮ್ಮಿ ಇಲ್ಲ ಎನ್ನಬಹುದು. ಕಾದಂಬರಿ ಬರೆಯುವ ಮೊದಲು ಇದೆಲ್ಲವನ್ನೂ ಅವರು ಅಧ್ಯಯನ ಮಾಡಿದ್ದೇನೆ ಎಂದು ಹೇಳಿರುವುದರಿಂದ ಆ ನೆರಳು ಇಲ್ಲಿ ಕಾಣಿಸಿದರೆ ಅಚ್ಚರಿಯೇನಿಲ್ಲ. ಇದು ಪಕ್ಕಾ ಒಂದು ಹಾಲಿವುಡ್ ಚಿತ್ರದ ಹಾಗೆಯೇ ಭಾಸವಾಗುತ್ತದೆ. ಆದರೆ... ಅದಕ್ಕಿಂತ ಹೆಚ್ಚಾಗಿ ನಿಮ್ಮನ್ನು ಪ್ರತಿಹಂತದಲ್ಲೂ ಭಾವುಕಗೊಳಿಸುತ್ತದೆ. ಪ್ರೀತಿಯಲ್ಲಿ ಹೇಗೆ ತಲ್ಲಣಗಳನ್ನು ಸುಂದರವಾಗಿ ಚಿತ್ರಿಸಿದ್ದಾರೋ ಹಾಗೆಯೇ ಯುದ್ಧ ಮತ್ತು ಇತರೆ ಪಾತ್ರಗಳ ಚಿತ್ರಣಗಳಲ್ಲಿ ಕೂಡಾ ಅವರು ಇಂಥದ್ದೇ ಚಿತ್ರಕ ಶಕ್ತಿಯನ್ನು ಬಳಸಿಕೊಂಡಿರುವುದು ಗಮನಾರ್ಹ. ಟ್ರಾಯ್ ಕುರಿತ ಸಿನಿಮಾ ನೋಡಿಲ್ಲದವರಿಗೆ ಮಾತ್ರವಲ್ಲ, ನೋಡಿರುವವರಿಗೂ ಕೂಡಾ ಇದು ಒಂದು ಅದ್ಭುತ ರಸಾನುಭವವನ್ನು ನೀಡಬಲ್ಲುದು ಎಂಬುದು ನನ್ನ ಪ್ರಾಮಾಣಿಕ ಅನಿಸಿಕೆ.

ಈ ಕಥೆಯನ್ನು ನಿರೂಪಿಸುವ ಮೊದಲೇ ಗಾಯತ್ರಿ ರಾಜ್ ಅವರು ಒಂದು ಸ್ಪಷ್ಟನೆ ನೀಡಿಬಿಟ್ಟಿದ್ದಾರೆ. ಈ ಕಥೆ ಪುರಾಣ, ಇತಿಹಾಸ ಮತ್ತು ಜಾನಪದ ಎಲ್ಲ ಸೇರಿರುವ ಕಥೆ. ಪುರಾಣ ಏಕೆಂದರೆ ಈ ಕಥೆಯಲ್ಲಿ ದೇವತೆಗಳೇ ಸ್ವರ್ಗದಿಂದ

ಇಳಿದುಬಂದು ಮಾನವರ ಜೊತೆ ಸೇರಿ ಯುದ್ಧ ಮಾಡುತ್ತಾರೆ. ತಮ್ಮ ತಮ್ಮಲ್ಲಿ ಹೊಡೆದಾಡುತ್ತಾರೆ. ಇತಿಹಾಸಕಾರರು ಇದು ಸತ್ಯಕಥೆ ಎಂದು ಪ್ರತಿಪಾದಿಸುತ್ತಾ ಈಗಿನ ಟರ್ಕಿಯೇ ಆಗಿನ ಟ್ರಾಯ್ ಆಗಿತ್ತು ಎಂದು ನಮ್ಮ ದ್ವಾರಕೆಯನ್ನು ಹೋಲಿಸುವ ರೀತಿ ವಾದ ಮುಂದಿಡುತ್ತಾರೆ. ಜಾನಪದ ವಿದ್ವಾಂಸರು ಇದನ್ನು ಒಂದು ಅಪ್ಪಟ ಜಾನಪದ ಕಥೆ ಎಂದು ಸಾಕ್ಷೀಕರಿಸುತ್ತಾರೆ. ಆದರೆ, ಗಾಯತ್ರಿ ರಾಜ್ ಅವರ ಪಾಲಿಗೆ ಇದು ಒಂದು ಕಥೆ ಅಷ್ಟೇ... ಕೇವಲ ಕಥೆ. ಅದರಲ್ಲೂ ಅವರ ಕಣ್ಣಲ್ಲಿ, ಇರುವ ಪಾತ್ರಗಳಿಗೆ ಹೊಸ ದೃಷ್ಟಿಕೋನ ಹರಿಸಿದಾಗ ಕಾಣುವ ಪ್ರೇಮಕಥೆ. ಹಾಗಾಗಿ ಇದರಲ್ಲಿ ಅನಗತ್ಯವಾದ ಇತಿಹಾಸ, ತತ್ವಜ್ಞಾನ, ಸಂದೇಶಗಳನ್ನು ಹುಡುಕಿ ಹೋಗಬೇಕಾಗಿಲ್ಲ. ಇದ್ದ ಹಾಗೆ ಕಥೆಯಾಗಿ ಒಪ್ಪಿಕೊಂಡರೆ ಚೆನ್ನ.

ನಿಜವಾಗಿ ಇದು ಬೇಕಿತ್ತು ಎನಿಸುತ್ತದೆ. ಜನ್ನನ ಯಶೋಧರ ಚರಿತೆಯ ಅಮೃತಮತಿಯ ಪ್ರೇಮವನ್ನು ಇನ್ನೂ ಸಹ ಅರ್ಥ ಮಾಡಿಕೊಳ್ಳಲಾಗದಂಥಹಾ ಮನೋವಿದ್ವಾಂಸರಿಗೆ ಹೆಲೆನ್‌ಳ ಪ್ರೀತಿ ಕಬ್ಬಿಣದ ಕಡಲೆಯಲ್ಲ. ಆದರೆ... ಒಂದು ರೀತಿಯಲ್ಲಿ ಗಂಡನನ್ನು ಬಿಟ್ಟು ಯಾರೊಂದಿಗೋ ಓಡಿಹೋದವಳು ಎಂಬ ಅಪಖ್ಯಾತಿಯ ಹೆಲೆನ್‌ಳನ್ನು ಗಾಯತ್ರಿ ರಾಜ್ ಅವರು ಅಸಹಾಯಕತೆಯ, ಪ್ರತಿಭಟನೆಯ ಹೆಣ್ಣಾಗಿ ಚಿತ್ರಿಸಿರುವುದು ಗಮನಿಸಬೇಕಾದ ಅಂಶ. ಪ್ರೇಮ ಮತ್ತು ಭಾವುಕತೆಗೆ ಅವರು ಆದ್ಯತೆ ನೀಡಿದ್ದಾರೆ. ಈ ವಿಭಿನ್ನ ನೋಟವನ್ನಿಟ್ಟುಕೊಂಡು ಅವರು ನಿಮ್ಮನ್ನು ಭಾವುಕ ಪ್ರಪಂಚವೊಂದಕ್ಕೆ ಕರೆದೊಯ್ಯುವ ಪ್ರಯತ್ನ ಮಾಡುತ್ತಾರೆ. ಅದರಲ್ಲಿ ಅವರು ಯಶಸ್ವಿಯೂ ಆಗಿದ್ದಾರೆ. ಇದು ಖಂಡಿತವಾಗಿ ದೊಡ್ಡವರಿಗಾಗಿ ರಚಿಸಿದ ಫ್ಯಾಂಟಸಿ ಕಾದಂಬರಿ. ಚಿಣ್ಣರ ಲೋಕದ ಕಲ್ಪನೆಗಳಿಗೆ ಸಾಟಿಯಾಗಿ ಇಲ್ಲಿ ದೊಡ್ಡವರ ಕಲ್ಪನೆಗಳಲ್ಲಿ ಅರಳುವ ಚಿತ್ರಗಳನ್ನು, ಭಾವನೆಗಳನ್ನು, ಅಂಥದೇ ಫ್ಯಾಂಟಸಿಯ ರೂಪದಲ್ಲಿ ಉಣಬಡಿಸಿದ್ದಾರೆ.

ಪ್ರತಿ ಅಧ್ಯಾಯವು ಕೂಡ ಓದುಗರನ್ನು ಸೆಳೆದಿಟ್ಟುಕೊಳ್ಳುವಲ್ಲಿ ಯಶಸ್ವಿಯಾಗಿದೆ. ಆದರೆ, ಈ ಕಾದಂಬರಿಗೆ ಲೇಖಕಿ ಇನ್ನಷ್ಟು ಸಮಯ ನೀಡಬೇಕಾಗಿತ್ತು. ಏಕೆಂದರೆ, ಕೆಳವೊಂದು ಭಾವುಕಗೊಳಿಸಬೇಕಾದ ಅನೇಕ ಗಟ್ಟಿ ದೃಶ್ಯಗಳು ಹಾಗೇ ಜಾರಿ ಹೋದವೇನೋ, ಇನ್ನಷ್ಟು ಪರಿಣಾಮಕಾರಿಯಾಗಿ ಕಟ್ಟಬಹುದೇನೋ ಎನಿಸುತ್ತದೆ. ಇದು ನನ್ನ ವಯಕ್ತಿಕ ಅಭಿಪ್ರಾಯ ಅಷ್ಟೆ. ನಿಮಗೆ ಬೇರೆಯದೇ ರೀತಿಯಲ್ಲಿ ಅದು ತಲುಪಬಹುದು. ಏಕೆಂದರೆ, ಈ ಕಾದಂಬರಿಗೆ ಆ ಶಕ್ತಿ ಇದೆ.

ಅವರಿಂದ ಇನ್ನೂ ಒಳ್ಳೊಳ್ಳೆಯ ಕೃತಿಗಳು ಹೊರಬರಬಲ್ಲವು ಎಂಬ ನಂಬಿಕೆಯನ್ನು ಅವರ ಈ ಕೃತಿ ಗಟ್ಟಿಗೊಳಿಸಿದೆ. ಒಳ್ಳೆಯದಾಗಲಿ.

–ಎಂ ಎಲ್ ಪ್ರಸನ್ನ

ಲೇಖಕರ ಮಾತು

"ಕಥೆ" ಎಂದಾಕ್ಷಣ ನೆನಪಿಗೆ ಬರೋದು ನನ್ನಪ್ಪನ ತೊಡೆ ಏರಿ ಅವನು ಹೇಳುತ್ತಿದ್ದ ಕತೆಗಳಿಗೆ ಕಣ್ಣಲ್ಲೇ ಬಣ್ಣ ತುಂಬಿಕೊಂಡು ಕಲ್ಪಿಸಿಕೊಳ್ಳುತ್ತಿದ್ದ ಆ ಕಲ್ಪನಾ ಜಗತ್ತು! ನಂತರದಲ್ಲಿ ಈ ಕತೆ ಹೇಳುವುದನ್ನೇ ಅಕ್ಷರಕ್ಕಿಳಿಸುವ ಹವ್ಯಾಸವಾಯಿತು. ಬರೆದಿರುವುದು ತುಂಬಾ ಕಡಿಮೆ... ಬರೆಯದೇ ಹಾಗೆ ಗೂಡು ಕಟ್ಟಿ ಕೂತ ಕತೆಗಳೇ ರಾಶಿ.

ನಾನೆಂದೂ ಒಂದೇ ಪ್ರಕಾರದ ಕತೆಗಳಿಗೆ ತೆತ್ತುಕೊಂಡಿಲ್ಲ. ಬದಲಿಗೆ, ಮನಸ್ಸನ್ನು ಅತಿಯಾಗಿ ಕಾಡಿದ ಯಾವುದೋ ಒಂದು ಭಾವಕ್ಕೆ ಸ್ಪಂದಿಸಿ ಯಾವುದೇ ಪೂರ್ವಾನುಸಂಧಾನವಿಲ್ಲದೆ ಬರೆದದ್ದೇ ಆಗಿರುತ್ತವೆ. ಇಲ್ಲಾ... ಬಾಲ್ಯದಲ್ಲಿ ಕೇಳಿದ ಯಾವುದೋ ಪೌರಾಣಿಕ ಕತೆಯೊಂದನ್ನು ಒರೆಗೆ ಹಚ್ಚಿ ಮಾತಿಗೆ ಕೂತಿರುತ್ತದೆ.

ಈ ಹವ್ಯಾಸಕ್ಕೆ ಜ್ಞಾನದ ಹಲವು ಬಣ್ಣಗಳನ್ನು ನೀಡಿದ್ದು, ಗುರುಗಳಾದ ಪ್ರೇಮ್ ಶೇಖರ್ ಸರ್, ಉದಯ್ ಜಾದೂಗಾರ್ ಸರ್ ಮತ್ತು ಮಾನಸ ಗುರುಗಳಾದ ಅಕ್ಷರ ಮಾಂತ್ರಿಕ ರವಿ ಬೆಳಗೆರೆ ಸರ್ ರವರ ಹಿತನುಡಿಗಳು ಹಾಗೂ ಕಾದಂಬರಿಗಳು. ಇವರೆಲ್ಲರಿಗೂ ನನ್ನ ಭಕ್ತಿಪೂರ್ವಕ ನಮನಗಳು.

ಕಥೆಯೋ, ಕಾದಂಬರಿಯೋ ಬರೆಯೋದೇನೋ ಸುಲಭ. ಆದರೆ ಬರೆದ ನನ್ನ ಕನಸ್ಸಿಗೆ ರೆಕ್ಕೆ ಮೂಡಿಸಿದ್ದು ಕನ್ನಡ ಪುಸ್ತಕ ಲೋಕಕ್ಕೆ ಒಂದಿಲ್ಲೊಂದು ಅಚ್ಚರಿಗಳನ್ನು ಕೊಡುತ್ತಾ, ಲೇಖಕರಿಗೂ ಸಿನಿಮಾ ನಟರಷ್ಟು ಸ್ಟಾರ್ಡಮ್ ಕೊಟ್ಟು, ಕಾರ್ಪೊರೇಟ್ ಮಟ್ಟದಲ್ಲಿ ಪುಸ್ತಕ ಬಿಡುಗಡೆಗಳನ್ನು ಮಾಡುತ್ತಿರುವ ಕನಸುಗಾರ, ಕನ್ನಡ ಮಾಣಿಕ್ಯದ ಕಾಪ್ಟನ್, ವೀರಲೋಕ ಪ್ರಕಾಶನದ ಶ್ರೀಯುತ ವೀರಕಪುತ್ರ ಶ್ರೀನಿವಾಸ ಸರ್‌ರವರು. ಅವರಿಗೆ ನನ್ನ ಪ್ರೀತಿ ಪೂರ್ವಕ ಧನ್ಯವಾದಗಳು.

ಕಾದಂಬರಿಗೆ ಪ್ರಾಮಾಣಿಕವಾದ ಮುನ್ನುಡಿ ಬರೆದುಕೊಟ್ಟು ಆಶೀರ್ವದಿಸಿದ ನಮ್ಮ ಮೇಷ್ಟ್ರು ಮಳವಳ್ಳಿ ಪ್ರಸನ್ನ ಸರ್‌ಗೆ ನನ್ನ ಗೌರವ ಪೂರ್ವಕ ಧನ್ಯವಾದಗಳು.

ಮುನ್ನುಡಿ ಬರೆಸುವುದರಿಂದ ಹಿಡಿದು, ಅಕ್ಷರ ತಿದ್ದುಪಡಿ, ಫೋಟೋ ಶೂಟ್ ಪ್ರತಿಯೊಂದಕ್ಕೂ ನನ್ನ ಬೆನ್ನ ಹಿಂದೆ ನಿಂತು ಧೈರ್ಯ ತುಂಬಿ, ಪ್ರೋತ್ಸಾಹಿಸಿದ ನೆಚ್ಚಿನ ಗೆಳತಿ ಕೌಸ್ತುಭಾ ಭಾರತೀಪುರ ರನ್ನು ನೆನಪಿಸದೇ ಇರಲು ಸಾಧ್ಯವೇ ಇಲ್ಲ. ತ್ಯಾಂಕ್ಯೂ ಗೆಳತಿ. ಕೌಸ್ತುಭಾ ಎನ್ನುತ್ತಿದ್ದಂತೆಯೇ ಆ ಹೆಸರ ಬೆನ್ನಿಗೇ ಬರೋದು ಎಲ್ಲರನ್ನೂ ಪ್ರೋತ್ಸಾಹಿಸುವ... ಜೊತೆಜೊತೆಗೆ ಕಾಲೆಳೆಯುವ_ ಬೆಳಗಾದೊಡನೆ 'ಗುಡ್ ಮಾರ್ನಿಂಗ್ ಮಾಣಿಕ್ಯಾಸ್' ಎಂದು ಹೇಳಲು ಕಾಯುವ ನಮ್ಮ ಪ್ರೀತಿಯ "ಕನ್ನಡ ಮಾಣಿಕ್ಯ" ಗ್ರೂಪ್... ಲವ್ ಯು ಆಲ್ ಮಾಣಿಕ್ಯಾಸ್.

ಇಷ್ಟೆಲ್ಲಾ ಆದರೆ ಪುಸ್ತಕಾ ರೆಡಿನಾ? ಊಹೂಂ_ ಒಂದು ಕೃತಿಯನ್ನು ಬರೆದಷ್ಟೇ ಮುಖ್ಯ ಆ ಪುಸ್ತಕವನ್ನು ಚಂದವಾಗಿ ಕಾಣಿಸೋದು. ಹಾಗಾಗಿ, ಅಕ್ಷರವನ್ನೂ ಕಣ್ಣಲ್ಲಿ ಕಣ್ಣಿಟ್ಟು ಓದಿ, ತಿದ್ದಿಕೊಟ್ಟ ಎಸ್. ಚಂದ್ರಶೇಖರ್ ರವರಿಗೂ ಅಚ್ಚುಕಟ್ಟಾಗಿ ಡಿ.ಟಿ.ಪಿ. ಮಾಡಿ ಸಹಕರಿಸಿದ ವಿಜಯ ವಿಕ್ರಮ್‌ರವರಿಗೂ, ಬಹಳ ಆಕರ್ಷಣೀಯವಾಗಿ ಕವರ್ ಪೇಜ್ ಮಾಡಿಕೊಟ್ಟಂತಹ ಪ್ರಶಾಂತ್ ವಿಟ್ಲರವರಿಗೂ ನಾನು ತ್ಯಾಂಕ್ಸ್ ಹೇಳಲೇಬೇಕು. ಇವರೆಲ್ಲರಿಗೂ ನನ್ನ ಧನ್ಯವಾದಗಳು ಹಾಗೂ ವಿಶೇಷ ಋಣಿ.

ನನ್ನೆಲ್ಲಾ ಹವ್ಯಾಸಗಳನ್ನೂ ಉತ್ತೇಜಿಸುತ್ತಾ, ಪ್ರೋತ್ಸಾಹಿಸುವ ನನ್ನ ಪತಿ, ಯತಿರಾಜ್. ನನ್ನ ಮುದ್ದು ಮಕ್ಕಳಾದ ಶ್ರೇಯಾ ಮತ್ತು ಆರ್ಯನ್ ಈ ನೆನಪಿನಲ್ಲಿ ಜೊತೆಯಾಗುತ್ತಾರೆ.

ಮೇಲಿಂದ ಮೇಲೆ ಪುಸ್ತಕ ಬರೆಯುವ ಹಾಗೆ ನನ್ನ ಬೆನ್ನು ತಟ್ಟಿ ಪ್ರೋತ್ಸಾಹಿಸುವುದಕ್ಕೆ ನೀವೆಲ್ಲಾ ಇದ್ದೀರಿ. ಒಟ್ಟಿನಲ್ಲಿ ಓದಿದ ಖುಷಿ ನಿಮ್ಮದಾದರೆ, ನಾನು ಚಿರಋಣಿ. ಹಾಗೆಯೇ ನಿಮ್ಮ ಸಲಹೆಗಳು ನನ್ನ ಮುಂದಿನ ಬರವಣಿಗೆಗೆ ಸಹಕಾರಿ. ನಿಮ್ಮ ಅನಿಸಿಕೆ, ಅಭಿಪ್ರಾಯಗಳನ್ನು ನನ್ನೊಂದಿಗೆ ಮರೆಯದೆ ಹಂಚಿಕೊಳ್ಳಿ. ಸಾಧ್ಯವಾದರೆ, ನಿಮ್ಮ fbಯಲ್ಲಿ ಬರೆದು ನನ್ನನ್ನು (ಗಾಯತ್ರಿ ರಾಜ್) ಟ್ಯಾಗ್ ಮಾಡಿ. ಹರಸಿ, ಹಾರೈಸಿ.

ನಿಮ್ಮ ಪ್ರೀತಿಯ,

–ಗಾಯತ್ರಿ ರಾಜ್

ಪ್ರಕಾಶಕರ ಮಾತು

ಪ್ರಿಯ ಓದುಗ ದೊರೆಗಳೆ, ಅತ್ಯಂತ ಪ್ರಾಚೀನ ಭಾಷೆಗಳಲ್ಲಿ ಒಂದಾದ ಕನ್ನಡಕ್ಕೆ ಭಾರತೀಯ ಭಾಷೆಗಳಲ್ಲೇ ವಿಶೇಷ ಸ್ಥಾನವಿದೆ. ಈ ನೆಲದ ಮಣ್ಣಿನ ಕಣಕಣದಲ್ಲೂ ಸಾಹಿತ್ಯದ ಘಮಲಿದೆ. ಸಾಂಸ್ಕೃತಿಕ ಹುಡಿಯಿದೆ. ಎಂಟೆಂಟು ಜ್ಞಾನಪೀಠ ಪ್ರಶಸ್ತಿಗಳನ್ನು ಪಡೆದ ಹೆಮ್ಮೆಯೂ ಜತೆಗಿದೆ. ಆದರೆ, ಸಾಹಿತ್ಯವನ್ನು ದಾಟಿಸುವ ವಿಷಯದಲ್ಲಿ ನಾವು ಹಿಂದೆ ಇದ್ದೇವೆ. ಸಂಕಟ ಪಡುವಷ್ಟು ಓದುಗರ ಸಂಖ್ಯೆಯನ್ನು ಹೊಂದಿದ್ದೇವೆ. ಕನ್ನಡದಲ್ಲಿ ವರ್ಷಕ್ಕೆ ಸಾವಿರಾರು ಶೀರ್ಷಿಕೆಯ ಪುಸ್ತಕಗಳು ಮುದ್ರಣವಾದರೂ ಕೆಲವೇ ಕೆಲವು ಸಾಹಿತಿಗಳನ್ನು ಹೊರತುಪಡಿಸಿ, ಹೆಸರಾಂತ ಸಾಹಿತಿಗಳ ಪುಸ್ತಕಗಳ ಪ್ರತಿಗಳು ಖರ್ಚಾಗುವುದು ಕೇವಲ ಐನೂರು, ಸಾವಿರ ಮಾತ್ರ. ಹೊಸಬರದ್ದು ಇನ್ನೂ ಘೋರ. ಕರ್ನಾಟಕದ ಏಳೂವರೆ ಕೋಟಿ ಜನಸಂಖ್ಯೆಯಲ್ಲಿ, ಒಬ್ಬ ಲೇಖಕನ ಪುಸ್ತಕವು ಸಾವಿರ ಜನರಿಗೂ ತಲುಪುತ್ತಿಲ್ಲ ಎನ್ನುವುದು ಖೇದಕರ. ಆದರೆ, ಇದನ್ನು ನಂಬಲು ಸಾಧ್ಯವಾ?

ನಿಜವಾಗಿಯೂ ಓದುಗರು ಇಲ್ಲವಾ? ಅಥವಾ ಓದುಗರಿದ್ದರೂ ಅವರಿಗೆ ಕೃತಿಗಳನ್ನು ತಲುಪಿಸುವಲ್ಲಿ ಸೋಲುತ್ತಿದ್ದೇವಾ? ಎನ್ನುವ ಪ್ರಶ್ನೆಯೊಂದಿಗೆ ನಾನು ನಿಮ್ಮಂಥ ಓದುಗರ ಬೆನ್ನುಹತ್ತಿದೆ. ಲಕ್ಷಾಂತರ ಓದುಗರಿದ್ದಾರೆ. ಆದರೆ ಅವರನ್ನು ತಲುಪುವಲ್ಲಿ ನಾವು ಸೋಲುತ್ತಿದ್ದೇವೆ ಎಂಬುದು ನನಗೆ ಮೇಲ್ನೋಟಕ್ಕೆ ಹೊಳೆದ ಸತ್ಯ. ಆ ಕಾರಣದಿಂದಲೇ ನಾನೀಗ ಓದುಗ ಮತ್ತು ಲೇಖಕರ ನಡುವಿನ ಸೇತುವೆಯೊಂದರ ನಿರ್ಮಾಣಕ್ಕೆ ಮುಂದಾಗಿದ್ದೇನೆ. ಆ ಸೇತುವೆಯ ಹೆಸರು 'ವೀರಲೋಕ ಬುಕ್ಸ್'.

ಕುಗ್ರಾಮವೊಂದರಲ್ಲಿ ತಯಾರಾದ ಮಡಕೆಯೊಂದು ಇವತ್ತು ಕಾರ್ಪೋರೇಟ್ ಅಂಗಳದಲ್ಲಿ ಮಾರಾಟಕ್ಕಿದೆ. ಪದವಿ, ಪುರಸ್ಕಾರಗಳನ್ನು ಪಡೆದುಕೊಂಡ ಬರಹಗಾರನೊಬ್ಬನ ಕೃತಿಯು ಸುಸಜ್ಜಿತ ಪುಸ್ತಕ ಮಳಿಗೆಯನ್ನೂ ತಲುಪುವಲ್ಲಿ ಸೋತಿದೆ. ಹಾಗಾಗಿ 'ವೀರಲೋಕ ಬುಕ್ಸ್' ಕನ್ನಡ ಪುಸ್ತಕ ಲೋಕಕ್ಕೆ ಕಾರ್ಪೋರೇಟ್ ಟಚ್ ನೀಡುವ ಉದ್ದೇಶ ಹೊಂದಿದೆ. ಕೇವಲ ಪಟ್ಟಣದಲ್ಲಿ ಮಾತ್ರವಲ್ಲ, ಹಳ್ಳಿಗಾಡಿನ ಕಟ್ಟಕಡೆಯ ಓದುಗನಿಗೂ ಕನ್ನಡ

ಪುಸ್ತಕವನ್ನು ತಲುಪಿಸುವ ದೃಢ ಸಂಕಲ್ಪ ನಮ್ಮದಾಗಿದೆ. ಒಬ್ಬ ಓದುಗ ತಾನು ಇಷ್ಟಪಡುವ ಪುಸ್ತಕ ಕೊಳ್ಳಬೇಕಾದರೆ ನಿಗದಿತ ಪುಸ್ತಕ ಅಂಗಡಿಗೆ ಬಂದರೆ ಮಾತ್ರ ಸಿಗುತ್ತದೆ ಎಂಬುದು ನಿಜಕ್ಕೂ ಓದುಗನಿಗೆ ಮಾಡುತ್ತಿರುವ ಮೋಸ. ಆದ್ದರಿಂದ ಅವನಿರುವ ಕಡೆಯೇ ಪುಸ್ತಕ ಸಿಗುವಂತೆ ಮಾಡುವ ಉದ್ದೇಶ ನಮ್ಮ ಪ್ರಕಾಶನದ್ದು. ಅದಕ್ಕಾಗಿ ಒಂದು ದೊಡ್ಡ ನೆಟ್‌ವರ್ಕ್ ಸಿದ್ಧ ಮಾಡಿದ್ದೇವೆ. ಊರೂರಲ್ಲಿ ಪುಸ್ತಕ ಸಿಗುವಂತೆ ಮಾಡುತ್ತಿದ್ದೇವೆ. ಇನ್ನೂ ಏನೇನೋ ಯೋಜನೆಗಳಿವೆ...

ಈ ಹೊಸ ರೀತಿಯ ಕಾರ್ಯಶೈಲಿಯ ಮೂಲಕ ನಾವು ನಮ್ಮ ವೀರಲೋಕ ಪ್ರಕಾಶನವನ್ನು ಆರಂಭಿಸಿದ್ದೇವೆ. ಇದಕ್ಕೆ ನಾಡಿನ ಖ್ಯಾತ ಸಾಹಿತಿಗಳಾದ ಶ್ರೀಮತಿ ಗಾಯತ್ರಿ ರಾಜ್, ಶ್ರೀ ವಿಶ್ವೇಶ್ವರ ಭಟ್, ಶ್ರೀ ಕುಂ. ವೀರಭದ್ರಪ್ಪ, ಶ್ರೀ ಜೋಗಿ, ಶ್ರೀ ರವಿ ಕೃಷ್ಣಾರೆಡ್ಡಿ, ಶ್ರೀ ರಂಗಸ್ವಾಮಿ ಮೂಕನಹಳ್ಳಿ, ಶ್ರೀಮತಿ ದೀಪಾ ಹಿರೇಗುತ್ತಿ, ಶ್ರೀ ಗಣೇಶ್ ಕಾಸರಗೋಡು, ಅನಂತ ಹುದೆಂಗಜೆ, ಡಾ. ಶರಣು ಹುಲ್ಲೂರು, ಶ್ರೀ ಸಂತೋಷಕುಮಾರ ಮೆಹೆಂದಳೆ, ಎನ್. ಧನಂಜಯ, ಡಾ. ಡಿ.ಎಸ್. ಶ್ರೀನಿವಾಸ ಪ್ರಸಾದ್, ಡಾ. ಗವಿಸ್ವಾಮಿ ಎನ್., ನರೇಂದ್ರ ರೈ ದೇರ್ಲ, ಶ್ರೀ ಮಂಜುನಾಥ್ ಚಾಂದ್, ಶ್ರೀಮತಿ ಶುಭಶ್ರೀ ಭಟ್ಟ, ಶ್ರೀಮತಿ ನಾಗವೇಣಿ ವೆಂ. ಹೆಗಡೆ ಹೆಗ್ಗರ್ಸಿಮನೆ, ಶ್ರೀ ರಾಘವ್, ಡಾ. ವಾಸುದೇವ ಶೆಟ್ಟಿ, ಶ್ರೀ ಸದಾಶಿವ್ ಸೊರಟೂರು, ಶ್ರೀ ರಾಜೀವ ನಾರಾಯಣ ನಾಯಕ, ಶ್ರೀ ಶಶಿಧರ ಹಾಲಾಡಿ, ಶ್ರೀ ಎಸ್.ವಿ. ಶ್ರೀನಿವಾಸಮೂರ್ತಿ, ಶ್ರೀ ಮಂಜುನಾಥ್ ಕುಣಿಗಲ್, ಶ್ರೀ ನೌಶಾದ್ ಜನ್ನತ್ತ್, ಶ್ರೀ ಜಯರಾಮಾಚಾರಿ ಮತ್ತು ಖ್ಯಾತ ಕಲಾವಿದರಾದ ಶ್ರೀ ರಮೇಶ್ ಅರವಿಂದ್ ಅವರು ವೀರಲೋಕಕ್ಕೆ ತಮ್ಮ ಕೃತಿಗಳನ್ನು ಕೊಟ್ಟು ಪ್ರೋತ್ಸಾಹಿಸುತ್ತಿದ್ದಾರೆ. ಓದುಗನಿರುವ ಕಡೆಯೇ ಪುಸ್ತಕಗಳನ್ನು ಒದಗಿಸುವ ಈ ಮಹತ್ಕಾರ್ಯಕ್ಕೆ ನಿಮ್ಮ ಬೆಂಬಲವೂ ಇರಲೆಂದು ಪ್ರಾರ್ಥಿಸುವೆ.

'ಟ್ರಾಯ್' ಕೃತಿ ಓದುವ ಸುಖ ನಿಮ್ಮದಾಗಲಿ.

ನಿಮ್ಮ,

–ವೀರಕಪುತ್ರ ಶ್ರೀನಿವಾಸ

ವೀರಲೋಕ ಬುಕ್ಸ್

ಪರಿವಿಡಿ

ಟ್ರಾಯ್ ಓದುವ ಮುನ್ನ...

ಗತಿಸಿದ್ದೆಲ್ಲವನ್ನು ನಾವು ಇತಿಹಾಸ ಎಂದು ಇಷ್ಟಪಟ್ಟು ಓದುವುದಿಲ್ಲ. ತಲೆ-ತಲೆಮಾರಿನವರೆಗೆ ಮನಸ್ಸಿನಲ್ಲಿ ನೆನಪುಗಳಾಗಿ ಉಳಿದುಕೊಳ್ಳುವ ಘಟನೆಗಳನ್ನು ಮಾತ್ರ ನಾವು ಇತಿಹಾಸ ಎಂದು ಕರೆಯುತ್ತೇವೆ... ಬರೆಯುತ್ತೇವೆ... ಮತ್ತೆ ಮತ್ತೆ ಓದುತ್ತೇವೆ. ಹಾಗೆ ಶತಶತಮಾನಗಳವರೆಗೆ ನೆನಪಿನಲ್ಲಿ ಉಳಿದುಕೊಂಡಿರುವ ಕಥೆಗಳಲ್ಲಿ ಟ್ರೋಜನ್ ಮತ್ತು ಗ್ರೀಕನ್ನರ ನಡುವೆ ನಡೆದ ಈ ಯುದ್ಧವೂ ಒಂದು. ಕೇವಲ ಅಷ್ಟೇ ಆಗಿದ್ದರೂ ನಾನಂತೂ ಓದುತ್ತಿರಲಿಲ್ಲವೇನೋ ಆದರೆ, ಟ್ರಾಯ್ ಪತನದ ಕಥೆಯೊಳಗೊಂದು ಅದ್ಭುತವಾದ ಪ್ರೇಮಕಥೆಯಿದೆ. ಜಗತ್ತಿನಲ್ಲೇ ಅತ್ಯಂತ ಸುಂದರಿಯೊಬ್ಬಳಿಗೆ ಪ್ರೇಮ ದೇವತೆಯ ವರದಿಂದಾಗಿ ಹೃದಯವನ್ನು ಕೊಟ್ಟು ಮನಸೋತ ಸುಂದರಾಂಗನ ಪ್ರೇಮ ಪರಿಣಯದ ಕಥೆಯಿದೆ... ಇಷ್ಟೇ ಆಗಿದ್ದರೂ ಅದೊಂದು ಪ್ರೇಮ ಕಥೆ ಬಿಡು ಎಂದು ಒಮ್ಮೆ ಓದಿ ಸುಮ್ಮನಾಗಿಬಿಡಬಹುದಿತ್ತು. ಆದರೆ, ನನ್ನನ್ನು ವಿಚಾರಿಸುವಂತೆ, ಆಳವಾಗಿ ಅಧ್ಯಯಿಸುವಂತೆ ಮಾಡಿದ್ದು ಆ ಪ್ರೇಮಕಥೆಯನ್ನು, ಮತ್ತದನ್ನು ಉಳಿಸಿಕೊಳ್ಳುವುದಕ್ಕಾಗಿ ನಡೆಸಿದ ಹೋರಾಟಕ್ಕೆ ಕೇವಲ ಅವರಿಬ್ಬರಷ್ಟೇ ಅಲ್ಲ, ಇಡೀ ಟ್ರೋಜನ್ ಜನತೆ ಬರೋಬ್ಬರಿ ಹತ್ತು ವರ್ಷಗಳ ಕಾಲ ಹೊಡೆದಾಡಿದರು ಎಂದರೆ ಅವಳಿನ್ನೆಂತಹ ಪ್ರೇಮ ಪುತ್ಥಳಿಯಾಗಿರಬಹುದು ಎನ್ನುವುದು. ಅವಳಲ್ಲಿ ಅದಿನ್ನೆಂತಹ ಆಕರ್ಷಣೆ ಇರಬಹುದು ಅಂದಾಜಿಸಿ ನೋಡಿ.

ಗ್ರೀಕ್ ಸಾಹಿತ್ಯದಲ್ಲಿ ಅತ್ಯಂತ ಪ್ರಸಿದ್ಧಿ ಪಡೆದ, ಹೋಮರ್ ಎಂಬ ಕವಿ ರಚಿಸಿದ್ದ ಎನ್ನಲಾದ "ಇಲಿಯಡ್" ಮತ್ತು "ಆಡಿಸ್ಸಿ"ಯ ಪ್ರಕಾರ, ಈ ಯುದ್ಧ ನಡೆದಿದ್ದು ಸಾವಿರದ ನೂರ ಎಂಭತ್ತನಾಲ್ಕರ ಆಸುಪಾಸಿನಲ್ಲಿ. ಅಂದರೆ, ಕಂಚಿನ ಯುಗದಲ್ಲಿ. ಇಲ್ಲಿಂದ ಸಾವಿರಾರು ವರ್ಷಗಳ ಹಿಂದೆ 'ರಾಕ್ಷಸರು... ದೇವತೆಗಳು...' ಇದ್ದರಂತೆ ಎಂದೆಲ್ಲಾ ಮಾತಾಡುತ್ತಿದ್ದ ಕಾಲದಲ್ಲಿ. ರಾಕ್ಷಸರು ನಡೆದಾಡುತ್ತಿದ್ದ, ದೇವತೆಗಳು ಮನುಷ್ಯರೊಡನೆ ನೇರ ಸಂವಹನ ನಡೆಸುತ್ತಿದ್ದರು ಎನ್ನಲಾಗುತ್ತಿದ್ದ ಪೌರಾಣಿಕ ಕಾಲದಲ್ಲಿ. ಪ್ರಕೃತಿ, ಪ್ರೀತಿ, ವಿಜಯ, ಸಂಪತ್ತು ಎಲ್ಲದಕ್ಕೂ ಒಬ್ಬೊಬ್ಬ ದೇವತೆಗಳನ್ನು ಅಧಿಪತಿಗಳಾಗಿ ಆರಾಧಿಸುತ್ತಿದ್ದಂತಹ ಕಾಲದಲ್ಲಿ ನಡೆದ ಯುದ್ಧವೊಂದು ಇಂದಿನವರೆಗೂ

ನಮ್ಮೆಲ್ಲರ ಕುತೂಹಲವನ್ನು ಉಳಿಸಿಕೊಂಡಿದೆ ಅಂದರೆ, ಅದು ಸಾಮಾನ್ಯ ಘಟನೆಯಾಗಿರಲು ಸಾಧ್ಯವೇ!

ಇತಿಹಾಸಕಾರರ ಪ್ರಕಾರ ಟ್ರಾಯ್ ಈಗಿನ ಟರ್ಕಿ ಪ್ರದೇಶವಾಗಿತ್ತು ಎಂದು ಉತ್ಖನನದ ಮೂಲಕ ದೃಢಪಡಿಸಿದ್ದಾರೆ. ಅಲ್ಲಿಗೆ ಶಾಸ್ತ್ರೀಯ ಯುಗದ ಈ ಟ್ರಾಯ್ ನಗರ ಕೇವಲ ಕಾಲ್ಪನಿಕ ಅಥವಾ ಒಂದು ಜಾನಪದ ಕಥೆಯೆಂಬುವ ವಾದವನ್ನು ತಳ್ಳಿ ಹಾಕಿದ್ದಾರೆ. ಉತ್ಖನನದ ಸಮಯದಲ್ಲಿ ದೊರೆತ ಅನೇಕ ಅವಶೇಷಗಳು ಟ್ರಾಯ್‌ನ ಸಾಹಿತ್ಯಿಕ ಚಿತ್ರಣಗಳಿಗೆ ಸುಲಭವಾಗಿ ತಾಳೆ ಹಾಕಿ ನೋಡಬಹುದಾಗಿದೆ. ತೀರ ಪುರಾಣ ಮತ್ತು ವಾಸ್ತವದ ನಡುವಿನ ಸಂಬಂಧಕ್ಕೆ ನಿಖರವಾದ ಪುರಾವೆಗಳು ಸಿಗದೇ ಹೋದರೂ ಆಗಿನ ಕಾಲದಲ್ಲಿ ಪ್ರಪಂಚದ ಇತರೆಡೆ ಇದ್ದಂತಹ ನಂಬಿಕೆಗಳ ಆಧಾರದ ಮೇಲೆ ಕಥೆಯಲ್ಲಿ ಉಲ್ಲೇಖಿಸಿರುವ ಪುರಾಣದ ಅಂಶಗಳನ್ನು ಒಪ್ಪಿಕೊಳ್ಳಬಹುದಷ್ಟೆ ವಿನಾ ಅಸ್ಪಷ್ಟತೆ ಇಲ್ಲ ಎಂದು ಹೇಳುವಂತೇನೂ ಇಲ್ಲ.

ಅದೂ ಅಲ್ಲದೆ ನಮ್ಮ ಪೌರಾಣಿಕ ಕಥೆಗಳಂತೆ ಈ ಕಥೆಯಲ್ಲಿಯೂ ಮೂಲ ಕಥೆ ಮತ್ತು ಪಾತ್ರಗಳೊಂದಿಗೆ ಸಾಕಷ್ಟು ಉಪ ಕಥೆಗಳು, ಪಾತ್ರಗಳ ಹುಟ್ಟು ಮತ್ತದರ ಹಿನ್ನೆಲೆಯೊಂದಿಗೆ ದೇವತೆಗಳ ನಂಟಿನ ವಿಚಾರಗಳನ್ನು ಓದುತ್ತಿದ್ದರೆ ನನಗೆ ನಮ್ಮ ಮಹಾಭಾರತದ ಹೋಲಿಕೆ ಅಲ್ಲಲ್ಲಿ ಕಂಡು ಬಂದಿದ್ದು ಸುಳ್ಳಲ್ಲ. ಇದೂ ಕೂಡ ಕೇವಲ ಒಬ್ಬ ನಾಯಕ ಮತ್ತು ನಾಯಕಿಯ ಕಥೆಯಾಗಿರದೆ, ಇದರಲ್ಲಿ ಬರುವ ಎಲ್ಲಾ ಪಾತ್ರಗಳಲ್ಲೂ ಅದರದ್ದೇ ಆದ ಮಹತ್ವದ ಹಿನ್ನೆಲೆ ಮತ್ತು ಭಾಗವಹಿಸುವಿಕೆಯನ್ನು ನಾವು ಇಲ್ಲೂ ಕಾಣಬಹುದು. ಹಾಗಾಗಿ, ಇಲ್ಲಿ ಬರುವ ಎಲ್ಲ ಪಾತ್ರಗಳೂ ಮುಖ್ಯವೆನಿಸಿಕೊಳ್ಳುತ್ತವೆ. ಇದನ್ನೆಲ್ಲಾ ಗಮನಿಸಿದಾಗ, ನಮ್ಮ ಮಹಾಭಾರತದಷ್ಟು ವಿಶಾಲ ಮತ್ತು ಅಮೋಘವಲ್ಲದಿದ್ದರೂ ಈ ಕಥೆಗೆ ಮಹಾಭಾರತದ ಒಂದಿಷ್ಟು ಛಾಯೆ ಇರುವುದಂತೂ ನಿಜವೆನಿಸುತ್ತದೆ. ಮಹಾಭಾರತವಾದದ್ದೇ ಒಂದು ಹೆಣ್ಣಿಗಾಗಿ ಎಂದು ಹೇಗೆ ನಾವು ಸುಲಭವಾಗಿ ಹೇಳಿ ಬಿಡುತ್ತೇವೋ ಹಾಗೇ ಈ ಕಥೆಯೂ ಆದದ್ದು ಕೂಡ ಒಂದು ಹೆಣ್ಣಿಗಾಗಿಯೇ! ದುರ್ಯೋಧನನಂತೆಯೇ ವಜ್ರಕಾಯನಾದ ಅಖಿಲೀಸ್ ಎಂಬ ವೀರನೊಬ್ಬನಿದ್ದಾನೆ. ಈ ಕಥೆಯಲ್ಲಿಯೂ ಕೊನೆಯ ಯುದ್ಧಕ್ಕಾಗಿ ಸುತ್ತ ಮುತ್ತಲಿನ ಅತಿರಥ ಮಹಾರಥರ ಸಮಾಗಮವಿದೆ... ನಮ್ಮ ಇಂದ್ರ, ವಾಯು, ವರುಣನಂತಹ ದೇವತೆಗಳಿದ್ದಾರೆ. ಮೃತ್ಯು ದೇವತೆ, ಸಮರ ದೇವತೆ, ನಮ್ಮಲ್ಲಿನ ಮನ್ಮಥನಂತಹ ಪ್ರೇಮ ದೇವತೆಯೊಬ್ಬಳಿದ್ದಾಳೆ... ಕಲಹ ಎಂದ ಕೂಡಲೆ ನಮಗೆ ನಮ್ಮ ನಾರದ ಮುನಿ ನೆನಪಾಗುವಂತೆ ಇಲ್ಲಿನ ಮೂಲಕಥೆಗೆ ನಾಂದಿಯಾಗಿ ನಾರದ ಮುನಿಯಂತಹ ಕಲಹ ಪ್ರಿಯೆ ದೇವತೆಯೊಬ್ಬಳಿದ್ದಾಳೆ. ಹೀಗೆ ಇನ್ನೂ ಅನೇಕ ಸ್ಥೂಲ ಹಾಗೂ ಸೂಕ್ಷ್ಮ

ಹೋಲಿಕೆಗಳು ನಮ್ಮ ಮಹಾಭಾರತವನ್ನು ನೆನಪಿಸುತ್ತಾ ಅಚ್ಚರಿ ಪಡಿಸಿದ್ದಂತೂ ನಿಜ. ಆ ಹೋಲಿಕೆಗಳಿಂದಲೇ ಈ ಮಹಾ ಕಾವ್ಯವನ್ನು ಇನ್ನೂ ಇನ್ನೂ ಓದುವಂತೆ, ಮತ್ತು ಅದರಾಳಕ್ಕಿಳಿಯುವಂತೆ ಮಾಡಿದ್ದು. ಹಾಗಿದ್ದರೆ ಏನಿದೆ ಈ ಕಥೆಯೊಳಗೆ? ಯಾತಕ್ಕಾಗಿ ಈ ಕಥೆಯನ್ನು ಓದಬೇಕು, ಅಥವಾ ನಾನು ಬರೆಯಬೇಕು? ಕೇವಲ ಒಂದು ಯುದ್ಧವಾಗಿತ್ತಂತೆ ಎಂದು ಬರೆಯುವುದರಲ್ಲಿ ಏನಿದೆ?

ಕೇವಲ ಮರ್ಯಾದೆ, ಘನತೆ, ಪಟ್ಟ, ಪುರುಷ ಅಹಂಕಾರ ಅಥವಾ ಸ್ವಾಭಿಮಾನಕ್ಕಾಗಿ ಹತ್ತು ವರ್ಷಗಳು ಯುದ್ಧವಾಗಿರಲು ಸಾಧ್ಯವೇ ಇಲ್ಲ ಅಥವಾ ಇದು ಕೇವಲ ಟ್ರಾಯ್ ನಗರವನ್ನು ವಶ ಪಡಿಸಿಕೊಳ್ಳುವ ಹುನ್ನಾರ ಎಂದರೆ ನಂಬಲು ಅಸಾಧ್ಯ. ಟ್ರಾಯ್ ನಗರವನ್ನು ವಶಪಡಿಸಿಕೊಳ್ಳಲೇಬೇಕೆಂಬ ಸಂಚಿನಿಂದ ಈ ಯುದ್ಧವಾಯಿತು ಮತ್ತು ಈ ಸಂಚಿನಲ್ಲಿ ಹೆಲೆನ್ ಕೂಡ ಭಾಗಿಯಾಗಿರಬಹುದು ಎನ್ನುವ ವಾದವೂ ಕೂಡ ಒಂದಿದೆ ಎಂದು ಓದಲ್ಪಟ್ಟೆ. 'ಇದೊಂದು ಕುಟಿಲತಂತ್ರ' ವೆಂದೇ ಹೇಳಲಾಗುವ ಆ ವಾದದ ಪ್ರಕಾರ ಒಂದು ವೇಳೆ ಹೆಲೆನ್ ತನ್ನ ಪತಿಯೊಂದಿಗೆ ಕೈ ಜೋಡಿಸಿದ್ದಳು ಎಂದೇ ನಂಬಿದರೂ, ಪೆರಿಸ್ ಹೇಗೆ ಅವಳಿಗಾಗಿ ತನ್ನ ಕುಟುಂಬದವರೆಲ್ಲರನ್ನೂ ಕಷ್ಟದ ಕೂಪಕ್ಕೆ ದೂಡಿ, ಹತ್ತು ವರ್ಷಗಳ ಕಾಲ ಯುದ್ಧ ಮಾಡಲು ಸಾಧ್ಯ? ಅಲ್ಲಿಗೆ ಅವನ ಪ್ರೀತಿಯಾದರೂ ಸತ್ಯವೆಂತಾಯ್ತಲ್ಲಾ! ಅಲ್ಲಿಗೆ ಈ ಯುದ್ಧವಾದದ್ದು ಪ್ರೇಮಕ್ಕಾಗಿಯೇ... ಕೇವಲ ಹೆಲೆನಳ ಪ್ರೀತಿಗಾಗಿಯೇ ಎನ್ನುವ ಮಾತನ್ನು ನಾವು ಒಪ್ಪ ಬಹುದಲ್ಲವೇ?

ಈಗ ನಿಮ್ಮ ಮನಸ್ಸಿನಲ್ಲೂ ಹಾಗಿದ್ದರೆ ಯಾರು ಸರಿ ಎಂಬ ಪ್ರಶ್ನೆ ಮೂಡಿರಬಹುದು. ಈ ದ್ವಂದ್ವ ಅಂದೂ ಕೂಡ ಇತ್ತು. ಹತ್ತು ಹಲವು ವೈಯಕ್ತಿಕ ಕಾರಣಗಳಿಂದ ನಡೆದ ಈ ಯುದ್ಧ, ಅಂದಿನ ದಿನಗಳಲ್ಲಿ ದೇವಲೋಕದಲ್ಲೂ ಕೋಲಾಹಲವೆಬ್ಬಿಸಿ, ಸ್ವರ್ಗದ ದೇವರುಗಳೂ ಕೂಡ ಈ ಯುದ್ಧದಲ್ಲಿ ಗ್ರೀಕ್ ಮತ್ತು ಟ್ರೋಜನ್ನರ ಪರವಾಗಿ ನಿಂತು ಹೋರಾಡಿದರಂತೆ. ಕೊನೆಯವರೆಗೂ ದೇವತೆಗಳೂ ಕೂಡ ಈ ಎರಡು ಪಕ್ಷಗಳಲ್ಲಿ ಯಾರು ಸರಿ ಎಂದು ನಿರ್ಧರಿಸಲಾಗದೆ ಹೊಡೆದಾರಿದರಂತೆ. ದೇವ-ಮಾನವರು ಕೂಡಿ ಮಾಡಿದಂತಹ ಏಕೈಕ ಯುದ್ಧವೆಂಬ ಖ್ಯಾತಿಗೆ ಒಳಪಟ್ಟ ಈ ಯುದ್ಧ ಈಗಲೂ ಓದುಗರ ಮೈನವಿರೇಳಿಸುತ್ತದೆ ಎಂದರೆ ಸುಳ್ಳಾಗಲಾರದು.

ಇನ್ನು ಕೊನೆಯಲ್ಲಿ ಯುದ್ಧದಲ್ಲಿ ಗ್ರೀಕನ್ನರು ಬಳಸಿದ್ದರು ಎನ್ನಲಾಗುವ ಮರದ ಕುದುರೆಯಂತೂ ಈಗಲೂ ಚರ್ಚೆಯ ವಿಷಯವಾಗಿಯೇ ಉಳಿದಿದೆ. ಈ ಎಲ್ಲಾ ವಾದಗಳೊಂದಿಗೆ ಈ ಎಲ್ಲಾ ಸಂಶಯಗಳೊಂದಿಗೂ ಇಂದಿಗೂ ಟ್ರಾಯ್ ಅಥವಾ ಟ್ರೋಜನ್ ಯುದ್ಧ ಓದುಗರ ಕುತೂಹಲವನ್ನು

ಹಿಡಿದಿಟ್ಟಿರುವುದು ಮಾತ್ರ ಆಶ್ಚರ್ಯವೇ. ಅದೇ ಆಶ್ಚರ್ಯ ಮತ್ತು ಅದೇ ಕುತೂಹಲವೇ ನನ್ನನ್ನೂ ಕೂಡ ಈ ಕಥೆಯ ಹಿಂದೆ ಓಡುವಂತೆ ಮಾಡಿದ್ದು. ಆಗ ನಾನು ಕಂಡುಕೊಂಡಿದ್ದು ಈಗ ನಿಮ್ಮ ಕೈಯಲ್ಲಿದೆ. ದೇವರೂ ಬಂದು ಹೋರಾಡಿದರು ಎಂದು ಇದನ್ನು ಕೆಲವರು ಪುರಾಣ ಅಂತಾರೆ. ಈಗಿನ ಟರ್ಕಿಯೇ ಅಂದಿನ ಟ್ರಾಯ್ ಅಂತ ಇತಿಹಾಸಜ್ಞರು ಹೇಳ್ತಾರೆ. ಹೋಮರ್ ರಚಿಸಿದ ಕವಿತೆಗಳು ಬಾಯಿಂದ ಬಾಯಿಗೆ ಹರಡಿ ಜನಪದವಾಯಿತು ಎಂದು ಜನಪದ ಸಾಹಿತ್ಯ ಹೇಳುತ್ತೆ. ಆದರೆ, ನಾನು ಇದನ್ನೊಂದು ಕಥೆ ಅಂತೀನಿ... ಪ್ರೇಮಕಥೆ ಅಂತೀನಿ ಅಷ್ಟೆ.

ಟ್ರಾಯ್ ಅಥವಾ ಟ್ರೋಜನ್ ಯುದ್ಧವೆಂದೇ ಪ್ರಸಿದ್ಧಿ ಪಡೆದಿರುವ ಈ ಕಥೆಯಾಧಾರಿತ ಕಾದಂಬರಿಗಳು, ಸಿನೆಮಾಗಳು ಅಥವಾ ಇನ್ಯಾವುದೇ ಸಾಹಿತ್ಯಿಕ ಬೆಳವಣಿಗೆಗಳೇನೇ ಇದ್ದರೂ ಎಲ್ಲವೂ ಒಂದೋ ಹೋಮರ್ ರಚಿಸಿದಂತಹ 'ಇಲಿಯಾಡ್' ಅಥವಾ 'ಆಡಿಸ್ಸಿ'ಯಿಂದ ಪ್ರೇರಿತವಾದುದ್ದೇ ಆಗಿರುತ್ತದೆಯಾದರೂ ಸಾಕಷ್ಟು ಕಥೆ, ಕಾದಂಬರಿಯಾಗಿ ಕೆಲವೊಮ್ಮೆ ಗಂಭೀರದ ಚರ್ಚೆಯ ವಿಷಯವಾಗಿ, ಕೆಲವೊಮ್ಮೆ ಜನಪದ ಕಥೆಯಂತೆ ಹಲವು ಆಯಾಮಗಳಲ್ಲಿ ನಮಗೆ ಲಭ್ಯವಾದಾಗ ಯಾವುದನ್ನು ಮಾಹಿತಿಯಾಗಿ ಆಯ್ಕೆ ಮಾಡಿಕೊಳ್ಳಬೇಕು ಎನ್ನುವ ಗೊಂದಲವಂತೂ ಆಗಿತ್ತು. ಆದರೆ, ಎಲ್ಲಿಯೂ ಮೂಲಕಥೆಯನ್ನು ಬಿಟ್ಟುಕೊಡದೆ, ಅದರ ಚೌಕಟ್ಟಿನಲ್ಲಿಯೇ ಕಥೆಯನ್ನು ಹಬ್ಬಲು ಬಿಟ್ಟು, ಎಲ್ಲೆಲ್ಲಿ ಮಾಹಿತಿಗಳ ಅಭಾವವಿದೆಯೋ ಅಲ್ಲಲ್ಲಿ ನನ್ನ ಕಲ್ಪನೆಯ ಒರೆಗೆ ಹಚ್ಚಿ ಈ ಕಾದಂಬರಿಯನ್ನು ರಚಿಸಿದ್ದೇನೆ. ಹೌದು! ಇದನ್ನು ನೀವು ಕಾದಂಬರಿಯಂತೆಯೇ ಓದಬೇಕೆಂಬುದು ನನ್ನ ಆಸೆ. ಒಪ್ಪಿಸಿಕೊಳ್ಳಿ...

ಬನ್ನಿ ಹೆಲೆನ್ ಮತ್ತು ಪೆರಿಸನ ಪ್ರೇಮ ಪರಿಣಯಕ್ಕೆ ನೀವೂ ಸಾಕ್ಷಿಯಾಗಿ!

ನಿಮ್ಮ,

–ಗಾಯತ್ರಿ ರಾಜ್

ಕಿಡಿಯೊಂದರ ಜನನ

ಸರಿ ರಾತ್ರಿಯ ಕತ್ತಲೆಯಲ್ಲಿ ಅರಮನೆಯ ಕಿಟಕಿಯಿಂದಾಚೆಗೆ ನೋಡುತ್ತಿದ್ದ ಟ್ರಾಯ್ ನಗರದ ದೊರೆ **"ಪ್ರಯಾಮ್"**ನ ಏಳು ವರ್ಷದ ಮಗಳು **"ಕಸಾಂಡ್ರ"** ಥರಥರ ನಡಗುತ್ತಿದ್ದಾಳೆ. ಅದು ಕಿಟಕಿಯಿಂದ ಹಾದು ಬರುತ್ತಿದ್ದ ಕುಳಿರ್ಗಾಳಿಗಲ್ಲ ಎಂಬುದು ಕೇವಲ ಅವಳಿಗೆ ಮಾತ್ರ ಗೊತ್ತೆನ್ನುವಂತೆ ಕಣ್ಣಿನಲ್ಲಿ ಅರಿಯದ ಯಾವುದೋ ದಿಗಿಲೊಂದು ವಿಲವಿಲನೆ ಮಿಡುಕಾಡುತ್ತಿದೆ. ಕಾಡಿಗೆಯಂತಹ ಕತ್ತಲೆ ತುಂಬಿದ ಆ ರಾತ್ರಿಯಲ್ಲಿ, ಅರಮನೆ ಆಚೆ ಆಗಸದಲ್ಲಿ ಇದ್ದಕ್ಕಿದ್ದಂತೆ ಮಿಣಿ ಮಿಣಿ ಬೆಂಕಿಯ ಹೂವುಗಳು ಹೊಳೆಯತೊಡಗಿದವು. ಕಸಾಂಡ್ರ ಕಣ್ಣುಗಳನ್ನು ಕಿರಿದುಗೊಳಿಸಿ ಅವುಗಳು ಏನೆಂದು ನೋಡುತ್ತಿದ್ದಂತೆ ಆ ಬೆಂಕಿಯ ಹೂವುಗಳು ಬೆಳೆಬೆಳೆದು ನಿಗಿ ನಿಗಿ ಉರಿಯುವ ದೊಂದಿಗಳಂತಾಗಿ ಅವುಗಳು ಅಲ್ಲಲ್ಲಿ ಬಿದ್ದು, ಕ್ಷಣಾರ್ಧದಲ್ಲಿ ಇಡೀ ನಗರವನ್ನು ಧಗಧಗನೆ ಸುಡತೊಡಗಿದವು. ಆ ಬೆಂಕಿಯ ಕೆನ್ನಾಲಗೆಗಳು ಬೆಳೆಯುತ್ತಾ ಇವಳತ್ತಲೇ ಬರುತ್ತಲೇ ಉರಿ ತಾಳಲಾರದೆ ಕೂಗತೊಡಗಿದಳು.

"ಬೆಂಕಿ... ಬೆಂಕಿ..." ಆ ಕೂಗನ್ನು ಕೇಳಿದವಳೇ ದಾಸಿಯೊಬ್ಬಳು ಓಡೋಡಿ ಬಂದಳು. ಕಿಟಕಿಯ ಬಳಿ ನಿಂತಿದ್ದ ಕಸಾಂಡ್ರ, ಏನನ್ನೋ ನೋಡಿ ಬೆದರಿದವಳಂತೆ ಒಂದೇ ಸಮನೆ ಕೂಗುತ್ತಿದ್ದಳು. ಕಸಾಂಡ್ರಳಿಗೆ ಆಗಾಗ್ಗೆ ಮುಂದೆ ನಡೆಯುವ ಘಟನೆಗಳು ಹೀಗೆ ತನ್ನ ಒಳಗಣ್ಣುಗಳಿಗೆ ಗೋಚರಿಸುತ್ತಿದ್ದು

ಅವುಗಳನ್ನು ಹೇಗೆ ಅರ್ಥೈಸಿ ಹೇಳುವುದೋ ಅರಿಯಲಾಗದೆ ಹೀಗೆ ಬಡಬಡಿಸಿ ಹೈರಾಣಾಗಿ ಬಿಡುತ್ತಿದ್ದಳು. ಅದು ಅವಳ ಕನಸೋ ಅಥವಾ ಅವಳ ಒಳ ಕಣ್ಣಿಗೆ ಕಾಣುತ್ತಿದ್ದ ಭವಿಷ್ಯವೋ ಎಂದು ನಿಖರವಾಗಿ ಹೇಳಲಾಗದಿದ್ದರೂ ಅವಳು ಹೇಳಿದ ಎಷ್ಟೋ ವಿಷಯಗಳು ಸತ್ಯವಾಗುತ್ತಿದ್ದುದಂತೂ ನಿಜ. ಅವಳ ಇಂತಹ ಕಾರ್ಣಿಕ ಸ್ವಪ್ನಗಳನ್ನು ಸರಿಯಾಗಿ ವಿವರಿಸಿ ಹೇಳಲಾಗದಂತಹ ಪರಿಸ್ಥಿತಿ ಅವಳ ವಯಸ್ಸಿನದು. ಮೊದಲಿಗೆ ಹೇಳಿದ ಹಾಗೆ ಅವಳಿಗೆ ಕೇವಲ ಏಳು ವರ್ಷದ ಪ್ರಾಯವಷ್ಟೆ.

ದಾಸಿ ಅವಳನ್ನು ಸಮಾಧಾನಪಡಿಸುತ್ತಾ ಅವಳನ್ನು ಮಲಗಿಸುವ ಪ್ರಯತ್ನ ಮಾಡುತ್ತಿರುವ ಹೊತ್ತಿನಲ್ಲೇ ಪಕ್ಕದ ರಾಣಿಯ ಅಂತಃಪುರದಿಂದ ರಾಣಿ ಒಮ್ಮೆ ತುಟಿಯನ್ನು ಬಿಗಿಯಾಗಿ ಬಿಗಿದುಕೊಂಡು ಜೋರಾಗಿ ಒಮ್ಮೆ ಮುಕ್ಕಿದಳು. ಒಂದು ತಾಸಿನಿಂದಲೂ ಅನುಭವಿಸುತ್ತಿದ್ದ ಅವಳ ಪ್ರಸವ ವೇದನೆಯ ಆ ಅಂತಿಮ ಕೂಗಿನ ಕಂಪನ ಅರಮನೆಯ ಮೂಲೆಮೂಲೆಗೂ ಪಸರಿಸಿತು. ಅದನ್ನು ಕೇಳಿದವಳೇ ಕಸಾಂಡ್ರ ಇತ್ತ ಮತ್ತೂ ಬೆದರಿದವಳಂತೆ ದಾಸಿಯ ಕೈಯನ್ನು ಕಿತ್ತೊಸೆದು ಕೂಗುತ್ತಾ ತಾಯಿಯತ್ತ ಓಡಿದಳು.

“ಸಾಯಿಸಿ... ಅಪ್ಪಾ, ಅವನನ್ನು ಕೊಂದು ಬಿಡಿ”

“ಸಾಯಿಸಿ” ಕೂಗುತ್ತಲೇ ಪ್ರಸವದ ಕೋಣೆಯತ್ತ ಓಡಿದಳು.

“ಅಪ್ಪ, ಸಾಯಿಸಿ. ಅವನನ್ನು ಕೊಂದು ಬಿಡಿ.” ಆ ಪುಟ್ಟ ಹುಡುಗಿ ತನ್ನೆಲ್ಲಾ ಶಕ್ತಿ, ಧೈರ್ಯವನ್ನು ಒಟ್ಟು ಮಾಡಿ ಅಲ್ಲಿಗೆ ಓಡಿ ಬರುವುದಕ್ಕೂ, ಪ್ರಸವದ ಕೊನೆಯ ಹಂತದಲ್ಲಿದ್ದ ರಾಣಿಯ ಕೂಸು ಗರ್ಭಚೀಲವನ್ನು ಸೀಳಿಕೊಂಡು ಹೊರಗೆ ಬರಲು ತವಕಿಸುವ ವೇಳೆಗೆ ಇನ್ನೇನು ಸತ್ತೇ ಹೋಗುವಳೇನೋ ಎಂಬಂತಹ ಒಂದು ದೊಡ್ಡ ನೋವಿನೊಂದಿಗೆ, ಹಲ್ಲು ಕಚ್ಚಿ ‘ಹಮ್’ ಎಂದು ಮುಕ್ಕುವುದಕ್ಕೂ ಸರಿ ಹೋಗಿ, “ಅವನನ್ನು ಕೊಂದು ಬಿಡಿ” ಎನ್ನುವ ಕಸಾಂಡ್ರಳ ಕೂಗಿನ ಒಂದು ಪೂರ್ವಾರ್ಧದ ಪದ ಆಗ ನಿಜವಾಗಿತ್ತು. ಅಂದರೆ, ರಾಣಿ ಒಂದು ಸುಂದರವಾದ ಗಂಡು ಮಗುವಿಗೆ ಜನ್ಮ ಇತ್ತಳು. ಕಸಾಂಡ್ರ ಕನವರಿಸಿದಂತೆ ರಾಣಿ ಹೆಕೆಬೆ ಗಂಡು ಸಂತಾನವನ್ನು ಹಡೆದಿದ್ದಳು. ಜನಿಸಿದ ಮಗುವನ್ನು ಎದೆಗವುಚಿಕೊಂಡು ಅದರ ಕಿವಿಯಲ್ಲಿ “ಅಲೆಕ್ಸಾಂಡರ್ “ಎಂದು ಉಸುರಿದ ಸರಿಯಾದ ಸಮಯಕ್ಕೆ ತನ್ನ ಮಗಳ ಬಡಬಡಿಕೆಯೂ ಕಿವಿಗೆ ಬಿದ್ದುದರಿಂದ ಸಂತಸದ ಜೊತೆಜೊತೆಗೆ ಗಾಬರಿಗೆ ಬಿದ್ದಳು. ಪ್ರಸವದ ಬಳಲಿಕೆ ಎಲ್ಲಿಯೋ ಹಾರಿಹೋಗಿತ್ತು.

”ಅಪ್ಪ, ಸಾಯಿಸಿ. ಅವನನ್ನು ಕೊಂದು ಬಿಡಿ.” ಏದುಸಿರು ಬಿಡುತ್ತಾ ಓಡಿಬಂದ ಆ ಪುಟ್ಟ ಹುಡುಗಿಗೆ ತನ್ನ ತಾಯಿಗೆ ಹುಟ್ಟಲಿರುವುದು ಗಂಡು

ಕೂಸೇ ಎಂಬುದು ಮೊದಲೇ ಗೊತ್ತಾದವಳಂತೆ ಕೂಗುತ್ತಾ ಓಡೋಡಿ ಬಂದವಳು, ಒಂದೇ ಸಮನೆ ಅಪ್ಪನಲ್ಲಿ ನಿವೇದಿಸುತ್ತಿದ್ದಳು.

"ಕಸಾಂಡ್ರ, ಹಾಗೆನ್ನಬಾರದು... ಬಾ ಇಲ್ಲಿ ನಿನ್ನ ತಮ್ಮ ಅಲೆಕ್ಸಾಂಡರನನ್ನು ನೋಡು" ಹೆಕೆಬೆ ತನ್ನೆಲ್ಲಾ ನೋವನ್ನು ಮರೆತು ತಾಯ್ತನವನ್ನು ಸಂಭ್ರಮಿಸುವ ಪ್ರಯತ್ನದಲ್ಲಿದ್ದಳು. ನೂರು ಮಕ್ಕಳನ್ನು ಹಡೆದರೂ ತಾಯಿ ತಾಯಿಯೇ... ಎಲ್ಲಾ ಮಕ್ಕಳನ್ನು ಸಮವಾಗಿ ಪ್ರೀತಿಸುವ ಅದ್ಭುತ ಶಕ್ತಿಯನ್ನು ಪ್ರಕೃತಿ ತಾಯಿಗೆ ಮಾತ್ರ ನೀಡಿರುವುದು ಸೃಷ್ಟಿ ರಹಸ್ಯ. ಆಗ ತಾನೆ ಹಡೆದ ಕೂಸು ಕೈಯಲ್ಲಿಟ್ಟುಕೊಂಡೇ ತನ್ನ ಹಿರಿ ಮಗಳನ್ನು ಸಮಾಧಾನ ಮಾಡುತ್ತಿದ್ದ ಆಕೆಯ ಮಮತೆಯಲ್ಲಿ ಅಲ್ಲಿಯವರೆಗೆ ತಿಂದ ಪ್ರಸವದ ನೋವಿಗೆ ಕಿಂಚಿತ್ತೂ ಜಾಗವಿರಲಿಲ್ಲ.

ಇತ್ತ ಗಂಡು ಸಂತಾನದ ಆಗಮನದಿಂದ ರಾಜನೂ ಸಂತಸ ಪಡುವ ಮುಂಚೆಯೇ ತನ್ನ ಹಿರಿಯ ಮಗಳ ಆ ಉದ್ಧಟತನಕ್ಕೆ ಕುಪಿತನಾದರೂ ಅವಳ ಬಡಬಡಿಕೆಯನ್ನು ಅಲಕ್ಷಿಸಲಾಗಲಿಲ್ಲ. ಪ್ರಸವವಾಗುವ ಮೊದಲೇ ಹುಟ್ಟುವುದು ಗಂಡು ಮಗುವೇ ಎಂಬುದು ಗೊತ್ತಾಗಿದ್ದು ಹೇಗೆ ಎಂಬುದೂ ಕೂಡ ಅವನಿಗೆ ಆಶ್ಚರ್ಯವಿಲ್ಲ. ಆದರೆ, 'ಅವನನ್ನು ಕೊಂದುಬಿಡಿ' ಎಂದು ಕೂಗಿದ್ದು ಕೇಳಿ ಅವನು ಅಧೀರನಾಗಿದ್ದ. ಏಕೆಂದರೆ, ಇಲ್ಲಿಯವರೆಗಿನ ಅವಳ ಯಾವ ಮಾತೂ ಸುಳ್ಳಾಗಿಲ್ಲವೆಂಬುದೇ ಅವನ ದಿಗಿಲು. ಪ್ರಸವದ ಬಳಲಿಕೆಯಲ್ಲೂ ಹೆಕೆಬೆ ತನ್ನ ಹಿರಿಯ ಮಗಳ ಆ ಮಾತಿಗೆ ಬೆಚ್ಚಿ ಬಿದ್ದು ನಾಲ್ಕು ಕಡೆ ಗೋಡೆಯಂತೆ ಇಳೆ ಬಿಟ್ಟಿದ್ದ ಬಿಳಿಯ ಹತ್ತಿಯ ಬಟ್ಟೆಯ ತೆರೆಯನ್ನು ಸರಿಸಲು ಸಾಧ್ಯವಾಗದೆ, ಅಲ್ಲಿಂದಲೇ ಇರುಕಿಸುತ್ತಾ ಮೈ ಎಲ್ಲಾ ಕಿವಿಯಾಗಿಸಿ ಆಲಿಸಿದಳು. ಇಳಿಬಿದ್ದ ಎರಡು ಪರದೆಯ ನಡುವಿನ ಅಂತರದಲ್ಲಿ ತಂದೆ ಮಗಳಿಬ್ಬರ ಆಕಾರಗಳು ಕಂಡವು. ಪ್ರಯಾಮ್ ಕಸಾಂಡ್ರಳ ಕೈ ಹಿಡಿದು ಕೂತಿದ್ದ.

"ಕಸಾಂಡ್ರ... ಹೇಳು. ಕನಸ್ಸಿನಲ್ಲಿ ಏನು ಕಂಡೆ ಎಂಬುದನ್ನು ಸ್ಪಷ್ಟವಾಗಿ ವಿವರಿಸು. ಅಮ್ಮನಿಗೆ ಗಂಡು ಮಗುವಾದಂತೆಯೇ ಕಂಡೆಯಾ? ಅವನನ್ನು ಸಾಯಿಸಿ ಎಂದು ಏಕೆ ಕೂಗಿ ಕೊಂಡೆ?" ನಡುಗುತ್ತಿರುವ ಕಸಾಂಡ್ರಾಳ ಕೈಯನ್ನು ಹಿಡಿದುಕೊಂಡು ಮಂಡಿಯೂರಿ ಕೂತಿದ್ದ ರಾಜ ಪ್ರಯಾಮ್ ಅವಳನ್ನು ಒತ್ತಾಯಿಸುತ್ತಿದ್ದ. ಅಳುತ್ತಿರುವ ನವಜಾತ ಶಿಶುವನ್ನು ಎದೆಗೆ ಒತ್ತಿಕೊಂಡು ಸಂತೈಸುತ್ತಿದ್ದ ತಾಯಿಯ ಕಡೆಗೆ ಒಮ್ಮೆ, ತಂದೆಯ ಕಡೆಗೆ ಮತ್ತೊಮ್ಮೆ ಗಾಬರಿಗೊಂಡು ನೋಡುತ್ತಿದ್ದ, ಬೆದರಿದ ಹರಿಣಿಯಂತಹ ಅವಳ ಕಂಗಳು ಈಗಷ್ಟೇ ಕಂಡು ಬಂದಿದ್ದ ಆ ಭಯಂಕರ ಕನಸಿನಂತಹ ಭವಿಷ್ಯದ ಪರಿಣಾಮದಿಂದ ಹೊರಬರಲಾರದೆ ತೊಳಲಾಡುತ್ತಿದ್ದವು.

"ಹೇಳು ಕಸಾಂಡ್ರ... ಯಾತಕ್ಕಾಗಿ ಅವನನ್ನು ಸಾಯಿಸಬೇಕು? ಹೇಳು... ಹೇಳು."

“ಯಾಕೆಂದರೆ, ಒಂದು ವೇಳೆ ಅವನು ಬದುಕಿದರೆ, ಟ್ರಾಯ್ ಬೆಂಕಿಯಲ್ಲಿ ಸುಟ್ಟು ಹೋಗುತ್ತದೆ!!” ನಡುಗುವ ಧ್ವನಿಯಲ್ಲಿ ಸ್ಫೋಟಿಸಿ ಬಿಟ್ಟಿದ್ದಳು! ಅಲ್ಲಿ ಬೆಳಕಿಗಾಗಿ ಹಚ್ಚಿಟ್ಟಿದ್ದ ದೊಂದಿಗಳೆಲ್ಲಾ ಗಾಳಿಗೆ ಒಮ್ಮೆ ತೂರಾಡಿದಂತಾದವು.

ನಡುಗುವ ಸರದಿ ತನ್ನದೆಂಬಂತೆ ಪ್ರಯಾಮ್ ಕೂಡ ಬೆಚ್ಚಿ ಬಿದ್ದಿದ್ದ. ಆ ಭಯ ತನ್ನ ಮಗುವನ್ನು ಕೊಲ್ಲಬೇಕು ಎಂದಿದ್ದಕ್ಕೋ... ಟ್ರಾಯ್ ಬೆಂಕಿಗೆ ಆಹುತಿಯಾಗುತ್ತದೆ ಎಂದಿದ್ದಕ್ಕೋ... ಅರಿಯಲಾಗದಂತಹ ಸಂದಿಗ್ಧ ಪರಿಸ್ಥಿತಿ. ಅಲ್ಲಿಗೂ ಈಗ ತಾನೆ ಜನಿಸಿದ ಕೂಸನ್ನು ಸಾಯಿಸುವುದು ಎಂದರೆ? ಅದು ಹೇಗೆ ಸಾಧ್ಯ... ಪ್ರತೀ ಪ್ರಸವವೂ ಹೆಣ್ಣಿಗೆ ಪುನರ್ಜನ್ಮವಂತೆ. ಅಷ್ಟು ನೋವುಂಡು ಹಡೆದ ಕೂಸನ್ನು, ತನ್ನದೇ ಕುಡಿಯನ್ನು ಹೀಗೆ ಹುಟ್ಟುತ್ತಲೇ ಕೊಲ್ಲುವುದು ಯಾವ ಕಟುಕನಿಗೂ ಅಸಾಧ್ಯ! ಏನೂ ಮಾಡಲು ತೋಚದೆ ತಬ್ಬಿಬ್ಬಾದ. ಆದರೆ, ಅಷ್ಟರಲ್ಲೇ ಅಪೋಲೋ ದೇವತೆಯ ಪೂಜಾರಿಯಾದ ಲಿತೋಸ್ ಕೂಡ ಕಸಾಂಡ್ರಾಳ ಕನಸನ್ನೇ ಅನುಮೋದಿಸುತ್ತಾ ಒಳ ಬಂದ. ಅವನಿಗೂ ಯಾವುದೋ ಸೂಚನೆ ದೊರೆತಂತಿತ್ತು. ಅವನೂ ಕೂಡ ದೊರೆಗೆ ಮಗುವನ್ನು ತೊರೆಯಲು ಒತ್ತಾಯಿಸಿದನು. ಪ್ರಯಾಮ್ ಹೆಕೆಬೆ ಕಡೆಗೆ ನೋಡಿದ. ಹೆಕೆಬೆ ಭಯದಿಂದ ಇಲ್ಲ ಎನ್ನುವಂತೆ ತಲೆಯಾಡಿಸುತ್ತಾ ಮಗುವನ್ನು ಇನ್ನೂ ಎದೆಗೊತ್ತಿಕೊಂಡಳು. ಪ್ರಸವದ ತ್ರಾಸ ಮಗುವಿಗೂ ಇತ್ತೇನೋ, ಅಮೃತ ಪಾನಕ್ಕಾಗಿ ತಾಯಿಯ ಎದೆ ಸವರುತ್ತಾ ಅಳುತಿತ್ತು. ಆಗಷ್ಟೇ ಹೊಕ್ಕುಳಬಳ್ಳಿ ಕತ್ತರಿಸಿಕೊಂಡ ಮಗುವಿನೊಂದಿಗೆ ಕರುಳ ಬಳ್ಳಿಯನ್ನೂ ಕತ್ತರಿಸುವುದಕ್ಕೆ ಹೇಗೆ ಸಾಧ್ಯವಾದೀತು? ಪ್ರಯಾಮ್ ಕಣ್ಣಿನಲ್ಲೇ ಹೆಕೆಬೆಗೆ ಧೈರ್ಯ ತುಂಬುತ್ತಾ, ರಾಜ ಪುರೋಹಿತನ ಮಾತು ತಳ್ಳಿ ಹಾಕಿ ಅಲ್ಲಿಂದ ಎದ್ದ.

ಮರುದಿನವೂ ಅರಮನೆಯ ತುಂಬಾ ಇದೇ ಮಾತಿನ ಚರ್ಚೆ. ಸಭೆಯಲ್ಲಿಯೂ ಕೂಡ ಇದನ್ನೇ ಚರ್ಚಿಸಲಾಗಿ ಕೊನೆಗೆ ಅಪೋಲೋ ದೇವತೆಯನ್ನು ಆರಾಧಿಸಿ ಅವನಿಗೆ ಬಲಿ ಕೊಟ್ಟು ಅವನಲ್ಲೇ ವಿನಂತಿಸುವುದು ಎಂದು ತೀರ್ಮಾನಿಸಲಾಯಿತು. ಎಲ್ಲರೂ ಅರಮನೆ ಆವರಣದಲ್ಲಿದ್ದ ಬಲಿಯನ್ನು ಅರ್ಪಿಸುವ ಅಗ್ನಿಕುಂಡದ ಬಳಿ ಅಂದೇ ಸಂಜೆಯ ವೇಳೆಗೆ ಸರಿಯಾಗಿ ಸೂರ್ಯಾಸ್ತ ಸಮಯಕ್ಕೆ ಬಂದು ಸೇರುವಂತೆ ಕೋರಲಾಯಿತು.

ಪಶ್ಚಿಮದಲ್ಲಿ ಸೂರ್ಯ ಮುಳುಗಲು ಸಜ್ಜಾಗಿದ್ದ... ನಿಶೆಯೂ ಮೆಲ್ಲನೆ ಎಲ್ಲೆಡೆ ಪಸರಿಸುತ್ತಿತ್ತು. ರಾಜ ಪೂಜಾರಿಯಾಗಿದ್ದ ಲಿಥೋಸ್ ಸಕಲ ಸಿದ್ಧತೆಯನ್ನು ಮಾಡಿಕೊಂಡಿದ್ದ. ಉದ್ದ ತೋಳಿನ ಕಪ್ಪು ನಿಲುವಂಗಿ, ತಲೆಗೆ ಮುಖದ ಇಕ್ಕೆಲಗಳನ್ನೂ ಮುಚ್ಚುವಂತಹ ತ್ರಿಕೋನಾಕಾರದ ದೊಗಳೆ ಟೋಪಿ, ಬಲಿ ಕೊಡುತ್ತಿದ್ದ ಪ್ರಾಣಿಗಳ ಮೂಳೆಗಳಿಂದ ತಯಾರಿಸಿದ್ದ ಪುಟ್ಟ ಪುಟ್ಟ ಒಡವೆಗಳನ್ನು ತೊಟ್ಟಿದ್ದ ಅವನು ಅಗ್ನಿ ಕುಂಡದ ಮುಂದೆ ಮಣಮಣ

ಮಂತ್ರ ಪಠಿಸುತ್ತಿದ್ದರೆ, ಗಾಳಿಯು ಅವನ ಸುತ್ತಮುತ್ತಾ ಸುಳಿದಾಡುತ್ತಾ ಅವನ ಕಿವಿಯಲ್ಲಿ ಏನೋ ಉಸುರುತ್ತಿದೆಯೇನೋ ಎಂಬಂತೆ ಅತ್ತಿತ್ತ ಗೋಣು ಅಲ್ಲಾಡಿಸುತ್ತಾ ಅರ್ಥವಾದವನಂತೆ ತಲೆ ಹಾಕುತ್ತಿದ್ದ. ಅವನ ಕೈಗಳು ಅದಕ್ಕೆ ತಕ್ಕನಾಗಿ ಆಡುತ್ತಿದ್ದವು. ಮಂತ್ರ ಮಾತ್ರ ನಿಂತಿರಲಿಲ್ಲ. ನೆರೆದಿದ್ದ ಜನರು ಅದೆಷ್ಟು ನಿಶ್ಶಬ್ದವಾಗಿದ್ದರೆಂದರೆ, ಅವನು ಅವನಿಗಷ್ಟೇ ಕೇಳಿಸುವಂತೆ ಪಠಿಸುತ್ತಿದ್ದ ಮಂತ್ರ ನೂಪುರದ ಕಲರವದಂತೆ ಅಲ್ಲಿದ್ದವರಿಗೆಲ್ಲಾ ಕೇಳಿಸುತ್ತಿತ್ತು. ನೆರೆದಿದ್ದವರೆಲ್ಲರ ಕಣ್ಣು ಅವನ ಮೇಲೆ. ಅವನು ಎದ್ದು ನಿಂತ. ಯಾವುದೋ ದೇವತೆಯನ್ನು ಎರಡೂ ಕೈ ಎತ್ತಿ ಆಹ್ವಾನ ಮಾಡಿದ. ಕಣ್ಮುಚ್ಚಿ ಸಂಕಲ್ಪವನ್ನು ಮಾಡಿಕೊಂಡು, ಅಪೋಲೋ ದೇವತೆಯ ಬಲಿಕುಂಡದಲ್ಲಿ ಧಗಿಧಗಿಸುತ್ತಿದ್ದ ಅಗ್ನಿಯ ಮುಂದೆ ಗಬಕ್ಕನೆ ಮಂಡಿಯೂರಿ ಕೂತು, ಪಕ್ಕದ ಬುಟ್ಟಿಯಲ್ಲಿದ್ದ ಶ್ವೇತ ವರ್ಣದ ಪಾರಿವಾಳವನ್ನು ನೋಡಿದನು. ಮಂತ್ರ ಮಾತ್ರ ನಿಂತಿರಲಿಲ್ಲ. ಅಲ್ಲಿಯವರೆಗೂ ಚಡಪಡ ಹಾರಾಡುತ್ತಿದ್ದ ಪಾರಿವಾಳ ಪೂಜಾರಿಯ ಕೈ ತಾಕುತ್ತಲೇ ಸಮ್ಮೋಹನಕ್ಕೆ ಒಳಗಾದಂತೆ ಸುಮ್ಮನಾಯಿತು. ರೆಕ್ಕೆ ಇದ್ದರೂ ಹಾರಲು ಯತ್ನಿಸದೆ ಬಲಿ ಪೀಠದಲ್ಲಿ ಬಲಿಗೆ ಸಿದ್ಧವಾದಂತೆ ಸುಮ್ಮನೆ ಕುಳಿತುಕೊಂಡಿತು.

ಮತ್ತೊಮ್ಮೆ ಅಪೋಲೋ ದೇವತೆಯನ್ನು ಆಹ್ವಾನಿಸಿದ ನಂತರ... ಬೆಳ್ಳಿಯ ಭರ್ಜಿಯಿಂದ ಅದರ ಕತ್ತನ್ನು ಸೀಳಿ ಆ ರಕ್ತವನ್ನು ಅಗ್ನಿ ಕುಂಡಕ್ಕೆ ಅರ್ಪಿಸುವುದು ಬಲಿ ಕೊಡುವ ಪದ್ಧತಿ. ಅದರಂತೆ ಶ್ವೇತ ವರ್ಣದ ಆ ಪಾರಿವಾಳದ ಕತ್ತನ್ನು ಸೀಳಿ ರಕ್ತವನ್ನು ಸಮರ್ಪಿಸಲು ಮುಂದಾದ ಪೂಜಾರಿ ಹೌಹಾರಿ ಬಿಟ್ಟ. ಅವನು ಎಣಿಸಿದಂತೆ ರಕ್ತ ಕೆಂಪಾಗಿರದೆ, ಕಪ್ಪು ಬಣ್ಣದ ರಕ್ತ ತೊಟ್ಟಿಕ್ಕಿ ಅಪಶಕುನವನ್ನು ಸಾರಿತ್ತು! ಸುತ್ತಲೂ ನೆರೆದಿದ್ದ ಜನರ ಬಾಯಿಂದ 'ಓಹ್' ಎಂಬ ಸ್ವರ ಒಟ್ಟಿಗೆ ಹೊರಬಿತ್ತು!

ಅಲ್ಲಿಗೆ ಹುಟ್ಟಿದ ಮಗುವು ಅಪಶಕುನದ ಸೂಚಕ ಎಂದು ದೃಢ ಪಟ್ಟಿತು. ಅಲ್ಲೇ ನಿಂತಿದ್ದ ರಾಜ ಪರಿವಾರ ಸ್ತಬ್ಧವಾಗಿ ಬಿಟ್ಟಿತು. ಪ್ರಯಾಮ್ ತಲೆ ಕೆಳಗೆ ಹಾಕಿ ಕೂತುಬಿಟ್ಟ, ಮುಂದಾಗುವ ಅನಾಹುತವನ್ನು ಅಂದಾಜಿಸಿದವಳಂತೆ ಮಗುವನ್ನು ಇನ್ನೂ ಗಟ್ಟಿಯಾಗಿ ಎದೆಗವಚಿಕೊಂಡಳು ಹೆಕೆಬೆ. ಟ್ರಾಯ್ ಸುಂದರವಾದ ನಗರ... ಪ್ರಯಾಮ್ ತನ್ನೊಬ್ಬ ಮಗನಿಗೋಸ್ಕರ ಇಡೀ ಟ್ರಾಯ್ ನಗರವನ್ನು ಅಪಾಯಕ್ಕೆ ಸಿಲುಕಿಸುವುದು ತರವೇ ಎಂದು ಯೋಚನೆಗೆ ಬಿದ್ದ. ಕಸಾಂಡ್ರಾಳ ಆ ಕನಸನ್ನು ಅವನು ಅಲಕ್ಷಿಸಲು ಸಾಧ್ಯವೇ ಇಲ್ಲ. ಅದಕ್ಕೆ ಸರಿಯಾಗಿ, ಈಗ ಅಪೋಲೋ ದೇವತೆಯೂ ಅಪಶಕುನವನ್ನು ಸೂಚಿಸಿ ಬಿಟ್ಟಿದ್ದ.

"ಹೆಕೆಬೆ... ಮಗುವನ್ನು ಅಜಿಲೇಯಸನ ಕೈಯಲ್ಲಿ ಕೊಟ್ಟುಬಿಡು" ಪತ್ನಿಯ ಮುಖವನ್ನೂ ನೋಡದೆ ಆದೇಶಿಸಿದ್ದ.

"ಅಜಿಲೇಯಸ್ ಈಗಿಂದೀಗಲೇ ಈ ಮಗುವನ್ನು ಒಯ್ದು ಊರಿಂದ ಆಚೆ ಇರುವ ಆ ದೊಡ್ಡ ಬೆಟ್ಟದಿಂದ ಕೆಳಗೆ ಬಿಸಾಕಿ ಬಿಡಿ. ಅದೃಷ್ಟವಿದ್ದರೆ, ಈ ಮಗು ಬದುಕಲೇ ಬೇಕೆಂದಿದ್ದರೆ ಆ ಭಗವಂತ ಬದುಕಿಸಿಕೊಳ್ಳಲಿ. ಹ್ಞೂ... ಈಗಲೇ ಹೊರಡಿ. ಒಂದು ಕ್ಷಣವೂ ತಡಮಾಡ ಬೇಡಿ" ಎಂದವನೇ ಹೆಕೆಬೆಯ ಮುಖವನ್ನೂ ನೋಡದೆ, ಅಲ್ಲಿರಲಾರದೆ ಎದ್ದು ಹೋಗಿ ಬಿಟ್ಟ. ಪತಿ, ಪಿತನ ಜೊತೆಗೆ ಅವನು ಒಬ್ಬ ರಾಜನೂ ಕೂಡ. ಅವನಿಗೆ ಪ್ರಜೆಗಳೆಲ್ಲರೂ ಮಕ್ಕಳೇ. ಅವರನ್ನು ಕಾಪಾಡುವ ಜವಾಬ್ದಾರಿ ನನ್ನದು ಎಂಬಂತಿತ್ತು ಅವನ ಆ ನಿರ್ಧಾರ!

ಅಜಿಲೇಯಸ್ ರಾಜನ ಖಾಸಾ ಬಂಟರಲ್ಲಿ ಒಬ್ಬ. ಎದೆಗೆ ಮುಖವಿಟ್ಟು ಹಾಲಿಗಾಗಿ ತಡಕಾಡುತ್ತಿದ್ದ ಆ ಕಂದಮ್ಮನನ್ನು ಯಾವುದೇ ಕರುಣೆಯಿಲ್ಲದೆ ಎಳೆದುಕೊಂಡು ಹೋದ ಆ ರಾಜ ಭಕ್ತ ಅಜಿಲೇಯಸ್. ರಾಜನು ಹೇಳಿದ ಎಂಥದ್ದೇ ಕೆಲಸವನ್ನು ಕಣ್ಮುಚ್ಚಿ ಮಾಡುವ ನಿಷ್ಠಾವಂತನವ. ಹೆಕೆಬೆ ಕರುಳು ಕಿತ್ತು ಬರುವಂತೆ ಗೋಳಿಟ್ಟಳು. ಒಂದಾದ ಮೇಲೊಂದರಂತೆ ಅವಳು ಅನುಭವಿಸಿದ್ದ ಯಾವ ಹೆರಿಗೆಯ ತ್ರಾಸವು ಕೂಡ ಇಷ್ಟು ನೋವೆನಿಸಿರಲಿಲ್ಲ. ದೇಹದ ಪ್ರಾಣವೇ ಕಿತ್ತು ಹೋದಂತೆನಿಸಿ ಮೂರ್ಛೆತಪ್ಪಿ ಬಿದ್ದಳು. ಕಸಾಂಡ್ರ ತನ್ನ ಕನಸನು ಹೇಳಿದುದರಿಂದಲೇ ತಮ್ಮನನ್ನು ಕಳೆದುಕೊಳ್ಳುತ್ತಿರುವೆ ಎಂಬ ತಪ್ಪಿತಸ್ಥ ಭಾವದಿಂದ ಅಲ್ಲಿ ನಿಲ್ಲಲಾಗದೆ, ಅನ್ಯಮನಸ್ಕಳಾಗಿ ತನ್ನ ಕೋಣೆಯತ್ತ ನಡೆದಳು. ಆ ದಿನದಿಂದ ಆ ಅರಮನೆಯಲ್ಲಿ ಅವಳು ಆಟವಾಡಿದ್ದನ್ನು, ಸಂತೋಷದಿಂದ ನಕ್ಕಿದ್ದನ್ನು ಯಾರೂ ನೋಡಲೇ ಇಲ್ಲ. ಭವಿಷ್ಯವನ್ನು ಕಾಣುವ ಅವಳ ವಿಶೇಷವಾದ ಗುಣವೇ ಆಕೆಗೆ ಶಾಪವಾದಂತಿತ್ತು.

ಅಜಿಲೇಯಸ್ ಮಗುವಿನೊಂದಿಗೆ ಬೆಟ್ಟದ ಮೇಲೆ ಬಂದು ನಿಂತ. ಎಲ್ಲೆಡೆ ಕತ್ತಲು ಆವರಿಸುತ್ತಿತ್ತು. ರಾಜನ ಮಾತನ್ನು ಪರಿಪಾಲಿಸುವುದಷ್ಟೇ ನನ್ನ ಧರ್ಮ. ಇದರ ಮೇಲೆ ಈ ಮಗುವಿನ ಅದೃಷ್ಟ ಬಲವಾಗಿದ್ದಲ್ಲಿ ಬದುಕುಳಿಯಲಿ.

"ದೇವರೆ, ಈ ಕಂದನನ್ನು ಕಾಪಾಡು" ಎಂದು ದೇವರನ್ನು ಪ್ರಾರ್ಥಿಸಿ ಕೈ ಮೇಲೆತ್ತಿ ಇನ್ನೇನು ಮಗುವನ್ನು ಕೈ ಬಿಡಬೇಕು, ಕೆಳಗೆ ಬಿಡಬೇಕೆಂದಿದ್ದ ಕೈಗಳೇ ಗಟ್ಟಿಯಾಗಿ ಮಗುವನ್ನು ಅವುಚಿಕೊಂಡು ಬಿಟ್ಟವು.

"ಇಲ್ಲಿಂದ ಕೆಳಗೆ ಹಾಕಿದರೆ ಮಗು ಬದುಕುಳಿಯುವುದಕ್ಕೆ ಹೇಗೆ ಸಾಧ್ಯ? ಒಂದೊಮ್ಮೆ ಬದುಕುಳಿದರೂ ಅದಕ್ಕೇನು ನಡೆದಾಡಲು ಬರುತ್ತದೆಯೇ? ಕಾಡು ಪ್ರಾಣಿಗಳು ಬಿಟ್ಟಾವೇ?" ಎಂಬ ಯೋಚನೆ ಬಂದೊಡನೆ ಕೈ ನಡುಗಿದವು. ಕೈಯಿಂದ ಜಾರುತ್ತಿದ್ದ ಕಂದನನ್ನು ಗಬಕ್ಕನೇ ಎದೆಗವುಚಿಕೊಂಡು ಬಿಟ್ಟನು. ಛಳಿಗೆ ನಡುಗಿ ಅಳುತ್ತಿದ್ದ ಆ ಹಸುಗೂಸು ಬೆಚ್ಚನೆಯ ಅವನ ಅಪ್ಪುಗೆಗೆ ನೆಮ್ಮದಿಯಿಂದ ಮೆಲ್ಲನೆ ಮುಲುಗಿತು.

ತಕ್ಷಣ ಹೆಜ್ಜೆಯನ್ನು ಹಿಂದಕ್ಕಿಟ್ಟ. ಮಗುವನ್ನು ಎಸೆಯಲಾರದೆ, ಅಲ್ಲಿಯೇ ಬಿಟ್ಟೂ ಹೋಗಲಾರದೆ ತೊಳಲಾಡಿದ. ಕೊನೆಗೆ ಏನೋ ನಿರ್ಧರಿಸಿದವನಂತೆ ಅವನ ಕಾಲುಗಳು ಅರಮನೆಗೆ ವಿರುದ್ಧ ದಿಕ್ಕಿನಲ್ಲಿ ಓಡತೊಡಗಿದವು. ಪ್ರಥಮ ಬಾರಿಗೆ ರಾಜವ್ಯಾಖ್ಯೆಯನ್ನು ಧಿಕ್ಕರಿಸಿದ ಅಜಿಲೇಯಸ್‌ನ ಪ್ರಾರ್ಥನೆ ನಿಜಕ್ಕೂ ಫಲಿಸಿತ್ತು. ದೇವರು ಆ ಕಂದನ್ನು ಕೊಲ್ಲಲು ಬಂದವನ ಕೈಯಿಂದಲೇ ಬದುಕಿಸಿಬಿಟ್ಟಿದ್ದ. ಜೊತೆಗೆ ಟ್ರಾಯ್ ಭವಿಷ್ಯವನ್ನೂ ಕೂಡ ಬದಲಿಸಿಬಿಟ್ಟ. ಅಜಿಲೇಯಸ್ ಅವನಿಗೇ ಗೊತ್ತಿಲ್ಲದೆ ಬೆಂಕಿಯ ಕಿಡಿಯೊಂದನ್ನು ಎದೆಗವುಚಿಕೊಂಡು ಓಡುತ್ತಿದ್ದ!

ಸರಿಸುಮಾರು ಅದೇ ಸಮಯದಲ್ಲಿ ದೂರದ "ಥಿಯಾ" ಪ್ರಾಂತ್ಯದಲ್ಲೂ ಕೂಡ ಒಬ್ಬ ವೀರನ ಜನನವಾಗಿತ್ತು. ಅವನನ್ನು ಅವನಮ್ಮ "ಅಖಿಲೀಸ್" ಎಂದು ಕರೆದು ಸಂಭ್ರಮಿಸುತ್ತಿದ್ದಳು.

ಇಬ್ಬರೂ ಈ ಭೂಮಿಯ ಮೇಲೆ ಪ್ರೀತಿಗೆ ಹೊಸ ವ್ಯಾಖ್ಯಾನವನ್ನು ಬರೆಯಲೆಂದೇ ಹುಟ್ಟಿದವರು, ಎನ್ನುವುದು ಮಾತ್ರ ಯಾರಿಗೂ ಗೊತ್ತಿರಲಿಲ್ಲ.

ಇಡಾ ಪರ್ವತದ ಕುವರ

ಅಲ್ಲಿಂದ ಸರಿಯಾಗಿ ಇಪ್ಪತ್ತು ವರ್ಷಗಳ ನಂತರ ದೂರದ ಇಡಾ ಬೆಟ್ಟದ ತಪ್ಪಲಿನಲ್ಲಿ ಕುರಿಗಾಹಿಗಳ ಗುಡಿಸಲಿನ ಮಧ್ಯದಲ್ಲಿ ಇದ್ದಕ್ಕಿದ್ದಂತೆ ಎರಡು ಸೊಕ್ಕಿದ ಗೂಳಿಗಳು ಕಾದಾಡತೊಡಗಿದವು. ಹಟ್ಟಿಯಲ್ಲಿದ್ದ ಇತರೆ ಹಸು ಕರುಗಳು ಅಲ್ಲಿ ನಿಲ್ಲಲಾರದೆ ಬೆದರಿ ಅಲ್ಲಿಂದ ಇಲ್ಲಿ, ಇಲ್ಲಿಂದ ಅಲ್ಲಿ ಓಡ ತೊಡಗಿದವು. ಹಟ್ಟಿಗೆ ಹಾಕಿದ ಬೇಲಿ ಸೊಕ್ಕಿದ ಗೂಳಿಗಳ ಕೊಂಬಿಗೆ ಸಿಲುಕಿ ಒಂದೇ ಹೊಡೆತಕ್ಕೆ ಮುರಿದು ಬಿತ್ತು. ಕಾದಾಡುತ್ತಲೇ ಹಟ್ಟಿಯಿಂದ ಹೊರಬಿದ್ದ ಗೂಳಿಗಳ ಗುಟುರುವಿಕೆಗೆ ಜನರು ಹೆದರಿ ಅವುಗಳ ದಾರಿಯಿಂದ ಸರಿದು ಓಡತೊಡಗಿದರು. ಬೆದೆಗೆ ಬಂದ ಹಸುವಿಗಾಗಿ ಕಾದಾಡುತ್ತಿದ್ದ ಗೂಳಿಗಳ ನಡುವೆ ಹೋಗುವ ಧೈರ್ಯ ಯಾರಿಗಿದೆ? ಗೊರಸುಗಳ ತಿಕ್ಕಾಟಕ್ಕೆ ಕೆಂಪು ಧೂಳು ಮುಗಿಲೇರಿತ್ತು. ಗುಟರ್ ಗುಟರ್ ಎಂಬ ಶಬ್ದದೊಡನೆ, ಕೋಡುಗಳ ತಿವಿತಕ್ಕೆ ಒಂದು ಗೂಳಿಯ ಪಕ್ಕೆಲುಬು ಹೊರಬಂದು ರಕ್ತ ಸುರಿಯುತ್ತಿದ್ದರೂ ಸೋಲೊಪ್ಪದೆ ಕಾದಾಡುತ್ತಿದ್ದ ಗೂಳಿಗಳನ್ನು ಯಾರೂ ನಿಯಂತ್ರಿಸಲು ಸಾಧ್ಯವಿರಲಿಲ್ಲ. ಕಾದಾಟ ತಾರಕಕ್ಕೇರಿ ಈಗ ಕೊಂಬಿಗೆ ಕೊಂಬನ್ನು ಸೇರಿಸಿ ಮಂಡಿಯೂರಿ ತಳ್ಳಾಡುತ್ತಿರುವಾಗ ಒಂದು ಗೂಳಿಯ ಕೊಂಬೇ ಮುರಿದು ಹೋಗಿ ಅದು ಓಡಿ ಹೋಯಿತು. ಅದರ ಬೆನ್ನು ಹತ್ತಿದ ಮತ್ತೊಂದು ಗೂಳಿಯ ಹಾದಿಗೆ ಮೂರು ವರ್ಷದ ಮಗುವೊಂದು ತಾನು ಎತ್ತ ಓಡಿ

ಹೋಗಬೇಕು ಅರಿಯದೆ ಅಲ್ಲೇ ಅಳುತ್ತಾ ನಿಂತಿತ್ತು. ಮದವೇರಿದ ಗೂಳಿಗೆ ಮಗು ಯಾವ ಲೆಕ್ಕ? ಅದಿನ್ನೇನು ಮಗುವನ್ನು ಹಾಯಬೇಕು ಅಷ್ಟರಲ್ಲಿ ಮಿಂಚಿನಂತೆ ಯುವಕನೋರ್ವ ಒಂದೇ ನೆಗೆತಕ್ಕೆ ಮಗುವನ್ನು ಎತ್ತಿಕೊಂಡು ಒಂದು ಪಲ್ಟಿ ಹೊಡೆದು ಅದರ ದಾರಿಯಿಂದ ತಪ್ಪಿಸಿದ. ಗೂಳಿ ತನ್ನ ಪಾಡಿಗೆ ತಾನು ಮತ್ತೊಂದು ಗೂಳಿಯ ಹಿಂದೆ ಓಡಿತು. ಅಳುತ್ತಿದ್ದ ಮಗುವನ್ನು ಅದರ ತಾಯಿಯ ಕೈಗೆ ಕೊಟ್ಟ ಆ ತರುಣನನ್ನು ಆ ತಾಯಿ,

"ನನ್ನ ಮಗುವಿನ ಪ್ರಾಣ ಕಾಪಾಡಿದ ನಿನ್ನನ್ನು ಆ ದೇವರು ಸದಾ ಕಾಪಾಡಲಿ" ಎಂದು ಮನಸಾರೆ ಹರಸಿದಳು. ಅವನೇ ಇಡಾ ಪರ್ವತದ ರಾಜಕುಮಾರ **ಪೆರಿಸ್!**

ಅವಳ ಮಾತಿಗೆ ಮುಗುಳ್ನಕ್ಕ ಪೆರಿಸನ ಆ ನಗು ಹಗಲಲ್ಲೂ ಹುಣ್ಣಿಮೆಯ ಹೊನಲನ್ನು ಹರಸಿದಂತಿತ್ತು. ಅವನು ಸುರ ಸುಂದರಾಂಗ. ಪ್ರೇಮ ದೇವತೆಯೇ ಆಗಾಗ್ಗೆ ಅವನ ಕನಸ್ಸಿಗೆ ಬರುತ್ತಿದ್ದಂತಹ ರಸಿಕ. ಮಗುವಾಗಿದ್ದಾಗಲಿಂದಲೂ ಅಲ್ಲಿನ ಎಲ್ಲಾ ಕುರಿಗಾಹಿಗಳ ಮುದ್ದಿನ ಪೆರಿಸ್ ಈಗ ಬೆಟ್ಟದಂತೆ ಬೆಳೆದು ನಿಂತಿದ್ದ. ಅವನ ಆ ದೇಹ ಸಿರಿ ಅಲ್ಲಿದ್ದ ಯಾವುದೇ ಹುಡುಗರಿಗೆ ಬಾರದಿದ್ದುದರ ರಹಸ್ಯ ಮಾತ್ರ ಯಾರಿಗೂ ತಿಳಿಯದು. ಅವನಪ್ಪನಿಗೂ ತನ್ನ ಮಗುವನ್ನು ಕಣ್ಣು ತುಂಬಿ ಕೊಳ್ಳುವುದೇ ಅವನ ಅಚ್ಚುಮೆಚ್ಚಿನ ಅಭ್ಯಾಸವಾದಂತಿತ್ತು. ಅಷ್ಟು ಪ್ರೀತಿಯಿಂದ ಸಾಕಿದ ಮಗುವನ್ನು ಎಂದಿಗೂ ಕಣ್ಣಿಂದ ದೂರ ಹೋಗದಂತೆ ಬಲು ಜಾಗುರೂಕತೆಯಿಂದ ನೋಡಿಕೊಳ್ಳುತ್ತಿದ್ದನು.

ಆದರೆ ಈಗವನು ಇಪ್ಪತ್ತು ಪ್ರಾಯದ ಬಿಸಿರಕ್ತದ ತರುಣ. ಇಡೀ ಪ್ರಪಂಚವನ್ನು ಒಂದೇ ಬಾರಿಗೆ ಸುತ್ತು ಹಾಕಿ ಬರುವಷ್ಟು ಉಮೇದು, ಉತ್ಸಾಹ ಇರುವವ. ಕುದುರೆ, ಹಸು, ಕುರಿ, ಮೇಕೆಗಳನ್ನು ಕಾಯುವ ಕುರಿಗಾಹಿಯಾದ ಅವನ ಹೃದಯದಲ್ಲಿ ಪ್ರೇಮ ದೇವತೆ ಸದಾ ನೆಲೆಸಿರುವಳೇನೋ ಎಂಬಂತಹ ಮಾದಕತೆ, ಕನಸು ತುಂಬಿದ ಆ ಹುಡುಗನಿಗೆ ಅವನಿರುವ ಆ ಪ್ರಪಂಚವೇ ಅಚ್ಚುಮೆಚ್ಚು. ಅವನು ಸಾಕಿದ ಪ್ರಾಣಿಗಳೆಂದರೆ ಪ್ರಾಣಕ್ಕಿಂತಲೂ ಅತಿಯಾಗಿ ಪ್ರೀತಿಸುವ ಅವನು ಅಪ್ಪಟ ಪ್ರೇಮಿ, ಭಾವನಾ ಜೀವಿ. ಆದರೆ ಅದಕ್ಕೆ ತದ್ವಿರುದ್ಧವಾದ ಮೈಕಟ್ಟು ಯಾವ ಕುಸ್ತಿ ಪಟುವಿಗೂ ಕಡಿಮೆ ಇರಲಿಲ್ಲ. ಯಾವ ರಾಜನಿಗೂ ಕಡಿಮೆಯಿರದ ಅವನ ರಾಜ ಗಾಂಭೀರ್ಯದ ನಡಿಗೆ ಅವನನ್ನು ಅವನ ಗುಂಪಿನಿಂದ ಪ್ರತ್ಯೇಕಿಸಿತ್ತು. ಆ ಗುಣಗಳಿಂದಾಗಿಯೇ ಅವನು ಎಲ್ಲರ ಅಚ್ಚುಮೆಚ್ಚು. ಅವನು ಅಷ್ಟು ಚಂದದ ಹುಡುಗ. ಅವನಿಗಿಂತಲೂ ಚಂದ ಅವನ ಹೆಸರು "ಪೆರಿಸ್"!

ಪೆರಿಸ್ ಆ ಗುಂಪಿನ ನಾಯಕನಂತಿದ್ದ. ಗುಂಪಿನಲ್ಲಿ ಏನೇ ವ್ಯಾಜ್ಯವಾದರೂ ಸರಿ ಅದು ಇವನಲ್ಲಿಗೆ ಬಂದು ಇತ್ಯರ್ಥವಾಗುತ್ತಿತ್ತು. ಯಾವುದೇ

ಕಲಹವನ್ನಾದರೂ ಸರಿಯಾಗಿ ತೂಗಿ ಅಳೆದು ನ್ಯಾಯವನ್ನು ಕೊಡುತ್ತಿದ್ದ, ಮತ್ತು ಹಾಗೇ ಕೊಟ್ಟ ತೀರ್ಮಾನವೂ ಯಾರಿಗೂ ನೋವಾಗದಂತೆ, ಅವರಿಗೆ ಅರ್ಥವಾಗುವಂತೆ ಕಲಹವನ್ನು ಬಿಡಿಸಿ ಕಳುಹಿಸುತ್ತಿದ್ದ. ಅವನು ಹಾಗೆ ಕಟ್ಟೆಯ ಮೇಲೆ ಕೂತು ನ್ಯಾಯ ಮಾಡುವುದನ್ನು ನೋಡುವುದೇ ಒಂದು ಸೊಗಸು. ಶ್ವೇತ ವರ್ಣದ, ತೋಳುರಹಿತ, ಮೊಣಕಾಲಿನವರೆಗಿನ ನಿಲುವಂಗಿಯ ಮೇಲೆ ಸಣ್ಣ ಸಣ್ಣ, ಬಣ್ಣ ಬಣ್ಣದ ಕಲ್ಲುಗಳನ್ನು ವಜ್ರಾಕೃತಿಯಲ್ಲಿ ಕತ್ತರಿಸಿ, ಅವುಗಳ ಮಧ್ಯಭಾಗಕ್ಕೆ ಕೊಂಚ ಕೊರೆದು ಅದನ್ನು ಚರ್ಮದ ದಾರಗಳಿಂದ ಕಟ್ಟಿ ತಯಾರಿಸಿದ ಸರಗಳನ್ನು (ಅವನು ಧರಿಸುತ್ತಿದ್ದ ಆ ಸಣ್ಣ ಪುಟ್ಟ ಒಡವೆಗಳನ್ನು ಹುಡುಗಿಯರು ಅವನನ್ನು ಮೆಚ್ಚಿಸಲು ಮಾಡಿಕೊಟ್ಟಂತಹ ಒಡವೆಗಳೆಂದು ಅವನ ಅಪ್ಪನಿಗೂ ಗೊತ್ತು) ಧರಿಸಿ ಕೂತರೆ ಸಾಕ್ಷಾತ್ ದೇವತೆಯೇ. ಬಲು ಗಾಂಭೀರ್ಯದಿಂದ ಅವನು ನ್ಯಾಯ ಮಾಡುತ್ತಿದ್ದಂತಹ ಸಂದರ್ಭದಲ್ಲಿ, ಸಾಕ್ಷಾತ್ ದೇವಾನುದೇವತೆಗಳ ಒಡೆಯ ಝೂಯಿಸ್ ಕೂಡ ಯಾರಿಗೂ ಗೊತ್ತಾಗದ ರೀತಿಯಲ್ಲಿ ಅವನನ್ನು ಎಷ್ಟೋ ಬಾರಿ ನಿಂತು ನೋಡಿದ್ದಾನೆ. ಅವನು ಕೊಡುವ ತೀರ್ಮಾನದಲ್ಲಿ ಎರಡನೇ ಮಾತೇ ಇಲ್ಲ. ಅಷ್ಟು ನಿಖರ!

ಇಂದು ಕೂಡ ಅಂತಹದ್ದೇ ಒಂದು ನ್ಯಾಯಕ್ಕಾಗಿ ಹೊರಟು ನಿಂತಾಗ ಈ ಗೂಳಿ ಕಾಳಗ ನಡೆದಿತ್ತು. ಮೈಗಂಟಿದ ಮಣ್ಣನ್ನು ಒದರಿಕೊಳ್ಳುತ್ತಾ ಅವನು ಕಟ್ಟೆಯ ಮೇಲೆ ಕೂರುತ್ತಿದ್ದರೆ, ಆ ಗೊಲ್ಲರ ಹಟ್ಟಿಯ ಹದಿಹರೆಯದ ಹೆಂಗಳೆಯರ ಹೃದಯಗಳೂ ಒದರಿ ಹೋಗುತ್ತಿದ್ದವು. ಅವರೆಲ್ಲಾ ಅವನನ್ನು ನೋಡಲೋಸುಗವೇ ನ್ಯಾಯವನ್ನು ನೋಡುವ ನೆಪ ಮಾಡಿ ಬರುತ್ತಿದ್ದರು. ಸ್ವರ್ಗದ ದೇವತೆಗಳೇ ಮೇಲೆ ನೆರೆದು ನೋಡುತ್ತಿದ್ದರು ಎಂದ ಮೇಲೆ ಪಾಪ ಈ ಭೂಲೋಕದ ಹುಡುಗಿಯರಾದರೂ ಹೇಗೆ ನಿಯಂತ್ರಿಸಿಕೊಂಡಾರು? ನೀಲಿಕಂಗಳ ಹುಡುಗ ಅವರನ್ನೆಲ್ಲಾ ಒಮ್ಮೆ ಕಿರುಗಣ್ಣಲ್ಲೇ ಗಮನಿಸಿ, ಹಣೆಯ ಮೇಲೆ ಜೊಂಪೆ ಜೊಂಪೆ ಯಾಗಿ ಬಿದ್ದಿದ್ದ ಗುಂಗುರು ಕೂದಲನ್ನು ಹಿಂದಕ್ಕೆ ತಳ್ಳುತ್ತಾ ಗಂಭೀರವಾಗಿ ಅಹವಾಲನ್ನು ಆಲಿಸಲು ಸಿದ್ಧನಾದನು.

ಮಂದೆಯ ಮತ್ತೋರ್ವ ಕುರಿಗಾಹಿ, ಒಂದು ತೋಳವು ಕೆಲದಿನಗಳಿಂದ ತಮ್ಮ ಮಂದೆಯ ಕುರಿಮರಿಗಳನ್ನು ಹೊತ್ತೊಯ್ಯುತ್ತಿದೆ ಎಂಬ ಅಹವಾಲನ್ನು ಹೊತ್ತು ಬಂದಿದ್ದ. ಅವನ ಅಹವಾಲಿಗೆ ಸ್ಪಂದಿಸಿ ಬಲು ಬೇಗ ಆ ತೋಳವನ್ನು ತಾನೇ ಹಿಡಿದು ಪಾಠ ಕಲಿಸುವುದಾಗಿ ಮಾತು ಕೊಟ್ಟು ಕಳುಹಿಸಿದ. ಕೊಟ್ಟ ಮಾತಿನಂತೆ ನಿರಂತರವಾಗಿ ಎರಡು ಮೂರು ದಿನ ಅವನೂ ಅವನ ಸ್ನೇಹಿತರು ಕಾದಿದ್ದು, ಮೂರನೇ ದಿನ ಆ ತೋಳ ಮಂದೆಯ ಬಳಿ ಬರುತ್ತಿದ್ದ ಹಾಗೆ, ಮರೆಯಿಂದ ಬಾಣವನ್ನು ಬಿಟ್ಟಿದ್ದ. ಅದು ಹೇಗೋ ತೋಳ ತಪ್ಪಿಸಿಕೊಂಡು ಅಲ್ಲಿಂದ ಪಲಾಯನ ಮಾಡಿತು. ಪೆರಿಸ್ ಅದನ್ನು ಬಿಡದೆ ಅದರ ಹಿಂದೆ

ತಾನೂ ಓಡಿದ. ಅವನ ಹಿಂದೆ ಅವನ ಸ್ನೇಹಿತರು. ಸ್ವಲ್ಪ ದೂರ ಓಡಿದ ಆ ತೋಳ... ಕುರಿಗಾಹಿಗಳ ಹಟ್ಟಿ ದಾಟಿ ಒಂದು ಬೆಟ್ಟದ ಕಡೆಗೆ ಹಾರಿ ಓಡುತ್ತಿತ್ತು.

"ಪೆರಿಸ್... ಪೆರಿಸ್. ನಿಲ್ಲು ಓಡ ಬೇಡ. ನಾವು ನಿನ್ನ ಹಿಂಬಾಲಿಸಲು ಸಾಧ್ಯವಿಲ್ಲ." ಕರುವನ್ನು ಹಿಡಿಯಲು ಬಂದಿದ್ದ ತೋಳವನ್ನು ಹಿಡಿಯಲು ಬಿಲ್ಲನ್ನು ಹಿಡಿದು ಚಿರತೆಯಂತೆ ಓಡುತ್ತಿದ್ದ ಅವನನ್ನು ಅವನ ಸ್ನೇಹಿತರು ಹಿಂಬಾಲಿಸಲು ಸಾಧ್ಯವಾಗದೆ ಹೊಟ್ಟೆ ಹಿಡಿದು ಕೂಗುತ್ತಿದ್ದರು. ಅದೇನು ಮೈದಾನವೇ ಅವನಿಗೆ ಸರಿಸಮನಾಗಿ ಓಡಲು? ಬೆಟ್ಟಗುಡ್ಡಗಳ ಬಂಡೆಯ ಮೇಲೆ ಆ ತೋಳದ ಬೆನ್ನಟ್ಟಿ ಓಡುತ್ತಿದ್ದ.

"ನನ್ನನ್ನು ಹಿಂಬಾಲಿಸಬೇಡಿ... ನಾನು ಇದನ್ನು ಹೊಡೆದುರುಳಿಸಿಯೇ ಬರುವುದು." ಅವನ ಮಾತಿನ ಕೊನೆಯ ಪದ ಸರಿಯಾಗಿ ಕೇಳಿಸದಷ್ಟು ವೇಗವಾಗಿ ಹಾರಿ ಹೋಗಿದ್ದ. ಅವನ ಹುರಿಗಟ್ಟಿದ್ದ ಕೈಕಾಲುಗಳು ಅವನ ಓಟಕ್ಕೆ ಜೊತೆಯಾಗುತ್ತಾ ಅವನು ಹೆಜ್ಜೆ ಇಟ್ಟಲ್ಲೆಲ್ಲಾ ಗಟ್ಟಿಯಾಗಿ ನಿಮಿರಿ ನಿಲ್ಲುತ್ತಿದ್ದವು.

ಆ ತೋಳವೂ ಕೂಡ ಅಲ್ಲಿ ಇಲ್ಲಿ ಹಾರಿ ಅವನ ಬಾಣಕ್ಕೆ ಸಿಗದೆ ಓಡುತ್ತಿತ್ತು. ಓಡಿ ಓಡಿ ಇದ್ದಕ್ಕಿದ್ದ ಹಾಗೆ ಒಂದು ಗುಹೆಯ ಒಳಗೆ ಓಡಿ ಹೋಯಿತು. ಪೆರಿಸ್ ಕೂಡ ಅದನ್ನು ಹಿಂಬಾಲಿಸುತ್ತಾ ಗುಹೆಯ ಒಳಹೊಕ್ಕ. ಆದರೆ ತೋಳ ಅದೆಲ್ಲಿಯೋ ಮಾಯವಾಗಿ ಹೋಗಿತ್ತು.

ಗುಹೆಯ ಒಳ ಹೊಕ್ಕ ಪೆರಿಸ್ ಚಕಿತನಾದ. ಇದ್ದಕಿದ್ದ ಹಾಗೆ ಕಣ್ಮರೆಯಾದ ಆ ತೋಳಕ್ಕಾಗಿ ಅಲ್ಲಿ ಇಲ್ಲಿ ಹುಡುಕಾಡಿದ. ಅದೆಷ್ಟೋ ಬಾರಿ ಆ ಬೆಟ್ಟಗುಡ್ಡಗಾಡಿನಲ್ಲಿ ಅಡ್ಡಾಡಿದ್ದರೂ ಎಂದಿಗೂ ಆ ಗುಹೆಯನ್ನು ಕಂಡವನೇ ಅಲ್ಲ. ತೋಳವನ್ನು ಬೇಟೆಯಾಡುವ ವಿಷಯವೇ ಅವನ ತಲೆಯಿಂದ ಹಾರಿ ಹೋದಂತೆ ಆ ಗುಹೆಯನ್ನು ನಿಬ್ಬೆರಗಾಗಿ ನೋಡತೊಡಗಿದ. ಒಳಗೆ ಹೋದಂತೆಲ್ಲಾ ತೆರೆದುಕೊಳ್ಳುತ್ತಿದ್ದ ಆ ಗುಹೆಯ ಒಳಭಾಗದಲ್ಲಿ ಝುಳುಝುಳು ಎಂದು ಒಂದು ಝರಿಯು ಹರಿಯುತ್ತಿತ್ತು. ಯಾವುದೋ ಬಂಡೆಯ ಇರಕಲುಗಳಿಂದ ಸುರಿಯುತ್ತಿದ್ದ ನೀರು, ಅಲ್ಲಿಂದ ಹರಿದು ಮುಂದಕ್ಕೆ ಎಲ್ಲಿಗೆ ಹೋಗುತ್ತಿದೆ ಎಂಬುದೇ ಗೊತ್ತಾಗಲಿಲ್ಲ. ಸನಿಹ ನಿಂತವನಿಗೆ ಅದರ ತಂಬೆಲರವೂ ಇನ್ನೂ ಹತ್ತಿರ ಬರುವಂತೆ ಕರೆದಂತಾಗಿ ಬಾಗಿ ಬಂಡೆಯಿಂದ ಜಿನುಗುತ್ತಿದ್ದ ಆ ಶೀತಲವಾದ ನೀರಿಗೆ ಕೈಯಿಟ್ಟು ಬಾಯಿ ಹಚ್ಚಿ ಕುಡಿದ. ಹೊಟ್ಟೆಯೆಲ್ಲಾ ತಂಪಾಯ್ತು. ಓಡಿ ಬಂದುದರ ದಣಿವೆಲ್ಲಾ ಇದ್ದಕ್ಕಿದ್ದಂತೆ ಮಾಯವಾಗಿ ಕಣ್ಣು ತೇಲಿ ಬಂದು ಅಲ್ಲೇ ಇದ್ದ ಬಂಡೆಗೆ ಒರಗಿ ನಿದ್ದೆಗೆ ಜಾರಿದ.

ಅವನೀಗ ಅವನ ಜೀವನದಲ್ಲಿ ಎಂದೂ ಕಂಡಿರದ ಒಂದು ದೃಶ್ಯವನ್ನು ಕಾಣುವುದರಲ್ಲಿದ್ದ. ಅದೇನಾದರೂ ಮೊದಲೇ ಗೊತ್ತಿದ್ದರೆ ಅವನು

ಕಣ್ಮುಚ್ಚಿ ಕೂಡುತ್ತಲೇ ಇರಲಿಲ್ಲವೇನೋ. ಸ್ವಲ್ಪ ಹೊತ್ತಿನಲ್ಲೇ ದೇವಲೋಕದ ಪರಿಮಳದಂತಹ ಸುಗಂಧವೊಂದು ಮೂಗಿಗೆ ಅಡರಿತು... ಅದರ ಜೊತೆಗೆ ಪಿಸುಪಿಸು ಎಂದು ಮಾತಾಡುತ್ತಿದ್ದ ಎರಡು ಮೂರು ಹೆಣ್ಣಿನ ಮಧುರವಾದ ಧ್ವನಿಗಳು ನೀರಿನ ಜುಳುಜುಳುವಿನಂತೆ ತೇಲಿ ಬರಲು ಬಲವಂತದಿಂದ ಕಣ್ಣು ಬಿಟ್ಟ. ಒಂದು ಕ್ಷಣ ತಾನೆಲ್ಲಿರುವೆ ಎಂಬುದನ್ನೇ ಅರಿಯದಾದ. ಕಣ್ಮುಂದೆ ಸ್ವರ್ಗದಿಂದ ಇಳಿದು ಬಂದ ಮೂರು ದೇವತೆಗಳು ಇವನು ಕಣ್ಣು ಬಿಡುವುದನ್ನೇ ಎದುರು ನೋಡುತ್ತಿದ್ದವರಂತೆ ನಿಂತಿದ್ದರು. ಅವರೇ ಹೆರಾ, ಅಥೀನಿ ಮತ್ತು ಅಫ್ರೋಡೈಟಿ. ಝ್ಯೂಯಿಸ್ ದೇವರ ಪತ್ನಿ ಹೆರಾ ಮತ್ತು ಅವನ ಇಬ್ಬರು ಮಕ್ಕಳಾದ ಅಥೀನಿ ಮತ್ತು ಅಫ್ರೋಡೈಟಿ. ಇವನು ಕಣ್ಣು ಬಿಡುತ್ತಲೇ ಮತ್ತೆ ಅವರವರಲ್ಲೇ ವಾದ ಶುರುವಿಟ್ಟುಕೊಂಡಿತು. ಏನೂ ಮಾಡಲು ತೋಚದೆ ಅವನು ಕೂತಲ್ಲೇ ಸಣ್ಣಗೆ ಕದಲಿದ.

"ಪೆರಿಸ್ ನಮ್ಮ ಮೂವರಲ್ಲಿ ಅತ್ಯಂತ ಸುಂದರಿಯರು ಯಾರು ಎಂಬುದನ್ನು ದೇವಲೋಕದಲ್ಲಿ ನಿರ್ಧರಿಸಲಾಗದೆ, ನೀನು ಸರಿಯಾದ ತೀರ್ಪನ್ನು ಕೊಡುತ್ತೀಯೇ ಎಂದು ಮಹಾದೇವ ಝ್ಯೂಸ್ ನಮ್ಮನ್ನು ನಿಮ್ಮಲ್ಲಿಗೆ ಕಳುಹಿಸಿದ್ದಾನೆ. ಈಗ ಹೇಳು ನಮ್ಮಲ್ಲಿ ಅಪ್ರತಿಮ ಸುಂದರಿ ಯಾರು?" ಆ ಮೂವರು ದೇವಿಯರಲ್ಲಿ ವೀಣೆಯಂತಹ ಧ್ವನಿಯ ದೇವಿ ನುಡಿದಳು.

ಸ್ವರ್ಗದ ದೇವತೆಗಳ ಜಗಳದಲ್ಲಿ ನಾನು ತೀರ್ಪು ಕೊಡುವುದೇ? ಅವರೋ ದೇವತೆಗಳು... ಅದೆಷ್ಟೇ ನಿಷ್ಪಕ್ಷಪಾತವಾಗಿ ತೀರ್ಪು ನೀಡಿದರೂ ಇನ್ನುಳಿದ ಇಬ್ಬರು ದೇವಿಯರ ಕೆಂಗಣ್ಣಿಗೆ ತಾನು ಗುರಿಯಾಗಬೇಕಾದೀತು... ನಂತರ ನನ್ನನ್ನು ಶಪಿಸಿಬಿಟ್ಟರೆ! ನನಗ್ಯಾಕೆ ಇಲ್ಲದ ಈ ಉಸಾಬರಿ... ಈ ಜಂಜಡವೇ ಬೇಡ ಎಂದು ತಪ್ಪಿಸಿಕೊಳ್ಳಲು ಯತ್ನಿಸುತ್ತಿರುವಾಗಲೇ ಅವರ ಬದಿಯಿಂದ ಹರ್ಮಿಸ್ ದೇವ ಬಂದ.

"ಪೆರಿಸ್, ಇದು ಮಹಾದೇವ ಝ್ಯೂಸ್‌ನ ಆಜ್ಞೆ, ಆಗದು ಎಂದು ನೀನು ತಪ್ಪಿಸಿಕೊಳ್ಳುವಂತಿಲ್ಲ. ನೀನು ಆರಿಸುವವರಿಗೆ ಈ ಸೇಬು ಹಣ್ಣನ್ನು ಕೊಡು" ಬಂಗಾರದ ಒಂದು ಸೇಬನ್ನು ಕೊಡುತ್ತಾ ಹರ್ಮಿಸ್ ನುಡಿದಿದ್ದ. ಅವನನ್ನು ಪೆರಿಸ್ ಕೊಡುವ ತೀರ್ಪಿಗೆ ಸಾಕ್ಷಿಯಾಗಿ ಅವರೊಂದಿಗೆ ಕಳುಹಿಸಿದ್ದ ದೇವರ ದೇವ ಝ್ಯೂಸ್.

ಝ್ಯೂಸ್ ದೇವನೇ ಇದರಲ್ಲಿ ಭಾಗಿಯಾಗಿದ್ದಾನೆ ಎಂದ ಮೇಲೆ ತಾನು ಹೇಗೂ ತಪ್ಪಿಸಿಕೊಳ್ಳಲು ಸಾಧ್ಯವಿಲ್ಲ. ಎಂದು ಯೋಚಿಸಿ ಅವರಿಗೆ ಅವರವರನ್ನು ಪರಿಚಯಿಸಿಕೊಳ್ಳಲು ಯಾಚಿಸಿದನು.

"ಸೌಂದರ್ಯವೇ ಮುಖ್ಯ... ಪ್ರೀತಿಯೇ ಸರ್ವಸ್ವ... ನಾನು 'ಅಫ್ರೋಡೈಟಿ' ಪ್ರೇಮ ದೇವತೆ... ನಿನಗೆ ಪರಿಚಿತಳೆ. ನಿನ್ನ ಕನಸುಗಳಲ್ಲಿ ನಾನು ಆಗಾಗ್ಗೆ

ಬಂದಿದ್ದೇನೆ." ಅವನಿಗೂ ಹೌದೆನಿಸಿತ್ತು. ಅವಳನ್ನು ಆಗಾಗ್ಗೆ ಕನಸ್ಸಿನಲ್ಲಿ ಕಂಡಿದ್ದಿದೆ. ಸಪೂರ ದೇಹ, ಶ್ವೇತ ವರ್ಣ, ಬಂಗಾರ ಬಣ್ಣದ ಕೂದಲಿನ ದೇವತೆ. ಶ್ವೇತ ವಸ್ತ್ರ ಧರಿಸಿದ್ದ ಅವಳು ಮೋಡದಂತೆ ಅವನ ಬಳಿ ತೇಲಿ ಬಂದು ನುಡಿದಳು.

"ಓಹ್... ಇವಳನ್ನು ನಂಬ ಬೇಡ. ಪುರುಷನಾದವನಿಗೆ ವಿಜಯವೇ ಪೌರುಷದ ಸಂಕೇತ. ಪೌರುಷ ಇದ್ದಲ್ಲಿ ಸೌಂದರ್ಯವೂ ತಲೆಬಾಗುತ್ತದೆ. ನಾನು 'ಅಥೀನೀ' ವಿಜಯದ ದೇವತೆ." ಕಬ್ಬಿಣದಲ್ಲಿ ಕಡಿದಿಟ್ಟಂತಹ ಸಮಪ್ರಮಾಣದ, ಹುರಿಗಟ್ಟಿದ ದೇಹ, ಕೈಯಲ್ಲಿ ಖಡ್ಗವನ್ನು ಹಿಡಿದು ಕಪ್ಪು ವಸ್ತ್ರ ಧರಿಸಿದ್ದ ಅವಳು ನಡೆದು ಬಂದರೆ, ಅವಳ ದೇಹ ತೂಕಕ್ಕೆ ತೊನೆತೊನೆಯಾಗಿ ತೂಗುತ್ತಿದ್ದ ಅವಳ ಕಪ್ಪು ಕೂದಲು ಗಾಳಿಯಲ್ಲಿ ಹಾರುತ್ತಾ ಅವಳ ನಡಿಗೆಯ ತೂಕವನ್ನು ಹೆಚ್ಚಿಸಿ ನೋಡುಗರ ನೋಟವನ್ನು ತುಂಬುವಂತಿತ್ತು. ಅಬ್ಬಾ! ಎಂದೊಮ್ಮೆ ಉದ್ಗಾರ ತೆಗೆದ. ಅಷ್ಟರಲ್ಲಿ,

"ನಾನು 'ಹೆರಾ'... ಮಹಾದೇವ ಝ್ಯೂಸ್‌ನ ಪತ್ನಿ... ಇವರಿಬ್ಬರು ಝ್ಯೂಸ್‌ನ ಪುತ್ರಿಯರು... ನಾನು ಸಂಪತ್ತಿನ ದೇವತೆ. ಹೇಳು ನಮ್ಮಲ್ಲಿ ಯಾರು ಅತ್ಯಂತ ಸುಂದರಿಯರು?" ಬಂಗಾರ ಬಣ್ಣದ ವಸ್ತ್ರ ಧರಿಸಿದ್ದ ಆ ದೇವತೆ, ಬಂಗಾರದ ಒಡವೆಗಳಿಂದ ಅಲಂಕರಿಸಲ್ಪಟ್ಟಿದ್ದಳು. ಒಡವೆಗಳಿಂದ ಅವಳ ಮೈಗೆ ಹೊಳಪು ಬಂದಿತ್ತೋ... ಅಥವಾ ಅವಳ ಚರ್ಮ ಕಾಂತಿಯಿಂದಲೇ ಬಂಗಾರಕ್ಕೆ ಕಳೆ ಬಂದಿತ್ತೋ ಎಂದು ನಿಖರವಾಗಿ ಹೇಳಲಾಗದಂತಹ ಸುಂದರಿ... ಅಲೆಅಲೆಯಂತಹ ತನ್ನ ಬಂಗಾರಬಣ್ಣದ ಕೂದಲನ್ನು ಹಾರಿಸುತ್ತಾ ಗಂಭೀರವಾಗಿ ನಡೆದು ಬರುತ್ತಿದ್ದರೆ, 'ಹೌದು, ಇವಳೇ ದೇವರ ದೇವ ಮಹಾದೇವ ಝ್ಯೂಸನ ಪತ್ನಿ' ಎಂದು ಎಲ್ಲರೂ ತಲೆ ತೂಗುವಂತಿದ್ದಳು.

ಇವಳೋ ಮಹಾದೇವನ ಪತ್ನಿ... ಅವರಿಬ್ಬರೋ ಪುತ್ರಿಯರು. ಒಬ್ಬೊಬ್ಬರಿಗೂ ಒದೊಂದು ಅದ್ಭುತವೆಂಬ ಗುಣ ಲಕ್ಷಣ... ಸೌಂದರ್ಯದಲ್ಲಂತೂ ಎಲ್ಲರೂ ಸಮಾನ ಅಪ್ರತಿಮ ಸುಂದರಿಯರು. ಇವರಲ್ಲಿ ಯಾರೊಬ್ಬರನ್ನಾದರೂ ಹೇಗೆ ಆಯ್ಕೆ ಮಾಡುವುದು? ಗೊಂದಲಕ್ಕೆ ಬಿದ್ದಿದ್ದ ಪೆರಿಸ್.

"ದೇವತೆಗಳಾಗಿ ನಿಮಲ್ಲಿ ಈ ವಾದವೇಕೆ?" ಧೈರ್ಯ ಮಾಡಿ ಕೇಳಿಬಿಟ್ಟಿದ್ದ ಪೆರಿಸ್.

ಒಲಂಪಸ್ ದೇವಲೋಕದಲ್ಲಿ ಮಹಾದೇವರ ದೇವ ಝ್ಯೂಸ್ ಕರೆದಿದ್ದ ಸಭೆಯೊಂದಕ್ಕೆ ಕಲಹಕಾರಿಣಿ ದೇವತೆಯಾದ 'ಈರಿಸ್'ಳನ್ನು ಬೇಕೆಂದೇ ಝ್ಯೂಸ್ ಆಹ್ವಾನಿಸಿರಲಿಲ್ಲ. ಹೋದಲ್ಲಿ ಬಂದಲ್ಲೆಲ್ಲಾ ಕಲಹವನ್ನು ತಂದು ಹಾಕುತ್ತಿದ್ದ ಅವಳ ಕಿರಿಕಿರಿ ತಾಳಲಾರದೆ ಆಕೆಯನ್ನು ಬೇಕೆಂದೇ

ಸಭೆಯಿಂದ ಹೊರಗಿಟ್ಟಿದ್ದರು. ಅದನ್ನು ತಿಳಿದು ಕ್ರೋಧಗೊಂಡ ಅವಳು ಆಮಂತ್ರಣವಿಲ್ಲದಿದ್ದರೂ ಸಭೆಗೆ ಬಂದು, ಒಂದು ಸುವರ್ಣದ ಸೇಬಿನ ಮೇಲೆ "ಇದು ಸೌಂದರ್ಯದ ರಾಣಿಗೆ ಮಾತ್ರ" ಎಂದು ಬರೆದು ಸಭೆಯ ಮಧ್ಯೆ ಎಸೆದು ಯಾರಿಗೂ ಹೇಳದೆ ಹೋಗಿಬಿಟ್ಟಿದ್ದಳು. ಅದು 'ಈರಿಸ್' ಳದ್ದೇ ಕುತಂತ್ರ ಅದನ್ನು ಗಂಭೀರವಾಗಿ ಪರಿಗಣಿಸಬೇಡಿ ಎಂದು ಝ್ಯೂಸ್ ಹೇಳುವಷ್ಟರಲ್ಲಿ ನೆರೆದಿದ್ದ ದೇವಿಯರಲ್ಲಿ ಯಾರು ಸೌಂದರ್ಯವತಿ ಎಂಬ ವಾದ ಶುರುವಾಗಿಯೇ ಬಿಟ್ಟಿತು. ವಾದಗಳು... ಸ್ಪರ್ಧೆಗಳು... ಎಲ್ಲಾ ನಡೆದು, ಕೊನೆಗೆ ಈ ಮೂವರಿಗೆ ಬಂದು, ಈಗ ಆ ಮೂವರು ಝ್ಯೂಸ್ ಮುಂದೆ ಬಂದು ನಿಂತಿದ್ದರು. ನಿಂತವರಲ್ಲಿ ಒಬ್ಬಳು ಪತ್ನಿ, ಇಬ್ಬರು ಪುತ್ರಿಯರು. ಝ್ಯೂಸ್ ಯಾರನ್ನಾದರೂ ಹೇಗೆ ಆರಿಸಿಯಾನು? ಇನ್ನು ಇತರೆ ದೇವತೆಗಳೋ ಯಾರನ್ನು ಆಯ್ಕೆ ಮಾಡಿದರೂ ಪಕ್ಷಪಾತದ ಆರೋಪ ತಪ್ಪಿದ್ದಲ್ಲ ಎಂದರಿತು ಮೆಲ್ಲಗೆ ದೂರ ಸರಿದಿದ್ದರು. ಝ್ಯೂಸ್ ಕೊನೆಗೆ ತನ್ನ ಗೊಂದಲವನ್ನು ಪೆರಿಸ್ ಭುಜಕ್ಕೆ ವರ್ಗಾಯಿಸಿ ಸುಮ್ಮನಾಗಿ ಬಿಟ್ಟಿದ್ದ.

ಆ ಮೂವರು ದೇವತೆಗಳೊಂದಿಗೆ, ಪೆರಿಸ್ ನೀಡಲಿರುವ ತೀರ್ಪಿಗೆ ಸಾಕ್ಷಿಯಾಗಿ ಬಂದಿದ್ದ 'ಹರ್ಮಿಸ್' ಎಂಬ ದೇವದೂತನಿಂದ ಅದರ ಹಿನ್ನೆಲೆಯನ್ನು ಕೇಳಿದ ಮೇಲೆ ಇನ್ನು ತೀರ್ಪುಕೊಡದೆ ಉಳಿಗಾಲವಿಲ್ಲ ಎಂಬುದು ಅರಿವಾಯಿತು. ಆದರೂ ಒಳಗೊಳಗೆ ಭಯವಾಗಿ ಎದೆ ಹೊಡೆದು ಕೊಳ್ಳುತ್ತಿತ್ತು.

"ಪೆರಿಸ್... ನೀನೀಗ ಒಂದು ನಿರ್ಧಾರಕ್ಕೆ ಬರಲೇ ಬೇಕಾಗಿದೆ. ನನ್ನನ್ನು ಆಯ್ಕೆ ಮಾಡಿದರೆ ನೀನು ಕನಸ್ಸಿನಲ್ಲೂ ಕಾಣದಿರುವಷ್ಟು ಸಂಪತ್ತನ್ನು ಕೊಡುತ್ತೇನೆ." ಹೆರಾ ಅವನನ್ನು ಪ್ರಲೋಭನೆಗೆ ಹಚ್ಚಿ ಬಿಟ್ಟಳು. ಇನ್ನು ಅಥೀನೀ ನಾನ್ಯಾಕೆ ಬಿಡಲಿ ಎಂದು,

"ಪೆರಿಸ್ ನನ್ನನ್ನು ಆರಿಸು... ವಿಜಯದ ದೇವತೆಯಾದ ನಾನು ಜೀವನ ಪೂರ್ತಿ ನಿನಗೆ ವಿಜಯದ ಸರಮಾಲೆ ತೊಡಿಸುವೆ" ಎಂದು ದಾಳವನ್ನು ಹಾಕಿದಳು. ಒಬ್ಬ ಕುರಿಗಾಹಿಗೆ ಇನ್ಯಾವ ವಿಜಯದ ಅವಶ್ಯಕತೆ ಇದ್ದೀತು ಎಂದು ಯೋಚಿಸದೆ. ಅಷ್ಟರಲ್ಲಿ ಪ್ರೇಮ ದೇವತೆ ಅಫ್ರೊಡೈಟಿ ತನ್ನಲ್ಲಿ ಏನೂ ಅವನಿಗೆ ಕೊಡಲು ಇಲ್ಲದೆ, ದೂರ ಸರಿಯುತ್ತಿದ್ದವಳು ಪೆರಿಸ್ ಕೈಯಲ್ಲಿದ್ದ ಸುವರ್ಣದ ಸೇಬನ್ನು ತೋರಿಸುತ್ತಾ ಅವನ ಕಿವಿಯ ಬಳಿ ಬಂದು,

"ಪೆರಿಸ್..." ಜೇನಿನಲ್ಲಿ ಅದ್ದಿ ತೆಗೆದಂತಿತ್ತು ಆ ಧ್ವನಿ.

"ನೀನು ನನ್ನನ್ನು ಆಯ್ಕೆ ಮಾಡಿಕೊಂಡರೆ ಇದೋ ಈ ಜಗತ್ ಸುಂದರಿ ನಿನಗೆ ಒಲಿಯುವಂತೆ ಮಾಡುತ್ತೇನೆ" ಎಂದವಳೇ ಆ ಚಿನ್ನದ ಸೇಬಿನಲ್ಲಿ ಜಗತ್ತಿನಲ್ಲೇ ಅತ್ಯಂತ ಸುಂದರಿಯೊಬ್ಬಳನ್ನು ತೋರಿಸಿ ಬಿಟ್ಟಳು. ಪೆರಿಸ್ ಬಿಟ್ಟಗಣ್ಣು

ಬಿಟ್ಟ ಹಾಗೆ ಅವಳ ಸೌಂದರ್ಯವನ್ನು ನೋಡುತ್ತಾ ನಿಂತು ಬಿಟ್ಟ. ಇಪ್ಪತ್ತರ ಹರೆಯದ ಹೊಸ್ತಿಲಲ್ಲಿದ್ದ ತರುಣನಿಗೆ ಪ್ರಪಂಚದಲ್ಲೇ ಅತ್ಯಂತ ಸುಂದರಿಯನ್ನು ಒಲಿಯುವಂತೆ ಮಾಡುತ್ತೇನೆ ಎಂದರೆ ಇನ್ನೇನು ಮಾಡಿಯಾನು? ಆ ಸುಂದರಿಯ ಮೋಹಕ ನಗುವಿಗೆ ಮನಸೋತು ಆ ನಗುವಿನೊಂದಿಗೆ ತೇಲಿ ಹೋದ... ಅವಳ ಸೌಂದರ್ಯ ನಶೆಯಂತೆ ಇವನ ಕಣ್ಣನ್ನು ತುಂಬುತ್ತಿರಲು ಅದೇ ಮತ್ತಿನಲ್ಲಿ ಆ ಸೇಬನ್ನು ಅಫ್ರೋಡೈಟಿಗೆ ಕೊಟ್ಟು ಬಿಟ್ಟ! ಅಲ್ಲಿಗೆ ಅಫ್ರೊಡೈಟಿ ಅತ್ಯಂತ ಸುಂದರಿ ಎಂಬ ತೀರ್ಪು ಕೊಟ್ಟ ಹಾಗಾಗಿ, ಖುಷಿಯಿಂದ ನಗುತ್ತಾ ಸಿರ್ರನೇ ಸೇಬಿನೊಂದಿಗೆ ಅಫ್ರೊಡೈಟಿ ಮಾಯವಾದಳು... ಹೆರಾ ಮುಖವನ್ನು ಸಣ್ಣಗೆ ಮಾಡಿಕೊಂಡರೆ, ಅಥೀನಿ ಕೋಪದಿಂದ ಬುಸುಗುಡುತ್ತಾ...

"ಒಲಿಯುವ ಆ ಸುಂದರಿಯೊಡನೆ ನೀನು ಅದು ಹೇಗೆ ಸುಖವಾಗಿರುತ್ತೀಯೋ ನಾನು ನೋಡಿಯೇ ಬಿಡುತ್ತೇನೆ" ಎಂದವಳೇ ಅಥೀನೀ ಕೂಡ ಮಿಂಚಿನಂತೆ ಮಾಯವಾದಳು. ಅವಳ ಹಿಂದೆಯೇ ಹರ್ಮಿಸ್ ಮತ್ತು ಹೆರಾ ಕೂಡ.

ಪೆರಿಸ್ ತೀರ್ಪು ಕೊಟ್ಟಿದ್ದು ದೇವತೆಗಳಿಗೇ ಆದರೂ ಅದು ಅವನ ಜೀವನದ ಅತ್ಯಂತ ಪ್ರಮುಖವಾದ ಎರಡು ಘಟ್ಟಗಳನ್ನು ಬರೆದು ಬಿಟ್ಟಿದ್ದಷ್ಟೇ ಅಲ್ಲದೆ, ದೇವತೆಗಳ ಕಲಹಕ್ಕೆ ಸಹಸ್ರಾರು ಮಾನವರ, ಪ್ರಾಣಗಳ, ಬಲಿ ತೆಗೆದುಕೊಳ್ಳುವ ಭಯಂಕರ ಯುದ್ಧವೊಂದಕ್ಕೆ ನಾಂದಿಯಾದೀತು ಎಂದು ಯಾರು ಬಲ್ಲರು? ಆದರೆ ಅದಾಗಲೇ ಪ್ರೇಮ ದೇವತೆಯ ವರದಂತೆ ಆ ಸುಂದರಿಯ ಮೋಹ ಪಾಶಕ್ಕೆ ಸಿಲುಕಿದ್ದ ಪೆರಿಸನಿಗೆ ಅಥೆನಾ ಆಡಿದ ಯಾವ ಮಾತೂ ಕೇಳಿಸಿಯೇ ಇರಲಿಲ್ಲ. ಅವನಿಗೆ ಆ ಚೆಲುವೆಯನ್ನು ಎಲ್ಲಿ ಮತ್ತು ಹೇಗೆ ಹುಡುಕುವುದು ಎಂಬುದೇ ಚಿಂತೆಯಾಗಿತ್ತು. ಒಂದೇ ದಿನದಲ್ಲಿ ಪೆರಿಸನ ಜೀವನ ಮಗ್ಗಲು ಬದಲಿಸಿ ಬಿಟ್ಟಿತ್ತು. ಇನ್ನೇನಿದ್ದರು ಆ ಸುಂದರಿಯನ್ನು ಭೇಟಿಯಾಗುವುದೊಂದೇ ಬಾಕಿ. ನಿಯತಿ ಅದನ್ನೂ ನಿರ್ಧರಿಸಿ ಬಿಟ್ಟಿತ್ತು. ಇನ್ನೇನ್ನಿದ್ದರೂ ಕಾಲ ಕೂಡಿ ಬರುವುದೊಂದು ಬಾಕಿ ಎಂಬಂತೆ ಕಾದು ಕುಳಿತ್ತಿತ್ತು.

ಟ್ರಾಯ್ ರಾಜಕುಮಾರ ಪೆರಿಸ್

ಪೆರಿಸ್ ಆ ಕನಸ್ಸಿನಂತಹ ಅನುಭವವನ್ನು ಮರೆಯದಾದನು. ಅವನಿಗೆ ಹೇಗಾದರೂ ಮಾಡಿ ಆ ಚೆಲುವೆಯನ್ನು ಹುಡುಕಲೇಬೇಕಿತ್ತು. ಕಣ್ಣುಗಳಿಗೆ ಆ ಚೆಲುವೆಯ ಕನವರಿಕೆಯೇ ಹೆಪ್ಪುಗಟ್ಟಿತ್ತು. ಅದೇ ಕನಸ್ಸಿನ ಲಹರಿಯಲ್ಲಿ ತೇಲುತ್ತಾ ಬರುತ್ತಿದವನಿಗೆ ಮನೆಯ ಬಳಿ ಅದೇನೋ ಗದ್ದಲ ನಡೆಯುತ್ತಿದ್ದುದ್ದನ್ನು ದೂರದಿಂದಲೇ ಗಮನಿಸಿದವನೇ ಓಡೋಡಿ ಬಂದನು. ಅವನ ಅಪ್ಪ ಗೋಳಾಡುತ್ತಿದ್ದ. ವಿಚಾರಿಸಿದ ನಂತರ ತಿಳಿದ ವಿಷಯವೇನೆಂದರೆ, ಟ್ರೋಜನ್ ಸೈನಿಕರು ಪ್ರತಿವರ್ಷ ಟ್ರಾಯ್ ನಲ್ಲಿ ನಡೆಯುವ ಅವರ ಮೋಜಿನ ಪಂದ್ಯಾವಳಿಯ ಸಲುವಾಗಿ ಇವರುಗಳ ಹಸು ಮತ್ತು ಹೋರಿಗಳನ್ನು ಬಲವಂತವಾಗಿ ಹೊತ್ತೊಯ್ದು ಬಿಟ್ಟಿದ್ದರು. ಅದರಲ್ಲಿ ಪೆರಿಸ್ ಸಾಕಿದ ಮುದ್ದಿನ ಗೂಳಿಯೂ ಇತ್ತು. ಪೆರಿಸನಿಗೆ ಅದನ್ನು ಸಹಿಸಲಾಗಲಿಲ್ಲ. ಅವನು ಆಗಿಂದಾಗಲೇ ಅವುಗಳನ್ನು ಮರಳಿ ಪಡೆದುಕೊಂಡು ಬರುತ್ತೇನೆ ಎಂದು ಕುದುರೆ ಏರಿ ಹೊರಟು ಬಿಟ್ಟನು. ಅಷ್ಟರಲ್ಲಿ ಅವನ ತಂದೆ ಅಡ್ಡ ಬಂದು ಅಲ್ಲಿಗೆ ಹೋಗುವುದು ಬೇಡ ಎಂದು ಪರಿಪರಿಯಾಗಿ ಬೇಡಿಕೊಂಡನು. ಆದರೆ,

"ಅಪ್ಪಾ, ಯಾವುದೇ ಕಾರಣಕ್ಕೂ ಹೀಗೆ ಕೈ ಕಟ್ಟಿ ಅವರು ಎಸಗುವ ದೌರ್ಜನ್ಯವನ್ನು ಸುಮ್ಮನೆ ಸಹಿಸಲು ನನ್ನಿಂದಾಗದು. ಅದೇನೇ ರಾಜನ ಆದೇಶವಿರಬಹುದು. ಆದರೆ, ನಮ್ಮ ಸಾಕು ಪ್ರಾಣಿಗಳನ್ನು ನಮ್ಮ ಇಚ್ಛೆಯ

ವಿರುದ್ಧ ಅವುಗಳನ್ನು ಹೊತ್ತೊಯ್ಯಲು ಅವರಿಗೆ ಯಾವ ಅಧಿಕಾರವಿದೆ? ಇದನ್ನಾದರೂ ನಾನು ಕೇಳಬೇಡವೇ?"

"ಬೇಡ ಪೆರಿಸ್... ಕೆಟ್ಟ ಜನರ ಸಹವಾಸವೇ ಬೇಡ. ನೀನು ಅಲ್ಲಿಗೆ ಹೋದರೆ ನಿನ್ನನ್ನು ಸಾಯಿಸಿಬಿಡುತ್ತಾರೆ"

"ಅಪ್ಪಾ... ಅದು ನಿನ್ನ ಭಯವಷ್ಟೆ. ಕಲ್ಲು ಗುಂಡನ್ನು ಎತ್ತಿ ದುಂಡಾಗಿರುವ ನನ್ನ ಭುಜಗಳಿಗೆ ಅವರ ಭರ್ಜಿಯೇ ಬಾಗೀತು. ಆ ಭಯವನ್ನು ಬಿಟ್ಟು ಬಿಡು" ಎಂದವನೇ ಕುದುರೆ ಏರಿ ಹೊರಟೇ ಬಿಟ್ಟ.

* * *

ಸುತ್ತಮುತ್ತ ಹತ್ತು ಹಲವು ರಾಜ್ಯಗಳಲ್ಲಿ ಟ್ರಾಯ್ ತನ್ನ ಬಹು ಎತ್ತರ ಹಾಗೂ ಪ್ರಭಲವಾದ ಗೋಡೆಯಿಂದ ಅಭೇದ್ಯ ಕೋಟೆಯೆಂದೇ ಪ್ರಸಿದ್ಧಿ ಹೊಂದಿತ್ತು. ಅದರ ಎತ್ತರದ ಗೋಡೆಗಳಿಂದಲೇ ಅದನ್ನು ಇಲ್ಲಿಯವರೆಗೂ ಯಾರೂ ವಶಪಡಿಸಿಕೊಳ್ಳಲಾಗದೆ, ಅದರ ರಕ್ಷಣೆಯಲ್ಲಿ ಟ್ರಾಯ್ ನಗರ ನೆಮ್ಮದಿಯಿಂದ ವಾಸಿಸಿತ್ತು. ಅಂತಹ ಟ್ರಾಯ್‌ನಲ್ಲಿ ದೊಡ್ಡ ಕ್ರೀಡಾಂಗಣದ ನಡುವೆ ಆ ವರ್ಷದ ಕ್ರೀಡೆಗಳನ್ನು ಏರ್ಪಡಿಸಲಾಗಿತ್ತು.

ರಾಜ್ಯದ ವಿವಿಧೆಡೆಯಿಂದ ಈ ದಿನಕ್ಕಾಗಿಯೇ ವರ್ಷ ಪೂರ್ತಿ ತಾಲೀಮು ಮಾಡಿ ದೇಹ ಕಲ್ಲಾಗಿಸಿಕೊಂಡಿರುವ ಕುಸ್ತಿ ಪಟುಗಳು ಬಂದಿದ್ದರು. ಒಂದೊಂದು ಸುತ್ತಿನಲ್ಲಿ ಗೆದ್ದವರು ಮುಂದಿನ ಸುತ್ತಿನ ಮತ್ತೊಬ್ಬ ವೀರನೊಂದಿಗೆ ಹೋರಾಡ ಬೇಕಿತ್ತು. ಸೋತವನ ಬಗ್ಗೆಯಂತೂ ಹೇಳಲು ಏನೂ ಇರುವುದಿಲ್ಲ, ಏಕೆಂದರೆ ಸೋಲು ಎಂದರೆ ಅದು ಅವನ ಸಾವು ಎಂದೇ ಅರ್ಥ. ಅಂದರೆ ಎದುರಾಳಿ ಸಾಯುವವರೆಗೂ ಕಾದಾಟ. ಹೀಗೆ ಎದುರಾಳಿಯ ತಲೆಯನ್ನು ಹೊಡೆದೋ, ಎದೆಯನ್ನು ಸೀಳಿಯೋ, ಬೆನ್ನಿಗೆ ಹಿರಿದೋ ಒಟ್ಟಿನಲ್ಲಿ ಅವನನ್ನು ಸಾಯಿಸಿ, ಕೊನೆಯ ಸುತ್ತಿನಲ್ಲಿ ಗೆದ್ದವನು ನೇರ ಆ ಪ್ರಾಂತ್ಯದ ರಾಜಕುಮಾರ, ಟ್ರಾಯ್ ಸೈನ್ಯಾಧಿಕಾರಿ ಹೆಕ್ಟರನೊಂದಿಗೆ ಕಾದಾಡ ಬೇಕಿತ್ತು. ಅಲ್ಲಿಯೂ ಕೂಡ ಅದೇ ನಿಯಮ. ಆದರೆ, ಅವನೋ ಧೀರ. ವೀರರಲ್ಲಿ ವೀರ. ಇಂದಿನ ಆಕರ್ಷಣೆಯೇ ಅವನು ಹೆಕ್ಟರ್!

ಆ ಕುಸ್ತಿ ಆರಂಭವಾಗುವ ಮುಂಚೆ ಪ್ರಾಂತ್ಯದ ಬಿಸಿ ರಕ್ತದ ಯುವಕರನ್ನು ಹುರಿದುಂಬಿಸುವ ಸಲುವಾಗಿ ಗೂಳಿ ಕಟ್ಟು ಮತ್ತು ಗೂಳಿ ಕಾಳಗ ನಡೆಯುತ್ತಿತ್ತು. ಜನರು ಇದನ್ನೆಲ್ಲಾ ನೋಡಲು ಕಿಕ್ಕಿರಿದು ತುಂಬಿದ್ದರು. ಕೆಲವು ಯುವಕರು ಅವರವರ ಮೆಚ್ಚಿನ ನಾಯಕರ ಮೇಲೆ ಜೂಜು ಕಟ್ಟುತ್ತಾ ಹುರಿದುಂಬಿಸುತ್ತಿದ್ದರೆ, ಇನ್ನು ಕೆಲವರು ಕುಸ್ತಿಪಟುಗಳು ಹಾಕುವ ಪಟ್ಟುಗಳನ್ನು ನೋಡಲು ಉತ್ಸುಕರಾಗಿದ್ದರು. ಅವರಲ್ಲಿ ಕಾದಾಡುತ್ತಿದ್ದರೆ, ಅವರನ್ನು

ಉತ್ತೇಜಿಸುತ್ತ ಇದ್ದ ಜನರಲ್ಲಿಯೇ ಒಮ್ಮೊಮ್ಮೆ ಜಗಳವಾಗಿ ಕೈಕೈ ಸೇರಿಸಿ ಹೊಡೆದಾಡಲು ಶುರು ಮಾಡಿ ಬಿಡುತ್ತಿದ್ದರು. ಅಂಥವರನ್ನು ನಿಯಂತ್ರಿಸಲೆಂದೇ ಒಂದು ಪಡೆ ಸಿದ್ಧವಾಗಿರುತ್ತಿತ್ತು. ಅಲ್ಲಿನ ವಾತಾವರಣವೇ ಅಷ್ಟೊಂದು ಪ್ರಚೋದನೀಯವಾಗಿರುವಾಗ ಬಿಸಿ ರಕ್ತದ ಯಾವ ಯುವಕನು ತಾನೆ ಸುಮ್ಮನೆ ನಿಂತಾನು? ಎಲ್ಲೆಲ್ಲೂ ಗದ್ದಲ! ಭಯ, ಚೀತ್ಕಾರದೊಂದಿಗೇ ಜನರು ಕೈಕೈ ಹಿಸುಕಿಕೊಳ್ಳುತ್ತಲೇ ಅಂದಿನ ಪಂದ್ಯಾವಳಿಯಲ್ಲಿ ಭಾಗಿಯಾಗಿದ್ದರು.

ಪೆರಿಸ್ ತನ್ನ ಗೂಳಿಯನ್ನು ಹುಡುಕುತ್ತಾ ಬರುತ್ತಿದ್ದ. ಅದನ್ನು ಅಖಾಡದ ಮಗ್ಗುಲಿನ ಒಂದು ಕಠಾರದೊಳಗೆ ಇತರೆ ಗೂಳಿಗಳೊಂದಿಗೆ ಕಟ್ಟಿ ಹಾಕಿಟ್ಟಿದ್ದರು. ಅದನ್ನು ಕಂಡವನೇ ಇನ್ನೇನು ಹಾರಿ ಒಳ ಹೋಗಬೇಕು. ಅಷ್ಟರಲ್ಲಿ ಅವನ ಭುಜದ ಮೇಲೊಂದು ಕೈ ಬಿತ್ತು. ಕಬ್ಬಿಣದ ಭಲ್ಲೆಯನ್ನು ಹಿಡಿದ ಆ ಸೈನಿಕನ ಕೆಂಗಣ್ಣುಗಳು ಪೆರಿಸನನ್ನು ಸುಡುವಂತೆ ನೋಡುತ್ತಿರಲು,

"ಅದು ನನ್ನದು. ಅದನ್ಯಾಕೆ ನೀವು ಹೊಡೆದುಕೊಂಡು ಬಂದಿದ್ದು? ನನ್ನ ಹೋರಿಯನ್ನು ನಾನು ಕರೆದು ಕೊಂಡು ಹೋಗುತ್ತೇನೆ. ನನಗೆ ಅದು ಬೇಕೇ ಬೇಕು," ಎನ್ನುತ್ತಾ ಒಳ ಹೋಗಲು ತವಕಿಸಿದವನನ್ನು ಎಳೆದು,

"ಗೂಳಿ ಬೇಕಿದ್ದರೆ ಅಲ್ಲಿ ಅಖಾಡದಲ್ಲಿ ಕುಸ್ತಿ ಮಾಡು. ಗೆದ್ದರೆ ನಿನ್ನ ಗೂಳಿಯನ್ನು ತೆಗೆದುಕೊಂಡು ಹೋಗುವಿಯಂತೆ" ಎಂದು ಕುಸ್ತಿಯ ಅಖಾಡದ ಕಡೆಗೆ ತಳ್ಳಿದ. ಅರಮನೆಯ ಮುಂದೆ ಭವ್ಯವಾದ ಕ್ರೀಡಾಂಗಣದಲ್ಲಿ ಸ್ಪರ್ಧೆಗಳು ಬಿರುಸಾಗಿ ನಡೆದಿದ್ದವು. ಇವನನ್ನು ದಬ್ಬಿದ ಸೈನಿಕ ಇವನ ವಿಚಾರವನ್ನು ಅಲ್ಲಿದ್ದ ಸ್ಪರ್ಧೆಯನ್ನು ನಡೆಸುತ್ತಿದ್ದವನಿಗೆ ಹೇಳುತ್ತಿದ್ದ ಹಾಗೆ ಅವನಿಗೆ ಇದೊಂದು ಮೋಜೆನಿಸಿ ಇವನನ್ನೇ ನೇರವಾಗಿ ಮೈದಾನಕ್ಕೆ ತಳ್ಳಿ ಬಿಟ್ಟರು. ಗೂಳಿಯೊಡನೆ ಗುದ್ದಾಡಿ ತಾಲೀಮುಗೊಳಿಸಿದ ದೇಹ ಅವನದ್ದು. ಭಯವೇನೂ ಆಗಲಿಲ್ಲ ಪೆರಿಸನಿಗೆ. ಒಂದೇ ಏಟಿಗೆ ಎದುರಾಳಿಯ ಮೂಗನ್ನು ಜಜ್ಜಿಬಿಜ್ಜಿ ಮಾಡಿ ಕೆಳಗುರುಳಿಸಿದ್ದ. ಕುಸ್ತಿಯ ಯಾವುದೇ ಪಾಠ ಗೊತ್ತಿಲ್ಲದ ಆ ಒರಟನ ಒಂದೇ ಹೊಡೆತಕ್ಕೆ ಎದುರಾಳಿ ಬೋರಲು ಬಿದ್ದಿದ್ದ. ಜನರು ಹುಚ್ಚೆದ್ದು ಕೂಗಿದರು. ಅವನಿಗೆ ಪಾಠ ಕಲಿಸಲು ಅವನನ್ನು ಮತ್ತೊಬ್ಬ ದೈತ್ಯ ಕುಸ್ತಿ ಪಟುವಿನೊಡನೆ ಸೆಣಸಲು ಬಿಟ್ಟರು. ಒಂದೇ ಸುತ್ತಿಗೆ ಅವನ ಉದರವೇ ಒಡೆದು ಹೋಗುವಂತೆ ಗುದ್ದಿದ್ದ ಗುಡ್ಡಗಾಡಿನ ಆ ಒರಟ. ಜನರಿಗೆ ಅವನ ಮನರಂಜನೆ ಅತೀವ ಆನಂದವನ್ನು ನೀಡುತ್ತಿದೆ ಎಂಬುದು ಅವರ ಉದ್ಗಾರಗಳಿಂದಲೇ ಗೊತ್ತಾಗುತ್ತಿತ್ತು. ನೋಡು ನೋಡುತ್ತಿದ್ದಂತೆ ಬರೋಬ್ಬರಿ ಆರು ದೈತ್ಯರನ್ನು ಹೊಡೆದು ಉರುಳಿಸಿ, ಅವನನ್ನು ಕುಸ್ತಿಯ ಅಖಾಡಕ್ಕೆ ತಳ್ಳಿದ ಆ ಸೈನಿಕನೇ ನಡುಗುವಂತೆ ಅಂದಿನ ಕೊನೆಯ ಸುತ್ತಿಗೆ ಬಂದು ಬಿಟ್ಟಿದ್ದ ಇಡಾ ಗುಡ್ಡದ ಪೆರಿಸ್. ಜನರಿಗೆ ಈಗ ಅವನ ಹೆಸರು ಪರಿಚಯವಾಗಿ ಅಖಾಡದ

ತುಂಬೆಲ್ಲಾ ಅವನ ಹೆಸರೇ ಪ್ರತಿಧ್ವನಿಸುತ್ತಲೇ ಅಲ್ಲಿದ್ದ ಎಲ್ಲರ ಗಮನ ಇವನ ಮೇಲೇ ಕೇಂದ್ರೀಯವಾಯಿತು.

ಈಗ ಅವನ ಕಾದಾಟ ಪ್ರಯಾಮ್ ಮಕ್ಕಳೊಂದಿಗೆ. ಜನರ ಬೊಬ್ಬೆ ಮುಗಿಲಿಗೇರಿತ್ತು. ಎದುರಾಳಿಯ ಹೆಸರನ್ನು ಕೂಗಿ ಹೇಳಿ ಕ್ರೀಡಾಂಗಣಕ್ಕೆ ಆಹ್ವಾನಿಸುತ್ತಿದ್ದಂತೆ ಜನರ ಗುಂಪಿನಲ್ಲಿ ನಿಂತಿದ್ದ ಆ ಹಿರಿಯ ಜೀವ ನಡುಗಿ ಹೋಗಿತ್ತು. ಪೆರಿಸ್ ಟ್ರಾಯ್ಗೆ ಹೊರಟು ನಿಂತಾಗ ಬೇಡವೆಂದು ವಿನಂತಿಸಿದ್ದ ಅವನ ಅಪ್ಪ ತಾನು ಅಲ್ಲಿರಲಾರದೆ ಅವನ ಹಿಂದೆಯೇ ಅವನೂ ಕುದುರೆಯೇರಿ ಬಂದು ಬಿಟ್ಟಿದ್ದ. ಈಗ ಅವನಲ್ಲಿ ನಡುಕ ಉಂಟು ಮಾಡಿದ್ದು ಪ್ರಯಾಮನ ಮಗನ ಹೆಸರು! ಅವನೇ **ಹೆಕ್ಟರ್!** ಟ್ರಾಯ್ ಪ್ರಾಂತ್ಯದ ಸೈನ್ಯಾಧಿಕಾರಿ. ಬಹು ಪರಾಕ್ರಮಿ.

ಹೆಕ್ಟರ್‌ನ ಕೀರ್ತಿ ಅದಾಗಲೇ ಸುತಮುತ್ತೆಲ್ಲ ಹರಡಿತ್ತು. ಕತ್ತಿವರಸೆಯಲ್ಲಿ ಅವನನ್ನು ಮೀರಿಸುವವರೇ ಇರಲಿಲ್ಲ. ಇದೆಲ್ಲಾ ತಿಳಿದೇ ಪೆರಿಸನ ಅಪ್ಪ ನಿಂತಲ್ಲೇ ಕುಸಿದಿದ್ದ. ರಾಜ ಮನೆತನದ ಪರಿಚಯವೇ ಇರದ ಪೆರಿಸನಿಗೆ ಮಾತ್ರ ಸೈನಿಕನೂ ಒಂದೇ ಸೈನ್ಯಾಧಿಕಾರಿಯೂ ಒಂದೇ. ಆದರೆ, ಈ ಬಾರಿ ಹೆಕ್ಟರ್ ನೊಂದಿಗೆ ಕಾದಾಡುವಾಗ ಮಾತ್ರ ಅವನು ಸಾಮಾನ್ಯರಂತಿಲ್ಲ ಎಂಬುದು ಗೊತ್ತಾಗಿತ್ತು. ಅಲ್ಲಿಗೂ ಅವನು 'ಅಪೋಲೋ' ದೇವತಾಂಶಸಂಭೂತನೆಂಬ ವದಂತಿಯೂ ಇತ್ತು. ಒಮ್ಮೆ ಹೆಕ್ಟರನ ಕೈ ಮೇಲಾದರೆ, ಮತ್ತೊಮ್ಮೆ ಪೆರಿಸ್ ಅವನನ್ನು ಕೆಳಗುರುಳಿಸಿರುತ್ತಿದ್ದ. ಅಲ್ಲಿಯವರೆಗೂ ಬೇರೆ ಬೇರೆ ಕುಸ್ತಿ ಪಟುಗಳೊಂದಿಗೆ ಕಾದಾಡಿದ್ದ ದಣಿವಿಗೋ ಏನೋ ಪೆರಿಸ್ ವರಸೆಗಳು ಕೊಂಚ ಇಳಿಮುಖವಾಗಿ ನೋಡು ನೋಡುತ್ತಿದ್ದಂತೇ ಹೆಕ್ಟರನ ಕೈ ಮೇಲಾಗುತ್ತಾ ಹೋಯಿತು. ಪ್ರಯಾಮ್ ದಂಪತಿಗಳು ಪುತ್ರನ ಪರಾಕ್ರಮವನ್ನು ನೋಡುತ್ತಾ ಹಿರಿ ಹಿರಿ ಹಿಗ್ಗುತ್ತಿದ್ದರೆ, ಪಕ್ಕದಲ್ಲಿ ಕೂತಿದ್ದ ಅವರ ಹಿರಿಯ ಪುತ್ರಿ ಕಸಾಂಡ್ರ ಮಣಮಣಗುಟ್ಟುತ್ತಾ ಕೈ ಕೈ ಹಿಸುಕಿಕೊಳ್ಳುತ್ತಿದ್ದಳು. ಮತ್ಯಾವುದೋ ಅನಾಹುತವನ್ನು ಕಂಡವಳಂತೆ ಕೂತಲ್ಲೇ ಬೆವೆತು ಹೋಗಿ ಒದ್ದಾಡುತ್ತಿದ್ದುದನ್ನು ಹೆಕೆಬೆ ಗಮನಿಸುತ್ತಲೇ ಅದನ್ನು ಪ್ರಯಾಮನ ಗಮನಕ್ಕೂ ತಂದಳು.

ಕಸಾಂಡ್ರ ದಳದಳನೇ ಬೆವೆಯುತ್ತಾ, "ಅವನು ಇಲ್ಲೇ ಇದ್ದಾನೆ. ಬೆಂಕಿ... ಬೆಂಕಿ..." ಎಂದು ತನಗೆ ತಾನೇ ಮಾತಾಡಿಕೊಳ್ಳುತ್ತಿರುವಂತೆ, ಕಣ್ಣುಗಳಲ್ಲಿ ಯಾವುದೋ ಭೀತಿ ಮಡುವುಗಟ್ಟಿತ್ತು. ಇದ್ದಕ್ಕಿದ್ದಂತೆ ಬದಲಾದ ಮಗಳ ವರ್ತನೆಯಿಂದ ಪ್ರಯಾಮ್ ಗಾಬರಿಯಾದ. ಅವಳು ತನಗಷ್ಟೇ ಕೇಳಿಸುವಂತೆ ಗೊಣಗಿಕೊಂಡಿದ್ದರೂ ಆ ಮಾತುಗಳು ಪ್ರಯಾಮನಿಗೂ ಕೇಳಿಸಿಬಿಟ್ಟಿತ್ತು. ಇಪ್ಪತ್ತು ವರ್ಷಗಳ ಹಿಂದೆಯೂ ಇದೇ ಮಾತು, ಇದೇ ರೀತಿ ವರ್ತಿಸಿದ್ದು

ನೆನಪಿಸಿಕೊಂಡು ವ್ಯಥೆ ಪಡುತ್ತಿರುವ ಹೊತ್ತಿಗೆ ಸರಿಯಾಗಿ ಕಸಾಂಡ್ರ ಇದ್ದಲ್ಲೇ ಎದ್ದು ನಿಂತು,

"ಹೆಕ್ಟರ್! ಅವನನ್ನು ಸಾಯಿಸು... ಸಾಯಿಸು" ಎಂದು ಹುಚ್ಚಿಯಂತೆ ಕೂಗತೊಡಗಿದಳು. ಹೆಕ್ಟರ್ ಅಲ್ಲಿ ತನ್ನ ಸಹೋದರಿಗೆ ಏನಾಯಿತು ಎಂಬುದು ಅರ್ಥವಾಗದಿದ್ದರೂ ಇಲ್ಲಿಯವರೆಗೆ ಅನೇಕ ಟ್ರೋಜನ್ನರನ್ನು ಸಾಯಿಸಿದ ಪೆರಿಸನ ಎದೆ ಸೀಳಲಂತೂ ಕಾಯುತ್ತಿದ್ದ. ಅಷ್ಟರಲ್ಲಿ ಮತ್ತೊಮ್ಮೆ ಕತ್ತಿನ ನರಗಳೆಲ್ಲಾ ಕಿತ್ತು ಬರುವಂತೆ,

"ಹೆಕ್ಟರ್ ಅವನನ್ನು ಬಿಡಬೇಡ... ಸಾ...ಯಿಸು..." ಎಂದು ಅರಚಿದಳು.

ಇಲ್ಲಿಯವರೆಗೆ ರಕ್ತಸಿಕ್ತ ಪಂದ್ಯಾವಳಿಗಳನ್ನು ನೋಡಿದ ಅವಳ ಮನಸ್ಸಿಗೆ ಘಾಸಿಯಾಗಿ ಹೀಗೆ ಹುಚ್ಚುಚ್ಚಾಗಿ ವರ್ತಿಸುತ್ತಿರಬಹುದೆನ್ನಿಸಿ ಅವಳನ್ನು ಸಮಾಧಾನ ಪಡಿಸುವಂತೆ ಪ್ರಯಾಮ್ ತನ್ನ ಪತ್ನಿಗೆ ತಿಳಿಸಿದ. ಇದನ್ನೆಲ್ಲಾ ದೂರದಿಂದಲೇ ಗಮನಿಸುತ್ತಿದ್ದ ಪೆರಿಸನ ತಂದೆ ಓಡೋಡಿ ಪ್ರಯಾಮ್ ಕುಳಿತಿದ್ದ ಜಾಗಕ್ಕೆ ಬಂದ. ಹೇಗಾದರೂ ಮಾಡಿ ಪೆರಿಸನನ್ನು ಉಳಿಸ ಬೇಕಿತ್ತು. ಕಸಾಂಡ್ರ ಕೂಗುತ್ತಲೇ ಇದ್ದಳು. ಹೆಕ್ಟರ್ ಈ ಬಾರಿ ಅಕ್ಕನ ಕೂಗನ್ನು ಗಂಭೀರವಾಗಿ ಪರಿಗಣಿಸಿದಂತಿತ್ತು.

ಇನ್ನು ತಡಮಾಡಿದರೆ ಅನರ್ಥ ಕಟ್ಟಿಟ್ಟ ಬುತ್ತಿ ಎನ್ನಿಸಿದ್ದೇ ತಡ, ಆ ಮುದುಕ ನಡುಗುತ್ತಲೇ ಪ್ರಯಾಮ್ ಕಿವಿಯ ಬಳಿ ಏನೋ ಹೇಳಿ, ರೇಷ್ಮೆಯ ಬಟ್ಟೆಯ ತುಂಡನ್ನೂ ಮತ್ತು ತನ್ನದೊಂದು ಉಂಗುರವನ್ನೂ ಕೊಟ್ಟು ಕಾತುರನಾಗಿ ನಿಂತ. ಅವನ ಕೈ ಕಾಲುಗಳು ಥರಥರ ನಡುಗುತ್ತಿದ್ದವು. ಒಂದೋ ಮಗನ ಪ್ರಾಣ ಹೋಗಬೇಕು ಇಲ್ಲವೇ ತನ್ನ ಪ್ರಾಣ. ಅದೂ ಪ್ರಯಾಮ್ ಕೈಯಲ್ಲೇ ಇಲ್ಲೆ ಈಗಲೇ ಹೋದರೂ ಹೋಗಬಹುದು ಎನ್ನುವ ಭೀತಿ ಅವನ ಕಣ್ಣುಗಳಲ್ಲಿ ಎದ್ದು ಕಾಣುತ್ತಿತ್ತು. ಅಂತಹ ವಿಷಮ ಪರಿಸ್ಥಿತಿಯಲ್ಲಿ ಹೀಗೆ ಇದ್ದಕ್ಕಿದ್ದಂತೆ ಅಡ್ಡ ಬಂದವನನ್ನು ಒಮ್ಮೆ ತಾತ್ಸಾರದಿಂದ ನೋಡಿ ಆಚೆ ಅಟ್ಟಬೇಕು ಎನ್ನುವಷ್ಟರಲ್ಲೇ ಅವನ ಕಣ್ಣಗಳನ್ನು ಎಲ್ಲೋ ನೋಡಿದಂತೆನಿಸಿತು, ಆ ನೋಟ ಅಷ್ಟೇ ಪರಿಚಿತವೆನಿಸಿ, ಅವನು ಕೈಯಲ್ಲಿ ಹಿಡಿದು ಒಮ್ಮೆ ಪರಾಂಬರಿಸಬೇಕೆಂಬ ಅವನ ದೀನ ನೋಟಕ್ಕೆ ಸೋತು, ಕುತೂಹಲದಿಂದ ಪ್ರಯಾಮ್ ಆ ಬಟ್ಟೆಯ ತುಂಡು ಮತ್ತು ಉಂಗುರದ ಕಡೆ ಕಣ್ಣಾಡಿಸಿದ ಅವನ ಕಣ್ಣುಗಳು ಏನೋ ಪರಿಚಯವನ್ನು ಗುರುತಿಸಿದವನಂತೆ ನಿಗಿನಿಗಿ ಮಿಂಚಿದವು.

"ಅಜಿಲೇಯಸ್!" ಅವನ ಬಾಯಿಂದ ಅವನಿಗೆ ಅರಿವಿಲ್ಲದ್ದಂತೆ ಆ ಹೆಸರು ಹೊರಬಂದಿತ್ತು. ಮುದುಕ 'ಹ್ಞೂಂ' ಎಂಬಂತೆ ತಲೆಯಾಡಿಸಿದ. ಇಬ್ಬರ ನಿಟ್ಟುಸಿರೂ ಕೂಡಿ, ಕಣ್ಣುಗಳೂ ತುಣುಕಿದವು.

ಇತ್ತ ಇಬ್ಬರಿಗೂ ಸರಿ ಸಮನಾಗಿ ಕಾದಾಡುತ್ತಿದ್ದು ಹೆಕ್ಟರ್ ಇನ್ನೇನು ಕತ್ತಿ ಎತ್ತಿ ಪೆರಿಸನ ಎದೆಯನ್ನು ಇರಿದು ಸಾಯಿಸಬೇಕು,

"ನಿಲ್ಲಿಸು ಹೆಕ್ಟರ್" ಎಂದು ಪ್ರಯಾಮ್ ಕೂಗಿದ್ದ. ರಾಜನ ಕೂಗಿಗೆ ಇಡೀ ಕ್ರೀಡಾಂಗಣ ಪ್ರತಿಧ್ವನಿಸಿ, ಅಲ್ಲಿಯವರೆಗೂ ಹುಚ್ಚೆದ್ದು ಕೂಗುತ್ತಿದ್ದ, ಈ ಯುದ್ಧ ಏನಾಗುವುದೋ ಎಂಬಂತೆ ಭಯದಿಂದ ಕಿರಚಾಡುತ್ತಿದ್ದ ಇಡೀ ಕ್ರೀಡಾಂಗಣ ಒಮ್ಮೆಲೆ ನಿಶ್ಶಬ್ದವಾಯಿತು.

"ನಿಲ್ಲಿಸು ಹೆಕ್ಟರ್... ಕೊಲ್ಲ ಬೇಡ. ಅವನು ನಿನ್ನ ತಮ್ಮ ಅಲೆಕ್ಸಾಂಡರ್. ಹುಟ್ಟಿದ ದಿನವೇ ಆ ದೇವರು ನಮ್ಮಿಂದ ದೂರ ಮಾಡಿದ, ನನ್ನ ಮಗ ಅಲೆಕ್ಸಾಂಡರ್" ಎಂದು ಇಡೀ ಕ್ರೀಡಾಂಗಣಕ್ಕೆ ಕೇಳಿಸುವಂತೆ ಹೇಳಿದ. ರಾಣಿ ಹೆಕೆಬೆಯತ್ತ ತಿರುಗಿ,

"ಹೌದು... ಅಲೆಕ್ಸಾಂಡರ್ ಸತ್ತಿಲ್ಲ... ಬದುಕಿದ್ದಾನೆ. ನಮ್ಮ ಕಣ್ಮುಂದೆ ಆಗಿನಿಂದಲೂ ಕಾದಾಡುತ್ತಿರುವ ಈ ಪೆರಿಸ್ ಬೇರೆ ಯಾರೋ ಅಲ್ಲ. ಅವನು ನಮ್ಮ ಅಲೆಕ್ಸಾಂಡರ್... ಇವನು ಅಜಿಲೇಯಸ್. ನಮ್ಮ ಆತ್ಮೀಯ ಸೇವಕ." ಪ್ರಯಾಮ್ ಅವನನ್ನು ಗುರುತು ಹಿಡಿದಿದ್ದ. ಇನ್ನೂ ಅನುಮಾನಿಸುತ್ತಿದ್ದ ಪತ್ನಿಯೆಡೆಗೆ ತಿರುಗಿ,

"ಇಲ್ಲಿ ನೋಡು, ಇದು ಅವನು ಸೇವೆಯಲ್ಲಿದ್ದಾಗಿನ ರಾಜ ಅಂಕಿತದ ಅವನ ಗುರುತಿನ ಉಂಗುರ. ಪೆರಿಸ್ ನಮ್ಮ ಮಗು... ನೀನೇ ಪ್ರೀತಿಯಿಂದ ನಾಮಕರಣ ಮಾಡಿದ ಅಲೆಕ್ಸಾಂಡರ್" ಎಂದು ಹೇಳಿ ಕ್ರೀಡಾಂಗಣಕ್ಕೆ ಓಡೋಡಿ ಹೋದನು. ಹಿಂದೆಯೇ ರಾಣಿಯೂ ಕೂಡ ಆನಂದ ಭಾಷ್ಪ ಸುರಿಸುತ್ತಾ ಓಡಿದಳು. ಇತ್ತ ಕಸಾಂಡ್ರ ಮಾತ್ರ ಬಡಬಡಿಸುತ್ತಲೇ ಇದ್ದಳು.

ಪ್ರಯಾಮ್ ಇಷ್ಟು ದಿನದ ಪಶ್ಚಾತ್ತಾಪವನ್ನೆಲ್ಲಾ ಒಮ್ಮೆಲೆ ಕಳೆದುಕೊಂಡವನಂತೆ ಪರಮಸಂತೋಷದಿಂದ ಮಗನನ್ನು ಆಲಂಗಿಸಿಕೊಂಡನು. ಏನು ನಡೆಯುತ್ತಿದೆ ಎಂದು ಅರ್ಥವಾಗದವನಂತೆ ನಿಂತಿದ್ದ ಪೆರಿಸನನ್ನು ಅಜಿಲೇಯಸ್ ಅಪ್ಪಿ ಅವನು ಅವರ ಮಗ ಎಂಬ ಸತ್ಯವನ್ನು ತಿಳಿಸಿದ. ಆದರೂ ನಂಬಲಾರದವನಂತೆ ನಿಂತಿದ್ದ ಪೆರಿಸನನ್ನು ದೊಡ್ಡ ಮೆರವಣಿಗೆಯೊಂದಿಗೆ ಅರಮನೆಗೆ ಕರೆದುಕೊಂಡು ಹೋದ ಪ್ರಯಾಮ್ ಮಗನ ಪುನರ್ ಆಗಮನದ ಖುಷಿಗಾಗಿ ಎಲ್ಲಾ ದೇವಾಲಯಗಳಲ್ಲಿ ಪೂಜೆ ಪ್ರಾರ್ಥನೆಗಳನ್ನು ಸಲ್ಲಿಸಿ, ಗೂಳಿಯ ಬಲಿಗಳನ್ನು ಕೊಡಿ ಎಂದು ಆದೇಶಿಸಿದ.

ಮಗಳ ಎಚ್ಚರಿಕೆಯ ಮಾತುಗಳನ್ನು ಕೇಳುತ್ತಾ ಬೆಟ್ಟದಂತೆ ಬೆಳೆದು ನಿಂತಿದ್ದ ಸರ್ವಲಕ್ಷಣ ಸಂಪನ್ನನನ್ನು ಮತ್ತೊಮ್ಮೆ ಕಳೆದುಕೊಳ್ಳಲು ಸಿದ್ಧನಿರದ ಪ್ರಯಾಮ್ ಅವಳ ಬಡಬಡಿಕೆಯನ್ನು ಸಂಪೂರ್ಣವಾಗಿ ನಿರ್ಲಕ್ಷಿಸಿಬಿಟ್ಟ.

ಆದರೆ ಅಂದು ರಾತ್ರಿಯೇ ರಾಜಪುರೋಹಿತ ಲಿತೋಸ್ ತಾನು ಅರ್ಪಿಸಿದ ಬಲಿ ಅಂದಿನಂತೆ ಮತ್ತೆ ಇಂದು ಕೂಡ ಕಪ್ಪು ರಕ್ತವನ್ನು ಹರಿಸಿತು ಎಂದು ಎಚ್ಚರಿಸಿದನು. ಆದರೆ, ಮಗನ ಪುನರಾಗಮನದಿಂದ ಸಂತೋಷಗೊಂಡಿದ್ದ ಸತಿಪತಿಯಿಬ್ಬರೂ ಆ ಮಾತಿಗೆ ಬೆಲೆ ಕೊಡದೆ ಅವನನ್ನೇ ಬೈದು ಆ ಸರಿರಾತ್ರಿಯಲ್ಲೇ ಅವನನ್ನು ಹೊರಗಟ್ಟಿಬಿಟ್ಟರು.

ಅದೇ ಸಮಯಕ್ಕೆ ಸರಿಯಾಗಿ ನೂರಾರು ಪ್ರಶ್ನೆಗಳೊಂದಿಗೆ ಅಲ್ಲಿಗೆ ಬಂದ ಪೆರಿಸನನ್ನು ಕಂಡೊಡನೆ ಹೆಕೆಬೆ ಆಲಿಂಗಿಸಿಕೊಂಡು 'ನನ್ನ ಮಗ, ನನ್ನ ಮಗ' ಎಂದು ಲೊಚಲೊಚನೆ ಮುತ್ತಿಟ್ಟಳು.

"ಇಲ್ಲ... ನಾನು ನಂಬಲ್ಲ. ನಾನು ಅಚೆಲೀಯಸ್ ಮಗ. ಒಬ್ಬ ಕುರಿ ಕಾಯುವವನು... ನಿಜಕ್ಕೂ ನಾನು ನಿಮ್ಮ ಮಗನಾಗಿದ್ದರೆ ಇಡಾ ಬೆಟ್ಟದಲ್ಲಿ ಹೇಗಿರುತ್ತಿದ್ದೆ? ಹೆಕ್ಟರ್ ಜೊತೆ ಇಲ್ಲಿಯೇ ನಿಮ್ಮೊಂದಿಗೆ ಇರುತ್ತಿರಲಿಲ್ಲವೇ? ಅಲ್ಲಿಗೆ ನಾನು ನಿಮ್ಮ ಮಗನಲ್ಲ. ನೀವು ನನ್ನ ತಂದೆಯೂ ಅಲ್ಲ. ಅವನು ನನ್ನ ತಂದೆ. ಅಚೆಲೇಯಸ್" ಎಂದು ದೂರದಲ್ಲಿ ನಿಂತಿದ್ದ ಅಚೆಲೇಯಸ್ ಕಡೆಗೆ ಪ್ರೀತಿಯಿಂದ ಕೈ ತೋರಿಸಿದ. ಆದರೆ, ಅಚೆಲೇಯಸ್ ಏನೂ ಮಾತಾಡದೆ ತಲೆಯನ್ನು ಕೆಳಹಾಕಿದ.

"ಅಚೆಲೇಯಸ್ ಖಂಡಿತವಾಗಿಯೂ ನಿನ್ನ ತಂದೆಯೇ... ನಿನ್ನ ಸಾಕು ತಂದೆ. ನೀನು ನನ್ನ ಮಗ. ದೊರೆ ಪ್ರಯಾಮ್ನ ಮಗ. ಟ್ರಾಯ್ ನಗರದ ರಾಜಕುಮಾರ. ನೀನು ಹಸುಗೂಸಾಗಿರುವಾಗ ಅರಮನೆಯ ಕಿಟಕಿಯಿಂದ ನಿನ್ನನ್ನು ತೋಳವೊಂದು ಹೊತ್ತೊಯ್ದಿತ್ತು. ಅಚೆಲೇಯಸ್ ನಿನ್ನನ್ನು ಬದುಕಿಸಿ, ಅವನ ಮಗನಂತೆ ಸಾಕಿದ್ದಾನೆ. ಇಡೀ ಟ್ರೋಜನ್ನರ ಮೇಲೆ ಅವನ ಋಣವಿದೆ. ಇಷ್ಟೇ ನಡೆದಿದ್ದು" ಎಂದು ಎದೆಯುಬ್ಬಿಸಿ ಹೇಳಿದ ಪ್ರಯಾಮನ ಕಣ್ಣುಸನ್ನೆಗೆ ಅಚೆಲೇಯಸ್ ಹೌದು ಎನ್ನುವಂತೆ ತಲೆ ಹಾಕಿ ಮುಂದೆ ಬಂದು, ಕಸಾಂಡ್ರಾಳ ಮತ್ತು ರಾಜ ಪುರೋಹಿತ ಲಿಥೋಸನ ಮಾತನ್ನು ನಂಬಿ ನಿನ್ನನ್ನು ಸಾಯಿಸಲು ಅಚೆಲೀಯಸ್ ಕೈಗೆ ಕೊಟ್ಟಿದ್ದೆವು ಎಂದು ಸತ್ಯ ಹೇಳಲು ಪ್ರಯಾಮ್ ಮನಸ್ಸು ಒಪ್ಪಲಿಲ್ಲ. ಸಂಬಂಧ ಹೊಂದಿಕೊಂಡರೂ ಅದು ಎಲ್ಲರ ಮನಸ್ಸನ್ನು ಬೆಸೆಯುವ ಬದಲು, ಬಿರುಕು ಮೂಡಿಸುತ್ತದೆ ಎಂದಾದರೆ ಅಂತಹ ಸತ್ಯದಿಂದ ಏನು ಲಾಭ ಎನ್ನುವುದೇ ವಾಸ್ತವವಾದಾಗ ಅಂತಹ ಸತ್ಯವನ್ನು ಬಿಚ್ಚಿಡುವುದಕ್ಕಿಂತ ಮುಚ್ಚಿಡುವುದೇ ಒಳಿತು ಎಂದು ಪ್ರಯಾಮ್ ಆಲೋಚಿಸಿದಂತಿತ್ತು. ಹೇಳುವ ಒಂದು ಸುಳ್ಳಿಂದ ಎಲ್ಲರಿಗೂ ಹಿತವಾಗಬೇಕಾದರೆ, ಅಂತಹ ಸುಳ್ಳಿನ ಜವಾಬ್ದಾರಿಯನ್ನು ತಾನೇ ತೆಗೆದುಕೊಳ್ಳುವೆ ಎಂದು ಕೂಡ ನಿರ್ಧರಿಸಿದಂತಿತ್ತು.

"ನಾನಿನ್ನು ಬರುತ್ತೇನೆ ರಾಜಕುಮಾರ ಅಲೆಕ್ಸಾಂಡರ್" ಎಂದು ಸಾಂಪ್ರದಾಯಿಕವಾಗಿ ತಲೆ ಬಾಗಿ ವಂದಿಸಿದವನೇ ಅಚೆಲೀಯಸ್ ಅಲ್ಲಿಂದ

ಹೊರ ಹೋದ. ಪೆರಿಸ್ ಕಣ್ಣು ತುಂಬಿ ಬಂದಿತು. ಏನು ಮಾಡಬೇಕು ತೋಚದಾಯಿತು. ಅವನಿಗೆ ಬೆನ್ನು ಮಾಡಿ ಹೊರಟವನ ಹಿಂದೆಯೇ ಓಡಿ ಹೋದ ಪೆರಿಸ್ ಅವನನ್ನು ಹಿಂದಿನಿಂದಲೇ ಅಪ್ಪಿ ಹಿಡಿದ. ಇಬ್ಬರ ಹೃದಯಗಳು ಹೇಳಲಾರದಷ್ಟು ಭಾರವಾಗಿದ್ದವು ಎಂಬುದು ಇಬ್ಬರ ಭಾರವಾದ ನಿಟ್ಟುಸಿರುಗಳೇ ಹೇಳುತ್ತಿದ್ದವು. ಇಬ್ಬರ ಮನದಲ್ಲೂ ನೂರಾರು ಮಾತುಗಳಿದ್ದರೂ ಹೊರಬಾರದೆ ಕೇವಲ ಕಂಬನಿಯೇ ಅದರ ಭಾಷ್ಯವಾದಂತೆ ಅದು ಇಬ್ಬರಿಗೂ ವೇದ್ಯವಾದಂತೆ ಒಳಗೊಳಗೆ ಚಡಪಡಿಸಿದರು. ಒಲ್ಲದ ಮನಸ್ಸಿನಿಂದ ಆದರೆ ತನ್ನ ಕರ್ತವ್ಯ ಪಾಲನೆ ಮಾಡಿದೆ ಎಂಬ ಸಂತೋಷದೊಂದಿಗೆ ಅಜೆಲೇಯಸ್ ಮಗನ ಆಲಿಂಗನ ಸಡಿಲಿಸಿ, ಮತ್ತೊಮ್ಮೆ ವಿದಾಯ ಹೇಳಿ ಹೊರಟ. ಕತ್ತಲಲ್ಲಿ ಕರಗಿ ಹೋಗುವವರೆಗೂ ನೋಡುತ್ತಲೇ ನಿಂತಿದ್ದ ಪೆರಿಸ್‌ಗೆ ದೂರದಲ್ಲಿ ಅಫ್ರೊಡೈಟಿ ಇವನನ್ನು ನೋಡಿ ಸಂತಸದಿಂದ ಮುಗುಳ್ನಕ್ಕಂತಾಯಿತು. ಮತ್ತೊಮ್ಮೆ ಸರಿಯಾಗಿ ನೋಡುವುದರೊಳಗೆ ಅವಳು ಮಾಯವಾಗಿದ್ದಳು.

ಹೆಲೆನ್

ಪ್ರಯಾಮನದ್ದು ತುಂಬು ಕುಟುಂಬ. ಮೂವರು ಹೆಂಡತಿಯರು, ಅನೇಕ ಮಂದಿ ಮಕ್ಕಳು. ಮಕ್ಕಳೆಲ್ಲಾ ವೀರರು, ಧೀರರು ಬಲು ಪ್ರಖ್ಯಾತರು. ಅವನ ರಾಜ್ಯವಾದರೋ ಸಂಪದ್ಭರಿತವಾಗಿತ್ತು. ಸುತ್ತ ಮುತ್ತಲಿನ ಅನೇಕ ದೇಶ ವಿದೇಶಗಳೊಂದಿಗೆ ವ್ಯಾಪಾರ ಸಂಪರ್ಕದಲ್ಲಿದ್ದ ಟ್ರಾಯ್ ಪ್ರಮುಖ ವಾಣಿಜ್ಯ ಕೇಂದ್ರವಾಗಿತ್ತು. ಅಲ್ಲಿನ ಪ್ರಜೆಗಳು ಅತ್ಯಂತ ಸುಖವಾಗಿದ್ದರು. ಇದಕ್ಕೆಲ್ಲ ಕಾರಣ ಪ್ರಯಾಮ್ ಮತ್ತು ಅವನ ದಕ್ಷ ಆಡಳಿತವೆಂಬುದು ನಿಜವೇ ಆಗಿದ್ದರೂ ಅವರನ್ನು ಕಾಪಾಡುತ್ತಿದ್ದುದು ದೇವ ಶಿಲ್ಪಿಯಿಂದ ನಿರ್ಮಿತವಾದ ಆ ಕೋಟೆ ಎಂಬುದು ಎಲ್ಲರಿಗೂ ತಿಳಿದ ಸತ್ಯವೇ ಆಗಿತ್ತು. ಕೋಟೆ ಎಂದರೆ ಅದೇನು ಸಾಮಾನ್ಯ ಕೋಟೆಯೇ? ಮನುಷ್ಯ ಮಾತ್ರರಿಂದ ಭೇದಿಸಲಾಗದಂತಹ ಸುಭದ್ರವಾದ ಕೋಟೆ. ಅದರ ರಕ್ಷಣೆಯಲ್ಲಿ ಟ್ರಾಯ್ ನೆಮ್ಮದಿಯಲ್ಲಿ ಉಸುರಾಡುತ್ತಿತ್ತು.

ಅಂದು ರಾತ್ರಿಯ ರಾಜ ಭೋಜನದಲ್ಲಿ ಪೆರಿಸನನ್ನು ರಾಜ ಕುಟುಂಬಕ್ಕೆ ಸ್ವಾಗತಿಸಲಾಯಿತು. ಅವನನ್ನು ಒಂದು ಶಾಪವೆಂದು ಪರಿಗಣಿಸಿದ್ದ ಸಂಗತಿ ಕಸಾಂಡ್ರಳ ಜೊತೆ ಅಲ್ಲಿ ಇನ್ನೂ ಕೆಲವು ಮಂದಿಗೆ ಗೊತ್ತಿತ್ತು. ಅವರೆಲ್ಲಾ ಪೆರಿಸನ ಆಗಮನದಿಂದ ಬೇಸರಗೊಂಡಿದ್ದರು. ಆದರೆ ಯಾರೂ ಪ್ರಯಾಮನ ವಿರುದ್ಧ ಮಾತಾಡರು. ಅದು ಅವನು ಗಳಿಸಿದ್ದ ಗೌರವವನ್ನು ಸೂಚಿಸುತ್ತಿತ್ತು,

ರಾಜನೆಂದಲ್ಲ ಅದನ್ನು ಅವನು ಪ್ರೀತಿಯಿಂದಲೇ ಸಂಪಾದಿಸಿದ್ದ. ಇಲ್ಲದೇ ಹೋಗಿದ್ದಲ್ಲಿ ಅಷ್ಟು ದೊಡ್ಡ ರಾಜ ಪರಿವಾರವನ್ನು ಸಂಭಾಳಿಸುವುದು ಸುಲಭದ ಮಾತೇನಾಗಿರಲಿಲ್ಲ. ಇದ್ದುದರಲ್ಲಿ ಸ್ವಲ್ಪ ನಿಷ್ಠುರವಾಗಿ ಮಾತಾಡುತ್ತಿದ್ದವಳು **"ಆಂಡ್ರಮೋಖಿ"** ಮಾತ್ರ. ಅವಳು ಹೆಕ್ಟರ್‌ನ ಪತ್ನಿ. ಬಹಳ ಕಾಲದ ನಂತರ... ಬಹಳ ಔಷಧೋಪಚಾರಗಳ ನಂತರ... ಅವಳು ಒಂದು ಗಂಡು ಮಗುವಿಗೆ ತಾಯಿಯಾಗಿದ್ದಳು. ಮುಂದಿನ ಟ್ರಾಯ್ ವಾರಸುದಾರನೆಂದೇ ನಂಬಿದ್ದ ಅವಳಿಗೆ, ಪೆರಿಸನ ಆಗಮನ ಎಲ್ಲಾ ರೀತಿಯಲ್ಲೂ ಭಯವನ್ನುಂಟು ಮಾಡಿತ್ತು. ಪಟ್ಟದ ಭಯ ಒಂದು ಕಡೆಯಾದರೆ, ಅವನಿಂದ ಟ್ರಾಯ್ ನಗರಕ್ಕೆ ಕಂಟಕ ಎನ್ನುವ ಭವಿಷ್ಯ ಇನ್ನೊಂದು ಕಡೆಯಿಂದ ಒತ್ತರಿಸಿ ಅವಳು ಅವನನ್ನು ಅಗತ್ಯಕ್ಕಿಂತಲೂ ತುಸು ಹೆಚ್ಚೇ ದ್ವೇಷಿಸುತ್ತಿದ್ದಳು. ಆದರೆ ಸಂಭಾವಿತನಾದ ಆಕೆಯ ಪತಿ ಹೆಕ್ಟರ್, ಅವಳ ಮಾತಿಗೆ ಗಮನ ಕೊಡದೆ ತಂದೆಯ ಆದೇಶಗಳನ್ನಷ್ಟೇ ಪಾಲಿಸುತ್ತಿದ್ದ. ಅವನು ಒಬ್ಬ ಅಪ್ಪಟ ಸೈನ್ಯಾಧಿಕಾರಿ! ಟ್ರಾಯ್ ಸಂರಕ್ಷಣೆಗಾಗಿ, ತನ್ನ ಪರಿವಾರಕ್ಕಾಗಿ ಏನೂ ಮಾಡಲು ಸಿದ್ಧ! ಅಂತೆಯೇ ತಂದೆಯ ಆದೇಶದಂತೆ ಪೆರಿಸ್ ಈಗ ಹೆಕ್ಟರನ ಸುಪರ್ದಿಯಲ್ಲಿದ್ದ.

ಎಲ್ಲರ ಪರ–ವಿರೋಧದ ನಡುವೆಯೇ ಪೆರಿಸ್ ಅರಮನೆಯಲ್ಲಿ ಹೊಂದಿಕೊಳ್ಳತೊಡಗಿದ. ದಿನಗಳು ಕಾಲದಂತೆ ಉರುಳಿ ಹೋದವು. ಪೆರಿಸ್ಗೆ ರಾಜಮನೆತನದ ಕೆಲವು ನಿಯಮಗಳನ್ನು ಹಾಗೂ ಯುದ್ಧ ತರಬೇತಿಗಳನ್ನು ಕಲಿಸುವ ಜವಾಬ್ದಾರಿಯನ್ನು ಹೆಕ್ಟರ್ನಿಗೆ ಒಪ್ಪಿಸಲಾಯಿತು. ಹೆಕ್ಟರ್ ತಂದೆಯ ಮಾತನ್ನು ಮೀರುವವನಲ್ಲ ಎಂಬುದು ಪ್ರಯಾಮ್ಗೆ ಗೊತ್ತು. ಹಾಗೆಯೇ ಅವನಿಗೆ ಸಮುದ್ರ ವ್ಯಾಪಾರದಲ್ಲೂ ಒಂದಿಷ್ಟು ಜ್ಞಾನವನ್ನು ಕೊಡಬೇಕು ಎಂದು ಹೇಳಿಟ್ಟನು. ಪೆರಿಸನಿಗೆ ಎಲ್ಲವೂ ಅಯೋಮಯ. ಅವನೀಗ ಕಾಲ ಕರೆದುಕೊಂಡು ಹೋಗುವ ಕಡೆಗೆ ಹೋಗುವ ನಿರ್ಧಾರ ಮಾಡಿದಂತಿತ್ತು. ರಾಜ ಶಾಸ್ತ್ರದೊಂದಿಗೆ, ಬಿಲ್ಲು ವಿದ್ಯೆ, ಕತ್ತಿವರಸೆ ಅವನ ಪ್ರಿಯವಾದ ಕುದುರೆ ಸವಾರಿಯ ಮೇಲೆ ಭಲ್ಲೆ ಎಸೆತ ಮುಂತಾದ ಎಲ್ಲಾ ಯುದ್ಧ ಕಲೆಗಳಲ್ಲೂ ತರಬೇತಿ ಬಹಳ ಜೋರಾಗಿಯೇ ನಡೆಯಹತ್ತಿತು. ವರ್ಷಗಳು ಉರುಳುತ್ತಲೇ ಹೋದವು.

ಕೆಲವು ದಿನಗಳ ನಂತರ, ಶಸ್ತ್ರಾಭ್ಯಾಸ ಮಾಡುತ್ತಿದ್ದ ಪೆರಿಸನನ್ನು ಹುಡುಕುತ್ತಾ ಬಂದ ಹೆಕ್ಟರ್,

"ಪೆರಿಸ್... ತಂದೆಯವರು ನಿನ್ನನ್ನು ಈಗಿಂದೀಗಲೇ ಕರೆದು ಕೊಂಡು ಬರಲು ತಿಳಿಸಿದ್ದಾರೆ. ನೀನು ಟ್ರಾಯ್ ದೂತನಾಗಿ ಸ್ಪಾರ್ಟಾಗೆ ತೆರಳಬೇಕಂತೆ" ಎಂಬ ವಿಷಯವನ್ನು ತಿಳಿಸಿದನು.

"ಯಾಕೆ?" ಏನು ಅರಿಯದ ಪೆರಿಸ್ ಕೇಳಿದ್ದ.

"ಯಾಕೆಂದರೆ, ಬೈಝಾಂಟಿಯಮ್ ನಿಂದ ಆಮದಾಗುವ ರೇಷ್ಮೆ ಮತ್ತು ಮಸಾಲ ಪದಾರ್ಥಗಳನ್ನು ನಾವು ನಿಯಂತ್ರಿಸುತ್ತಿದ್ದೇವೆ. ಅಂದರೆ, ನಮ್ಮ ದೇಶ ಒಳ್ಳೆಯ ಆಯಕಟ್ಟಿನ ಜಾಗದಲ್ಲಿರುವುದರಿಂದ, ಅವರ ಕಪ್ಪು ಸಮುದ್ರಕ್ಕೆ ಹೋಗುವ ಹಾದಿಗೆ ನಾವು ಅಡ್ಡವಾಗಿದ್ದೇವೆ. ಇದರಿಂದಾಗಿ ಅವರುಗಳು ಪೂರ್ವದೇಶಗಳಿಂದ ಆಮದಾಗುತ್ತಿರುವ ಸರಕು ಸಾಮಾಗ್ರಿಗಳಿಗೆ ಒಂದಕ್ಕೆರೆಡರಷ್ಟು ತೆರಿಗೆಯನ್ನು ತೆರುತ್ತಿದ್ದಾರೆ. ಇನ್ನೆಷ್ಟು ದಿನ ಹೀಗೆ ಒಂದಕ್ಕೆರಡರಷ್ಟು ತೆರಿಗೆ ಕೊಡುವುದು ಎಂದು ಕೋಪಗೊಂಡಿರುವ ಮೆನಿಲೇಯಸ್ ಮತ್ತು ಅಗಮೆಮ್ನನ್ ಟ್ರಾಯ್ ಮೇಲೆ ಆಕ್ರಮಣ ಮಾಡುವ ಸಾಧ್ಯತೆಯಿದೆ. ನೀನು ಹೋಗಿ ನಿನ್ನ ಚಾಣಾಕ್ಷತೆಯಿಂದ ಅವರ ಮನ ಒಲಿಸಿ, ಯುದ್ಧದ ವಿಚಾರವನ್ನು ಅವರ ತಲೆಯಿಂದ ತೆಗೆದು ಹಾಕಿ ಬರಬೇಕು."

"ಯಾರು ಅಗಮೆಮ್ನನ್?"

"ಮೆನೆಲೀಯಸ್ ಅಣ್ಣ... ಮೈಸಿನಿಯಾದ ದೊರೆ. ಬಹು ಪರಾಕ್ರಮಿ. ಸಹೋದರರಿಬ್ಬರೂ ನಮ್ಮ ಟ್ರಾಯ್ಗೆ ಎಂದಿನಿಂದಲೂ ಅಪಾಯವೇ. ಹಾಗಾಗಿ ಈ ಮಾತುಕತೆ ಅವಶ್ಯ, ಮತ್ತು ತಂದೆಯವರು ನೀನೂ ಇದನ್ನು ಅರಿಯಬೇಕು ಎಂದು ನಿನ್ನನ್ನು ಕಳುಹಿಸುತ್ತಿದ್ದಾರೆ. ಈಗಿಷ್ಟು ಸಾಕು. ಬಾ..." ಎಂದು ಅವಸರಿಸಿದ ಹೆಕ್ಟರ್. ಈಗ ಹೆಕ್ಟರ್ ಪೆರಿಸನಿಗೆ ಅಣ್ಣನಿಗಿಂತ ಸ್ನೇಹಿತನಂತಾಗಿದ್ದಾನೆ.

ಪೆರಿಸ್ ಬಲು ಉತ್ಸುಕನಾಗಿದ್ದ. ಅವನ ಉತ್ಸುಕತೆ ಇದು ಅವನ ಪ್ರಥಮ ರಾಜಕಾರಣವೆಂದೋ... ಅಥವಾ ಅಷ್ಟು ದಿನಗಳ ಕಾಲ ಅರಮನೆಯಲ್ಲಿ ಬಂಧಿಯಾಗಿದ್ದು ಈ ನೆಪದಿಂದಲಾದರೂ ಈಗ ಒಂದಿಷ್ಟು ತಿರುಗಾಡಲು ಅವಕಾಶ ಸಿಕ್ಕಿತು ಎಂಬುದಕ್ಕೋ ಒಟ್ಟಿನಲ್ಲಿ ಅತ್ಯಂತ ಸಂತುಷ್ಟನಾಗಿದ್ದ. ಅಫ್ರೊಡೈಟಿಯು ಅವನಿಗೆ ಆಗಾಗ್ಗೆ ಕಾಣಿಸಿಕೊಳ್ಳುತ್ತಿದ್ದಳು. ಅವಳು ಹಾಗೆ ಕಂಡ ದಿನವೆಲ್ಲಾ ಏನೋ ಮಹತ್ತರವಾದದ್ದು ಘಟಿಸುತ್ತಿತ್ತು. ಇಂದು ಕೂಡ ಮರದ ಹಿಂದೆ ಅವಳು ಇಣುಕಿ ಮುಗುಳ್ನಕ್ಕಂತಾಗಿತ್ತು. ಪೆರಿಸ್ ಅತ್ಯಂತ ಸಂತೋಷದಿಂದಲೇ ಯಾನಕ್ಕೆ ಸಿದ್ಧನಾದ. ಅವನ ಮನಸ್ಸಿನಂತೆಯೇ ಸಮುದ್ರದ ಅಲೆಗಳೂ ಕೂಡ ಹಡಗಿನ ಯಾನಕ್ಕೆ ಅನುಕೂಲಕರ ಮಾರುತಗಳು ಬೀಸಿ ಅವನ ಪ್ರಯಾಣವನ್ನು ಸುಖಕರವನ್ನಾಗಿಸಿದವು.

ಆದರೆ, ಸ್ಪಾರ್ಟಾದಲ್ಲಿ ಪೆರಿಸ್ ಕಾಲಿಡುತ್ತಲೇ ರಾಜಭಟರು ಅವನ ಜನ ಸಮೇತ ಅವನನ್ನು ಸೆರೆ ಹಿಡಿದರು. 'ತಾನು ಶಾಂತಿಗಾಗಿ ಬಂದಿದ್ದೇನೆ. ಮೆನಿಲೇಯಸನಿಗಾಗಿ ದೊರೆ ಪ್ರಯಾಮನಿಂದ ಸಂದೇಶವಿದೆ' ಎನ್ನಲು ಅವನೊಂದಿಗಿದ್ದ ಇತರೆ ಜನರನ್ನು ಬಂಧಿಸಿ ಅವರ ನಿಗ್ರಾಣೆಯಲ್ಲಿಟ್ಟು, ಕೇವಲ ಪೆರಿಸನನ್ನು ಸೀದಾ ದೊರೆಯಲ್ಲಿ ಕರೆ ತಂದರು.

ಅಲ್ಲೊಂದು ಸಂತೋಷ ಕೂಟ ಏರ್ಪಡಿಸಿದಂತ್ತಿದ್ದು ಸುತ್ತ ಮುತ್ತಲಿನ ಸ್ಪಾರ್ಟಾದ ಮಿತ್ರ ರಾಜರುಗಳೆಲ್ಲಾ ಬಂದಂತಿತ್ತು. ಎಲ್ಲರ ಕೈಯಲ್ಲೂ ಮಧು ಬಟ್ಟಲುಗಳಿದ್ದು, ಎಲ್ಲರೂ ಅಮಲಿನಲ್ಲಿ ತೇಲಾಡುತ್ತಿದ್ದರು. ನಗು, ಮಾತು, ಚೇಷ್ಟೆಗಳ ಗೌಜುಗಳಿಂದ ಆ ಹಜಾರ ತುಂಬಿದ್ದು ಎಲ್ಲರೂ ಅತ್ಯಂತ ಖುಷಿಯಾಗಿದ್ದಾರೆ ಎಂಬುದು ಅಲ್ಲಿಗೆ ತಲುಪುವ ಮೊದಲೇ ದ್ವಾರದಿಂದ ಆಚೆಯವರೆಗೂ ಕೇಳಿಸುತ್ತಿದ್ದ ಅವರ ಕೇಕೆಗಳು ಹೇಳುತ್ತಿದ್ದವು.

ಅವರುಗಳ ಮಧ್ಯದಲ್ಲಿ, ತುಸು ಎತ್ತರದ, ವೃತ್ತಾಕಾರದ ಜಗಲಿಯಂತಹ ಕಟ್ಟೆಯ ಮೇಲೆ ರಾಜ ಮೆನೆಲೀಯಸ್‌ನ ಬಲು ಬೆಲೆ ಬಾಳುವ ರತ್ನಗಳ ಪ್ರದರ್ಶನ ನಡೆಯುತ್ತಿತ್ತು. ಒಂದೊಂದೂ ರತ್ನದ ಪ್ರದರ್ಶನಕ್ಕೂ ಮುನ್ನಾ ಆ ರತ್ನ ಯಾವ ರಾಜನಿಂದ ವಶಪಡಿಸಿಕೊಳ್ಳಲಾಯಿತು ಮತ್ತದರ ತೂಕ, ಬೆಲೆ ಸಕಲ ವಿವರಣೆಗಳೊಂದಿಗೆ ಅದರ ವರ್ಣನೆ ಮಾಡಿ ಅದನ್ನು ಪುನಃ ಭದ್ರತೆಯೊಂದಿಗೆ ರಾಜ ಖಜಾನೆಗೆ ರವಾನಿಸಲಾಗುತ್ತಿತ್ತು. ಪೆರಿಸ್ ಅದನ್ನು ದೂರದಿಂದಲೇ ಗಮನಿಸುತ್ತಾ ಅಚ್ಚರಿ ಪಡುತ್ತಲೇ ನೆರೆದಿದ್ದ ರಾಜರ ನಡುವೆ ಇಷ್ಟಿಷ್ಟೇ ಜಾಗವನ್ನು ಮಾಡಿಕೊಳ್ಳುತ್ತಾ ಮುಂದೆ ಮುಂದೆ ಹೋಗಿ ಅವಾಕ್ಕಾಗಿ ನಿಂತು ಬಿಟ್ಟ.

ವೃತ್ತಾಕಾರದ ವೇದಿಕೆಯ ಮೇಲೆ ನಾನಾ ರಾಜರುಗಳಿಂದ ವಶಪಡಿಸಿಕೊಂಡ ಅತ್ಯಮೂಲ್ಯ ಮುತ್ತು, ರತ್ನ, ವಜ್ರ, ವೈಡೂರ್ಯಗಳೊಂದಿಗೆ ಮತ್ತೊಂದು ಅಮೋಘವಾದ ರತ್ನವೊಂದಿತ್ತು. ಅಸಲಿಗೆ ಆ ರತ್ನದ ಪ್ರದರ್ಶನವೇ ಅಂದಿನ ಮುಖ್ಯ ಆಕರ್ಷಣೆಯಾಗಿದ್ದೀತು ಎಂದು ನೆರೆದ ಜನರ ನೆಟ್ಟ ನೋಟದಿಂದಲೇ ಅರಿಯಬಹುದಾಗಿತ್ತು. ಅದು ಮೆನೆಲೀಯಸ್‌ನ ಅಚ್ಚುಮೆಚ್ಚಿನ, ಅತ್ಯಂತ ಬೆಲೆ ಬಾಳುವ, ಅಭಿಮಾನದ ಸ್ತ್ರೀ ರತ್ನವಾಗಿತ್ತು!

ಆ ವೇದಿಕೆಯ ಮೇಲೆ ಬೆಲೆ ಬಾಳುವ ರತ್ನಗಳೊಂದಿಗೆ ಸುಂದರವಾದ ಸ್ತ್ರೀಯೊಬ್ಬಳು ನಿಂತಿದ್ದಳು. ಕೇವಲ ಸ್ತ್ರೀಯೊಬ್ಬಳು ನಿಂತಿದ್ದರೆ ಆಶ್ಚರ್ಯವೇನಿರಲಿಲ್ಲ. ಆದರೆ ಅವಳು ನಿಂತ ಭಂಗಿ... ಆ ನಿಂತ ಭಂಗಿಯಲ್ಲಿದ್ದ ಅವಳ ಆತ್ಮ ವಿಶ್ವಾಸ... ಒಂದಿಷ್ಟೂ ಒಳ ಅಂಗ ವಸ್ತ್ರವಿಲ್ಲದೆ ಕೇವಲ ಒಂದು ನಾರುಮಡಿಯಂತಹ ಶ್ವೇತ ವರ್ಣದ ಅತಿ ಪಾರದರ್ಶಕವಾದ ಒಂದು ಬಟ್ಟೆಯನ್ನು ಬೆನ್ನಿನ ಹಿಂಭಾಗದಿಂದ ಮುಂದಕ್ಕೆ ತಂದು, ಬಲಭಾಗದ ಬಟ್ಟೆಯ ತುದಿಯನ್ನು ಎಡಕ್ಕೆ, ಎಡ ಭಾಗದ ತುದಿಯನ್ನು ಬಲಕ್ಕೆ ಒಯ್ದು, ಕತ್ತಿನ ಹಿಂಭಾಗಕ್ಕೆ ಒಂದು ಗಂಟು ಹಾಕಿ ಇಳಿಬಿಟ್ಟಿದ್ದಳು. ಎರಡೂ ಕೈಗಳನ್ನು ಎತ್ತಿ ಪ್ರದರ್ಶನಕ್ಕಿಟ್ಟ ಗೊಂಬೆಯ ಹಾಗೆ ನೂರಾರು ರಾಜರ ನಡುವೆ ಅಷ್ಟು ಬಿಡುಬೀಸಾಗಿ ಹಾಗೆ ನಿಂತದ್ದು ಪೆರಿಸನಿಗೆ ಅಚ್ಚರಿ ತಂದಿತ್ತು. ಸ್ನಾನದ ಕೊಳದಿಂದ ಮಿಂದವಳೇ ಹಾಗೇ ಎದ್ದು ಬಂದಿರಬೇಕು! ಅರೆಬರೆ

ಒದ್ದೆಯಾದ ಆ ವಸ್ತ್ರದ ಅಡಿಯಿಂದ ಅವಳ ನಿಗಿನಿಗಿ ಎನ್ನುವ ಅಂಗ ಸೌಷ್ಠವ ಸಂಪೂರ್ಣವಾಗಿ ಗೋಚರಿಸುತ್ತಿದ್ದು ಸಂಕೋಚದಿಂದ ದೃಷ್ಟಿ ಕೆಳಹಾಕಿದ ಪೆರಿಸನಿಂದ ಆ ಸುಂದರಿಯನ್ನು ತೀರಾ ಇತರರಂತೆ ದಿಟ್ಟಿಸಿ ನೋಡಲಾಗಲಿಲ್ಲ. ಎಷ್ಟೇ ಆಗಲಿ ಹರೆಯದ ಹುಡುಗ ಅವನು. ಆದರೆ, ಅಲ್ಲಿ ನೆರೆದಿದ್ದ ಇತರೆ ಪುರುಷರೆಲ್ಲರೂ ಯಾವುದೇ ಎಗ್ಗಿಲ್ಲದೆ ಆಕೆಯನ್ನು ಅಭಿಮಾನದಿಂದ ಅವಳ ಅಂಗಾಂಗಗಳ ವರ್ಣನೆ ಮಾಡುತ್ತಾ... ಮನಸ್ಸಿನಲ್ಲೇ ಕರುಬುತ್ತಾ ಅವಳನ್ನು ಆಶಾ ಕಂಗಳಿಂದ ತಿನ್ನುವ ಹಾಗೆ ನೋಡುತ್ತಿದ್ದರು. ಹಾಗಿದ್ದರೆ ಅವಳು ಯಾರು? ರತ್ನಗಳೊಂದಿಗೆ ಪ್ರದರ್ಶನಕ್ಕಿಟ್ಟ ಅವಳೂ ಖಂಡಿತವಾಗಿ ಬೆಲೆಯೇ ಕಟ್ಟಲಾಗದಂತಹ ಅದ್ಭುತ ರತ್ನವೇ ಸರಿ... ಆದರೆ ಈ ರೀತಿಯ ಪ್ರದರ್ಶನ? ಅವಳೇನು ಭಾವನೆಗಳಿರದ ಪಶುವೇ? ಅಥವಾ ಕ್ರಯಕ್ಕಿಟ್ಟಿರುವ ಹೆಣ್ಣೆ?

ಪೆರಿಸ್ ಆಗಮನದ ಸೂಚನೆಯಿರದ ಮೆನಿಲೇಯಸ್ ಅಂದಿನ ಸಂತೋಷಕೂಟದಲ್ಲಿ, ನೆರೆದಿದ್ದ ತನ್ನ ಮಿತ್ರ ರಾಜರುಗಳಿಗೆ ಆ ಸುಂದರಿಯನ್ನು ಪ್ರದರ್ಶನಕ್ಕಿಟ್ಟಿದ್ದ. ಅಂತಹ ಅದ್ಭುತ ಸುಂದರಿಯ ಒಡೆಯ ನಾನು ಎಂದು ಹೇಳಿಕೊಳ್ಳುವ ಸಲುವಾಗಿ ಅವಳ ಸೌಂದರ್ಯ ನೋಡಿ ಎಲ್ಲರೂ ಕರುಬಲಿ ಎಂದು ಅವಳನ್ನು ಸಂತೋಷಕೂಟದ ನಟ್ಟು ನಡುವೆ ಸ್ನಾನದ ಕೊಳದಿಂದ ನೇರ ಅಲ್ಲಿಗೆ ಬಂದು ನಿಲ್ಲಲು ಆದೇಶಿಸಿದ್ದ. ಯಾವುದೇ ಅಲಂಕಾರದ ಪ್ರಸಾದನಗಳಿಲ್ಲದೆ, ಒಡವೆಗಳ ಹಂಗಿಲ್ಲದೆ, ಅದ್ಭುತವಾದ ಅವಳ ಸೌಂದರ್ಯವನ್ನು ಪ್ರದರ್ಶಿಸುವುದೇ ಅವನ ಉದ್ದೇಶವಿದ್ದಂತಿತ್ತು. ಇನ್ನುಳಿದ ಅಪರೂಪದ ರತ್ನ ಪ್ರದರ್ಶನಗಳೆಲ್ಲಾ ಕೇವಲ ನೆಪವಷ್ಟೇ ಎಂಬುದು ಎಲ್ಲರಿಗೂ ಗೊತ್ತು.

ಪೆರಿಸ್ ಮಾತ್ರ ಇನ್ನೂ ಚೇತರಿಸಿಕೊಂಡಿರಲಿಲ್ಲ. ತಾನು ರಾಜ ಕುಮಾರನೆಂದು ಗೊತ್ತಾದ ದಿನದಿಂದಲೂ ಎಂಥೆಂಥದ್ದೋ ಹೊಸಹೊಸ ಆಚರಣೆ, ನಡುವಳಿಕೆಗಳನ್ನು ಕಂಡಿದ್ದ ಅವನಿಗೆ ಇದೂ ಕೂಡ ಎಂಥದ್ದೋ ಇಲ್ಲಿನ ಒಂದು ಆಚರಣೆ ಇದ್ದಿರಬಹುದು ಎಂದು ಯೋಚಿಸಿ, ಮತ್ತೊಮ್ಮೆ ಕಣ್ಣೆತ್ತಿ ಆ ಸುಂದರಿಯನ್ನು ನೋಡಲು ನಿರ್ದರಿಸಿದ. ಈ ಬಾರಿ ಅವನ ನೋಟ ಅವಳ ಪಾದಗಳಿಂದ ಇಷ್ಟಿಷ್ಟೇ ಮೇಲೇರುತ್ತಾ ಹೋಯಿತು. ಗುಲಾಬಿಯ ದಳಗಳಂತಿದ್ದ ಅವಳ ಕಾಲು ಬೆರಳುಗಳ ಆ ಪಾದದೊಡತಿ ಹೇಗಿರಬಹುದು ಎಂದು ರೇಷ್ಮೆಯಷ್ಟು ನುಣುಪಿನ ಅವಳ ಪಾದಗಳಿಂದ ತುಸು ಮೇಲೆ ಹರಿಸಿದ ನೋಟವು ಬಾಳೆಯ ದಿಂಡಿನಂತಹ ತೊಡೆಗಳನ್ನು ಹಾಯ್ದು, ತುಸು ನಾಚಿಕೆಯಿಂದ ಕಣ್ಣುಗಳನ್ನು ಕದಲಿಸಿದವನೇ ಅವಳ ಸಣ್ಣ ನಡುವ ಸಿಕ್ಕಿನಲ್ಲಿ ಸಿಕ್ಕು ಮೇಲೇರಿ ಕುಚದ್ವಯಗಳ ಎತ್ತರಕ್ಕೆ ನಿಬ್ಬೆರಗಾಗಿ ಅಲ್ಲಿಂದ ಕಣ್ಣುಗಳನ್ನು ಕೀಳದವನಾದ. ಈ ಬಾರಿ ಯಾವುದೇ ಅಳುಕಿಲ್ಲದೆ ಅವಳನ್ನು ಎವೆಯಿಕ್ಕದೆ

ನೋಡಿದ, ಅಮೃತ ಶಿಲೆಯಲ್ಲಿ ಕಡೆದಿಟ್ಟಂತಹ ಮೈಬಣ್ಣ. ಅಂಗಾಂಗಳೋ... ಒಂದು ಅದ್ಭುತವಾದ ಹೆಣ್ಣು ಹೀಗಿರ ಬೇಕು ಎಂದು ರಸಿಕನೊಬ್ಬ ಕನವರಿಸುವುದಾದರೆ ಅದು ಇವಳೇ ಆಗಿರುತ್ತಿದ್ದಳು. ಅಂತಹ ಸುಂದರಿ. ಎಂತಹ ಗಂಡೆದೆಯನ್ನು ಕರಗಿಸುವ ಬೆಂಕಿಯಂತಹ ರೂಪಸಿ. ಸ್ನಾನದ ಕೊಳದಿಂದ ನೇರ ಎದ್ದು ಬಂದು ನಿಂತಿದ್ದ ಅವಳ ಬಂಗಾರದಂತಹ ಮೈ ಮೇಲೆ ಬಂಗಾರದ ಒಂದೆಳೆಯೂ ಇರದ ನಿರಾಭರಣ ಸುಂದರಿಯಾಗಿದ್ದಳು. ಸಾಗರದ ಅಲೆಯಂತೆ. ಜೊಂಪು ಜೊಂಪು ಬಂಗಾರ ಬಣ್ಣದ ಕೂದಲೇ ಒಡವೆಯನ್ನು ನಾಚಿಸುವಂತಿರುವಾಗ ಒಡವೆಯ ಗೊಡವೆಯಾದರೂ ಏಕೆ ಬೇಕು ಆ ಸುಂದರಿಗೆ? ಬಳ್ಳಿಯಂತೆ ನಾಜೂಕಾಗಿದ್ದ ಕೈಗಳೆರೆಡನ್ನು ಎದೆಯ ಎತ್ತರಕ್ಕೆ ಎತ್ತಿ, ತನ್ನ ಅಂಗಾಂಗಳೆಲ್ಲಾ ಸಂಪೂರ್ಣವಾಗಿ ಕಾಣುವಂತೆ ಅಭಿಮಾನದಿಂದ ನಿಂತಿದ್ದ ಅವಳ ಎದೆ ಅವಳ ಆತ್ಮವಿಶ್ವಾಸಕ್ಕೂ ಮೀರಿ ನಿಮಿರಿ ನಿಂತಿದ್ದವು. ಕೃಶ ನಡುವಿನ, ಬಳಕುವ ಬಳ್ಳಿಯಂತ್ತಿದ್ದ ಆ ದೇಹಸಿರಿ ಒಡತಿಯ ಮುಖವನ್ನೊಮ್ಮೆ ನೋಡಲೇ ಬೇಕೆಂಬ ಬಯಕೆಗೆ, ಒಡೆದು ಕೊಳ್ಳುತ್ತಿದ್ದ ಹೃದಯವನ್ನು ಸಂತೈಸುತ್ತಾ ಕಣ್ಣಗಳನ್ನು ಅಲ್ಲಿಂದ ಬಲವಂತವಾಗಿ ಕಿತ್ತು ಅವಳ ನೋಟಕ್ಕೆ ನೋಟ ಬೆರೆಸುವ ಧೈರ್ಯ ಮಾಡಿ ಕತ್ತೆತ್ತಿದವನಿಗೆ ಆ ನೀಲಿ ಕಂಗಳನ್ನು ಕಂಡೊಡನೇ ಒಮ್ಮೆಲೆ ಮಿಂಚು ಸಂಚಾರವಾದಂತಾಯಿತು. ಅಂದು ಅಫ್ರೊಡೈಟಿ ತನಗಾಗಿ ತೋರಿಸಿದ ಸುಂದರವಾದ ಹೆಣ್ಣಿನ ಕಣ್ಣುಗಳಾಗಿದ್ದವು ಅವು! ಅದೇ ಮೂಗು... ಅದೇ ಜೇನು ತುಟಿಗಳು... ಸಂಶಯವೇ ಇಲ್ಲ ಅವಳೇ ಇವಳು.

ಆದರೆ, ಅವಳು ಇಲ್ಲಿ ಏತಕ್ಕಾಗಿ ನಿಂತಿರಬಹುದು? ಅಫ್ರೋಡೈಟಿ ತನಗಾಗಿ ತೋರಿಸಿದ ಈ ಹೆಣ್ಣು ಇಲ್ಲಿ ಹೀಗೆ ಈ ರಾಜನ ಆಸರೆಯಲ್ಲಿ ಇರಲು ಏನು ಕಾರಣ? ಇವಳು ನನ್ನವಳು ಎಂಬುದು ನಿಜವೇ ಆದರೆ, ನಾನಿವಳನ್ನು ಪಡೆಯುವ ಬಗೆ ಹೇಗೆ ಎಂದು ಯೋಚನೆಗೆ ಬಿದ್ದನು. ಅವಳೂ ಕೂಡ ಇವನತ್ತ ತಿರುಗಿದವಳೇ ಮೂಕ ವಿಸ್ಮತಳಾಗಿ ನಿಂತಳು. ಒಂದಾದ ಅವರೀರ್ವರ ಕಣ್ಣುಗಳು ನೂರು ಕಥೆಯನ್ನು ಹೇಳಲು ತವಕಿಸಿದಂತಿತ್ತು. ಹೌದು! ಅದೇ ನಕ್ಷತ್ರದಂತಹ ಕಣ್ಣುಗಳು... ಅವೇ ಜೇನು ಸೂಸೋ ತುಟಿಗಳು! ಸಂಶಯವೇ ಇಲ್ಲ. ಅವಳೇ ಇವಳು ಎಂದು ಅವನ ಮನಸ್ಸು ಸಾರಿ ಸಾರಿ ಹೇಳುವ ಸಮಯಕ್ಕೆ ಸರಿಯಾಗಿ, ಮೆನಿಲೇಯಸ್ ಚಪ್ಪಾಳೆ ಹಾಕಿ ಅವನ ಸೈನಿಕರಿಗೆ ಅವಳನ್ನು ಅಲ್ಲಿಂದ ಕರೆದೊಯ್ಯಲು ಸೂಚಿಸಿದ. ಮೆನೆಲೇಯಸ್‌ನ ಆ ಸುಂದರಿಯ ಸೌಂದರ್ಯವನ್ನು ನೋಡಲೆಂದೇ ಬಂದಿದ್ದ... ಅವಳ ಸೌಂದರ್ಯ ನೋಡುವ ಸಲುವಾಗಿಯೇ ಅವನಲ್ಲಿ ಮಿತೃತ್ವ ಸಾಧಿಸಿದ್ದ ಮತ್ತು ಅಲ್ಲಿ ನೆರೆದಿದ್ದ ಎಲ್ಲಾ ರಾಜರುಗಳು ಅವಳು ಅಲ್ಲಿಂದ ಹೋಗುತ್ತಿದ್ದ

ಹಾಗೆ ಒಮ್ಮೆಲೇ 'ಓ...' ಎನ್ನುವ ನಿರಾಸೆಯ ಧ್ವನಿಯೊಂದಿಗೆ ತಿರಸ್ಕಾರದಿಂದ ಪೆರಿಸನನನು ನೋಡಿ ತುಂಬಲು ಮರೆತಿದ್ದ ಮಧು ಬಟ್ಟಲುಗಳನ್ನು ಪುನಃ ತುಂಬಿಕೊಳ್ಳಲು ಚದುರಿದರು.

ಪೆರಿಸ್ ಒಂದು ಕ್ಷಣ ತಾನು ಅಲ್ಲಿಗೆ ಏತಕ್ಕಾಗಿ ಬಂದಿದ್ದೇನೆ ಎಂಬುದನ್ನೇ ಮರೆತಿದ್ದ. ಕೇಳಿದರೂ ಏನು ಮಾತಾಡಬೇಕೋ ತೋಚಲಿಲ್ಲ. ಅವನಿನ್ನೂ ಆ ಸುಂದರಿಯ ಸ್ವಪ್ನದಿಂದ ಹೊರ ಬಂದಿರಲಿಲ್ಲ. ಅವನಿಗೀಗ ಯಾವ ರಾಜಕಾರಣವೂ ಬೇಕಿರಲಿಲ್ಲ. ಕೈಯಲ್ಲಿದ್ದ ಶ್ವೇತ ವರ್ಣದ ಪತ್ರದ ಅರಿವೇ ಇಲ್ಲ. ಸುಮ್ಮನೆ ನಿಂತಿದ್ದ ಆ ಇಪ್ಪತ್ತರ ಹರೆಯದ ಹುಡುಗನ ಕೈಯಲ್ಲಿದ್ದ ಪತ್ರ ಕಂಡು, ಅವನು ಏತಕ್ಕಾಗಿ ಬಂದಿರಬಹುದು ಎಂದು ಅಂದಾಜಿಸಿದ ಮೆನೆಲೀಯಸ್ ಅವನೇ ಬಲವಂತವಾಗಿ ಮಾತನ್ನು ತೆಗೆದ.

ಸಾವರಿಸಿಕೊಂಡ ಪೆರಿಸ್ ಪತ್ರ ಕೊಟ್ಟು ಸುಮ್ಮನಾದ. ತಾನಾಡ ಬೇಕಿದ್ದ ಮಾತೆಲ್ಲಾ ಮರೆತು ಹೋಗಿದ್ದವು. ಪ್ರಯಾಮ್ ಅದರ ಅವಶ್ಯಕತೆ ಬಾರದಂತೆ ಪತ್ರದಲ್ಲಿ ಎಲ್ಲವನ್ನೂ ಸವಿವರವಾಗಿ ಬರೆದಿದ್ದ ಎಂಬುದು ಬೇರೆ ಮಾತು. ಪತ್ರ ಓದಿದ ಮೆನೆಲೀಯಸ್ ಒಂದು ನಿರ್ಧಾರಕ್ಕೆ ಬಂದ. ಹೇಗೂ ಶತ್ರು ತಾನಾಗೇ ನನ್ನ ಬಳಿಗೆ ಬಂದಿದ್ದಾನೆ... ಅದರಲ್ಲೂ ಪೆರಿಸನಿಗೆ ಅಷ್ಟಾಗಿ ರಾಜನೀತಿಯ ಜ್ಞಾನವಿಲ್ಲ, ಹೇಗಾದರೂ ಮಾಡಿ ಟ್ರಾಯ್ ಕೋಟೆಯನ್ನು ಭೇದಿಸುವ ರಹಸ್ಯವನ್ನು ಪಡೆದರೆ, ಇವನು ಹಿಂತಿರುಗಿ ಹೋಗುವುದರೊಳಗೆ ಅದನ್ನು ಮುತ್ತಿಗೆ ಹಾಕ ಬೇಕು ಎಂಬ ದೂರಾಲೋಚನೆಯಿಂದ ಅವನನ್ನು ಕೆಲವು ದಿನ ಅತಿಥಿಯಾಗಿ ತನ್ನೊಂದಿಗೇ ಇರಲು ನಿವೇದಿಸಿ ಇಂದು ರಾತ್ರಿಯ ರಾಜ ಭೋಜನಕ್ಕೆ ಅವನನ್ನು ವಿಶೇಷವಾಗಿ ಆಹ್ವಾನಿಸಿದ. ಅಲ್ಲಿಯವರೆಗೆ ವಿಶ್ರಾಂತಿ ಗೃಹದಲ್ಲಿ ವಿರಮಿಸಲು ಬಿನ್ನವಿಸಿದ. ಔಪಚಾರಿಕತೆಗೆ ತಲೆ ತೂಗಿದರೂ ಪೆರಿಸ್ ಕಣ್ಣುಗಳು ಮಾತ್ರ ಆ ಸುಂದರಿ ಹೋದ ಕಡೆಯೇ ನಿರುಕಿಸುತ್ತಿದ್ದವು. ಯಾರವಳು? ಕುತೂಹಲ ಕ್ಷಣಕ್ಷಣಕ್ಕೂ ಉಲ್ಬಣಗೊಳ್ಳುತ್ತಿತ್ತು. ಆದರೂ ಏನನ್ನೂ ಕೇಳಲಾಗದೆ ಅವಳನ್ನು ಮತ್ತೊಂದು ಬಾರಿ ಎದುರಿಗೆ ಬರುವಂತೆ ಮಾಡಲು ಪ್ರೇಮ ದೇವತೆ ಅಫ್ರೊಡೈಟಿಗೆ ಮನಸ್ಸಿನಲ್ಲೇ ಪ್ರಾರ್ಥಿಸಿದನು. ಮನಸ್ಸಿನಲ್ಲಿ ನೂರು ವೀಣೆಗಳು ಝೇಂಕರಿಸಿದಂತಹ ದಿವ್ಯಾನುಭವವಾಯ್ತು! ಆ ಸುಂದರಿಗಾಗಿ ಡೋಲಾಯಮಾನವಾಗಿದ್ದ ಮನಸ್ಸಿಗೆ ಎಂಥದ್ದೋ ಸಮಾಧಾನ!

ಅಂದು ರಾತ್ರಿ ಭೋಜನಕ್ಕೆ ಬಂದ ಪೆರಿಸ್ ಅಲ್ಲಿಯ ಅದ್ದೂರಿಯನ್ನು ಕಂಡು ಚಕಿತನಾದ. ತರಹೇವಾರಿ ಹಣ್ಣು ಹಂಪಲುಗಳು... ನಾನಾ ತರದ ಮಾಂಸದ ಖಾದ್ಯಗಳು... ಸಿಹಿ ಪದಾರ್ಥಗಳು... ಬಟ್ಟಲಲ್ಲಿ ತುಂಬಿಟ್ಟಿದ್ದ ಮಧು! ಮೇಜಿನ ಮೇಲೆ ಸ್ವರ್ಗವೇ ಧರೆಗಿಳಿದಂತಿತ್ತು. ಅಲ್ಲಿದ್ದದ್ದು ಕೇವಲ ಆ ಅಪ್ಸರೆಯ ಕೊರತೆ ಮಾತ್ರ! "ಎಲ್ಲಿ ಅವಳು?" ಪೆರಿಸನ ಕಣ್ಣುಗಳು ಅಲ್ಲಿ

ನಿಂತಿದ್ದ ಪರಿಚಾರಿಕೆಯರಿಂದ ಹಿಡಿದು ರಾಜ ಮನೆತನದ ಸ್ತ್ರೀಯರವರೆಗೆ ನಿರುಕಿಸಿದವು... ಅವಳ ಪತ್ತೆ ಇಲ್ಲ.

"ಪೆರಿಸ್ ಕ್ಷಮೆಯಿರಲಿ... ಅನಾರೋಗ್ಯದ ಕಾರಣ ನನ್ನ ಪತ್ನಿ ಇಂದಿನ ಭೋಜನದಲ್ಲಿ ಪಾಲ್ಗೊಳ್ಳಲು ಸಾಧ್ಯವಾಗುತ್ತಿಲ್ಲ" ತೀರ ಔಪಚಾರಿಕೆಯಾಗಿ ಮಾತನಾಡಿದ ಮೆನೆಲೀಯಸನ ಕಡೆ ತಿರುಗಿ ನೋಡಿದ. ಅವನ ಪಕ್ಕದ ಆಸನವು ಖಾಲಿಯಿತ್ತು. ಪರವಾಗಿಲ್ಲ ಎನ್ನುವಂತೆ ಕೇವಲ ಒಂದು ಮುಗುಳ್ನಗು ಬೀರಿ ತನ್ನ ಆಸೀನದಲ್ಲಿ ಆಸೀನನಾದ.

ಅವನಿಗೆ ಊಟ ಸೇರದಾಗಿತ್ತು. ಅಷ್ಟರಲ್ಲಿ, ಮೆನೆಲೀಯಸ್ ಮಧು ಬಟ್ಟಲೊಂದಿಗೆ ಎದ್ದು ನಿಂತ. ಅಂದಿನ ಅತಿಥಿಯಾಗಿದ್ದ ಪೆರಿಸನಿಗೆ ಭೋಜನ ಕೂಟಕ್ಕೆ ಸ್ವಾಗತ ಕೋರುತ್ತಾ, ಅವರ ಮುಂದಿನ ಯೋಜನೆಗೆ ಶ್ರೇಯಸ್ಸನ್ನು ಆಶಿಸುತ್ತಾ ದೇವರ ಹೆಸರಲ್ಲಿ ಮತ್ತು ಇಂದಿನ ವಿಶೇಷ ಅತಿಥಿಯಾದ ಪೆರಿಸ್ ಹೆಸರಲ್ಲಿ ಅಂದಿನ ಭೋಜನವನ್ನು ಆರಂಭಿಸುವಂತೆ ಕೈಯಲ್ಲಿದ್ದ ಬಟ್ಟಲನ್ನು ಭುಜದಿಂದ ಮೇಲೆತ್ತಿ ಹಾರೈಸಿದನು. ಅಲ್ಲಿ ನೆರೆದಿದ್ದ ಇನ್ನಿತರೆ ಗ್ರೀಕ್ ಅಧಿಕಾರಿಗಳು ಮತ್ತು ರಾಜ ಪರಿವಾರದವರೂ ಅವನ ಧ್ವನಿ ಕೂಡಿಸಿ ಹಾರೈಸಿದರು. ಪೆರಿಸ್ ಕೇವಲ ಔಪೋಚಾರಿಕತೆಗೆ ಮಧು ಬಟ್ಟಲನ್ನು ಎತ್ತಿ, ಮುಗುಳ್ನಗುತ್ತಾ "ಸ್ನೇಹ ಮತ್ತು ಶಾಂತಿಗಾಗಿ" ಎಂದು ಜೋರು ಧ್ವನಿಯಲ್ಲಿ ಘೋಷಿಸಿ ಅವರ ಸ್ವಾಗತವನ್ನು ಸ್ವೀಕರಿಸಿದನು. ಈ ಎಲ್ಲಾ ಔಪಚಾರದ ನಡುವಳಿಕೆಗಳನ್ನು ಅವನು ಇತ್ತೀಚೆಗಷ್ಟೇ ಕಲಿತಿದ್ದ. ಮೇಜಿನ ಸುತ್ತ ನೆರೆದಿದ್ದ ಎಲ್ಲರೂ ಮೇಜನ್ನು ಕುಟ್ಟಿ ಅವನ ಮಾತಿಗೆ ಸಂತಸವನ್ನು ವ್ಯಕ್ತಪಡಿಸಿದರು.

ಪೆರಿಸ್ ತಲೆಯಲ್ಲಿ ಬೇರೆಯದೇ ಗುಂಗಿತ್ತು. "ರಾಣಿ ಬರಲಿಲ್ಲದಿದ್ದರೆ ನನಗೇನಂತೆ... ನನಗೆ ನನ್ನ ಮನದ ರಾಣಿಯನ್ನು ಕಾಣಬೇಕಷ್ಟೆ, ಅವಳು ಎಲ್ಲಿ ಸಿಕ್ಕಾಳು? ಅವಳನ್ನು ಸಂಧಿಸುವ ಬಗೆ ಹೇಗೆ? ಅಸಲಿಗೆ ಅವಳ್ಯಾರು ಎಂದು ಗೊತ್ತಾದರೆ, ಅವಳನ್ನು ಹೇಗಾದರೂ ಭೇಟಿ ಮಾಡಿಯೇನು" ಎಂದು ಮನಸ್ಸಿನಲ್ಲೇ ಆಲೋಚಿಸುತ್ತಾ, ಕೈಯಲ್ಲಿದ್ದ ಮಧು ಬಟ್ಟಲಿನಿಂದ ಒಂದು ಗುಟುಕು ಮಧುವನ್ನು ಹೀರಿದನು.

ಅಷ್ಟರಲ್ಲಿ ಇಡೀ ಕೋಣೆಯ ತುಂಬಾ ಚಿಲಿಪಿಲಿಗುಡುತ್ತಾ ಬಣ್ಣಬಣ್ಣದ ಹಕ್ಕಿಗಳು ಗುಂಪುಗುಂಪಾಗಿ ಹಾರಿ ಬಂದು ಅವುಗಳಿಗೆ ಎಲ್ಲಿ ಬೇಕೋ ಅಲ್ಲಲ್ಲಿ ಪಟಪಟ ಹಾರಿ ಹೋಗಿ ಕೂತವು. ಪೆರಿಸ್ ಅವುಗಳನ್ನು ಚಕಿತನಾಗಿ ನೋಡುತ್ತಿದ್ದರೆ, ಭೋಜನ ಕೂಟಕ್ಕೆ ಆಗಮಿಸಿದವರು ಯಾರು ಎಂದು ತಿಳಿದವನಂತೆ ಮುಗುಳ್ನಗುತ್ತಾ ಮೆನೆಲೀಯಸ್ ಎದ್ದು ನಿಂತ. ಮುಖ್ಯದ್ವಾರದಿಂದ ಆ ಹಕ್ಕಿಗಳ ಒಡತಿ, ಮತ್ತೊಂದಿಷ್ಟು ಚಂದದ ಹಕ್ಕಿಗಳ ಜೊತೆಯಲ್ಲಿ ಹೆಜ್ಜೆಯ ಮೇಲೆ ಹೆಜ್ಜೆ ಇಡುತ್ತಾ ಒಳಗಡಿಯಿಟ್ಟಳು. ಅವಳ ಭುಜದ

ಮೇಲೆ, ಕೈಮೇಲೆ ಕೆಂಪು, ಹಸಿರು, ನೀಲಿ, ಹಳದಿ, ನೇರಳೆ, ಗುಲಾಬಿಯಂತಹ ಬಣ್ಣಬಣ್ಣದ ಪುಕ್ಕಗಳಿರುವ ಬಲು ಚಂದ ಚಂದದ ಹಕ್ಕಿಗಳು ಕೂತು, ಅವು ಅವಳನ್ನು ಸ್ಪರ್ಷಿಸುತ್ತಿರುವುದಕ್ಕೆ ಜಂಭದಿಂದ ಬೀಗುತ್ತಿದ್ದರೆ, ಇನ್ನೊಂದಿಷ್ಟು ಹಕ್ಕಿಗಳು ನಮಗೆ ಯಾವಾಗ ಆ ಭಾಗ್ಯ ಎನ್ನುವಂತೆ ಅವಳ ಸುತ್ತ ಮುತ್ತೆಲ್ಲಾ ಚಿಲಿಪಿಲಿಗುಡುತ್ತಾ ಸುತ್ತು ಹೊಡೆಯುತ್ತಾ, ನಮ್ಮ ದೇವತೆ ಬರುತ್ತಿದ್ದಾಳೆ ದಾರಿಬಿಡಿ ಎನ್ನುವಂತೆ ಅವಳಿಗಿಂತ ಕೇವಲ ಒಂದು ಹೆಜ್ಜೆಯ ಮುಂದೆ ಗುಂಪಾಗಿ ಹಾರಿ ಬರುತ್ತಿದ್ದವು. ಯಾವ ಹಕ್ಕಿಗಳನ್ನೂ ಯಾರೂ ಹಿಡಿದಿಟ್ಟಿರಲಿಲ್ಲ... ಅವೆಲ್ಲಾ ಸ್ವ ಇಚ್ಛೆಯಿಂದ ಅವಳಿದ್ದಲ್ಲಿ ಹಾರಾಡುತ್ತಾ ಸಂತೋಷವಾಗಿರುತ್ತಿದ್ದವು. ಯಾರ ಅನಾರೋಗ್ಯದ ಕಾರಣವನ್ನು ಮೆನೆಲೀಯಸ್ ಈಗ ತಾನೆ ಪ್ರಸ್ತಾಪಿಸಿದ್ದನೋ ಅದೇ ರಾಣಿ, ಆ ಹಕ್ಕಿಗಳ ಒಡತಿ, ತಾನೇ ನಡೆದು ಬಂದು ಬಿಟ್ಟಿದ್ದಳು. ಬರದೇ ಇರುವುದಕ್ಕಾದರೂ ಹೇಗೆ ಸಾಧ್ಯವಿತ್ತು? ಸುಂದರ ಪೆರಿಸನನ್ನು ನೋಡದೆ ಅವಳು ಹೇಗೆ ತಾನೆ ಇರಲು ಸಾಧ್ಯವಿತ್ತು?

ಪೆರಿಸ್ ಹೆಜ್ಜೆಯ ಸಪ್ಪಳವಾದ ಆ ಸಂಭ್ರಮದ ಕಡೆಗೆ ಕತ್ತು ಹೊರಳಿಸಿ ನೋಡಿದವ, ಬಿಟ್ಟಗಣ್ಣು ಬಿಟ್ಟ ಹಾಗೆ ನಿಂತು ಬಿಟ್ಟಿದ್ದ. ಚಿಲಿಪಿಲಿಗುಡುತ್ತಿರುವ ಹಕ್ಕಿಗಳ ಹಿಂಡಿನ ಮಧ್ಯೆ, ಸ್ವಲ್ಪ ಹೊತ್ತಿನ ಹಿಂದೆ ಸಭೆಯ ಮಧ್ಯೆ ಅರೆ ಬೆತ್ತಲಾಗಿ ನಿಂತಿದ್ದ ರೂಪಸಿ, ಅವನ ಮನಸ್ಸನ್ನು ಸೂರೆಗೊಂಡ ಕನಸ್ಸಿನ ಕಣ್ಮಣಿ ಸಾಕ್ಷಾತ್ ಪ್ರಕೃತಿದೇವತೆಯಂತೆ ಕಂಗೊಳಿಸುತ್ತಾ ನಡೆದು ಬರುತ್ತಿದ್ದಳು. ಪರದೆಯಂತಹ ಶ್ವೇತ ವರ್ಣದ ವಸ್ತ್ರದಲ್ಲಿ ಅವಳೊಂದು ಝುಳುಝುಳು ಎಂದು ಹರಿಯುವ ತೊರೆಯ ನೊರೆಯಂತೆ ತೇಲಿ ಬರುತ್ತಿದ್ದರೆ, ಅರೆತೆರೆದಿದ್ದ ತೊನೆದಾಡುತ್ತಿದ್ದ ಅವಳ ಉನ್ನತ ಎದೆಗೆ ಒಂದಿಷ್ಟು ಅಂಗ ವಸ್ತ್ರದ ಆಸರೆ ದೊರೆತು, ಇನ್ನೂ ಸೊಕ್ಕಿಂದ ನಿಮಿರಿ ನಿಂತಂತಿತ್ತು. ಅವುಗಳ ಜಂಭಕ್ಕೆ ಭಾರವಾಗದಂತೆ ಅವಳು ತೊಟ್ಟ ಹಗುರವಾದ ಆಭರಣ ಅವಳ ಸುಕೋಮಲ ದೇಹಕ್ಕೆ ಹೇಳಿ ಮಾಡಿಸಿದಂತಿತ್ತು. ಕೃಶವಾದ ನಡುವಿಗೆ ಬಿಗಿದಿದ್ದ ಮುತ್ತಿನ ವಡ್ಯಾಣವೋ, ನಡುವಿನ ನುಣುಪಿಗೆ ನಾಚಿ ಜಾರಿದಂತೆ ನಡುವಿನ ಮಡಿಕೆಯಲ್ಲಿ ಹುದುಗಿಕೊಂಡರೂ ನಡೆಯುವಾಗ ಅಲ್ಲೂ ನಿಲ್ಲಲಾಗದೆ ಜಾರಿ ನಿತಂಬಗಳ ಏರುವಿನಲ್ಲಿ ಸಮಾಧಾನದ ಉಸಿರು ಗಳಿಯುತ್ತಿತ್ತು. ಆ ಶ್ವೇತ ವರ್ಣದ ಅತ್ಯಂತ ತೆಳುವು ನಿಲುವಂಗಿಗೆ ತದ್ವಿರುದ್ಧವಾಗಿ ಬಣ್ಣಬಣ್ಣದ ಹಕ್ಕಿಯ ಪುಕ್ಕಗಳ ಅಲಂಕಾರ ಅವಳನ್ನೂ ಕೂಡ ಒಂದು ಸುಂದರವಾದ ಪಕ್ಷಿಯಂತೆ ಕಾಣುವ ಹಾಗೆ ಮಾಡಿತ್ತು. ಪೆರಿಸ್ ಕಣ್ಣು ಮಿಟಕಿಸದೆ ಅವಳನ್ನು ನೋಡುತ್ತಿದ್ದಂತೆ ಅವಳೂ ಅವನನ್ನು ಕಿರುಗಣ್ಣಲ್ಲೇ ಗಮನಿಸಿ ಅವನನ್ನು ಹಾದು ಮುಂದೆ ಹೋಗಿ ಮೆನೆಲೀಯಸನ ಪಕ್ಕದ ಆಸನದಲ್ಲಿ ಕುಳಿತು ಕೊಂಡಳು. ಅಂದರೆ... ಅಂದರೆ... ಎಷ್ಟೋ ದಿನಗಳಿಂದ ಪೆರಿಸನ ರಾತ್ರಿಯ ನಿದ್ದೆಯನ್ನು ಕದ್ದ ಆ ಸುಂದರಿ,

ಅಫ್ರೋಡೈಟಿ 'ಇದೋ ನೋಡು ಈ ಅಪ್ರತಿಮ ಸುಂದರಿಯನ್ನು... ನೀನು ನನ್ನನ್ನು ಆರಿಸಿದ್ದಲ್ಲಿ ಈ ಚೆಲುವೆ ನಿನಗೆ ಒಲಿಯುವಂತೆ ಮಾಡುತ್ತೇನೆ' ಎಂದು ಮಾಯ ದರ್ಪಣದಲ್ಲಿ ಅಂದು ತೋರಿಸಿದ ಸುಂದರಿ, ಮೆನೆಲೀಯಸ್‌ನ ಪತ್ನಿ **'ಹೆಲೆನ್'** ಆಗಿದ್ದಳು!!!

'ಅಯ್ಯೋ ನನ್ನ ಅದೃಷ್ಟವೇ' ಎಂದು ನಿರಾಸೆಯಿಂದ ಕುಸಿದ. ಅವಳು ಆಸೀನಳಾಗುವವರೆಗೂ ನಿಂತೇ ಇದ್ದ ಮೆನೆಲೀಯಸ್ ಈಗ ಬಾಗಿ ಅವಳ ಮುಂಗೈಗೆ ಮುತ್ತನಿಡದೇ ಹೋಗಿದ್ದರೆ ಆ ಅಪ್ಸರೆ ಅವನ ಪತ್ನಿ ಎಂದು ನಂಬಲು ಸಾಧ್ಯವೇ ಇರುತ್ತಿರಲಿಲ್ಲ. ಅವನಿಗಿಂತ ಪ್ರಾಯದಲ್ಲಿ ತುಂಬಾ ಚಿಕ್ಕವಳಾದ ಅತಿಸುಂದರಿ 'ಹೆಲೆನ್' ಮೆನೆಲೀಯಸ್‌ನ ಹೆಮ್ಮೆ... ಅವನ ಜಂಭ ಕೂಡ ಎಂದು ಅವನ ಕಣ್ಣುಗಳಲ್ಲಿ ಜಿನುಗುತ್ತಿದ್ದ ಅಭಿಮಾನವೇ ಹೇಳುತ್ತಿತ್ತು.

"ಆಯಾಸವಿದ್ದರೂ ಅದೇಕೋ ಭೋಜನಕೂಟಕ್ಕೆ ಬಾರದೆ ಇರಲಾಗಲಿಲ್ಲ" ಎಂದು ಕಣ್ಣ ಕೊನೆಯಲ್ಲಿ ಪೆರಿಸನನ್ನು ನಿರುಕಿಸುತ್ತಾ ನುಡಿದಿದ್ದಳು ಹೆಲೆನ್! ನುಡಿದದ್ದು ಅವಳೋ ಸುತ್ತ ಮುತ್ತ ಇದ್ದ ಯಾವುದೋ ಒಂದು ಹಕ್ಕಿಯೋ ಎಂಬಂತ್ತಿದ್ದ ಮಧುರ ಕಂಠದ ಅವಳ ಆ ಮಾತಿಗೆ ಹೇಗೆ ಪ್ರತಿಕ್ರಿಯಿಸಬೇಕೋ ಅರಿಯದಾದ ಪೆರಿಸ್. ಅವನಿನ್ನೂ ಆ ಸುಂದರ ಆಘಾತದಿಂದ ಹೊರಬಂದಂತೆ ಕಾಣಲಿಲ್ಲ... ಗರಬಡಿದವನಂತೆ ಬಿಟ್ಟಗಣ್ಣು ಬಿಟ್ಟು ನಿಂತಿದ್ದ. ಯಾರನ್ನು ಕಾಣಲು ಅವನ ಕಣ್ಣುಗಳು ತವಕಿಸುತ್ತಿದ್ದವೋ ಆ ಸುಂದರಿಯೇ ಸ್ವತಃ ಎದುರು ನಡೆದು ಬಂದರೂ ಅವನು ನಂಬಲಾರದಂತಾಗಿದ್ದ. ಕಾರಣ ಅವಳು ಮೆನೆಲೀಯಸ್‌ನ ಪತ್ನಿ ಹೆಲೆನ್! ಆ ಸುಂದರಿ ಯಾರ ಪತ್ನಿಯಾಗಿದ್ದರೂ ಆತ ಈ ಭೂಲೋಕದಲ್ಲಿ ಅತ್ಯಂತ ಸುಖೀ ಪುರುಷನಾಗಿರುತ್ತಿದ್ದ. ಅಂತಹ ರೂಪಸಿ. ದೇವತೆಗಳೇ ಅವಳನ್ನು ಜಗತ್ ಸುಂದರಿ ಎಂದು ಘೋಷಿಸಿರುವಾಗ ಇನ್ನು ಮನುಷ್ಯರ ಪಾಡೇನು! ಅಂತಹ ಅಪ್ರತಿಮ ಸೌಂದರ್ಯವತಿ, ಅಂತಹ ಅದ್ಭುತವಾದ ಹೆಣ್ಣನ್ನು, ಎಲ್ಲದ್ದಕ್ಕಿಂತ ಮಿಗಿಲಾಗಿ ತನ್ನ ಸ್ವಂತ ಪತ್ನಿಯನ್ನು ಯಾತಕ್ಕಾದರೂ ಮೆನೆಲೀಯಸ್ ಅಂತಹ ಪ್ರದರ್ಶನಕ್ಕಿಟ್ಟಿದ್ದನೋ ಅರಿಯದಾದ. ತಾನಾಗಿದ್ದರೆ ಯಾರೊಬ್ಬರ ಕೆಟ್ಟ ದೃಷ್ಟಿಯೂ ಬೀಳದಂತೆ ಕಪ್ಪೆಚಿಪ್ಪಿನಲ್ಲಿರುವ ಮುತ್ತಂತೆ ಬಂಗಾರದ ಮಹಲಿನಲ್ಲಿಟ್ಟು, ನನ್ನ ಕಣ್ಣಿನ ರೆಪ್ಪೆಯನ್ನೇ ಅವಳ ಕಾವಲಿಗಿಟ್ಟು, ಜೋಪಾನ ಮಾಡಿ ನಿತ್ಯವೂ ಆರಾಧಿಸುತ್ತಿದ್ದೆ ಎಂದು ಹಲಬುತ್ತಾ, ಮೆನೆಲೀಯಸನ ಅರಸಿಕತನಕ್ಕೆ ಬೇಸರಗೊಂಡರೂ, ಅವನ ಅದೃಷ್ಟಕ್ಕೆ ಕರುಬುತ್ತಾ ಅದನ್ನು ಹೊರಗೆ ತೋರಿಸದೆ, ಹೃದಯಕ್ಕೇ ಬೆಂಕಿ ಬಿದ್ದಂತಾಗಿದ್ದರೂ ತುಟಿಯಲ್ಲಿ ನಗುವನ್ನು ಮೂಡಿಸಿ, ರಾಣಿಗೆ ತನ್ನ ಪರಿಚಯವನ್ನು ಹೇಳಿ ಬಾಗಿ ವಂದಿಸಿದನು. ಪ್ರತಿಯಾಗಿ ಅವಳೊಂದು ತುಂಟ ನಗೆಯನ್ನು ಬೀರಿದಳು. ತುಟಿಯಾಡಲಾಗದ ಸಾವಿರ ಮಾತುಗಳನ್ನು ಕಣ್ಣುಗಳು

ಹೇಳಲು ತವಕಿಸಿ ಗಲಗಲ ಅಲುಗಾಡಿದವು. ಆದರೂ ಒಂದೂ ಮಾತನ್ನು ಹೇಳಲಾಗದೆ ಕುಳಿತಲ್ಲೇ ಒದ್ದಾಡಿದ. ದೇವತೆಗಳೇ 'ಈ ಹೆಣ್ಣು ನಿನಗಾಗಿ' ಎಂದು ನಿರ್ಧರಿಸಿದ್ದ, ಮನಸ್ಸು ಕದ್ದ ಸುಂದರಿಯನ್ನು ಕಾಣಲು ತವಕಿಸುತ್ತಿದ್ದ ಪ್ಯಾರಿಸ್ ಈಗ ಅವಳು ರಾಣಿ ಹೆಲೆನ್ ಎಂದು ಗೊತ್ತಾದ ಮೇಲೆ ಗೊಂದಲಕ್ಕೆ ಬಿದ್ದ. ಕಂಡ ಕನಸುಗಳೆಲ್ಲಾ ಒಂದೇ ಕ್ಷಣದಲ್ಲಿ ನುಚ್ಚು ನೂರಾದಂತೆ ಕುಳಿತಲ್ಲೇ ಕದಲಿದ. ಅವಳು ಅವನ ಪ್ರೇಮ ದೇವತೆ ಇವನಿಗಾಗಿ ತೋರಿಸಿದ ಪ್ರೇಮಿಕೆ ಎಂದು ಅವಳಲ್ಲಿ ಅವನಿಗೆ ಹೇಳುವುದಿತ್ತು. ಆದರೆ ಹೇಗೆ? ಅವಳೊಂದಿಗೆ ಮಾತಾಡಲು ಮನಸ್ಸು ತವಕಿಸುತ್ತಿತ್ತು. ಆದರೆ ಅದು ಹೇಗೆ ಸಾಧ್ಯವಾದೀತು? ಒಂದು ವೇಳೆ ಸಾಧ್ಯವಾದರೂ ಅದರಿಂದ ಆಗುವ ಪ್ರಯೋಜನವಾದರೂ ಏನು? ಅವಳೀಗ ಮತ್ತೊಬ್ಬರ ಸ್ವತ್ತು...! ಮತ್ತೊಬ್ಬನ ಪತ್ನಿ! ಅವಳೇನು ಸಾಮಾನ್ಯವಾದ ಹೆಣ್ಣಲ್ಲ...! ಅವಳು ರಾಣಿ! ಸ್ಪಾರ್ಟಾದ ಮಹಾರಾಣಿ ಹೆಲೆನ್.

ನಿಜಕ್ಕೂ ಅಪ್ಸರೆಯೋ?

ಭೋಜನ ಕೂಟದ ನಂತರ ವಿಶ್ರಾಂತಿ ಗೃಹಕ್ಕೆ ಆಗಮಿಸಿದ ಪೆರಿಸನ ಮನವು ಕದಡಿದ ಸರೋವರದಂತಾಗಿತ್ತು. ಅದೆಷ್ಟೇ ಮಲಗಲು ಪ್ರಯತ್ನಿಸಿದರೂ ಕಣ್ಣು ಮುಚ್ಚಿದರೆ ಸಾಕು ಹೆಲೆನಳ ಮುಖ ತೇಲಿ ಬರುತ್ತಿತ್ತು. ಅವನಿಗೀಗ ಪ್ರೇಮ ದೇವತೆ ಅಫ್ರೋಡೈಟಿಯ ಮೇಲೆಯೇ ಕೋಪ ಬಂದಂತಿತ್ತು. ಹೆಲೆನ್ ಮತ್ತೊಬ್ಬನ ಪತ್ನಿಯಾಗಿದ್ದರೂ ಯಾವ ಕಾರಣಕ್ಕಾಗಿ ಆ ಪ್ರೇಮದೇವತೆ ಇವಳನ್ನು ತೋರಿಸಿದಳೋ ಅರಿಯದಾದ.

"ಅದು ನಿಜವೋ ಕೇವಲ ಭ್ರಮೆಯೋ ಅಥವಾ ಹಗಲುಗನಸೋ ಬಲ್ಲವರಾರು? ಅಪ್ಸರೆಯರಂತೆ... ಅವರಲ್ಲೇ ಸ್ಪರ್ಧೆಯಂತೆ... ತೀರ್ಪು ನೀಡಲು ನಾನು ಬೇಕಂತೆ...? ಎಲ್ಲಾದರುಂಟೆ? ನಾನೊಬ್ಬ ಹೆಡ್ಡ ಅವರ ಮಾತನ್ನು ಗಂಭೀರವಾಗಿ ತೆಗೆದುಕೊಂಡಿದ್ದಷ್ಟೇ ಅಲ್ಲದೆ ಆ ದೇವತೆ ತೋರಿಸಿದ ಹುಡುಗಿಯ ಹುಚ್ಚನ್ನು ಹಚ್ಚಿಕೊಂಡು ಕೂತು ಬಿಟ್ಟೆ. ಛೆ!!! ಇದನ್ನೆಲ್ಲಾ ತಲೆಯಿಂದ ತೆಗೆದು ಹಾಕಿ ಬಂದಿರುವ ಕೆಲಸವನ್ನು ಮುಗಿಸಿಕೊಂಡು ಶೀಘ್ರವೇ ಇಲ್ಲಿಂದ ಹೊರಡಬೇಕು" ಎಂದು ನಿರ್ಧರಿಸಿ ಕಣ್ಣೆವೆಗಳನ್ನು ಬಲವಂತವಾಗಿ ಎಳೆದುಕೊಂಡು ಮಲಗುವ ಪ್ರಯತ್ನ ಮಾಡಿದ... ಹೂವಿನಂತಹ ಹಾಸಿಗೆಯೂ ಮುಳ್ಳಿನಂತೆ ಚುಚ್ಚುತ್ತಿದೆಯೇನೋ ಎನ್ನುವಂತೆ ಮಗ್ಗುಲು ಬದಲಾಯಿಸಿ,

ಬದಲಾಯಿಸಿ, ಹಾಸಿಗೆ ಮೇಲು ಹೊದಿಕೆ ಮುದುರಿತೇ ವಿನಾ ನಿದ್ರಾ ದೇವಿ ಹತ್ತಿರ ಸುಳಿಯಲೇ ಇಲ್ಲ.

"ಹೌದು... ಒಂದೊಮ್ಮೆ ಅದು ಕನಸೋ ಅಥವಾ ನನ್ನ ಭ್ರಮೆಯೋ ಆಗಿದ್ದಿದ್ದರೆ, ಎಂದೂ ನೋಡಿರದ ರಾಜಮನೆತನದ ಹೆಣ್ಣನ್ನು ಒಬ್ಬ ಕುರಿಗಾಹಿಗೆ ತೋರಿಸಲು ಹೇಗೆ ಸಾಧ್ಯ? ಹೆಲೆನಳನ್ನು ನಾನಿಂದು ನೋಡಿರದೇ ಹೋಗಿದ್ದಿದ್ದರೆ, ಅಂದು ತೋರಿಸಿದ ಹೆಣ್ಣಿನ ಚಿತ್ರವೇ ಮನಸ್ಸಿನ ಒಂದು ಕಲ್ಪನೆ ಎಂದು ಸುಮ್ಮನಾಗಿ ಬಿಡಬಹುದಿತ್ತು. ಆದರೆ ನಾನು ನೋಡಿದ ಹೆಣ್ಣು ಜೀವಂತವಾಗಿ ನನ್ನ ಎದುರಲ್ಲೇ ಬಂದು ನಿಂತಿರುವಾಗ, ಕುರಿಗಾಹಿಯಾಗಿದ್ದ ನನ್ನನ್ನು ರಾಜಕುಮಾರನನ್ನಾಗಿಸಿ, ಮತ್ತೊಬ್ಬ ರಾಜನ ಅರಮನೆಯಲ್ಲಿ ನಾನಿಂದು ಮಲಗಿರುವುದು ನಿಜವೇ ಆಗಿರುವಾಗ ಅದನ್ನು ಮಾತ್ರ ಭ್ರಮೆ ಎಂದು ಹೇಗೆ ಪರಿಗಣಿಸುವುದು?" ಮನಸ್ಸು ತರ್ಕ ಹೂಡಿತ್ತು.

ಏನೋ ಸಮಾಧಾನ ಮಾಡಿ ರಮಿಸಿ ಮಲಗಿಸಿದ್ದ ಮನಸ್ಸನ್ನು ಬುದ್ಧಿಯ ಆಲೋಚನೆಗಳು ಮತ್ತೆ ಕೆಡಿಸಿಟ್ಟಿದ್ದವು. ಕಣ್ಣೆವೆಗಳು ಮತ್ತೆ ಕೂಡದಾದವು. ಹಾಸಿಗೆ ಚುಚ್ಚಲಾರಂಭಿಸಿತು. ಪ್ರೇಮ ತಾಪದಿಂದ ಕುಡಿದ ಮಧುವಿನ ಅಮಲು ಕೂಡ ನಿದ್ರೆಗೆ ಜಾರಿಸುವಲ್ಲಿ ಸೋತಿತ್ತು. ಅಂದಿನಿಂದ ನಿರಂತರವಾಗಿ ಒಂದೆರಡು ದಿನ ಅವಳ ಹಿಂದೆಯೇ ಬಿದ್ದ. ಈ ಅವಧಿಯಲ್ಲಿ ಅವನು ಕಂಡುಕೊಂಡಿದ್ದು ಇಷ್ಟು... ಹೆಲೆನ್ ಅಜೆಲೀಯಸನೊಂದಿಗೆ ಸಂತೋಷವಾಗಿಲ್ಲ. ಇತ್ತ ಅಜೆಲೀಯಸನಿಗೂ ಕೂಡ ಹೆಲೆನ್ ತನ್ನವಳು ಎನ್ನುವ ಅಭಿಮಾನವಷ್ಟೆ. ಇಲ್ಲದೇ ಹೋಗಿದ್ದಲ್ಲಿ ಯಾವ ಪತಿ ತಾನೆ, 'ತನ್ನ ಹೆಂಡತಿ ಇಷ್ಟು ಸೌಂದರ್ಯವತಿ ನೋಡಿ ಎಂದು ಬೆತ್ತಲೆ ತೋರಿಸಿಯಾನು?' ಮನಸ್ಸು ಅವನಿಗೆ ಏನು ಬೇಕೋ ಅದನ್ನೇ ಯೋಚಿಸುತ್ತಿತ್ತು. ಅವನಿಗೆ ಈಗ ಹೆಲೆನಳನ್ನು ಸಂಧಿಸಲು, ಅವಳನ್ನು ಒಲಿಸಿಕೊಳ್ಳಲು ಕಾರಣ ಬೇಕಿತ್ತು. ತಾನು ಟ್ರಾಯ್ನಿಂದ ತಂದಂತಹ ಬೆಲೆ ಬಾಳುವ ಒಡವೆ, ವಸ್ತ್ರಗಳನ್ನು ಕಾಣಿಕೆಯಾಗಿ ಅರ್ಪಿಸಿದ. ಆಗೆಲ್ಲಾ ಅವಳಿಗೆ ಸೂಚ್ಯವಾಗಿ ತನ್ನ ಗಾಢ ಪ್ರೇಮವನ್ನು ವ್ಯಕ್ತ ಪಡಿಸಿದ್ದ, ಮತ್ತು ಅವಳೂ ಕೂಡ ಇವನನ್ನು ಮೋಹಿಸುವಂತೆ ಅಫ್ರೋಡೈಟಿಯ ಮೊರೆ ಹೋಗಿದ್ದ. ಅವಳ ಕಣ್ಣಂಚಿನಲ್ಲೂ ಇವನೆಡೆಗೆ ಅಂಥದ್ದೇ ಮಿಂಚಿನ ಸೆಳಕುಗಳಿದ್ದು, ಅವಳೂ ಕೂಡ ಇವನಲ್ಲಿ ಅತಿಶಯವಾಗಿ ಮೋಹಗೊಳ್ಳಲು ಹೆಚ್ಚಿನ ಸಮಯವೇನೂ ಬೇಕಾಗಲಿಲ್ಲ. ಖುದ್ದು ಪ್ರೇಮ ದೇವತೆಯೇ ಇವನ ಬೆನ್ನಿಗೆ ನಿಂತಿರುವಾಗ ಅವಳು ಇವನನ್ನು ಪ್ರೇಮಿಸದೆ ಇರಲು ಸಾಧ್ಯವೇ ಇರಲಿಲ್ಲವಲ್ಲ. ಆದರೂ ಅವಳು ನೇರವಾಗಿ ಏನನ್ನೂ ಹೇಳದೆ ಇವನನ್ನು ಇಕ್ಕಟ್ಟಿಗೆ ಸಿಲುಕಿಸಿದ್ದಳು.

"ಹೆಲೆನ್ ವಿವಾಹವೊಂದಾಗಿರದೇ ಇದ್ದಿದ್ದರೆ ಎಂತಹದ್ದೇ ಪರಿಸ್ಥಿತಿ ಇದ್ದರೂ ಅವಳನ್ನು ಹೊತ್ತೊಯ್ದು ಬಿಡುತ್ತಿದ್ದೆ. ಆದರೆ ಅವಳು ಬೇರೊಬ್ಬರ

ಸ್ವತ್ತು. ಏನು ಮಾಡಲಿ? ನನ್ನ ಪ್ರೇಮವನ್ನು ಅವಳಿಗೆ ನಿವೇದಿಸಿದರೂ ಅವಳು ಅನುಮೋದಿಸಿಯಾಳೆ? ಛೇ... ಯಾಕೋ ಯಾವುದೂ ಸರಿ ಇಲ್ಲ. ರಾಜಕೀಯ ಏನಾದರೂ ಹಾಳಾಗಿ ಹೋಗಲಿ. ನನಗಿನ್ನು ಇಲ್ಲಿರಲು ಆಗುವುದಿಲ್ಲ... ನಾನಿಲ್ಲೇ ಇದ್ದರೆ ಏನೋ ಅನಾಹುತವಂತೂ ಕಟ್ಟಿಟ್ಟ ಬುತ್ತಿ. ಶಾಂತಿ ಬಯಸಿ ಬಂದ ಕಾರಣ ಮತ್ತಿನ್ನೇನೋ ಆದೀತು! ಆದರೂ ನನ್ನನ್ನು ನಾನು ಈ ಸುಂದರಿಯ ಮುಂದೆ ನಿಯಂತ್ರಿಸಿಕೊಳ್ಳಲಾರೆ. ಇನ್ನು ಇಲ್ಲಿರುವುದು ಯಾರಿಗೂ ಕ್ಷೇಮವಲ್ಲ. ಇಂದೇ ಈಗಲೇ ಇಲ್ಲಿಂದ ಓಡಿ ಹೋಗಿ ಬಿಡಬೇಕು"– ಎಂದು ಯೋಚಿಸಿದವನೇ ಎದ್ದು ವಸ್ತ್ರವನ್ನು ಧರಿಸಿ ಅಲ್ಲಿಂದ ಹೊರಬಿದ್ದ. ವಸ್ತ್ರವೆಂದರೆ ಏನು? ತೋಳಿಲ್ಲದ, ತೆರೆದ ಎದೆಯ, ಕೇವಲ ಮಂಡಿಯವರೆಗೆ ಮಾತ್ರ ಇದ್ದ ಚರ್ಮದುಡುಗೆಯಷ್ಟೆ. ಸೊಂಟಕ್ಕೊಂದು ಪಟ್ಟಿ, ಅದಕ್ಕೊಂದು ಸಿಕ್ಕಿಸಿದ ಕಿರುಗತ್ತಿ. ಅದೇ ಬಣ್ಣದ ಚರ್ಮದ ಪಾದರಕ್ಷೆಗಳು. ಅವನ ಮನಸ್ಸು ಅದೆಷ್ಟು ಗೊಂದಲದ ಗೂಡಾಗಿತ್ತೆಂದರೆ ಮೇಲು ಹೊದಿಕೆಯಿಲ್ಲದೇನೇ ಅಂತಹ ಚಳಿಯಲ್ಲಿ ಸಿಂಹದಂತೆ ಹೊರಬಿದ್ದಿದ್ದ.

ರಾಜನ ಅತಿಥಿಯಾದ್ದರಿಂದ ಅವನನ್ನು ಯಾರೂ ತಡೆಯಲಿಲ್ಲ. ಅರಮನೆಯ ಆವರಣ ದಾಟಿದರೆ, ಮುಂದೆ ಕೋಟೆಯ ಬಾಗಿಲು. ಅದರಾಚೆ ಮರಳಿನ ದಿಬ್ಬಗಳನ್ನು ಸ್ವಲ್ಪ ಹತ್ತಿ ಇಳಿದರೆ ಕಡಲ ತೀರ... ಅಲ್ಲಿಯೇ ಲಂಗುರು ಹಾಕಿದ್ದ ಅವನ ಹಡುಗು ಮತ್ತು ಜನರು. "ರಾತ್ರಿಯೇ ಹೊರಟು ಬಿಟ್ಟರೆ ಯಾರೂ ನಮ್ಮನ್ನು ತಡೆದು ನಿಲ್ಲಿಸಲು ಸಾಧ್ಯವಿಲ್ಲ" ಎಂದು ಆಲೋಚಿಸುತ್ತಾ ಚಳಿಯ ಗಾಳಿಗೆ ಕೈಗಳೆರಡನ್ನೂ ಕಟ್ಟಿ ಸರಬರ ನಡೆಯುತ್ತಿದ್ದವನಿಗೆ ಮಧುರವಾದ ಸಂಗೀತ ಕೇಳಿ ಬಂದು ಭರದಲ್ಲಿ ನಡೆಯುತ್ತಿದ್ದ ಹೆಜ್ಜೆಯ ಗತಿ ತುಸು ನಿಧಾನವಾಯಿತು. ದೂರದಲ್ಲಿ ಅಲೆಅಲೆಯಾಗಿ ಕೇಳಿ ಬರುತ್ತಿದ್ದ ಮಧುರವಾದ ಸಂಗೀತ ಅವನ ಹೆಜ್ಜೆಯ ದಿಕ್ಕನ್ನು ಬದಲಿಸಿ ತನ್ನತ್ತ ಸೆಳೆಯಿತು ಎನ್ನುವುದು ಅವನಿಗೆ ಆ ಸಂಗೀತಾ ಬರುತ್ತಿದ್ದ ಜಾಗಕ್ಕೆ ಅವನಿಗರಿವಿಲ್ಲದಂತೆ ಬಂದು ತಲುಪಿದಾಗಲೇ ಗೊತ್ತಾದದ್ದು.

ಅದೊಂದು ಸುಂದರವಾದ ರಾಜವನ. ಕನಸ್ಸಿನಲ್ಲೂ ಕಾಣಲಾಗದಂತಹ, ಊಹಿಸಲೂ ಸಾಧ್ಯವಾಗದಷ್ಟು ಸುಂದರವಾದ ಉದ್ಯಾನವನ. ಬಣ್ಣಬಣ್ಣದ ಹೂವಿನ ಗಿಡಗಳ ಮಧ್ಯೆ ಕಿತ್ತಳೆ ಹಣ್ಣಿನ ಗಿಡಗಳು ಮೈತುಂಬಾ ಹಣ್ಣುಗಳನ್ನು ಹೊತ್ತು ನಿಂತಿದ್ದವು. ಅಷ್ಟು ಫಲವತ್ತಾದ ಹಣ್ಣಿನ ಗಿಡಗಳನ್ನು ಅವನೆಂದೂ ನೋಡಿರಲಿಲ್ಲ. ರಸಭರಿತ ಕಿತ್ತಳೆಯ ಘಮ ಗಾಳಿಯಲ್ಲಿ ಮಿಳಿತಗೊಂಡು ಮೂಗಿನ ಹೊರಳೆಗಳನ್ನು ತೀಡಿ ಹೋಯಿತು. ಸುತ್ತಲೂ ಆವರಿಸಿದ್ದ ಕತ್ತಲಿಗೆ ಹುಣ್ಣಿಮೆಯ ಚಂದ್ರನ ಮಂದವಾದ ಬೆಳ್ಳಿ ಬೆಳಕು ಅಲ್ಲಿ ನೆರೆದಿದ್ದ ಹೆಂಗಳೆಯರ ಏಕಾಂತಕ್ಕೆ ಧಕ್ಕೆ ಬಾರದಂತೆ ಮೆಲ್ಲನೆ ಉಸಿರಾಡುತ್ತಿತ್ತು.

ಅದೊಂದು ಲಲನೆಯರ ಆರಾಧನಾ ಕೂಟ. ಹೆಣ್ಣಿನ ಫಲವತ್ತತೆಗಾಗಿ, ಪ್ರಕೃತಿಯನ್ನು ಪೂಜಿಸಿ ಆರಾಧಿಸುವ ಒಂದು ಕ್ರಮ. ಒಂದು ರೀತಿಯಲ್ಲಿ ಪ್ರಕೃತಿಯೇ ಪ್ರಕೃತಿಯನ್ನು ಆರಾಧಿಸಿದಂತೆ. ಅಲ್ಲಿ ಮರ ಗಿಡಗಳೇ ಪೂಜಾರ್ಹರು... ಮತ್ತು ಆ ಫಲವತ್ತತ್ತೆಯ ದೇವಿಯಾಗಿ ಹೆಲೆನ್ ಆರಾಧಿಸಲ್ಪಡುತ್ತಿದ್ದಳು ಎಂಬುದ್ಯಾವುದೂ ಅವನಿಗೆ ಅರ್ಥವಾಗದಿದ್ದರೂ ಮೇಲ್ನೋಟಕ್ಕೆ ಅದೊಂದು ಹೆಂಗಳೆಯರ ಖಾಸಗಿ ಕೂಟ ಮತ್ತು ಅಲ್ಲಿ ಪುರುಷರಿಗೆ ಅನುಮತಿ ಇಲ್ಲ ಅನ್ನುವುದಂತೂ ಅರ್ಥವಾಗಿತ್ತು. ಆದರೂ ಅವನ ಕುತೂಹಲ ತಡೆಯದೆ ಅಲ್ಲೇ ಒಂದು ಮರದ ಹಿಂದೆ ಅವಿತು ನೋಡಲು ನಿರ್ಧರಿಸಿದನು.

ಪೆರಿಸ್ ನಿಂತಲ್ಲಿಂದ ಹೆಲೆನ್ ನೇರ ಇವನಿಗೆ ಕಾಣಿಸುವಂತೆ ಕುಳಿತಿರಲಿಲ್ಲ. ಅವಳ ಬೆನ್ನಿನ ಭಾಗದಿಂದ ಕೊಂಚ ಓರೆಯಾಗಿ ಮಾತ್ರ ಅವಳನ್ನು ನೋಡಬಹುದಾಗಿತ್ತು. ಅವಳ ಸುತ್ತ ಮುತ್ತ ಹದಿಹರೆಯದ ಹೆಂಗಳೆಯರು ಅವರ ಸುಕೋಮಲ ಬಾಹುಗಳಿಂದ ಅವಳನ್ನು ಆಗಾಗ್ಗೆ ಆಲಂಗಿಸಿ, ಅಪ್ಪಿ ಮುದ್ದಾಡುತ್ತಿದ್ದರು. ಅವಳನ್ನು ಹೂವಿನಿಂದ ಅಲಂಕರಿಸಿ, ಹಾಡಿ ಕುಣಿಯುತ್ತಿದ್ದರು. ನೃತ್ಯವೆಂದರೆ ಧಿಮಿಧಿಮಿ ಎಂದು ಕುಣಿಯದ, ಯಾವುದೋ ಸ್ವಪ್ನ ಲೋಕದಲ್ಲಿ ವಿಹರಿಸುತ್ತಿರುವಂಥಾ ಭಂಗಿಗಳು. ಪಾದಗಳು ನೆಲದ ಮೇಲೆ ಸೋಕುತ್ತಿದ್ದವೋ ಇಲ್ಲವೋ ಎನ್ನುವಂತೆ ನವಿರಾದ, ಸಪ್ಪಳವೇ ಇಲ್ಲದ ಅವರ ಆ ನೃತ್ಯ, ನೃತ್ಯವೆನ್ನುವುದಕ್ಕಿಂತಲೂ ಗಾಳಿಯಲ್ಲಿ ತೇಲುತ್ತಿದ್ದರು ಎಂದರೆ ಸರಿಯಾದೀತೇನೋ. ಅಷ್ಟು ಮನಮೋಹಕ ಕುಣಿತ, ಮಾದಕ ನೃತ್ಯ ಅವನು ಈವರೆಗೂ ಕಂಡಿರಲಿಲ್ಲ. ಸಂಗೀತವೋ... ಯಾವುದೇ ಅಬ್ಬರವಿಲ್ಲದ, ತೀರ ಅತಿಯಾದ ಏರಿಳಿತಗಳಿಲ್ಲದ, ನದಿಯ ಝುಳುಝುಳುವಿನಂತೆ ಮಧುರವಾಗಿ ತಂಗಾಳಿಯಲ್ಲಿ ತೇಲಿ ಬರುತಿತ್ತು. ಅಷ್ಟರಮಟ್ಟಿಗೆ ತಲ್ಲೀನರಾಗಿ, ಯಾರಿಗೂ ಸುತ್ತಮುತ್ತಲಿನ ಪರಿವೆಯೇ ಇಲ್ಲದಂತೆ ಮೈಮರೆತು ಪರವಶರಾಗಿ ತೇಲುತ್ತಿದ್ದರು. ಆ ಲಲನೆಯರು ವಾದ್ಯಗಳನ್ನು ನುಡಿಸುತ್ತಿದ್ದರೋ ಅಥವಾ ವಾದ್ಯಗಳೇ ಅವರ ತಳಿರು ಬೆರಳಿಗೆ ತಾಗಿ ನುಡಿಸಿಕೊಳ್ಳುತ್ತಿದ್ದವೋ ಗೊತ್ತಾಗುತ್ತಿರಲಿಲ್ಲ. ವಾದ್ಯ ನುಡಿಸುವುದರಿಂದ ಹಿಡಿದು, ಹಾಡುವವರು, ನರ್ತಿಸುವವರು ಎಲ್ಲರೂ ಸ್ತ್ರೀಯರೆ. ಪೆರಿಸ್ ಒಂದು ಕ್ಷಣ ಎಲ್ಲವನ್ನೂ ಮರೆತು ನಿಂತಿದ್ದ. ಅವನಿಗೆ ಅವನು ನೋಡುತ್ತಿರುವ ದೃಶ್ಯವು ಸ್ವಪ್ನವೋ, ವಾಸ್ತವವೋ ಅರಿಯದೆ ನಿಬ್ಬೆರಗಾಗಿ ಹೋಗಿದ್ದ. ಒಂದು ವೇಳೆ ಅಲ್ಲಿ ಹೆಲೆನ್ ಇರದೇ ಹೋಗಿದ್ದಿದ್ದರೆ ಅದನ್ನು ಅವನೊಂದು ಸ್ವಪ್ನವೆಂದೇ ಭಾವಿಸಿರಲಿಕ್ಕೆ ಸಾಧ್ಯ. ಓರೆಯಾಗಿ ಇವನು ನಿಂತ ಕಡೆಗೆ ಕಣ್ಣ ಕೊನೆಯಲ್ಲಿ ಇವನನ್ನು ಆಗಾಗ್ಗೆ ಅವಳು ನೋಡುತ್ತಿದ್ದಾಳೆ ಎನಿಸಿತು. ಭ್ರಮೆಯೇ? ಆಗಿರಲಾರದು.

ಖಂಡಿತವಾಗಿಯೂ ಅವಳು ಗಮನಿಸುತ್ತಿದ್ದಾಳೆ. ಹಾಗಿದ್ದರೆ ಪೆರಿಸ್ ಅವಳನ್ನು ಕದ್ದು ನೋಡುತ್ತಿರುವುದು ಅವಳಿಗೆ ಗೊತ್ತಿತ್ತಾ? ಎಂದು ಆಲೋಚಿಸಲೂ ಸಾಧ್ಯವಿಲ್ಲವೆನ್ನುವಂತೆ ಇವನೂ ಪರವಶನಾಗಿ ಹೋಗಿದ್ದನು.

ಅದೆಂಥಾ ಸಂಗೀತ... ಅದೇನು ಮೋಡಿ... ಪೆರಿಸ್ ಇಡೀ ಪ್ರಪಂಚವನ್ನೇ ಮರೆತವನಂತೆ ನಿಂತಿದ್ದ. ಬಾನ ಬೇಲಿಯನ್ನು ದಾಟಿ ಬನಕ್ಕಿಳಿದ ಚಂದ್ರಿಕೆ, ಆ ಬಾಲೆಯರನ್ನೆಲ್ಲಾ ಮಧುವಿಲ್ಲದೇ ಮತ್ತಿನಲ್ಲಿ ತೇಲಿಸುವಂತಿತ್ತು, ಇನ್ನು ಮದಿರೆಯೂ ಸೇರಿರಲು ಅಲ್ಲಿನ ಸನ್ನಿವೇಶವನ್ನೂ ವರ್ಣಿಸಲೂ ಅಸಾಧ್ಯವೆನಿಸುವಷ್ಟು ರಮಣೀಯ. ಹಿಮದಂತಹ ಬಿಳುಪಿನ ಉಡುಪಿನಲ್ಲಿದ್ದ ಅವರೆಲ್ಲಾ ಶ್ವೇತ ಪತಂಗಗಳಂತೆ ಅಲ್ಲಿಂದ ಇಲ್ಲಿಗೆ... ಇಲ್ಲಿಂದ ಅಲ್ಲಿಗೆ ಹಾರಾಡುತ್ತಿದ್ದುದನ್ನು ಒಂದು ಮರದ ಹಿಂದೆ ಮರೆಯಲ್ಲಿ ನಿಂತು ನೋಡುತ್ತಿದ್ದ ಪೆರಿಸನಿಗೂ ಮತ್ತಿನಲ್ಲಿ ತೇಲಿ ಹೋದಂತೆನಿಸುತಿತ್ತು. ಬೆನ್ನಿನ ಹಿಂದಿನ ಭಾಗದಿಂದ ಕೊಂಚ ಓರೆಯಾಗಿ ಅರ್ಧ ಮುಖದಷ್ಟು ಮಾತ್ರ ಕಾಣುತ್ತಿದ್ದ ಹೆಲೆನ್, ಬಹಳ ಸಡಿಲವಾದ ಮತ್ತು ಅಷ್ಟೇ ಸರಳವಾದ ವಸ್ತ್ರವನ್ನು ದರಿಸಿದ್ದಳು. ಅವಳ ಎದೆಯನ್ನು ಒಂದು ಪರದೆಯಂತಹ ತೆಳುವಾದ ಸುಕೋಮಲ ವಸ್ತ್ರ ಮುಚ್ಚಿದ್ದರೆ, ಅವಳ ಬೆನ್ನು ಸಂಪೂರ್ಣವಾಗಿ ಬೆತ್ತಲಾಗಿತ್ತು. ನಡುವಿನಿಂದ ಮಂಡಿಯವರೆಗೆ ಸುತ್ತಿದ್ದ ಬಿಳಿ ರೇಷ್ಮೆಯ ಬಟ್ಟೆ ಅವಳ ಕೂದಲಿನಷ್ಟೇ ಮೃದುವಾಗಿದ್ದೀತು ಎಂಬುದನ್ನು ಅದರ ಮಡಿಕೆಗಳೇ ಹೇಳುತ್ತಿದ್ದವು. ಅವಳ ಕುಳಿತಿದ್ದ ಭಂಗಿಗೆ ಅವಳು ಉಟ್ಟಿದ್ದ ಶ್ವೇತ ವರ್ಣದ ಉಡ್ಯಾಣ ಇನ್ನೂ ಕೊಂಚ ಕೆಳಕ್ಕೆ ಜಗ್ಗಿದ್ದೂ, ಅವಳ ಬೆತ್ತಲೆ ಬೆನ್ನಿನ ಇಳಿಜಾರು, ಹರಡಿದ್ದ ಅವಳ ನೀಳ ಕೇಶರಾಶಿಯು ಗಾಳಿಗೆ ಹಾರಿದಾಗ ಆ ಕತ್ತಲಲ್ಲೂ ಅಮೃತ ಶಿಲೆಯಂತೆ ಮಿಂಚುತ್ತಿತ್ತು. ಆಕೆ ಅಪ್ಸರೆಯರಲ್ಲೇ ಅಪ್ಸರೆ ಎಂದರೆ ಅತಿಶಯೋಕ್ತಿ ಅಲ್ಲವೇ ಅಲ್ಲ ಎನಿಸಿತವನಿಗೆ. ಅವಳ ಸೌಂದರ್ಯಕ್ಕೆ ಮರುಳಾಗಿ ಮರುಳನಂತೆ ನಿಂತಿದ್ದ ಅವನನ್ನು, ಸಡಿಲವಾಗಿ ಹೆಣೆದಿದ್ದ ಅವಳ ಹೆರಳಿಂದ ತೊನೆದಾಡುತ್ತಿದ್ದ ಮುಂಗುರುಳು ಸನ್ನೆ ಮಾಡಿ ಕರೆದಂತಾಗಿ ಮೈಮರೆತು ಒಂದು ಹೆಜ್ಜೆ ಮುಂದಿಟ್ಟವ ಮತ್ತೆ ಹಾಗೇ ಗಕ್ಕನೇ ನಿಂತ. ಅದೇ ಸಮಯಕ್ಕೆ ಸರಿಯಾಗಿ ಹೆಲೆನ್ ಕೂಡ ಇವನತ್ತ ಅಚಾನಕ್ಕಾಗಿ ತಿರುಗಿದಳು, ಪೆರಿಸ್ ತಕ್ಷಣವೇ ಮರದ ಹಿಂದೆ ಸರಿದು ಒಂದೇ ಕಣ್ಣಿಂದ ಅವಳನ್ನು ಗಮನಿಸಿದ. ಇವನು ನಿಂತ ಜಾಗದಲ್ಲಿ ಕತ್ತಲೆಯಿದ್ದುದರಿಂದ ಇವನು ಕಾಣಿಸಿರಲಿಕ್ಕಿಲ್ಲ. ಅಥವಾ ಅವನು ಹಾಗೆ ಅಂದುಕೊಂಡಿದ್ದ. ಇವನತ್ತ ತಿರುಗಿದ ಹೆಲೆನ್ ಆ ಹುಣ್ಣಿಮೆಯ ಬೆಳಕಿನಲ್ಲಿ ಅವನ ಕಣ್ಣಿಗೆ ಒಂದು ಸುಂದರ ಹೊನಲ ಕವಿತೆಯಂತೆ ಕಂಡಳು. ಪಿಳಿಗುಡುತ್ತಿದ್ದ ಆ ಕಣ್ಣುಗಳು ಒಂದೊಮ್ಮೆ ಇವನನ್ನೇ ಅರಸುತ್ತಿದ್ದವೇನೋ ಎನಿಸಿದ್ದೇ ತಡ, ಢವಗುಡುತ್ತಿದ್ದ ಅವನ ಹೃದಯವು ಒಂದು ಮಿಡಿತವನ್ನು

ತಪ್ಪಿಸಿಕೊಂಡಂತಹ ಮಧುರವಾದ ಸೆಳಕಿಗೆ ಸಿಲುಕಿ ಮೆಲ್ಲನೆ ಮುಲುಕಿತು. ಇನ್ನು ಅಲ್ಲಿ ನಿಂತಿರುವುದು ಬೇಡವೆನಿಸಿತು. ಆದರೂ ಹಡಗಿನತ್ತ ಹೋಗುತ್ತಿದ್ದವನು ಅವನಿಗರಿವಿಲ್ಲದೆ ಹೆಜ್ಜೆಯನ್ನು ಮತ್ತೆ ಮಹಲಿನತ್ತ ತಿರುಗಿಸಿದ. ಇತ್ತ ಹೆಲೆನ್ ಯಾವುದೋ ಖುಷಿಯಲ್ಲಿ ಮುಗುಳ್ನಕ್ಕಳು. ಸುತ್ತಲೂ ನೆರೆದಿದ್ದ ಹೆಂಗಳೆಯರು ಅವಳನ್ನು ಆರಾಧಿಸುವಲ್ಲಿ ತಲ್ಲೀನರಾಗಿದ್ದರು.

ಅಫ್ರೋಡೈಟಿಯ ವರ ಫಲಿಸುವುದರಲ್ಲಿತ್ತಾ...? ಆದರೆ, ಅಥಿನೀ ಕೂಡ ಈ ಎಲ್ಲಾ ಬದಲಾವಣೆಗಳನ್ನು ಗಮನಿಸುತ್ತಿದ್ದಳಲ್ಲ! ಅವಳು ಏನು ಮರೆತರೂ ತನ್ನ ಹಗೆಯನ್ನು ಮರೆಯಲಾರಳು!

ಹೇಳದೆ ಕೇಳದೆ ಮರಳಿ ಹೊರಟವನು, ಯಾಂತ್ರಿಕವಾಗಿ ಬಂದು ಹಾಸಿಗೆಗೆ ಬಿದ್ದಿದ್ದ. ಪೆರಿಸ್ ಹಾಸಿಗೆಗೆ ಬಂದು ಬಿದ್ದನಾದರೂ ಅವನ ಮನಸ್ಸು ಸ್ಥಿಮಿತದಲ್ಲಿರಲಿಲ್ಲ. ಅಲ್ಲಿ ಕಂಡ ದೃಶ್ಯಗಳೆಲ್ಲಾ ಒಂದಾದ ಮೇಲೊಂದರಂತೆ ಕಣ್ಮುಂದೆ ಮತ್ತೆ ಮತ್ತೆ ಪುನರಾವರ್ತಿಸಿ ಕಣ್ಣೆವೆಗಳು ಕೂಡದಾದವು. ಇಲ್ಲಿರುವುದೇ ಬೇಡವೆಂದು ಅಲ್ಲಿಂದ ಹೊರಟವನನ್ನು ಅದ್ಯಾವ ಶಕ್ತಿ ಮತ್ತೆ ಮರಳಿ ಬರುವಂತೆ ಮಾಡಿತೋ? ಅದೇನು ಕಾರಣವೋ? ಅರಿಯದೆ ಒದ್ದಾಡಿದ. ಹೆಲೆನಳನ್ನು ಹೊಂದುವಲ್ಲಿ ಸಾಧ್ಯ–ಅಸಾಧ್ಯ, ನೈತಿಕ–ಅನೈತಿಕತೆಗಳ ನಡುವೆ ಸಿಲುಕಿದ ಮನಸ್ಸು ಅಲ್ಲೋಲ ಕಲ್ಲೋಲವಾಗಿತ್ತು. ಒಂದೊಮ್ಮೆ ಇಲ್ಲಿಂದ ಹೊರಟು ಅವಳಿಂದ ದೂರವಾದರೂ, ಮರೆಯಬೇಕೆಂದುಕೊಂಡರೂ ಅದು ಸಾಧ್ಯವೇ ಎಂದು ಪರಿತಪಿಸಿದ. ಅದೆಷ್ಟೇ ಮನಸ್ಸನ್ನು ರಮಿಸಿದರೂ... ಮುಟ್ಟದೆಯೇ ಮಿತಿ ಮೀರಿ ಮಿಡಿಯುತ್ತಿರುವ ಅವನ ಹೃದಯ ವೀಣೆ ಅವನರಿಯದ ಪ್ರೇಮರಾಗದ ಸರಿಗಮವನ್ನೆಲ್ಲಾ ಪಲಕುತ್ತಿತ್ತು. ಇನ್ನೆಲ್ಲಿಯ ಶಾಂತಿ. ಅವನ ಮೈ ಕೆಂಡದಂತೆ ಸುಡಲಾರಂಭಿಸಿತು. ಅಷ್ಟರಲ್ಲಿ ಕೋಣೆಯ ಮುಂಬಾಲಿಗೆ ಯಾರೋ ಬಂದು ನಿಂತಂತೆ ದೀಪದ ಬೆಳಕಿಗೆ ಬಾಗಿಲಾಚೆಯ ಪರದೆಯ ಮೇಲೊಂದು ಚಿತ್ರ ಮೂಡಿತು. ನೆರಳಲ್ಲಿ ಕಂಡ ಉಬ್ಬು ತಗ್ಗುಗಳ ಆಕಾರ ಅದೊಂದು ಹೆಣ್ಣೇ ಎಂಬುದು ದೃಢಪಡಿಸಿತು.

“ಹೆಲೆನ್ ಬಂದಳೇ?” ಅವನ ಮನಸ್ಸು ಕನವರಿಸಿತು.

ಅಪಹರಣ

"ಹೆಲೆನ್ ಬಂದಳೇ?" ಎಂದು ಅತ್ಯಂತ ಉತ್ಸಾಹದಿಂದ ಪರದೆ ಸರಿಸಿದರೆ, ಎದುರುಗಡೆ ಹೆಣ್ಣೊಬ್ಬಳು ನಿಂತಿದ್ದಳು. ಅವಳು ಯಾರೆಂದು ಅವನಿಗೆ ಗೊತ್ತಾಗಲಿಲ್ಲ. ಇವನು ಏನನ್ನೂ ಕೇಳಲು ಆಸ್ಪದವೇ ಇಲ್ಲದ್ದಂತೆ ತುಟಿಯ ಮೇಲೆ ಬೆರಳಿಟ್ಟು 'ಶ್ಶ್...' ಎಂದಷ್ಟೇ ಸನ್ನೆ ಮಾಡಿ ನನ್ನ ಹಿಂದೆ ಬಾ ಎನ್ನುವಂತೆ ತಲೆ ಆಡಿಸಿ ಮುಂದೆ ಹೋದಳು. ಪೆರಿಸನಿಗೆ ಎಲ್ಲವೂ ಅಯೋಮಯ. 'ದೊಂದಿಯ ಒಂದು ಸಣ್ಣ ಬೆಳಕೂ ಇಲ್ಲದೆ ಆ ಕತ್ತಲಲ್ಲಿ ಅವಳನ್ನು ಹೇಗೆ ಹಿಂಬಾಲಿಸಲಿ?' ಎನ್ನುವ ಅನುಮಾನದಿಂದಲೇ ಅವಳನ್ನು ಹಿಂಬಾಲಿಸಿದ. ಅವನ ಕೋಣೆಯ ಹಿಂಬದಿಯಿಂದ ಮಹಲಿನಿಂದಾಚೆ ಹೋದವಳು ಒಂದು ಮಾತನ್ನು ಆಡದೆ ಸರಸರ ನಡೆಯುತ್ತಿದ್ದಳು. ಅವಳನ್ನು ಹಿಂಬಾಲಿಸುವಲ್ಲಿ ಕೊಂಚ ತಡ ಮಾಡಿದರೂ ಎಲ್ಲಿ ಕತ್ತಲಲ್ಲಿ ಕರಗಿ ಹೋಗುವಳೋ ಎನಿಸಿ ಅವನೂ ಕೂಡ ಅಷ್ಟೇ ಶೀಘ್ರದಲ್ಲಿ ಹೆಜ್ಜೆ ಹಾಕಿದ. ಶತ್ರು ರಾಜ್ಯದಲ್ಲಿ ಹೀಗೇ ಬಂದಿರುವುದೇ ಅಲ್ಲ... ಅದರಲ್ಲಿ ಹೀಗೆ ಮಧ್ಯ ರಾತ್ರಿ ಯಾರೋ ಬಂದು ಕರೆದರು ಎಂದು ತುಟಿಕ್ ಪಿಟಿಕ್ ಎನ್ನದೆ ಅವರನ್ನು ಕುರಿಯಂತೆ ಹಿಂಬಾಲಿಸುವುದು ಸಮಂಜಸವೇ? ಅಂಥದೊಂದು ಯೋಚನೆ ಮೂಡುತ್ತಲೇ ಬಲಗೈ ಕಿರುಗತ್ತಿಯನ್ನು ಸವರುತ್ತಿತ್ತು. ಕಾಲುಗಳು ಮಾತ್ರ ಅನಾಮತ್ತಾಗಿ ಅವಳನ್ನು ಹಿಂಬಾಲಿಸುತ್ತಿದ್ದವು. ಮತ್ತಿನ್ಯಾರಾದರೂ ನಮ್ಮನ್ನು

ಹಿಂಬಾಲಿಸುತ್ತಿರಬಹುದೇ ಎಂದು ಒಮ್ಮೆ ಹಿಂದಿರುಗಿ ನೋಡಿದ... ಅಲ್ಲಿ ಅವರಿಬ್ಬರ ಹೆಜ್ಜೆಯ ಸಪ್ಪಳದ ವಿನಃ ಮತ್ತಿನ್ನ್ಯಾರೂ ಸನಿಹದಲ್ಲೂ ಸುಳಿಯುತ್ತಿಲ್ಲ ಎಂದು ಮನವರಿಕೆಯಾಯಿತು.

ಆದರೂ ಅನುಮಾನದಿಂದಲೇ ಆ ಸ್ತ್ರೀಯನ್ನು ಹಿಂಬಾಲಿಸುತ್ತಾ ಉಸುಗಿನಲ್ಲಿ ಒಂದಿಷ್ಟು ದೂರ ನಡೆದ ಮೇಲೆ, ದೂರದಲ್ಲಿ ಮಿಣಿಮಿಣಿಗುಡುತ್ತಿರುವ ದೀಪದ ಬೆಳಕು ಕಾಣಿಸಿತು. ಹತ್ತಿರ ಹೋದಾಗ, ಖರ್ಜೂರ ಮರಗಳ ಮಧ್ಯೆ ಬಿಳಿಯ ಬಣ್ಣದ ಡೇರೆಯೊಂದು ಕಾಣಿಸಿತು. ಇನ್ನೂ ಸನಿಹ ಹೋದಾಗ, ಅದ್ಭುತವಾದ ಒಂದು ಪರಿಮಳ ಅವನನ್ನು ಸ್ವಾಗತಿಸಿತು. ಜೊತೆಯಲ್ಲಿ ಬಂದಿದ್ದ ಆ ಹೆಣ್ಣು ನಗುನಗುತ್ತಾ ಪರದೆಯನ್ನು ಸರಿಸಿ ಒಳ ಹೋಗ ಬಹುದು ಎಂದು ಹುಬ್ಬು ಹಾರಿಸಿ, ಕತ್ತು ಕೊಂಕಿಸಿ ಸನ್ನೆ ಮಾಡಿ, ಅಲ್ಲಿಂದ ಮಿಂಚಂತೆ ಕತ್ತಲಲ್ಲಿ ಕರಗಿ ಹೋದಳು. ಅನುಮಾನದಿಂದಲೇ ಒಳ ಹೋದ ಪೆರಿಸ್ ಒಳಗಿದ್ದ ಆ ದೇವತೆಯನ್ನು ಕಂಡು ಚಕಿತನಾದ. ಮುಂಜಾನೆಯಿಂದ ಒಂದಲ್ಲ ಒಂದು ಅಂದಾಜಿಸಲು ಸಾಧ್ಯವೇ ಆಗದಂತಹ ಘಟನೆಗಳು ನಡೆಯುತ್ತಲೇ ಇದ್ದು, ಈಗ ಇದು ಮತ್ತೆ ಕನಸೋ ನನಸೋ ಅರಿಯದಾದ. ಅವನ ಬದುಕೇ ಒಂದು ಕನಸಿನಂತಾಗಿ ಹೋಗಿದ್ದೂ, ನಡೆಯುತ್ತಿರುವ ಘಟನೆಗಳೋ ಅದನ್ನೂ ಮೀರಿಸುವಂತೆ ಜರಗುತ್ತಿದ್ದವು.

ಮಂದವಾದ ಬೆಳಕಿನಲ್ಲಿ ಹುಣ್ಣಿಮೆಯ ತುಣುಕೊಂದು ಹೆಣ್ಣಿನ ರೂಪ ತಳೆದಂತೆ, ಹೂವಷ್ಟು ಮೃದುವಾದ ಪಲ್ಲಂಗದ ಮೇಲೆ ಬಾಗಿಲಿಗೆ ಬೆನ್ನು ಮಾಡಿ, ಕಿಟಕಿಯಿಂದಾಚೆ ದೂರದ ಆಗಸದಲ್ಲಿ ಕಾಣುತ್ತಿದ್ದ ಚಂದ್ರನನ್ನು ನೋಡುತ್ತಾ ಕುಳಿತಿದ್ದವಳು ಇವನ ಆಗಮನದ ಸದ್ದಾಗುತ್ತಿದ್ದಂತೆಯೇ ಮೆಲ್ಲನೆ ಇವನತ್ತ ತಿರುಗಿದಳು ಹೆಲೆನ್! ಪೆರಿಸ್ ಏನೂ ಮಾಡಲು ತೋಚದವನಂತೆ, ಸಮಯದ ಬೊಂಬೆಯಾಗಿ ನಿಂತು ಬಿಟ್ಟಿದ್ದ. ಏಕೆಂದರೆ, ಮುಂಜಾನೆಯಿಂದಲೂ ಅವನು ಎಣಿಸಿದ್ದು ಯಾವುದೂ ನಡೆದಿರಲಿಲ್ಲವಾಗಿ ಮುಂದಿನದನ್ನು ಒಂದಿಷ್ಟು ಅಂದಾಜಿಸದವನಾಗಿದ್ದ ಅನ್ನುವುದಕ್ಕಿಂತಲೂ ಅಂದಾಜಿಸುವ ಗೊಡವೆಗೇ ಹೋಗದೆ ತನ್ನನ್ನು ತಾನು ಸಮಯದ ಕೈಗಿತ್ತು, ಕೇವಲ ಸಾಕ್ಷಿಯಾಗಿ ನಿಂತುಬಿಟ್ಟಿದ್ದ.

"ಬಾ ಪೆರಿಸ್... ನನ್ನ ಬಳಿ ಬಾ." ಜೇನಿನಲ್ಲಿ ಅದ್ದಿ ತೆಗೆದಂತಹ ಮಧುರವಾದ ಧ್ವನಿಗೆ ಪೆರಿಸ್ ಸಮ್ಮೋಹಿತನಾದವನಂತೆ ಅವಳ ಬಳಿ ನಡೆದ. ಅವನಿಗೀಗಲೂ ಘಟಿಸುತ್ತಿರುವುದು ನಿಜವೆಂದು ನಂಬಲು ಸಾಧ್ಯವಾಗಿರಲಿಲ್ಲ. ಪೆರಿಸ್ ಹತ್ತಿರ ಹೋಗಿ ನಿಲ್ಲುತ್ತಲೇ ಹೆಲೆನ್ ಮತ್ತೆ ಕಿಟಕಿಯಿಂದಾಚೆ ಆಕಾಶದಲ್ಲಿರುವ ದೂರದ ನಕ್ಷತ್ರಗಳನ್ನು ನಿರುಕಿಸುತ್ತಿದ್ದರೆ, ಪೆರಿಸ್ ತನ್ನ ಮಗ್ಗುಲಲ್ಲೇ ರತ್ನಗಂಬಳಿಯ ಮೇಲೆ ಕಾಲು ಮಡಚಿ ಕುಳಿತಿರುವ ಚಂದ್ರನನ್ನು

ಕಣ್ತುಂಬಿ ಕೊಳ್ಳುತ್ತಿದ್ದ.

"ಅರಮನೆಯಲ್ಲಿ ನಾನು ನಿನ್ನೊಂದಿಗೆ ಮಾತಾಡುವುದನ್ನು ಯಾರಾದರು ನೋಡಿಯಾರು ಎಂದು ಭಯವಾಗಿ ನಿನ್ನನ್ನು ಹೀಗೆ ಏಕಾಂತದಲ್ಲಿ ಕಾಣುವಂತಾಯ್ತು. ಅನುಮತಿಯಿಲ್ಲದೆ ಹೀಗೆ ನಿನ್ನನ್ನು ಕರೆಯಿಸಿಕೊಂಡ ನನ್ನ ಅನುಚಿತ ವರ್ತನೆಗೆ ಕ್ಷಮೆಯಿರಲಿ" ಹುಣ್ಣಿಮೆಯೇ ನುಡಿದಂತಿತ್ತು. ಪೆರಿಸ್ ಕೇವಲ ತಲೆ ಅಲ್ಲಾಡಿಸಿದನಷ್ಟೆ. ಅವನಿನ್ನೂ ವಾಸ್ತವಕ್ಕೆ ಬಂದಿಲ್ಲವೆಂಬುದು ಅವನ ಅರೆತೆರೆದ ಬಾಯಿ, ಅಸ್ಥಿರ ನಯನಗಳೇ ಹೇಳುತ್ತಿದ್ದವು.

"ಪೆರಿಸ್, ಈಗ ನಾನು ಹೇಳಲಿರುವ ವಿಷಯವನ್ನು ಗಮನವಿಟ್ಟು ಕೇಳು. ನಾನು ಹೆಲೆನ್. ಮೆನೆಲೀಯಸನ ಪತ್ನಿ. ನೀನು ನಮ್ಮ ಅತಿಥಿ. ಅತಿಥಿ ಸತ್ಕಾರ ನಮ್ಮ ಧರ್ಮ. ಆದರೆ, ನಿನ್ನ ಕಣ್ಣ ನೋಟ ನನ್ನನ್ನು ಧರ್ಮ ಸಂಕಟಕ್ಕೆ ಸಿಲುಕಿಸುತ್ತಿದೆ. ನೀನು ನನ್ನಲ್ಲಿ ಅನುರಕ್ತನಾಗಿದ್ದೀಯೆ ಎಂದು ನಾನು ಬಲ್ಲೆ. ಭಾವನೆಗಳಿಗೆ ಸೋತು ನೀನೇನಾದರು ಕೊಂಚವೇ ಅನುಚಿತವಾಗಿ ನಡೆದು ಕೊಂಡರೂ ನಿನ್ನ ಅಂತ್ಯ ಸತ್ಯ. ಮೆನೆಲೀಯಸ್ ನನಗಾಗಿ ಏನು ಮಾಡಲು ಸಿದ್ಧ. ಅದೇ ನನಗೂ ಭಯವಾಗಿ ನಿನ್ನನ್ನು ಕರೆಸಿಕೊಂಡಿದ್ದು" ತನ್ನ ಮನದ ದುಗುಡವನ್ನು ಹೊರ ಹಾಕಿ ಅವನ ಕಣ್ಣುಗಳನ್ನೇ ನೋಡುತ್ತಾ ಕೇಳಿದ್ದಳು.

"ಮೆನೆಲೀಯಸ್ ನಿನ್ನ ಪತಿ, ಸುಂದರಿ. ತನ್ನ ಪತ್ನಿಯ ಮೇಲೆ ಕಣ್ಣು ಹಾಕಿದವನಿಗೆ ಅಷ್ಟಾದರೂ ಕೋಪ ತೋರಿಸದೆ ಇರಲು ಯಾವ ಗಂಡಿನಿಂದ ಸಾಧ್ಯ ರೂಪಸಿ? ನಾನಾಗಿದ್ದರೆ ಇಷ್ಟೂ ಸಾಧ್ಯವಾಗಿಸುತ್ತಿರಲಿಲ್ಲ ಬಿಡು. ನನ್ನ ಮಡದಿಯ ಮೇಲೆ ಕಣ್ಣು ಹಾಕಿದವನ ಕಣ್ಣನ್ನು ಅಲ್ಲೇ ಕಿತ್ತು ಹಾಕಿ ಬಿಡುತ್ತಿದ್ದೆ. ಅದಿರಲಿ, ನನಗೆ ಏನು ಮಾಡಿದರೂ ನಿನಗೇಕೆ ಭಯವಾದೀತು ಚೆಲುವೆ? ಅಪರಿಚಿತನಿಗೆ ನಿನ್ನ ಪತಿಯಾದವನು ಏನು ಮಾಡಿದರೂ ನಿನಗೇನು ಅನ್ನಿಸಬಾರದಲ್ಲವೇ?" ಅವಳ ಕಣ್ಣುಗಳಾಳಕ್ಕೆ ಇಳಿದು ನುಡಿದಿದ್ದ.

"ನನ್ನಿಂದ ನೀನು ಅಪರಾಧಿಯಂತೆ ಶಿಕ್ಷೆ ಅನುಭವಿಸುವುದು ನನಗಿಷ್ಟವಿಲ್ಲ ಅಷ್ಟೆ" ಮುಖ ಊದಿಸಿ ಹುಸಿಗೋಪ ನಟಿಸಿ ಅಲ್ಲಿಂದ ಎದ್ದು ತನ್ನ ಭಾವಗಳ ಮರೆಮಾಚುತ್ತಾ ಕಿಟಕಿಯ ತಂಗಾಳಿಗೆ ಮುಖವೊಡ್ಡಿ ನಿಂತಳು.

"ಅಪರಾಧಿಯಂತೆ!? ಒಂದು ವೇಳೆ ನಿಜಕ್ಕೂ ಅಪರಾಧಿಯಾದರೆ?" ಎನ್ನುತ್ತಾ ಅವಳನ್ನು ಮೃದುವಾಗಿ ಹಿಂದಿನಿಂದ ಅಪ್ಪಿ ಹಿಡಿದ. ಹೆಲೆನಳ ಉಸಿರು ಒಮ್ಮೆಲೆ ಎದೆಗೇರಿ, ಗಂಟಲು ಬಿಗಿಗೊಳಿಸಿ ಹೊರಬಿದ್ದ ಬಿಸಿ ಉಸಿರು ಪೆರಿಸನನ್ನು ಇನ್ನೂ ಉದ್ರೇಕಿಸಿತ್ತು. ಹೆಲೆನ್ ಪೆರಿಸನ ಹಿಡಿತವನ್ನು ಸಡಿಲಿಸುವ ಪ್ರಯತ್ನ ಮಾಡಿದಳೇ ವಿನಾ ವಿರೋಧಿಸಲಿಲ್ಲ. ಅವನ ಕೈ ಬಿಡಿಸಿಕೊಳ್ಳುವ ನೆಪದಲ್ಲಿ ಕೊಸರಾಡುತ್ತಿದ್ದ ಅವಳ ಅಂಗೈಯ ಮಿದು, ಅವಳ ಹೆರಳಿಂದ ಹೊಮ್ಮುತ್ತಿದ್ದ ಯಾವುದೋ ಹೂವಿನ ಪರಿಮಳ, ಅವಳ

ಬೆಚ್ಚನೆಯ ಸ್ಪರ್ಶಕ್ಕೆ ಅವಳು ಅವನನ್ನು ಅಲ್ಲಿಯೇ ಕೊಂದಿದ್ದರೂ ಪರವಾಗಿಲ್ಲ ಎನ್ನುವಂತೆ ಅವನು ಅವಳಿಗೆ ಶರಣಾಗಿ, ತಾನು ಏನು ಮಾಡುತ್ತಿದ್ದೇನೆ ಎನ್ನುವ ಪರಿವೆಯೇ ಇಲ್ಲದಂತೆ, ಯಾವುದೋ ಮೋಡಿಗೆ ಸಿಲುಕಿದವನಂತೆ ಅನಾಮತ್ತಾಗಿ ಅವಳ ಕತ್ತಿನ ಹಿಂಭಾಗಕ್ಕೆ ಸಿಹಿ ಮುತ್ತನೊಂದಿಟ್ಟು ಬಿಟ್ಟ. ಅಚ್ಚೊತ್ತಿದ ಅವನ ತುಟಿಗಳಿಗೆ, ಹೆಲೆನಳ ಬೆಚ್ಚನೆ ಮೈಯ ಸ್ಪರ್ಷವಾಗುತ್ತಲೇ ರೋಮಾಂಚಿತನಾದವನೇ ಸ್ವಪ್ನದಿಂದ ಎಚ್ಚೆತ್ತವನಂತೆ, ಅವಳು ಆ ಅಚಾತುರ್ಯದ ಚುಂಬನಕ್ಕೆ ಪ್ರತಿಕ್ರಿಯಿಸುವುದರೊಳಗಾಗಿ ಹಿಡಿತ ಸಡಿಲಿಸಿ, ಹಿಂದಕ್ಕೆ ಸರಿದ. ಸುರಸುಂದರಾಂಗನಾದ ಅವನಿಗೆ ಹೆಣ್ಣಿನ ಸ್ಪರ್ಷ ಹೊಸದೇನಲ್ಲಾ. ಆದರೆ, ಇಷ್ಟು ಉದ್ವಿಗ್ನಕ್ಕೆ ಒಳಗಾದವನೇ ಅಲ್ಲ ಅವನು. ಆದರೆ, ಹೆಲೆನಳ ಸೌಂದರ್ಯಕ್ಕೆ ಎಂಥಾ ಪುರುಷ ಸಿಂಹನನ್ನೂ ಬಗ್ಗಿಸಿ ಬಿಡುವ ತಾಕತ್ತಿದೆ ಎಂಬ ಲೋಕಾರೂಢಿ ಮಾತಿಗೆ ಅವನಿಂದು ಸಾಕ್ಷಿಯಾಗಿದ್ದ. ಅಂತಹ ಹೆಲೆನಳಿಗೆ ಉಸಿರು ತಾಕುವಷ್ಟು ದೂರದಲ್ಲಿ ನಿಂತಿದ್ದ ಅವನು ಮೆಲ್ಲನೆ ಬೆವೆತು ಹೋಗಿದ್ದ.

ಸ್ಪಾರ್ಟಾದ ರಾಣಿಗೆ ಹಾಗೆ ಚುಂಬಿಸುವುದು ಎಂದರೇನು? ಮತ್ತದರ ಪರಿಣಾಮ ಏನೂ ಆಗಿರಲೂ ಬಹುದು. ಅವನ ಪ್ರಾಣ ಸಹಿತ ಹೋಗಬಹುದು. ಹಾಗಿದ್ದೂ ಅವನ ಆ ಉದ್ಧಟತನಕ್ಕೆ ಹೆಲೆನ್ ಹೇಗೆ ಪ್ರತಿಕ್ರಿಯಿಸುವಳೋ ಎಂದೂ ಯೋಚಿಸದೆ ಮುತ್ತಿಟ್ಟಾಗಿತ್ತು. ಇದು ಪೆರಿಸನ ಹುಚ್ಚು ಪ್ರೇಮದ ಪರಮಾವಧಿ! ವನಿಗೆ ಪ್ರೀತಿಸುವುದಷ್ಟೇ ಗೊತ್ತು... ಮತ್ತು ಅಂತಹ ಗಂಡೇ ಹೆಣ್ಣಿಗಿಷ್ಟ ಎನ್ನುವ ಸತ್ಯವನ್ನು ಅರಿಯದ ಪೆರಿಸ್ ಎಲ್ಲದಕ್ಕೂ ಸಿದ್ಧನಾಗಿ ಕಣ್ಣು ಮುಚ್ಚಿ ನಿಂತುಬಿಟ್ಟ.

ಇಂಥದೊಂದು ಅಚಾತುರ್ಯವನ್ನು ಅಂದಾಜಿಸಿರದ ಅವಳಿಗೂ ಹೇಗೆ ಪ್ರತಿಕ್ರಿಯಿಸಬೇಕೋ ಅರಿಯದೆ, ಇದ್ದಕ್ಕಿದ್ದಂತೆ ಸಡಿಲಗೊಂಡ ಅವನ ಹಿತವಾಗಿದ್ದ ಹಿಡಿತ, ಅನಾಮತ್ತಾಗಿ ಕೊಟ್ಟ ಆ ಮುತ್ತಿಗೆ ಆಡಬೇಕೆಂದಿದ್ದ ಅವಳ ಎಲ್ಲಾ ಮಾತುಗಳೂ ಮೇಲೆಕೆಳಗಾಗಿ, ಕೊಡಬೇಕೆಂದಿದ್ದ ಎಲ್ಲಾ ಎಚ್ಚರಿಕೆಗಳೂ ಮರೆತು ಹೋಗಿ, ಒಂದೆರಡು ಕ್ಷಣ ಸಣ್ಣಗೆ ಕಂಪಿಸುತ್ತಾ ನಿಂತು ಬಿಟ್ಟಳು. ಒಮ್ಮೆ ಮುರಿದುಕೊಂಡು ಬಿದ್ದರೆ ಸಾಕು ಕಳೆದು ಹೋಗಿಬಿಡಬಹುದಾದಂತಹ ಅವನ ಹರವಾದ ಎದೆ, ತೋಳ ಕಂದರಗಳ ಬಲಿಷ್ಠ ತಿರುವುಗಳು, ಅವನ ಎತ್ತರದ ನಿಲುವು ಅದೆಲ್ಲದಕ್ಕಿಂತಲೂ 'ನಾನು ನಿನ್ನ ಪ್ರೀತಿಸ ಬಲ್ಲೆ' ಎನ್ನುವ ಆತ್ಮವಿಶ್ವಾಸ ತುಂಬಿದ ಅವನ ನೀಲಿ ಕಣ್ಣುಗಳು, ಮತ್ತದರಾಳದಲ್ಲಿ ಹುದುಗಿದ್ದ ಅವನ ಛಲಕ್ಕೆ ಒಂದು ಕ್ಷಣದ ಮಟ್ಟಿಗೆ ತಾನು ನಿಂತಲ್ಲೇ ದೈಹಿಕವಾಗಿ ಶ್ರುತಿಗೊಂಡು ಎಲ್ಲಿ ತನ್ನ ಸಂಯಮ ಕಳೆದುಕೊಂಡೇನೋ ಎಂದು ತನ್ನನ್ನು ತಾನು ಸಂಭಾಳಿಸುತ್ತಿದ್ದಂತಹ ಆ ಏಕಾಂತದಲ್ಲಿ, ಆವೇಗದಿಂದ ಏರಿಳಿಯುತ್ತಿದ್ದ

ಉಸಿರಾಟಗಳ ತಿದಿಯ ಸದ್ದಿನ ವಿನಾ ಸಂಪೂರ್ಣ ನಿಶ್ಶಬ್ದ... ಎಲ್ಲಾ ಸ್ತಬ್ಧ.

ಆಲೋಚನೆಗಳಿಂದ ಕೆಲವು ಕ್ಷಣಗಳು ಹಾಗೇ ತಲೆ ತಗ್ಗಿಸಿ ನಿಂತಿದ್ದ ಹೆಲೆನ್ ಕಡೆಗೆ ಅವನನ್ನೊಮ್ಮೆ ಕಣ್ಣೆತ್ತಿ ನೋಡಿದವಳೇ ಏನೊಂದೂ ಮಾತನಾಡದೆ ಅಲ್ಲಿಂದ ಬಿರಬಿರನೆ ಹೊರಗೆ ಹೋಗಿಬಿಟ್ಟಳು. ಅವಳು ತುಟಿಬಿಚ್ಚಿ ಏನೊಂದೂ ಮಾತಾಡದೇ ಇದ್ದರೂ ಅವಳ ಕಣ್ಣುಗಳು ಹೇಳುವ ಮಾತುಗಳನ್ನೆಲ್ಲಾ ಹೇಳಿ ಬಿಡಲು ತವಕಿಸಿದಂತೆ ಒದ್ದಾಡಿದ್ದು ಪೆರಿಸ್ ಗಮನಿಸಿದ್ದ. ಅವಳ ಹಿಂದೆ ದೂರದಲ್ಲಿ ನಿಂತಿದ್ದ ಅವಳ ಸಖಿಯೂ ಅವಳನ್ನು ಸೇರಿಕೊಂಡಳು ಎಂದು ಜೊತೆಯಾದ ಅವಳ ಕೈಯಲ್ಲಿದ್ದ ದೀಪದ ಬೆಳಕೇ ಹೇಳುತ್ತಿತ್ತು.

ತನ್ನ ಕೋಣೆಗೆ ಹಿಂದಿರುಗಿದ ಪೆರಿಸ್ ಇನ್ನೂ ಆ ಮತ್ತಿನಿಂದ ಹೊರ ಬಂದಿರಲಿಲ್ಲ. ನಿಜಕ್ಕೂ ಅವನಿಗೆ ಅಲ್ಲಿ ಘಟಿಸುತ್ತಿರುವುದು ಏನೆಂದೇ ಅರ್ಥವಾಗುತ್ತಿರಲಿಲ್ಲವೆಂದ ಮೇಲೆ ಅದರ ಪರಿಣಾಮ ಏನಾದೀತೆಂದು ಅದು ಹೇಗೆ ಅಂದಾಜಿಸಿಯಾನು? ಅವನಿಗೇನಿದ್ದರೂ ಈಗ ಹೆಲೆನಳದ್ದಷ್ಟೇ ಧ್ಯಾನ. ಅವಳದೇ ಅಮಲು. ಕಣ್ಣೆತ್ತಿ ನೋಡಿದ ಹೆಲೆನ್ ಕಣ್ಣುಗಳೇ ಅವನ ಹೃದಯ ತುಂಬಾ ತುಂಬುತ್ತಿರಲು, ಆ ನೋಟದಲ್ಲಿ ಯಾವ ಭಾವವಿತ್ತು ಎಂದು ಯೋಚಿಸಿದ. ಅವಳಿಗೆ ಮುತ್ತಿಟ್ಟ ಕೋಪವೇ... ಭಯವೇ... ಅಥವಾ ಪ್ರೀತಿಯೇ...? ಅರಿಯದಾದ. ಅಲ್ಲಿಗೂ ಅವಳು ಮೆನೆಲೀಯಸನ ಪತ್ನಿ. ಇದು ನನ್ನ ಅನುಚಿತ ವರ್ತನೆಯಲ್ಲದೆ ಮತ್ತಿನ್ನೇನು? ಅವಳು ಬೇರೆಯವನ ಪತ್ನಿ ಎಂದಾಗ್ಯೂ ನನ್ನ ಮನಸ್ಸು ಹೀಗೇಕೆ ಅವಳನ್ನು ಮೋಹಿಸುವ ಹಠಕ್ಕೆ ಬಿದ್ದಂತೆ ವರ್ತಿಸುತ್ತಿದೆ. ಛೆ! ನಾನು ಮೊದಲೇ ನಿರ್ಧರಿಸಿದಂತೆ ಇಲ್ಲಿಂದ ಹೊರಟು ಬಿಡುವುದೇ ಸರಿಯಿತ್ತು. ಆದರೆ, ಅವಳ ಬಿಗುಮಾನಕ್ಕೂ, ಅವಳ ನೋಟದ ಆಂತರ್ಯದ ಭಾವಕ್ಕೂ ಸಂಬಂಧವೇ ಇಲ್ಲವಲ್ಲಾ! ಒಂದೊಮ್ಮೆ ಅವಳಿಗೆ ನನ್ನ ವರ್ತನೆ ಸರಿ ಬರಲಿಲ್ಲವೆಂದಾಗಿದ್ದಲ್ಲಿ ಅವಳು ವಿರೋಧಿಸಲಿಲ್ಲ ಏಕೆ ಎಂಬುದಷ್ಟೇ ಸಾಕಿತ್ತು ಅವನ ಹೃದಯದಲ್ಲಿ ನೂರು ಹೂವು ಅರಳಿಸಲು. ಅದೇ ಆನಂದದಲ್ಲೇ ಇನ್ನುಳಿದೆಲ್ಲಾ ಆಲೋಚನೆಗಳನ್ನು ತಲೆಯಿಂದ ಹೊರಗೆ ಹಾಕಿ, ಮಲಗಿದವನಿಗೆ ಕಣ್ಣ ತುಂಬಾ ಸಿಹಿ ಮುತ್ತಿನದೇ ಕನಸು.

ಆ ಕನಸು ನನಸಾಗುವಲ್ಲಿ ಏನೆಲ್ಲಾ ತ್ಯಾಗಗಳನ್ನು, ಎಷ್ಟೆಲ್ಲಾ ಕಷ್ಟಗಳನ್ನು, ಯಾರ್ಯಾರನ್ನೆಲ್ಲಾ ಕಳೆದುಕೊಳ್ಳ ಬೇಕಿದೆ ಎಂಬುದು ಅವನಿಗೆ ಅಂದಾಜು ಕೂಡ ಇರಲಿಲ್ಲ. ಇದ್ದಿದ್ದರೆ ಇಂದಿನ ನೆಮ್ಮದಿಯ ರಾತ್ರಿ ಅವನದಾಗಿರುತ್ತಿರಲಿಲ್ಲ.

ಮರುದಿನದಿಂದ ಹೆಲೆನ್ ಬೇಕೆಂದೇ ಪೆರಿಸನ ಕಣ್ಣು ತಪ್ಪಿಸಿ ಓಡಾಡಿದಳು. ಅವಳಿಗಾಗಿ ಪೆರಿಸ್ ಅರಮನೆಯ ತುಂಬಾ ಓಡಾಡಿದ, ಮೆನೆಲೀಯಸನೊಂದಿಗೆ ಗಂಟೆಗಟ್ಟಲೆ ಮಾತಾಡಿದ. ಮೆನೆಲೀಯಸನಿಗೋ ಅತಿಥಿ ಸತ್ಕಾರದ ನೆವದಲ್ಲಿ ಟ್ರಾಯ್ ನಗರದ ಕೋಟೆಯ ರಹಸ್ಯವನ್ನು

ತಿಳಿಯಲು ಕಾತುರ. ಅದರ ಯೋಜನೆಯಂತೆ ಅವನ ನಂಬಿಕೆಯನ್ನು, ವಿಶ್ವಾಸವನ್ನು ಗಳಿಸಲು ತನ್ನ ಅರಮನೆಯನ್ನು ಸಂಪೂರ್ಣವಾಗಿ ಅವನಿಗೆ ತೋರಿಸಲು ನಿರ್ಧರಿಸಿದ. ಸೈನ್ಯಬಲ, ಅಶ್ವದಳ, ಶಸ್ತ್ರಾಸ್ತ್ರ, ಖಜಾನೆ, ಉಗ್ರಾಣ ಎಲ್ಲವನ್ನೂ ತೋರಿಸಿ ಕೊನೆಗೆ ರಾಣಿಯ ವಸ್ತು ಸಂಗ್ರಹಣೆಯನ್ನು ಖುದ್ದು ರಾಣಿಯೇ ಅವನಿಗೆ ತೋರಿಸಲಿ ಎಂದು ಹೆಲೆನಳನ್ನು ಕರೆದು ಅವನನ್ನು ಕರೆದುಕೊಂಡು ಹೋಗಲು ನಿವೇದಿಸಿದ. ಕಣ್ಣುಮುಚ್ಚಾಲೆಯಾಡುತ್ತಿದ್ದ ಅವನ ಮನವನ್ನು ಕದ್ದ ಕಳ್ಳಿ ಹೆಲೆನ್ ಈಗ ಅನಿವಾರ್ಯವಾಗಿ ಪೆರಿಸನನ್ನು ಅವಳ ಅಂತಃಪುರಕ್ಕೆ ಕರೆದೊಯ್ಯಬೇಕಾಯಿತು. ಪೆರಿಸ್ ಒಳಗೊಳಗೆ ಹಿರಹಿರಿ ಹಿಗ್ಗಿದ. ಬೆಳಿಗ್ಗೆಯಿಂದ ಹುಡುಕುತ್ತಿದ್ದ ತನ್ನ ಕನಸ್ಸಿನ ಕುಸುಮ, ತಾನೇ ಹಾರಿ ಮಡಿಲಿಗೆ ಬಿದ್ದಂತಾಗಿತ್ತು. ಮುಗ್ಧನಂತೆ ಅವಳನ್ನು ಹಿಂಬಾಲಿಸಿದ.

ಹೆಲೆನ್ ಬಹಳ ಗಂಭೀರವಾಗಿ ಎಲ್ಲವನ್ನೂ ತೋರಿಸಿದಳು. ತನಗಾಗಿ ದೇಶ ವಿದೇಶಗಳಿಂದ ರಾಜರುಗಳು ಕಳುಹಿಸಿದ್ದ ಕಾಣಿಕೆಗಳಿಗಾಗಿಯೇ ಅಲ್ಲಿ ಬೇರೆಯದ್ದೇ ಒಂದು ಸಂಗ್ರಹಾಲಯವಿತ್ತು. ಅದೂ ಅಲ್ಲದೆ ಆ ಅರಮನೆ ತಾನು ಹುಟ್ಟಿ ಬೆಳೆದ ಅರಮನೆಯೇ ಆಗಿತ್ತಲ್ಲಾ, ಹಾಗಾಗಿ ಅವಳ ಇಷ್ಟದ ವಸ್ತುಗಳೆಲ್ಲಾ ಅಲ್ಲಿಯೇ ಇತ್ತು. ಮೆನೆಲೀಯಸ್ ಹೆಲೆನಳ ತಂದೆಯ ಇಷ್ಟದಂತೆ ಅವಳನ್ನು ವರಿಸಿದ ನಂತರ ಅಲ್ಲಿಯೇ ಉಳಿದಿದ್ದ. ಚಿಕ್ಕಂದಿನಿಂದಲೂ ಆಕೆಯ ಸೌಂದರ್ಯದ ಮಾತು ಪ್ರಪಂಚದೆಲ್ಲೆಡೆ ಹಬ್ಬಿತ್ತಾದ್ದರಿಂದ ಅವಳನ್ನು ಮೆಚ್ಚಿಸಲು, ವರಿಸಲು ನಾನಾ ರಾಜರು ಪ್ರಯತ್ನ ಪಟ್ಟು ಸೋತಿದ್ದರು. ಹಾಗೆ ಅವರುಗಳು ಇವಳಿಗಾಗಿ ಕಳುಹಿಸುತ್ತಿದ್ದ ಬೆಲೆ ಬಾಳುವ ಉಪಹಾರಗಳ ಒಂದು ಸಂಗ್ರಹಾಲಯವೇ ಅಲ್ಲಿತ್ತು. ಅಲ್ಲಿ ಭಾರತದಿಂದ ಅವಳನ್ನು ವರಿಸುವ ಇಚ್ಛೆಯಿಂದ ಕಳುಹಿಸಿದ್ದ ಬಣ್ಣಬಣ್ಣದ ಸುಮಾರು ನೂರು ರೇಷ್ಮೆಯ ಬಟ್ಟೆಗಳನ್ನು ಹಜಾರದಲ್ಲಿ ಛಾವಣಿಯಿಂದ ನೆಲದವರೆಗೂ ಇಳಿಬಿಡಲಾಗಿತ್ತು. ಇನ್ನು ಕೆಲವನ್ನು ಪೆಟ್ಟಿಗೆಯಲ್ಲಿ ಸಂರಕ್ಷಿಸಲಾಗಿತ್ತು. ಅವೆಲ್ಲಾ ಅತ್ಯಂತ ಬೆಲೆಬಾಳುವ ರೇಷ್ಮೆ ಬಟ್ಟೆಗಳಾಗಿದ್ದವು. ಹಿಡಿದು ಮಡಚಿದರೆ ಹಿಡಿ ತುಂಬ ಹಿಡಿಯಬಹುದಾದಂತಹ ಅತ್ಯಂತ ಮೃದು ರೇಷ್ಮೆ ಬಟ್ಟೆಯನ್ನು ಸಣ್ಣ ಸಣ್ಣ ಬಣ್ಣದ ಮರದ ಪೆಟ್ಟಿಗೆಗಳಲ್ಲಿ ಮಡಚಿ ಇಡಲಾಗಿತ್ತು. ಅಷ್ಟು ಮೃದು ರೇಷ್ಮೆಯನ್ನು ಅವನು ನೋಡಿಯೇ ಇರಲಿಲ್ಲ. ಅಂತಹ ಅಪರೂಪದ ಬಟ್ಟೆಗಳನ್ನು... ವಜ್ರದ ಆಭರಣಗಳನ್ನು... ಮುತ್ತು, ರತ್ನ, ವೈಡೂರ್ಯಗಳನ್ನು ಅವಳಿಗಾಗಿ, ಅವಳಿಗೆ ಖುಷಿ ಪಡಿಸಲಾಗಿಯೇ, ಅವಳ ದರ್ಶನಕ್ಕಾಗಿಯೇ ತಂದು ಕೊಡುತ್ತಿದ್ದ ಕಥೆಗಳನ್ನು ಘನಗಂಭೀರದಿಂದ ಹೇಳುತ್ತಾ ನಡೆಯುತ್ತಿದ್ದ ಅವಳನ್ನೇ ಅದ್ಭುತಗಳಲ್ಲಿ ಒಂದು ಅದ್ಭುತವೆಂಬಂತೆ ನೋಡುತ್ತಿದ್ದ ಪೆರಿಸನಿಗೆ ಅಲ್ಲಿರುವ ಯಾವ ವಸ್ತುಗಳನ್ನೂ ನೋಡುವ ಅಭಿಲಾಷೆ ಇಲ್ಲದಿದ್ದರೂ, ಕೇವಲ ಅವಳ ಉಪಸ್ಥಿತಿಗಾಗಿ

ಅವಳೊಡನೆ ನೋಡುತ್ತಿರುವಂತೆ ಆಸಕ್ತಿಯನ್ನು ತೋರಿಸುತ್ತಿದ್ದ. ಇಬ್ಬರೂ ಅಪ್ಪಿ ತಪ್ಪಿಯೂ ಹಿಂದಿನ ರಾತ್ರಿಯ ಮಾತನ್ನು ತೆಗೆಯಲಿಲ್ಲ. ಆ ರಾತ್ರಿ ಇವನನ್ನು ಭೇಟಿಯೇ ಮಾಡಿಲ್ಲವೇನೋ ಎಂಬಂತಿತ್ತು ಅವಳ ವರ್ತನೆ. ಇಳೆಬಿಟ್ಟಿದ್ದ ಒಂದೊಂದು ಬಟ್ಟೆಯ ನಡುವಿನಿಂದ ಹಾದು ಹೋಗುವಾಗಲೂ, ಅವನನ್ನು ಸಂಪೂರ್ಣವಾಗಿ ಉಪೇಕ್ಷಿಸಿದವಳಂತೆ ಅವನ ಕಣ್ಣುಗಳನ್ನೇ ನೋಡದೆ ಬಹು ಯಾಂತ್ರಿಕವಾಗಿ ಮಾತಾಡುತ್ತಿದ್ದ ಅವಳು, ತನ್ನ ಬದಲಾಗಿ ಯಾವುದೋ ಒಬ್ಬ ಸೇವಕಿಯನ್ನು ಆ ಕೆಲಸಕ್ಕೆ ನಿಯೋಜಿಸಬಹುದಾಗಿತಲ್ಲ ಅನ್ನಿಸುವಂತಿದ್ದರೂ... ಒಬ್ಬೇ ಒಬ್ಬ ಸೇವಕಿಯೂ ಒಳ ಬಾರದಂತೆ ತನ್ನ ಆಪ್ತಸಖಿಗೆ ಕಣ್ಣಲ್ಲೇ ಸೂಚಿಸಿ, ಸಂಗ್ರಹಾಲಯದ ಮುಖ್ಯ ದ್ವಾರವನ್ನೂ ಮತ್ಯಾರೂ ಒಳ ಬಾರದಂತೆ ಮುಚ್ಚಿಸಿದ್ದನ್ನು ನೋಡಿಲ್ಲವೆಂತ್ತಿದ್ದರೂ ಕಣ್ಣ ಕೊನೆಯಲ್ಲೇ ಗಮನಿಸಿ ಬಿಟ್ಟಿದ್ದ ಮಹಾಚತುರ ಪೆರಿಸ್. ಅಲ್ಲಿಗೆ ಹೆಲೆನ್ ಹೃದಯಾಂತರಾಳದಲ್ಲಿರುವುದೇ ಬೇರೆ, ಅವಳು ತೋರಿಸಿಕೊಳ್ಳುತ್ತಿರುವುದೇ ಬೇರೆ ಎಂಬುದನ್ನು ಗ್ರಹಿಸಿದವನೇ ಬಣ್ಣ ಬಣ್ಣದ ಆ ರೇಷ್ಮೆಯ ಪರದೆಗಳ ಸಂದಿಯೊಳಗೆ, ಕೈಗೆ ಸೋಕುವಷ್ಟು ಸನಿಹದಲ್ಲಿದ್ದ ತನ್ನ ಕನಸನು ಕೈ ಚಾಚಿ ಮೃದುವಾಗಿ ಹಿಡಿದು ನಿಲ್ಲಿಸಿದ. ತಿರುಗಿ ನೋಡಿದವಳ ಮುಖದ ಮೇಲೆ ರೇಷ್ಮೆ ಬಟ್ಟೆಯ ಗುಲಾಬಿ ಬಣ್ಣ ಪ್ರತಿಫಲಿಸಿ ಇನ್ನೂ ಕೆಂಪು ಕೆಂಪಾಗಿ ಚಂದ ಕಂಡಳು. ಮೊದಲೇ ಮೀನಿನಂತಹ ಕಣ್ಣುಗಳು... ಅವುಗಳನ್ನು ಇನ್ನೂ ಕಿರಿದುಗೊಳಿಸಿ ಅವನನ್ನೊಮ್ಮೆ ಅಚ್ಚರಿಯಿಂದ ನೋಡಿದಳು. ಯಾಕೆಂದರೆ ಇಲ್ಲಿಯವರೆಗೆ ಯಾರೆಂದರೆ ಯಾರೂ ಅವಳ ಕೈ ಹಿಡಿಯುವ ಧೈರ್ಯ ಮಾಡಿರಲಿಲ್ಲ. ಅದೂ ನಿನ್ನೆಯ ಆ ಅವಾಂತರದ ಬಳಿಕ ಯಾರಿಗಾದರೂ ಆ ಧೈರ್ಯವಿದ್ದೀತೇ? ಐನೂರು, ಸಾವಿರ ಮಂದಿ ಸೈನಿಕರು ಇರುವ ಅರಮನೆಯೊಳಗಂತೂ ಖಂಡಿತವಾಗಿಯೂ ಯಾರೆಂದರೆ ಯಾರೂ ಆ ಧೈರ್ಯ ಮಾಡಲು ಸಾಧ್ಯವಿರಲಿಲ್ಲ. ಅವನ ಆ ಧೈರ್ಯಕ್ಕೆ, ಆ ಆತ್ಮವಿಶ್ವಾಸದ ನೋಟಕ್ಕೆ, ನೋಟದಲ್ಲಿ ಸೂಸುತ್ತಿದ್ದ ಅವನ ಪ್ರೇಮ ಸುಧೆಯ ಆಕರ್ಷಣೆಗೆ ಸಿಲುಕಿ, ಏನು ಹೇಳಬೇಕೋ ತೋಚದೆ ತೊಳಲಾಡಿದಳು. ಕೈ ಮಾತ್ರ ಮೆಲ್ಲನೆ ಬಿಡಿಸಿಕೊಳ್ಳುವ ಪ್ರಯತ್ನ ಮಾಡುತ್ತಿದ್ದರೂ ಆ ನೀಲಿ ಕಣ್ಣುಗಳಲ್ಲಿನ ನಿವೇದನೆ ಇನ್ನೇನನ್ನೋ ಹೇಳುತ್ತಿತ್ತು.

ಹೃದಯದ ಸ್ಪಂದನೆಗೆ ಮಾತೇ ಬೇಕೆಂದೇನಿಲ್ಲವಲ್ಲಾ... ಬೆರೆತ ಮನಸ್ಸು ಮನಸ್ಸುಗಳ ಪಿಸು ಮಾತಿಗೆ ಕಣ್ಣ ನೋಟದ ಭಾಷೆಯೇ ಸಹ್ಯ.

ಅವನ ಮನಸ್ಸಿನ ಇಂಗಿತವನ್ನು ಅರಿತವಳೇ ಅವನ ನೋಟಕ್ಕೆ ನೋಟ ಬೆರೆಸಲಾಗದೆ, ಒಲ್ಲದ ಮನಸ್ಸಿನಿಂದ, ಸ್ತ್ರೀ ಸಹಜ ಸಂಕೋಚ ಮೊದಲುಗೊಂಡು ಕೈ ಕೊಸರಿಕೊಳ್ಳುವ ಸಮಯಕ್ಕೆ ಸರಿಯಾಗಿ ಮೆನೆಲೀಯಸ್ ಬಾಗಿಲು ಬಡಿದಿದ್ದ. ಹೆಲೆನ್ ಕೋಪದಲ್ಲಿ ನಾನು ಕೈ ಹಿಡಿದಿರುವ ವಿಷಯ ಅವನಲ್ಲಿ

ಅರುಹಿದರೆ, ಎಲ್ಲಿ ನಾನು ಇಂದೇ ಇವಳನ್ನು ತೊರೆದು ಹೋಗ ಬೇಕಾದೀತೋ ಎಂದು ಪೆರಿಸನ ಹೃದಯ ಜೋರಾಗಿ ಬಡಿದುಕೊಳ್ಳಲಾರಂಭಿಸಿದ್ದರೂ ಮನಸ್ಸು ಅವಳ ಕೈ ಬಿಡಲು ಒಪ್ಪಲಿಲ್ಲ. ಸಡಿಲಗೊಳ್ಳದ ಪೆರಿಸ್‌ನ ಕೈಯಿಂದ ಕೊಸರಿಕೊಂಡವಳೇ ಓಡಿ ಹೋಗಿ ಅಷ್ಟೇ ಗಂಭೀರದಿಂದ ಬಾಗಿಲನ್ನು ತೆರೆದು ಗಂಡನನ್ನು ಎದುರುಗೊಂಡಳು ಹಾಗೂ ತನ್ನ ಗಂಡನಿಗೆ ಪೆರಿಸನ ಅನುಚಿತ ವರ್ತನೆಯ ಬಗ್ಗೆ ಏನೂ ತಿಳಿಸದೆ ಹೋದದ್ದು ಮಾತ್ರ ಇನ್ನೂ ಅಚ್ಚರಿ ತಂದಿದ್ದೂ ಮನದಲ್ಲಿ ಭರವಸೆಯ ಗರಿ ಬಿಚ್ಚಿತ್ತು.

ಅಂದು ರಾತ್ರಿ ಮತ್ತೆ ಅವಳನ್ನು ರಹಸ್ಯವಾಗಿ ಅದೇ ಕುಟೀರದಲ್ಲಿ ಭೇಟಿಯಾಗಲು ಆಹ್ವಾನ ಬಂದಿತ್ತು. ಈ ಬಾರಿ ಖಂಡಿತವಾಗಿ ನನ್ನ ಅನುಚಿತ ವರ್ತನೆಯ ಬಗ್ಗೆ ಕೋಪಗೊಂಡು ಕೂಗಾಡಿ ಇಂದು ರಾತ್ರಿಯೇ ನನ್ನನ್ನು ಅರಮನೆ ತೊರೆಯಲು ಆಜ್ಞಾಪಿಸ ಬಹುದು, ಒಂದೊಮ್ಮೆ ಅವಳಿಗೆ ನಿಜವಾಗಿ ನನ್ನಿಂದ ಹಿಂಸೆಯಾಗುತ್ತಿದ್ದಲ್ಲಿ ಈ ಪ್ರೇಮ ದೇವತೆಯ ವರವನ್ನೇ ಸಂಪೂರ್ಣವಾಗಿ ಮರೆತು ಇಂದು ರಾತ್ರಿಯೇ ಇಲ್ಲಿಂದ ಹೊರಟು ಬಿಡುವುದು ಎಂದು ನಿರ್ಧರಿಸಿ, ಅವಳ ಯಾವ ಮಾತಿಗೆ ಯಾವ ಮಾತಗಳನ್ನಾಡಿ ಅವಳನ್ನು ಸಮಾಧಾನಿಸಬೇಕೆಂಬ ಪೂರ್ವ ಸಿದ್ಧತೆಯೊಂದಿಗೆ ಒಳಗಡಿ ಇಡುತ್ತಿದ್ದಂತೆ ಅವನ ಯೋಜನೆಯೆಲ್ಲಾ ತಲೆಕೆಳಕಾಗುವಂತೆ ಅವನೆಡೆಗೆ ಓಡಿ ಬಂದು ತಬ್ಬಿಕೊಂಡಿದ್ದಳು ಹೆಲೆನ್! ಅವನ ಜೀವನದ ಒಂದೇ ಒಂದು ಘಟನೆಯನ್ನೂ ಅವನು ಊಹಿಸಲು ಸಾಧ್ಯವಾಗಿದಿದ್ದರೆ ಅದು ಬೇರೆಯದೇ ಕಥೆಯಾಗಿರುತ್ತಿತ್ತು. ಅವಳು ಎದೆಯ ಮೇಲೆ ಅಚಾನಕ್ಕಾಗಿ ಹಾಗೆ ಬಿದ್ದ ರಭಸಕ್ಕೆ ಪೆರಿಸ್ ನಿಂತಲ್ಲೇ ಬೆಚ್ಚಿ ಹೋದ. ಅವನ ಕನಸ್ಸೇ ಅವನನ್ನು ತಬ್ಬಿದಂತಾಗಿತ್ತು.

ಇದ್ದಕ್ಕಿದ್ದಂತೆ ಹಾಗೆ ಎದೆಯ ಮೇಲೆ ಮುರಿದುಕೊಂಡು ಬಿದ್ದ ಆ ಸುಂದರಿಯನ್ನು ಅಪ್ಪುತ್ತಲೇ, ಅವನ ಪೂರ್ವ ಸಿದ್ಧತೆಗಳೆಲ್ಲಾ ಗಾಳಿಗೆ ತೂರಿ ಹೋಗಿ ಕಣ್ಮುಚ್ಚಿ ಅವಳನ್ನು ಇನ್ನೂ ದೀರ್ಘವಾಗಿ ಆಲಂಗಿಸಿಕೊಂಡ ಪೆರಿಸ್! ಒಲಿದ ಹೃದಯಗಳಿಗೆ ಕರಗುವ ಮನಸ್ಸುಗಳ ಆ ದಿವ್ಯ ಅನುಭೂತಿಯೇ ಸಾಕು... ಅಲ್ಲಿ ಇಬ್ಬರೂ ಮಾತನ್ನು ಮರೆತು, ಹೃದಯಕ್ಕೆ ಅದರ ಕೆಲಸ ಹಚ್ಚಿ ಸುಮ್ಮನಾದಂತ್ತಿತ್ತು. ಅಲ್ಲಿ ಅದರ 'ಲಬ್ ಡಬ್-ಲಬ್ ಡಬ್' ಎನ್ನುವ ಮದುರ ಸಲ್ಲಾಪದ ವಿನಿಮಯ ಬಿಟ್ಟರೆ ಮತ್ತೇನು ಇರಲಿಲ್ಲ. ಅದೆಷ್ಟೋ ಹೊತ್ತು ಹಾಗೇ ಇದ್ದವರು, ಆ ಆತ್ಮಸಂಧಾನಾಮೃತವನ್ನು ಮನತಣಿಯೆ ಅನುಭವಿಸಿದ ನಂತರ ಅವಳೇ ಮೆಲ್ಲನೆ ನುಡಿದಿದ್ದಳು.

"ನನ್ನ ವಿವಾಹಕ್ಕೂ ಮುನ್ನ ರಾಜವನದಲ್ಲಿ ನಾನು ಕೊಳದ ಬಳಿ ಕುಳಿತಿರುವಾಗ, ವಯೋಸಹಜವಾಗಿ ತಿಳಿಕೊಳದ ನೀರಿನಲ್ಲಿ ನನ್ನ ಪ್ರತಿಬಿಂಬವನ್ನು ನೋಡಿಕೊಳ್ಳಲು ಬಾಗಿದಾಗ ಏನಾಯ್ತು ಗೊತ್ತಾ?" ಎಂದು

ಅವನ ಆಲಿಂಗನದಿಂದ ಸ್ವಲ್ಪವೇ ಸಡಿಲಗೊಂಡು ನೇರ ಅವನ ಕಣ್ಣುಗಳನ್ನೇ ನೋಡುತ್ತಾ ಕೇಳಿದಳು. ಅಲೆಅಲೆಯಾಗಿ ತೇಲಿ ಬಂದ ಮಕ್ಕಳಂತಹ ಆ ಮುಗ್ಧ ಪ್ರಶ್ನೆಗೆ ಏನೆಂದು ಉತ್ತರಿಸುವುದೋ ಎಂದು ತೋಚದೆ.

"ಸುಂದರಿ, ನಿನ್ನ ಸುಂದರವಾದ ಪ್ರತಿಬಿಂಬವೇ ಕಂಡಿದ್ದೀತು. ಅಲ್ಲವೇ?" ಎಂದ.

"ಅದೇ ಸೋಜಿಗ!! ಅಲ್ಲಿ ನನ್ನ ಮುಖ ಕಾಣದೆ, ಸರಿ ಸುಮಾರು ನನ್ನದೇ ವಯಸ್ಸಿನ, ಒಬ್ಬ ಸುಂದರ ತರುಣನ ಮುಖವು ಕಾಣುತ್ತಿತ್ತು ಎಂದರೆ ನಿನಗೆ ನಂಬಲಾದೀತೇ...?" ಎಂದು ಅಚ್ಚರಿಯಿಂದ ಅವನ ಕಣ್ಣುಗಳನ್ನೇ ನಿರುಕಿಸಿದಳು. ಪೆರಿಸನ ಹುಬ್ಬುಗಳು ಗಂಟಿಕ್ಕಿದವು.

"ಅದು ಹೇಗೆ ಸಾಧ್ಯ?" ಎಂದ ಅವನ ಮಾತಿನ ಹಿಂದೆಯೇ ಮನಸ್ಸು ಏಕೆ ಅಸಾಧ್ಯ? ಎಂದು ಅವನು ಅವಳನ್ನು ಕಂಡ ಬಗೆಯನ್ನು ತಾನೇ ನೆನಪಿಸುತ್ತಾ ತರ್ಕಿಸುತ್ತಿತ್ತು.

"ಅದಷ್ಟೇ ಆಗಿದಿದ್ದರೆ ನನಗೆ ಆಶ್ಚರ್ಯವಾಗುತ್ತಿರಲಿಲ್ಲ ಪೆರಿಸ್... ಈಗಲೂ ಕಣ್ಣು ಮುಚ್ಚಿದರೆ ಸಾಕು ಆ ಸುಂದರ ತರುಣನ ಛಾಯೆಯು ಕಣ್ಣ ಮುಂದೆ ಬಂದು ನಿಲ್ಲುತ್ತದೆಯಾದರೂ ಅದನ್ನು ಹದಿಹರೆಯದ ನನ್ನದೇ ಮನಸ್ಸಿನ ಸುಂದರ ಕಲ್ಪನೆ ಎಂದು ತಲೆ ಕೆಡಿಸಿಕೊಳ್ಳದೆ, ಸುಮ್ಮನಾಗಿ ಬಿಟ್ಟಿದ್ದೆ. ಆದರೆ, ಮೊನ್ನೆ ನಾನು ಸಂತೋಷಕೂಟದಲ್ಲಿ ನನ್ನ ಪತಿಯಿಂದ ಪ್ರದರ್ಶನಕ್ಕಿಟ್ಟಾಗ ನಿನ್ನ ಕಾಣುವವರೆಗೂ! ನಿನ್ನ ಕಣ್ಣುಗಳನ್ನು ಸಂಧಿಸಿದ ಕೂಡಲೆ ಮೈ ಎಲ್ಲಾ ಒಮ್ಮೆಲೆ ನೂರು ತಂತಿಗಳು ಮೀಟಿದಂತಾಗಿ ಬವಳಿ ಬಂದು ಬೀಳುವಂತಾಗಿತ್ತು.

ಅಂದು ಸರೋವರದ ನೀರಿನಲ್ಲಿ ಬಾರಿ ಬಾರಿ ಬಗ್ಗಿ ನೋಡಿದಾಗಲೂ ಕಂಡ ಮೋಹಕ ನಗುವಿನ, ಸುಂದರ ತರುಣನ ಛಾಯೆ ನಿನ್ನದೇ ಆಗಿತ್ತು! ಬಹುಶಃ ಅದಕ್ಕೆಂದೇ ನಾನಿದ್ದ ಪರಿಸ್ಥಿತಿಯನ್ನು ಮರೆತು, ನಾಚಿಕೆಯನ್ನೂ ಬಿಟ್ಟು ನಿನ್ನನ್ನು ನಾನು ಹಾಗೆ ಎವೆಯಿಕ್ಕದೇ ನೋಡುತ್ತಾ ಇದ್ದದ್ದು. ನನ್ನ ಕಣ್ಣುಗಳು ನಿನ್ನಿಂದ ಕೀಳಲುಗೊಡದಂತೆ ಹೃದಯ ಬಾರಿ ಬಾರಿ ಕೂಗಿ ಹೇಳುತ್ತಿತ್ತು ಇದು ಅವನೆ! ಅವನೇ! ಎಂದು. ಎಂತೆಂಥಾ ರಾಜ ಮಹಾರಾಜರೂ ನನ್ನನ್ನು ನೋಡಲು ಬಂದಾಗಲೂ ನಾನಷ್ಟು ಚಕಿತಳಾಗಿರಲಿಲ್ಲ... ಎಂದೂ ಯಾರನ್ನೂ ಕಂಡು ನಾನಷ್ಟು ಸಮ್ಮೋಹಿತಳಾಗಿರಲಿಲ್ಲ... ಅದನ್ನು ಗಮನಿಸಿಯೇ ಮೆನೆಲೀಯಸ್ ನನ್ನನ್ನು ಅಲ್ಲಿಂದ ಕರೆಕೊಂಡು ಹೋಗಲು ರಾಜಭಟರಿಗೆ ಆದೇಶಿಸಿದ್ದು. ಅಲ್ಲಿಂದ ನಿನ್ನಿಂದ ದೂರವಿರಲು ಅದೆಷ್ಟೇ ಪ್ರಯತ್ನಿಸಿದರೂ ನನ್ನಿಂದ ಸಾಧ್ಯವಾಗಲಿಲ್ಲ ಪೆರಿಸ್... ಇದು ಹೇಗೆ ಸಾಧ್ಯ? ಹಿಂದೆಂದೂ ನೋಡದ ನಿನ್ನನ್ನು ನಾನು ಕಾಣಲು ಹೇಗೆ ಸಾಧ್ಯ? ಏನಿದರ

ಅರ್ಥ?" ಎಂದು ಭಾವೋದ್ವೇಗವನ್ನು ಭರಿಸಲಾಗದೆ ಮುಖ ಮುಚ್ಚಿ ಅಳಲು ಶುರುವಿಟ್ಟುಕೊಂಡಳು.

ಪೆರಿಸನಿಗೆ ಯಾವುದೂ ಸೋಜಿಗವೆನಿಸಲಿಲ್ಲ... ಎಲ್ಲವೂ ಪೂರ್ವ ನಿರ್ಧಾರಿತವೆಂದು ಅವನಿಗೆ ಎಂದಿಗೋ ಅರಿವಾಗಿತ್ತು... ಅವನ ಹುಟ್ಟಿನಿಂದ ಹಿಡಿದು ಇಲ್ಲಿಯವರೆಗೆ ನಡೆದ... ನಡೆಯುತ್ತಿರುವ ಯಾವುದೇ ಘಟನೆಗಳು ಮಾನವನ ನಿಯಂತ್ರಣದಿಂದ ಹೊರತಾದವು. ನಮ್ಮದು ಕೇವಲ ಪಾತ್ರಧಾರಿಯ ವೇಷ ಮಾತ್ರ... ನಾಟಕ ಆಡಿಸುವ ಸೂತ್ರಧಾರಿ ಮೇಲೊಬ್ಬನಿದ್ದಾನೆ ಎಂಬುದ ಅವನು ಬಲ್ಲ. ಹೆಲೆನ್ ಮತ್ತು ನಾನು ಒಬ್ಬರಿಗೊಬ್ಬರಿಗಾಗಿ ಹುಟ್ಟಿದವರು ಎಂಬುದು ಅವನಿಗೆ ಅರ್ಥವಾಗಿತ್ತು... ಸಾಕ್ಷಾತ್ ಪ್ರೇಮ ದೇವತೆಯೇ ಮೊದಲೇ ನಮ್ಮಿಬ್ಬರನ್ನು ಆರಿಸಿ ಇಟ್ಟಿರುವಾಗ, ಪ್ರೇಮಿಸದೆ ಹೇಗಿರಲು ಸಾಧ್ಯವಾಗುತ್ತಿತ್ತು? ಇನ್ನು ಮುಂದಿನ ಯೋಜನೆಯಷ್ಟೇ. ಆದರೆ ಈ ಸತ್ಯ ಅರಿಯದ ಮುಗ್ಧೆ ಹೆಲೆನ್ ಮಾತ್ರ ಸರಿ–ತಪ್ಪುಗಳ ತನ್ನದೇ ಚಿಂತೆಯಲ್ಲಿ ತೊಡಗಿದ್ದಳು.

"ಪೆರಿಸ್... ನಿನ್ನ ಆಸೆ ಬಲ್ಲೆ. ಆದರೆ ಅದು ಅಷ್ಟು ಸುಲಭವಲ್ಲ. ನನ್ನ ಪತಿ ಮತ್ತು ಅವನ ಸಹೋದರ ನನ್ನನ್ನು ಅಷ್ಟು ಸುಲಭವಾಗಿ ನಿನಗೆ ಬಿಟ್ಟು ಕೊಡರು. ನನಗಾಗಿ ಎಂಟು ವೀರರೊಡನೆ ಕಾದಾಡಿ ನನ್ನನ್ನು ಗೆದ್ದುಕೊಂಡು ಬಂದ ಅಗಮೆಮ್ನನ್ ತನ್ನ ತಮ್ಮನಿಗೆ ಕೊಟ್ಟು ಮದುವೆ ಮಾಡಿದ್ದಾನೆ. ಅವನನ್ನು ಎದುರು ಹಾಕಿ ಕೊಂಡರೆ ಜೀವಂತವಾಗಿ ನೀ ಇಲ್ಲಿಂದ ಹೋಗಲಾರೆ."

"ಏನು ಅಗೆಮೆಮ್ನನ್ ಗೆದ್ದು ತನ್ನ ತಮ್ಮನಿಗೆ ನಿನ್ನನ್ನು ಕೊಟ್ಟನೇ?"

"ಹೌದು! ಇದೇ ನೋಡು ರಾಜ ಸ್ತ್ರೀಯರ ಹಣೆಬರಹ. ನಮಗಿಂತ ಯಾವುದೇ ಸಾಧಾರಣ ಸ್ತ್ರೀಯ ಬಾಳು ಅದೆಷ್ಟೋ ಚಂದವಿದ್ದೀತು. ಕನಿಷ್ಟ ಪಕ್ಷ ಅವಳಿಗೆ ತನ್ನ ಪತಿ–ಮಕ್ಕಳು ಎಂಬ ಸಂಸಾರದ ಸುಖವಾದರೂ ಇದ್ದೀತು. ಐಷಾರಾಮದ ಸುಖ ಭೋಗ್ಯ ಜೀವನ ಇಲ್ಲದೇ ಹೋದರೂ ಹೃದಯ ಶ್ರೀಮಂತಿಕೆಗೆ, ಭಾವನೆಗಳಿಗೆ ಬರಗಾಲವಂತು ಇದ್ದಿರಲಾರದು. ಸ್ತ್ರೀ ಸಹಜ ಕಾಮನೆಗಳಿಗೆ ಸ್ಪಂದನೆಗಂತೂ ಖಂಡಿತ ಬಡತನವಿರಲಾರದು ಬಿಡು. ನನ್ನದೋ ಭಾವ ಸವಕಲಾದ ವೈವಾಹಿಕ ಜೀವನ! ಅಸಲಿಗೆ ನಾನು ಯಾರೆಂಬ ನಿಜದ ಗುರುತೇ ಇಲ್ಲದ ಬಾಳು! ಸ್ವಯಂವರದಲ್ಲಿ ಗೆದ್ದವನೊಬ್ಬನಾದರೆ, ವರಿಸಿದವನೊಬ್ಬ. ವರಿಸಿದವನಾದರೂ ಪ್ರೀತಿಸಿದನೇ? ಊಹ್ಞೂಂ... ಅವನಿಗೋ ನಾನೊಂದು ಬೆಲೆ ಬಾಳುವ ಗೊಂಬೆಯಷ್ಟೆ. ಇಂತಹ ಅದ್ಭುತ ದೇಹಸಿರಿಯನ್ನು ಹೊಂದಿರುವ ಇವಳಿಗೆ ನಾನು ಪತಿಯೆಂಬ ಭಾವದ ಹೊರತು, ಕೈಹಿಡಿದ ಗಂಡನಂತೆ ಒಂದು ದಿನವೂ ವ್ಯವಹರಿಸಿದ್ದು ನೆನಪಿಲ್ಲ. ನನ್ನೆಡೆಗಿನ ಅವನ ಭಾವನೆ ಮಿಥ್ಯ ಎನ್ನುವುದು ಯಾವತ್ತಿಗೋ ಅರ್ಥವಾಗಿದೆ.

ಆದರೂ ಅವನು ನನ್ನ ಪತಿ ಎನ್ನುವ ಭಾವವನ್ನು ಬೇಕೆಂದೇ ಬೆಳೆಸಿಕೊಂಡಿದ್ದೇನೆ. ಭ್ರಮೆಗಾಗಿ, ಅವನ ಪತ್ನಿ ಎನ್ನುವ ಮಿಥ್ಯದ ಸತ್ಯಕ್ಕಾಗಿ ಅವನು ಹೇಳಿದಂತೆ ನಾನು ನಡೆದುಕೊಳ್ಳಲೇ ಬೇಕು. ಅದೇ ಅಂದು ನೀನು ನೋಡಿದೆಯಲ್ಲ. ಆ ಅರೆನಗ್ನ ಪ್ರದರ್ಶನ! ಯಾವ ಹೆಣ್ಣು ತಾನೇ ಅದನ್ನು ಇಚ್ಛಾ ಪೂರ್ತಿ ಮಾಡಿಯಾಳು? ಒಂದಾ, ಎರಡಾ, ನೂರಾರು ಪುರುಷರ ಮುಂದೆ! ಪ್ರೀತಿ, ಪ್ರೇಮ ಹೋಗಲಿ ನಾನೊಂದು ಹೆಣ್ಣೆಂಬ ಕನಿಷ್ಟ ಮರ್ಯಾದೆಯೂ ಬೇಡವೇ? ಅದಕ್ಕೆ ಅಣಿಯಾಗುವಷ್ಟರಲ್ಲಿ ನಾನೆಷ್ಟು ನನ್ನ ಹೃದಯವನ್ನು ಕಲ್ಲಾಗಿರಿಸಿರಬಹುದು ಎಂದು ಯೋಚಿಸು. ಅಂದಿಗೆ ಅವನೆಡೆಗೆ ನನ್ನ ಭಾವಗಳೂ ಸತ್ತು ಬಿದ್ದಿದ್ದವು. ವರಿಸಿದ ಪತಿಯೇ ನನ್ನನ್ನು ಒಂದು ಪ್ರಾಣಿಯಂತೆ ಇತರ ಪುರುಷರ ಎದುರು ನನ್ನ ಅರೆನಗ್ನವಾಗಿಸಿದಾಗ, ಇನ್ನೆಲ್ಲಿಂದ ಪ್ರೀತಿಯ ಭಾವಗಳು ಸ್ಫುರಿಸಿಯಾವು? ಅವು ಎಂದಿಗೋ ಸತ್ತು, ಕೊಳೆತು ನಾರುತ್ತಿದ್ದವು. ಕೊಳೆತ ಹೃದಯದರಸಿಯಾಗಿರುವ ನಾನೂ ಒಂದು ಜೀವಚ್ಛವವಷ್ಟೆ! ಶವಕ್ಕೆ ಹೆಣ್ಣು ಗಂಡೆಂಬುದೇ ಇಲ್ಲ. ಇನ್ನೆಲ್ಲಿಯ ನಾಚಿಕೆ? ಸಂವೇದನೆಯೇ ಇಲ್ಲದವರ ಮುಂದೆ ನನ್ನ ವೇದನೆ ಕೇಳುವವರ್ಯಾರು?" ಎಂದು ಬಿಕ್ಕಳಿಸಿ ಅತ್ತಳು.

"ಅವರ ಚಪಲಕ್ಕೆ ನಿನ್ನನ್ನು ಸಾಧನವಾಗಿಸಿ ನಿಲ್ಲಿಸಿ, ಅದನ್ನು ನೋಡಿ ಖುಷಿಪಡುವ ಅವನು ನಿನ್ನ ಪತಿ ಹೇಗಾದಾನು? ಹೆಲೆನ್, ನಾನು ನಿನ್ನ ಅಧಿಕವಾಗಿ ಪ್ರೀತಿಸುತ್ತಿದ್ದೀನಿ. ನೀನು ನನಗೆಂದೇ ಹುಟ್ಟಿದವಳು. ಇಲ್ಲದಿದ್ದಲ್ಲಿ, ನನ್ನ ನೀನು ಕಂಡಂತೆಯೇ, ನಾನೂ ನಿನ್ನನ್ನು ಮೊದಲೇ ನೋಡಲು ಹೇಗೆ ಸಾಧ್ಯ? ನಮ್ಮ ಪ್ರೀತಿಗೆ ಆ ಪ್ರೇಮ ದೇವತೆ ಅಫ್ರೊಡೈಟಿಯೇ ಸಾಕ್ಷಿ! ನಾನು ಕೇವಲ ನಿನ್ನ ರೂಪಕ್ಕೆ, ನಿನ್ನನ್ನು ಒಲಿಸಿಕೊಳ್ಳಲು ಈ ಮಾತನ್ನು ಹೇಳುತ್ತಿದ್ದೇನೆ ಎಂದೆಣಿಸ ಬೇಡ" ಎಂದು ನಡೆದ ಕಥೆಯನ್ನೆಲ್ಲಾ ತಿಳಿಸಿ, ಅವಳ ಕೈಯನ್ನು ಲಘುವಾಗಿ ಚುಂಬಿಸುತ್ತಿದ್ದಂತೆಯೇ ಹೆಲೆನ್ ಕರಗಿ ನೀರಾಗಿ ಹೋದಳು. ಕಾದ ಹೃದಯದ ಭಾವನೆಗಳು, ಪ್ರೇಮ ಸುರಪಾನದ ನಶೆಯಲ್ಲಿ ಎಲ್ಲಾ 'ಸರಿ–ತಪ್ಪು'ಗಳ ಗೊಡವೆ ಮೀರುತ್ತಾ, ಪ್ರೇಮ ಸುಧೆಯ ಅನಂತತೆಯಲ್ಲಿ ತೇಲಿ ಶರಣಾಗಿತ್ತು.

ಶಶಿಯ ತಂಪಾದ ಕಿರಣಗಳಿಗೆ ಆಗಷ್ಟೇ ಬಿರಿದ ನೈದಿಲೆಯ ಮೊಗ್ಗೊಂದು, ನಿಶೆಯ ಆಲಿಂಗನಕ್ಕೆ ನಾಚಿ ಓರೆಯಾಗಿ ನಳಿನಳಿಸಿದಂತೆ ಹೆಲೆನ್ ಮನಸ್ಸು ಕೂಡ ಆಗಷ್ಟೇ ಬಿರಿದ ಪುಷ್ಪದಂತೆ ಪ್ರಿಯಕರನ ಆಲಿಂಗನದಲ್ಲಿ ಇಷ್ಟಿಷ್ಟೇ ಅರಳುತ್ತಾ ಪ್ರೇಮಪಕಳೆಗಳನ್ನು ಬಿರಿಯುತ್ತಿದ್ದಳು. ಬೆನ್ನ ಮೇಲೆ ಅಲೆಅಲೆಯಂತೆ ಹರಡಿದ್ದ ಹೆರಳು ಅವನೆದೆಯನ್ನು ನವಿರಾಗಿ ಸ್ಪರ್ಷಿಸುತ್ತಿರಲು ಅವನಿಗರಿವಿಲ್ಲದೆ ಅವನ ಎದೆಯಲ್ಲೊಂದು ಪ್ರೇಮ ಪಲ್ಲವಿ ಜುಳುಜುಳಿಸುತ್ತಿತ್ತು.

ಎರಡೂ ಬದಿಯಲ್ಲಿ ಭಾವಗಳು ಸಮನಾಗಿ ತೂಗಿದಾಗ ಇಡೀ ಪ್ರಪಂಚವೇ ಎದುರಾದರೂ ಪ್ರೀತಿ ಬೆಟ್ಟದಂತೆ ನಿಂತು ಬಿಡುತ್ತದೆಯಂತೆ. ಅದರಲ್ಲೂ ಪೆರಿಸನಿಗೆ ಪ್ರೇಮ ದೇವತೆ ಒಲಿದು ಬಿಟ್ಟಿದ್ದಳು. ಮತ್ತಿನ್ನೇನು ಭಯ. ಅದಕ್ಕೆ ಸರಿಯಾಗಿ ಆ ಪ್ರಣಯಿಗಳಿಗೆ ಅನುಕೂಲವಾದ ಒಂದು ವಾತಾವರಣವೇ ಸೃಷ್ಟಿಯಾಯಿತು. ಮೆನಿಲೇಯಸ್ ತನ್ನ ಅಜ್ಜನ ಅಕಾಲ ಮರಣದಿಂದಾಗಿ ಅವನ ಅಪರ ಕ್ರಿಯೆಗಳನ್ನು ನಡೆಸಲು ಕ್ರೀಟ್ ದ್ವೀಪಕ್ಕೆ ಹೋಗಲೇ ಬೇಕಾಗಿ ಬಂದು ಅನಿವಾರ್ಯವಾಗಿ ಶೀಘ್ರದಲ್ಲೇ ಹೊರಟು ಬಿಟ್ಟನು. ಅತಿಥಿ ಸತ್ಕಾರಕ್ಕಾಗಿ ಹೆಲೆನಳನ್ನು ಅಲ್ಲಿಯೇ ಬಿಟ್ಟು ಹೋದ.

ಮೆನಿಲೇಯಸ್ ಹೋದ ಮರುದಿನವೇ ಪೆರಿಸ್ ತನ್ನ ಸಹಚರರೊಂದಿಗೆ, ಒಂದಿಷ್ಟು ಉಪಹಾರಗಳೊಂದಿಗೆ, ದೊಡ್ಡ ದೊಡ್ಡ ಪಿಪಾಯಿಗಳಲ್ಲಿ ಯಾನಕ್ಕೆ ಬೇಕಾದ ಒಂದಿಷ್ಟು ಅಗತ್ಯದ ಸಾಮಾಗ್ರಿಗಳೊಂದಿಗೆ ನೌಕೆಯನ್ನೇರಿ ಟ್ರಾಯ್ ಕಡೆಗೆ ಯಾನವನ್ನು ಆರಂಭಿಸಿಯೇಬಿಟ್ಟ. ಪಿಪಾಯಿಗಳನ್ನು ಹಡುಗಿನಲ್ಲಿಟ್ಟ ಮರುಘಳಿಗೆಯಲ್ಲೇ ಒಂದು ರಾಶಿ ಬಣ್ಣ ಬಣ್ಣದ ಪಕ್ಷಿಗಳು ಅಂತಃಪುರದಿಂದ 'ಫುರ್' ಎಂದು ಹಾರಿ ಬಂದು ಪಿಪಾಯಿಯೊಂದಿಗೆ ಅವುಗಳೂ ನೌಕೆಯ ತುಂಬಾ ಅಲ್ಲಲ್ಲಿ ಏರಿ ಕೂತವು. ಅತಿಥಿ ಹೊರಟು ನಿಂತರೂ ಹೊರಬಾರದ ಹೆಲೆನಳಿಗಾಗಿ ಅವಳ ದಾಸಿ ಅಂತಃಪುರದಲ್ಲಿ ಅತ್ತಿತ್ತ ಹುಡುಕಾಡಿದಳು. ಪೆರಿಸ್ ಮತ್ತು ಹೆಲೆನ್ ಪ್ರೇಮ ಪ್ರಣಯಗಳ ಅಂದಾಜಿದ್ದ ಅವಳು ಬಹುಶಃ ಪೆರಿಸ್ ಹೊರಟಿರುವುದಕ್ಕೆ ಬೇಸರವಾಗಿ ಹೊರಬಾರದಿರಬಹುದೆನಿಸಿ ಅವಳನ್ನು ಸಮಾಧಾನಿಸಲು ಅಂತಃಪುರದ ಇಂಚಿಂಚೂ ಹುಡುಕಿದಳು. ಅವಳೆಲ್ಲೂ ಕಾಣಲಿಲ್ಲ. ಅವಳು ಇರಬಹುದಾದ ಇನ್ನಿತರ ಎಲ್ಲಾ ಜಾಗಗಳಲ್ಲಿ ಹುಡುಕಿದರೂ ಕಾಣದೇ ಹೋದಾಗ ಗಾಬರಿಯಾಗಿ ವಿಷಯವನ್ನು ತಿಳಿಸಲು ಅವಳ ಮಗಳನ್ನು ಹುಡುಕುತ್ತಾ ಬಂದಳು. ಹೆಲೆನಳ ಹದಿವಯಸ್ಸಿನ ಮಗಳು ಅರಮನೆಯ ಆಚೆ, ಸಮುದ್ರದ ಬಳಿ ಅತಿಥಿ ವಿದಾಯಕ್ಕೆ ಕೈ ಬೀಸುತ್ತಾ ನಿಂತಿದ್ದಳು. ನೌಕೆ ಅದಾಗಲೇ ಲಂಗರನ್ನು ಕಳಚಿ ತೀರದಿಂದ ತುಸು ದೂರ ಸಾಗಿತ್ತು. ಅವಳಿಗೆ ಏನೋ ಅನುಮಾನ ಕಾಡಲು ಶುರುವಾಗುತ್ತಿದ್ದಂತೆ ಎದೆ ಢವಗುಟ್ಟಲಾರಂಭಿಸಿತು. ಅದನ್ನು ರಾಜಕುಮಾರಿಯಲ್ಲಿ ನಿವೇದಿಸಲು ಇನ್ನೇನು ಬಾಯಿ ತೆರೆಯಬೇಕು ಎನ್ನುವಷ್ಟರಲ್ಲಿ, ಅವಳ ಅನುಮಾನವನ್ನು ತೇಲುತ್ತಿದ್ದ ಹಡಗಿನ ಜೊತೆಜೊತೆಯೇ ಪಿಪಾಯಿಯ ಸುತ್ತ ಮುತ್ತ ಚಿಲಿಪಿಲಿಗುಡುತ್ತಿದ್ದ ಆ ಬಣ್ಣದ ಹಕ್ಕಿಗಳು ನಿವಾರಿಸಿಬಿಟ್ಟಿದ್ದವು! ನೌಕೆಯೇರಿದ ಅ ಪಿಪಾಯಿಗಳಲ್ಲಿ ಹೆಲೆನ್ ಬಚ್ಚಿಟ್ಟುಕೊಂಡಿದ್ದಳು ಎಂಬುದು ಅವಳಿಗೆ ಸುಲಭವಾಗಿ ತಿಳಿದು ಹೋಗಿತ್ತು. ಆದರೆ ಅದನ್ನು ರಾಜಕುಮಾರಿಗೆ ತಿಳಿಸಲು ಮನಸ್ಸು ಬರಲಿಲ್ಲ. ಮೆನೆಲೀಯಸ್ ಅಂತೂ ಅರಮನೆಯಲ್ಲಿ ಇಲ್ಲ. ಇನ್ನು ಯಾರಿಗೆ? ಯಾಕಾದರೂ

ತಿಳಿಸಿಯಾಳು? ಅದೂ ಅಲ್ಲದೆ ಹೆಲೆನ್ ರಾಣಿಯಾಗಿ ಅನುಭವಿಸಿದ್ದ ಸುಖ ಭೋಗಗಳು ಅವಳಿಗೂ ಗೊತ್ತಿತ್ತಲ್ಲಾ...!? ಹೇಗೂ ಮೆನೆಲೀಯಸ್ ಮರಳಿ ಬರಲು ದಿನಗಳೇ ಹಿಡಿಯುತ್ತವೆ... ಅವನು ಬಂದು ಇಲ್ಲಿನ ವಿಷಯವನ್ನು ಅರಿಯುವಷ್ಟರಲ್ಲಿ ಅವರು ಟ್ರಾಯ್ ತಲುಪಿಯಾಗಿರುತ್ತದೆ ಎನ್ನುವ ಪ್ರೇಮಿಗಳಿಬ್ಬರ ಯೋಜನೆಯನ್ನು ಅಂದಾಜಿಸಿದವಳ ಕಣ್ಣುಗಳು ಹೊಳೆದು, ಅವ್ಯಾಹತವಾಗಿ ಅರಳುತ್ತಿದ್ದ ತುಟಿಯಂಚಿನ ಖುಷಿಯ ನಗುವನ್ನೂ, ಕಣ್ಣಂಚಿನಲ್ಲಿ ಜಿನುಗಿದ ಕಣ್ಣ ಹನಿಯನ್ನೂ, ಮತ್ತಿನ್ಯಾರ್ಯಾರೂ ಗಮನಿಸಿ ಅನುಮಾನಿಸುವ ಮೊದಲೇ ಕದಲಿಸುತ್ತಾ ಅಲ್ಲಿಂದ ಮಾಯವಾದಳು.

ಅಷ್ಟರಲ್ಲೇ ದೇಗುಲದ ಅರ್ಚಕ ದೇಗುಲದ ಭಂಡಾರವನ್ನು ಯಾರೋ ಸಂಪೂರ್ಣವಾಗಿ ಕೊಳ್ಳೆ ಹೊಡೆದಿದ್ದಾರೆ ಎಂದು ಬೊಬ್ಬೆ ಹೊಡೆದುಕೊಳ್ಳುತ್ತಿದ್ದರೆ, ಅತ್ತ ರಾಜ ಭಂಡಾರವೂ ಕಳ್ಳತನವಾಗಿದೆ ಎಂದು ಮಂತ್ರಿಗಳು ಬಾಯಿ ಬಡಿದುಕೊಳ್ಳಲಾರಂಭಿಸಿದರು.

ಪೆರಿಸ್ ಹಾಡು ಹಗಲಲ್ಲೇ ಹೀಗೆ ಎಲ್ಲರ ಸಮಕ್ಷಮವೇ ಅವರ ರಾಣಿಯನ್ನು ಕದ್ದೊಯ್ಯುವ ಸಾಹಸ ಮಾಡಬಹುದು ಎಂಬುದನ್ನು ಸ್ಪಾರ್ಟಾದ ಯಾವ ಪ್ರಜೆಯೂ ಅಂದಾಜಿಸಿರಲಿಲ್ಲ. ಆದರೆ ಅವರ್ಯಾರೂ ಅಂದಾಜಿಸದೇ ಇದ್ದ ಆ ಒಂದು ಸತ್ಯ ಮಾತ್ರ ಮೆಲ್ಲನೆ ಹೊಗೆಯುಗುಳಲು ಆರಂಬಿಸಿತ್ತು. ಯಾವ ಕಾರ್ಯಕ್ಕಾಗಿ ಪೆರಿಸ್ ಸ್ಪಾರ್ಟಾಗೆ ಬಂದಿದ್ದನೋ ಅದರ ತದ್ವಿರುದ್ಧ ಪರಿಣಾಮವನ್ನು ಸೃಷ್ಟಿಸಿ ಇತಿಹಾಸ ಎಂದೂ ಕಾಣದ ಯುದ್ಧವೊಂದಕ್ಕೆ ನಾಂದಿ ಹಾಡಿಬಿಟ್ಟಿದ್ದನು. ಶಾಂತಿ ಸ್ಥಾಪಿಸುವ ಉದ್ದೇಶದಿಂದ ಬಂದವ ಯುದ್ಧದ ರಣಕಹಳೆಯನ್ನು, ಅದೂ ಶತ್ರು ನಾಡಿನಲ್ಲೇ ನಿಂತು ಊದುವ ದುಃಸ್ಸಾಹಸ ಮಾಡಿದ್ದು ಪ್ರೇಮ ಕುರುಡು ಎನ್ನುವ ನಾಣ್ನುಡಿಯನ್ನು ಪ್ರೇಮಿಗಳಿಬ್ಬರು ಅಕ್ಷರಶಃ ಜೀವಿಸಲು ತೊಡಗಿದ್ದುದು ಮುಂದೆ ಎಂತಹ ಅನಾಹುತಕ್ಕೆ ಕಾರಣವಾದೀತೆಂಬುದು ಅಂದಾಜೇ ಇರದ ಅವರು, ಈಜ ಹೊರಟವನಿಗೆ, ನದಿಯ ಉದ್ದಗಲಗಳ ಮಾಹಿತಿಯಿರದಿದ್ದರೂ ಪರವಾಗಿಲ್ಲ. ಆದರೆ, ನದಿಯ ಆಳವನ್ನು ಅರಿಯದೇ ಧುಮುಕಬಾರದು ಎನ್ನುವ ವಾಸ್ತವವನ್ನೇ ಮರೆತು, ಕಲ್ಪನಾ ಜಗತ್ತಿನ ಪ್ರೇಮ ಹೊಳೆಯಲ್ಲಿ ಕಣ್ಮುಚ್ಚಿ ತೇಲುತ್ತಿದ್ದರು. ಯಾವ ಪರಿವೆಯೇ ಇರದೆ, ತಮ್ಮದೇ ಲೋಕದಲ್ಲಿ ಮುಳುಗಿ ನಕ್ಕು ನಲಿಯುತ್ತಾ ತಣ್ಣಗೆ ಸಮುದ್ರ ಯಾನ ಮಾಡುತ್ತಿದ್ದರೆ, ಇತ್ತ ಸಂಪತ್ತನ್ನು ದೋಚುವುದಲ್ಲದೇ ಹೆಲೆನ್ ಕೂಡ ಅಪಹರಣಗೊಂಡಿದ್ದಾಳೆ ಎನ್ನುವ ಸುದ್ದಿ ಕಾಡ್ಗಿಚ್ಚಿನಂತೆ ಹರಡುತ್ತಿತ್ತು. ಆ ಸುದ್ದಿಯಿಂದ ಇನ್ನೆಲ್ಲೆಲ್ಲಿಗೆ ಬೆಂಕಿ ಬೀಳುವುದೋ ಎಂಬುದು ಸ್ವತಃ ಇತಿಹಾಸಕ್ಕೇ ಗೊತ್ತಿರಲಿಲ್ಲವಾಗಿ ಅದೂ ಕೂಡ ಬಿಟ್ಟಗಣ್ಣು ಬಿಟ್ಟಂತೆ ಮುಂದಿನ ದಿನಗಳಿಗಾಗಿ ಬೆಚ್ಚಿ ಕಾಯುತ್ತಿತ್ತು.

ಅಖಿಲೀಸ್ ಜನ್ಮ ರಹಸ್ಯ

ಅತ್ತ ಹೆಲೆನ್ ಪೆರಿಸನೊಂದಿಗೆ ಹಡಗು ಏರಿದ ಕೂಡಲೇ ಇತ್ತ ದೂರದ ದ್ವೀಪದ ಸಮುದ್ರದ ತೀರದಲ್ಲಿ, ಕಡಲ ಅಲೆಯ ಬುರುಗಿನಂತಹ ಶ್ವೇತ ವಸ್ತ್ರ ಧರಿಸಿ ತನ್ನ ಮಗನ ಕುತ್ತಿಗೆಯನ್ನು ಅಲಂಕರಿಸುವ ಹಾರಕ್ಕಾಗಿ, ಸುಂದರವಾದ ಪುಟ್ಟ ಪುಟ್ಟ ಶ್ವೇತ ಶಂಕುಗಳನ್ನು ಆರಿಸಿಕೊಳ್ಳುತ್ತಿದ್ದವಳ ಕೈ ಒಮ್ಮೆಲೆ ನಡುಗಿ ಕೈಯಲ್ಲಿದ್ದ ಶಂಕುಗಳೆಲ್ಲಾ ಬಿದ್ದು ಮತ್ತೆ ನೀರಿನ ಅಲೆಯಲ್ಲಿ ತೇಲಿ ಹೋದವು. ಅವಳು ಸಾಮಾನ್ಯಳಲ್ಲ... ಅವಳೊಬ್ಬ ಸಮುದ್ರ ದೇವತೆ! ದೇವತೆಯೊಬ್ಬಳ ಕಳವಳ, ಗಾಬರಿ ವಿನಾಕಾರಣವಾಗಲು ಸಾಧ್ಯವಿಲ್ಲ. ಕದಲುತ್ತಿರುವ ಅವಳ ಮುಖದ ಭಾವಗಳು, ಒಮ್ಮೆಲೇ ಯೋಚನೆಗೆ ಬಿದ್ದ ಅವಳ ನೇತ್ರಗಳಿಗೆ ಯಾವುದೋ ಜರುಗಲಿರುವ ಅಪಾಯದ ಮುನ್ಸೂಚನೆ ಸಿಕ್ಕಂತ್ತಿತ್ತು. ಅದೂ ಕೂಡ ತನ್ನವರಿಗಾಗುವ ಅಪಾಯದ ಮುನ್ಸೂಚನೆ ಎಂಬುದಂತೂ ನಿಜವಾಗಿತ್ತು. ಅವಳ ಹೆಸರು **ಥಿಟೀಸ್**!!

ಸಮುದ್ರ ದೇವತೆ ಥೀಟಿಸಳ ಮನದಲ್ಲಿ ಎಂಥದ್ದೋ ಒಂದು ಅರಿಯದ ಕಳವಳ, ಏನೋ ಗಾಬರಿ. ಯಾವುದೋ ಅವಘಡ ಸಂಭವಿಸುವ ಮುನ್ಸೂಚನೆಯಂತೆ ಅವಳ ಹೃದಯ ಲಯತಪ್ಪಿ ಹೊಡೆದುಕೊಳ್ಳುತ್ತಿತ್ತು. ಕಣ್ಣಿಕ್ಕೆಲಗಳದವರೆಗೂ ಯಾವುದೋ ಅರಿಯದ ಭಯದ ಭಾವವೊಂದು ಹನಿಯಾಗಿ ತೇಲುತ್ತಿತ್ತು. ಅದು ಕೇವಲ ಪುತ್ರ ಪ್ರೇಮಕ್ಕೆ ಮಾತ್ರ ದ್ರವಿಸಬಹುದಾದ

ಭಾವವೆಂಬುದು ಆಕೆಗೆ ಮಾತ್ರ ಗೊತ್ತು. ಆಗ ಮನದ ಪಟಲಕ್ಕೆ ತೇಲಿ ಬಂದವನೇ **ಅಖಿಲೀಸ್**. ತನ್ನ ಹೆಮ್ಮೆಯ ಪುತ್ರ.

ಎಲ್ಲಾ ತಾಯಂದಿರಿಗೂ ತಾ ಹೆತ್ತ ಮಕ್ಕಳೆಂದರೆ ಹೆಮ್ಮೆಯೇ... ಆದರೆ, ಅಖಿಲೀಸ್ ಎಲ್ಲಾ ತಾಯಂದಿರು ತಮಗೊಬ್ಬ ಅಂತಹ ಪುತ್ರ ಬೇಕಿತ್ತು ಎಂದು ಹಂಬಲಿಸುವಂತಹ ಮಗ. ಅಂತಹ ಪುತ್ರನನ್ನು ಪಡೆದ ಆ ದಿನ ಥಿಟೀಸಳಿಗೆ ಇನ್ನೂ ನೆನಪಿದೆ.

ಥಿಟೀಸ್ ಸಾಗರ ದೇವತೆ ನೆರೆಯಸ್‌ನ ಪುತ್ರಿ. ಒಟ್ಟು ಐವತ್ತು ಸಹೋದರಿಯರು... ಎಲ್ಲರೂ ಅಪ್ರತಿಮ ಸುಂದರಿಯರು. ಮಧುರವಾದ ಕಂಠ ಮತ್ತು ಅದಕ್ಕೂ ಸುಮಧುರವಾದ ಅವರ ಗಾಯನ ಮತ್ತು ನರ್ತನದಿಂದ ಎಲ್ಲರನ್ನೂ ಪರವಶಗೊಳಿಸುತ್ತಿದ್ದರು. ಆ ಐವತ್ತು ಸಹೋದರಿಯರಲ್ಲಿ ಥಿಟೀಸ್ ಬಲು ಸುಂದರಿ. ಅವಳೇ ಆ ಗುಂಪಿಗೆ ಒಡತಿ. ಸಮುದ್ರದಾಳದಲ್ಲಿರುವ ಬಂಗಾರದರಮನೆಯಲ್ಲಿ ಅವರ ವಾಸ. ಆಗಾಗ ತೀರಕ್ಕೆ ಬಂದು ಜಲಕ್ರೀಡೆ ಆಡುತ್ತಿದ್ದರು.

ಹೀಗೆ ಒಮ್ಮೆ ಜಲಕ್ರೀಡೆಯಾಡುತ್ತಿದ್ದ ಸಹೋದರಿಯರನ್ನು ಮರ್ಮಿಡೋನ್ಸ್ ರಾಜ ಪೆಲೆಯಸ್ ನೋಡಿ, ಅದರಲ್ಲೂ ಥಿಟೀಸಳ ಸೌಂದರ್ಯಕ್ಕೆ ಮರುಳಾಗಿ ಅವಳನ್ನು ಕಂಡ ಕ್ಷಣದಿಂದಲೇ ಅವಳಲ್ಲಿ ಮೋಹಿತನಾಗುತ್ತಾನೆ. ಅವನೋ ಹುಲುಮಾನವ... ಅವಳೋ ಅಮರತ್ವವನ್ನು ಪಡೆದಿರುವ ಜಲದೇವತೆ! ಅವನ ಪ್ರೇಮ ನಿವೇದನೆಯನ್ನು ಥಿಟೀಸ್ ಅನುಮೋದಿಸುವುದಿಲ್ಲ. ಆದರೂ ಅವಳನ್ನು ಪರಿಪರಿಯಾಗಿ ಬೇಡುತ್ತಾ ಅವಳಲ್ಲೇ ಅನುರಕ್ತನಾಗಿ ಕುಳಿತು ಬಿಡುತ್ತಾನೆ ಪೆಲೆಯಸ್. ಅದೇ ಸಮಯಕ್ಕೆ ಸರಿಯಾಗಿ, ಅವಳನ್ನು ವರಿಸಲು ಸ್ವತಃ ದೇವರ ದೇವ ಝ್ಯೂಸ್ ಮತ್ತು ಅವನ ಸಹೋದರ ಸಾಗರದ ದೇವತೆ ಪೊಸೈಡನ್ ಪೈಪೋಟಿಗೆ ಬಿದ್ದಿದ್ದರು. ಬೀಳದೆ ಏನು ಅವಳೇನು ಸಾಧಾರಣ ರೂಪಿನವಳಲ್ಲವಲ್ಲ... ಅವಳೂ ಒಬ್ಬ ದೇವತೆಯಾದ್ದರಿಂದಲೇ ಅವರಿಬ್ಬರಲ್ಲೂ ಅವಳನ್ನು ವರಿಸಲು ಪೈಪೋಟಿ ನಡೆದಿತ್ತು! ಆದರೆ, ಥಿಟೀಸ್ಗೆ ಅವರಿಬ್ಬರನ್ನೂ ವರಿಸುವ ಮನಸ್ಸಾಗಲಿಲ್ಲ. ಅದನ್ನು ಝ್ಯೂಸ್ಗೆ ತಿಳಿಸಿಯೂ ಬಿಟ್ಟಿದ್ದಳು. ಅವಳಿಂದ ತಿರಸ್ಕೃತಗೊಂಡ ಝ್ಯೂಸ್ ಅವಳ ಮೇಲೆ ಕುಪಿತನಾಗಿ ಅವಳನ್ನೇ ವರಿಸಬೇಕೆಂಬ ಹಠಕ್ಕೆ ಬಿದ್ದ ಸಮಯಕ್ಕೆ ಸರಿಯಾಗಿ ಭವಿಷ್ಯವಾಣಿ ನುಡಿದಿತ್ತು. ಅವರಿಬ್ಬರ ಹಠ... ಪ್ರೇಮ–ಪ್ರೀತಿ ಎಲ್ಲವೂ ಆ ಒಂದು ಭವಿಷ್ಯವಾಣಿ ಬರುವವರೆಗೆ ಮಾತ್ರ... ಇದೇ ಮಾನವನಿಗೂ ಮತ್ತು ದೇವತೆಗೂ ಇರುವ ವ್ಯತ್ಯಾಸ. ಮಾನವರೂ ಒಂದು ಹಂತದಲ್ಲಿ ರಕ್ಕಸರೂ ಕೂಡ ತಮ್ಮ ಪ್ರೀತಿಗಾಗಿ, ತಮ್ಮವರಿಗಾಗಿ ವಿಧಿಗೂ ಸಡ್ಡು ಹೊಡೆದು ನಿಂತರೆ ದೇವತೆ ಮಾತ್ರ ವಿಧಿಯ ಆಚೀಚೆಗೂ ಕಣ್ಣು ಹಾಯಿಸದ ಪುಕ್ಕಲು. ಯಾವಾಗ ಭವಿಷ್ಯವನ್ನು ನುಡಿಯುವ

ಆ ಜ್ಯೋತಿಷ್ಯಗಾರ ಅವಳಿಗೆ ಜನಿಸುವ ಪುತ್ರನ ಭವಿಷ್ಯವನ್ನು ನುಡಿದನೋ ಇಬ್ಬರೂ ದೇವತೆಗಳು ಹೇಳ ಹೆಸರಿಲ್ಲದೆ ಮಾಯವಾಗಿದ್ದರು.

"ಥೆಟೀಸ್ ಗರ್ಭದಲ್ಲಿ ಬಲು ಪರಾಕ್ರಮಿಯೊಬ್ಬ ಜನಿಸಲಿದ್ದು ಅವನು ತನ್ನ ಪಿತನಿಗಿಂತಲೂ ಪರಾಕ್ರಮಿಯಾಗುತ್ತಾನೆ..." ಎನ್ನುವ ಆ ಭವಿಷ್ಯವಾಣಿ ಬರುವವರೆಗೂ ನಾ ಮುಂದು ತಾ ಮುಂದು ಎನ್ನುತ್ತಿದ್ದವರು ಪೆಲೆಯಸನ ಪ್ರೇಮವನ್ನೇ ಒಂದಿಷ್ಟು ಬಣ್ಣ ಹಚ್ಚಿ, ದೊಡ್ಡದಾಗಿ ಮಾಡಿ ಅವಳನ್ನು ಮಾನವನೊಂದಿಗೆ ವಿವಾಹವಾಗುವಂತೆ ಮಾಡಿ ಮಾಯವಾಗಿ ಬಿಟ್ಟರು... ಅವರ ಉದ್ದೇಶವಿಷ್ಟೇ... ಮಾನವನಿಂದ ಜನಿಸಿದವನು ಒಂದೊಮ್ಮೆ ಪರಾಕ್ರಮಿಯಾದರೂ ತೀರ ಅವರಿಗೆ ಸ್ಪರ್ಧೆ ನೀಡುವಷ್ಟು ಪರಾಕ್ರಮಿಯಾಗಲಾರ, ಒಂದೊಮ್ಮೆ ಪರಾಕ್ರಮಿಯಾದರೂ ಸಾವನ್ನಂತೂ ಮೀರುವವನಾಗಲಾರ ಎಂಬ ಯೋಚನೆಯಷ್ಟೆ.

ಆದರೆ, ದೇವತೆ ಥಿಟೀಸ್ ಮನಸ್ಸಿನಲ್ಲಿ ಇದಕ್ಕೆ ಬೇರೆಯದ್ದೇ ಯೋಜನೆ ಇತ್ತು. ಅದರಂತೇ ಪುತ್ರವತಿಯಾಗುತ್ತಲೇ 'ಅಖಿಲೀಸ್' ಎಂದು ನಾಮಕರಣ ಮಾಡಿದ ಮರು ಘಳಿಗೆಯಲ್ಲೇ ಅವನಿಗೆ ಅಮರತ್ವವನ್ನು ನೀಡುವ ಸಲುವಾಗಿ, ತನ್ನಲ್ಲಿದ್ದ ಮಂತ್ರಶಕ್ತಿಯಿಂದ ಅವನನ್ನು ಪವಿತ್ರ ನದಿಯಾದ ಸ್ಟಿಕ್ಸ್ ನೀರಿನಲ್ಲಿ ಅದ್ದಿ, ಯಾವ ಆಯುಧವೂ ಅವನ ದೇಹವನ್ನು ಛೇಧಿಸಲಾರದಷ್ಟು... ವಜ್ರದಷ್ಟು ಕಠಿಣವಾಗಿಸಿದ್ದಳು. ಆದರೆ, ಆ ದೇವನ ಆಟದ ಮುಂದೆ ನಮ್ಮ ಆಯ್ಕೆಗಳಿಗೆ ಬೆಲೆ ಎಲ್ಲಿ? ಎಲ್ಲವೂ ಅವನಾಣತಿಯಂತೇ ನಡೆಯಬೇಕು. ಯಾವುದೇ ಹುಟ್ಟು ಮತ್ತು ಸಾವೂ ಕೂಡ ಅವನಾಣತಿಯನ್ನು ಮೀರುವಂತಿಲ್ಲ! ಪ್ರತಿಯೊಂದು ಜೀವಿಯ ಹುಟ್ಟು ಮತ್ತು ಸಾವಿನ ಹಿಂದೆಯೂ ಅವ್ಯಾಹತವಾದ ಯಾವುದೋ ಒಂದು ಕಾರಣ ಇದ್ದೇ ಇರುವುದು ಅವನ ನಿಯಮವಲ್ಲವೇ? ಅಂದು ಕೂಡ ನಡೆದಿದ್ದೂ ಅವನಂದುಕೊಂಡಂತೆಯೇ.

ಝ್ಯೂಸ್‌ನಂತಹ ದೇವತೆಯಿಂದ ಜನಿಸಿದ್ದಿದ್ದರೆ ಖಂಡಿತವಾಗಿಯೂ ಅಖಿಲೀಸ್ ಅಮರತ್ವವನ್ನು ಹೊಂದುತ್ತಿದ್ದ, ಮತ್ತು ಭವಿಷ್ಯವಾಣಿಯಂತೆ ತನ್ನ ತಂದೆಯನ್ನೂ ಮೀರಿಸುವಂತಹ ಪರಾಕ್ರಮಿಯಾಗಿ ಸ್ವರ್ಗವನ್ನು ಆಳುವುದರಲ್ಲಿ ಯಾವ ಸಂಶಯವೂ ಇರಿಲಿಲ್ಲ... ಆದ್ದರಿಂದಲೇ ತನ್ನ ವಿವಾಹ ಮನುಷ್ಯ ಮಾತ್ರನೊಂದಿಗೆ ನಡೆಯುವಂತೆ ಮಾಡಿದ. ಆದರೇನಂತೆ ಥಿಟೀಸ್ ಸ್ಟಿಕ್ಸ್ ಪವಿತ್ರ ನದಿಯಲ್ಲಿ ನನ್ನ ಮಗನನ್ನು ಅದ್ದಿ ಅವನನ್ನು ಅಮರತ್ವಗೊಳಿಸಿದ್ದೇನಲ್ಲಾ ಎಂದು ಥಿಟೀಸ್ ಬೀಗುತ್ತಿದ್ದರೆ, ಆಕೆಯ ಆ ಯೋಜನೆಯೂ ಸ್ವಲ್ಪದರಲ್ಲಿ ಕೈ ತಪ್ಪಿ ಹೋಗಿತ್ತು. ಕೇವಲ ಒಂದು ಬಾರಿ ಮಾತ್ರ ತಮ್ಮ ದೈವೀ ಶಕ್ತಿಯಿಂದ ಪವಿತ್ರ ನದಿಯ ನೀರನ್ನು ಪುನಷ್ಚೇತನಗೊಳಿಸಿ ಅದರಲ್ಲಿ ಇಡೀ ದೇಹವನ್ನು ಅದ್ದಿ ತೆಗೆಯುವುದರಿಂದ ಅಮರತ್ವ ಸಿದ್ಧಿಸುವುದು ನಿಜವೇ ಆಗಿದ್ದರೂ ಹಾಗೆ

ಅದ್ದುವಾಗ ಅಖಿಲೀಸನನ್ನು ಹಿಡಿದುಕೊಂಡಿದ್ದ ಅವನ ಹಿಮ್ಮಡಿಯ ಮೇಲ್ಭಾಗ ಶುದ್ಧಿಗೊಳ್ಳದೇ ಹಾಗೇ ಉಳಿದುಕೊಂಡು ಬಿಟ್ಟಿತು. ಅಂದರೆ, ಅಖಿಲೀಸನ ಸಂಪೂರ್ಣ ದೇಹ ಕಲ್ಲಿನಷ್ಟು ಗಟ್ಟಿಯಾದರೂ ಹಿಮ್ಮಡಿಯ ಆ ಭಾಗ ಮಾತ್ರ ದುರ್ಬಲಗೊಂಡು ಬಿಟ್ಟಿತು!

ಎಲ್ಲರೂ ಅಖಿಲೀಸ್ ಅಮರತ್ವ ಹೊಂದಿದ ವೀರನೆಂದೇ ತಿಳಿದಿದ್ದರು. ಆದರೆ, ಈ ರಹಸ್ಯ ಕೇವಲ ಅವನ ತಾಯಿ ಥಿಟೀಸಳಿಗೆ ಮಾತ್ರ ಗೊತ್ತು. ಅಂದು ಮಾಡಿದ ಅದೊಂದು ತಪ್ಪೇ ಇಂದು ಅವಳ ಈ ಗಾಬರಿ ತಳಮಳಗಳ ಕಾರಣವಾಗಿದ್ದಿತ್ತು. ಬಹಳ ಬೇಗ ಅದು ಪರೀಕ್ಷೆಗೆ ಒಳಪಡುತ್ತದೆ ಎಂಬ ಸತ್ಯವೂ ಗೊತ್ತಾಗಿ ಅವಳು ಭಯ ಪಟ್ಟಿದ್ದಳು. ಮತ್ತು ಅವಳ ಆ ಭಯ ಹೆಲೆನ್ ಅಪಹರಣದೊಂದಿಗೆ ಶೀಘ್ರದಲ್ಲೇ ಪರೀಕ್ಷೆಗೆ ಒಳ ಪಡುವುದರಲ್ಲಿತ್ತು. ತಾಯನ್ನು ಅರಸುತ್ತಾ ಬಂದ ಅಖಿಲೀಸನನ್ನು ಕಡೆಯ ಬಾರಿಗೆಂಬಂತೆ ಕಣ್ತುಂಬಾ ತುಂಬಿಕೊಂಡಳು ಥಿಟೀಸ್.

ತಾಯಿಯ ಕಣ್ತುಂಬಿ ಬಂದ ಕಾರಣವೇನು ಎಂಬುದನ್ನು ಅರಿಯದ ಅಖಿಲೀಸ್ ಅವಳನ್ನು ಆಲಂಗಿಸಿಕೊಂಡನು. ತಾಯಿಮಗನ ಹೃದಯಗಳು ಒಟ್ಟಿಗೆ ಹೊಡೆದುಕೊಳ್ಳುತ್ತಿದ್ದವು. ಆದರೆ ಲಯ ಮಾತ್ರ ಸಾಮಾನ್ಯವಾಗಿರಲಿಲ್ಲ ಎಂಬುದು ಇಬ್ಬರಿಗೂ ಅರ್ಥವಾಗಿತ್ತು. ಬೆಟ್ಟದಂತಹ ಮಗನ ಅಪ್ಪುಗೆಯಲ್ಲಿ ಗುಬ್ಬಚ್ಚಿಯಂತೆ ಮುದುರಿಕೊಂಡಿದ್ದ ಆ ತಾಯಿ ದುಗುಡವನ್ನು ಹೊರಗಡೆ ತೋರಿಸಿಕೊಳ್ಳದೇ,

"ಈ ಬಾರಿ ನೀನ್ಯಾವ ಯುದ್ಧದಲ್ಲಿ ಪಾಲ್ಗೊಂಡರೂ... ಆ ಯುದ್ಧದ ಪರಿಣಾಮ ಏನೇ ಆದರೂ, ಇಡೀ ವಿಶ್ವವೇ ಶತ-ಶತಮಾನಗಳವರೆಗೂ ನಿನ್ನನ್ನೂ, ನಿನ್ನ ಹೆಸರನ್ನೂ ನೆನಪಿನಲ್ಲಿಟ್ಟುಕೊಳ್ಳುತ್ತಾರೆ ಅಖಿಲೀಸ್" ಎಂದು ಆಶೀರ್ವದಿಸಿ ಅವನ ಹಣೆಗೆ ಮುತ್ತಿಟ್ಟಳು.

ತಾಯಿಯ ಈ ಆಶೀರ್ವಾದ ಏಕೆಂಬುದು ಅವನಿಗೆ ಅರ್ಥವಾಗದಿದ್ದರೂ ಮಮತೆಯ ಸಹಜ ಮಮಕಾರ ಎನ್ನಿಸಿ ಮನದುಂಬಿ ಬಂದಿದ್ದು ಮುಗುಳ್ನಗುವಿನೊಂದಿಗೆ ಹೊರಸೂಸಿದಾಗ ತಾಯ ಹೃದಯಕ್ಕೆ ಅಮೃತಸಿಂಚನವಾದಂತಿತ್ತು. ಮತ್ತೊಮ್ಮೆ ಬಿಗಿದಪ್ಪಿದಳು ಥಿಟೀಸ್. ಇಂದೇಕೋ ಅವಳ ಮುದ್ದು ಮುಗಿಯುತ್ತಲೇ ಇಲ್ಲ... ನೆತ್ತಿಯನು ಮತ್ತೊಮ್ಮೆ ಚುಂಬಿಸಿ ದೀರ್ಘವಾಗಿ ಆಘ್ರಾಣಿಸಿದಳು. ಅವನು ಹಸುಗೂಸು ಇದ್ದಾಗಿನ ನೆನಪು ಒತ್ತರಿಸಿಕೊಂಡು ಬಂತು... ಪ್ರೀತಿಯಿಂದ ಕೆನ್ನೆಗಳನ್ನು ನೇವರಿಸಿದಳು... ಯೌವ್ವನದ ಕುರುಹಾದ ಅವನ ಕುರುಚಲು ಗಡ್ಡ ತಾಕಿತು... "ಓಹ್, ಮಗ ಬೆಳೆದು ಬಿಟ್ಟಿದ್ದಾನೆ!" ಎಂದ ತಾಯ ಮನಸ್ಸು ಮಗನ ಛವಿಯನ್ನು ಒಂದು ಕೈ ಅಳತೆಗೆ ಮೆಲ್ಲ ಸರಿಸಿ ನೋಡಿದಳು... "ಅಗಾಧವಾದ ಕಡಲಿನಂತಹ

ಎದೆ... ಎತ್ತರ ಭುಜದ ಅಜಾನುಬಾಹು ನನ್ನ ಮಗ" ಎನ್ನುತ್ತಾ ಕಲ್ಲಿನಂತಹ ಭುಜಗಳನ್ನೊಮ್ಮೆ ಒತ್ತಿ ಹೆತ್ತ ಕರುಳು ಸಂಭ್ರಮ ಪಟ್ಟಿತು... ಅಖಿಲೀಸ್ ಮತ್ತೊಮ್ಮೆ ತಾಯಿಯನ್ನು ಹಗುರವಾಗಿ ಚುಂಬಿಸಿ ಹೊರಟ. ಕಣ್ಣಿನಿಂದ ದೂರವಾಗುತ್ತಿದ್ದ ಪುತ್ರನನ್ನು ಇದೇ ಕಡೆಯ ಬಾರಿಗೆ ನೋಡುವುದೇನೋ ಎನ್ನುವಂತೆ ಅವನ ಛಾಯೆ ಕಣ್ಣಿಂದ ಮರೆಯಾಗುವವರೆಗೂ ನೋಡುತ್ತಾ ನಿಂತು ಬಿಟ್ಟಿದ್ದಳು ಥಿಟೀಸ್. ಕಣ್ಣ ಹನಿಗಳು ಎಷ್ಟು ತಡೆದರೂ ಕಣ್ಣಲ್ಲೇ ತೂಗಿ, ತೂಗಿ ಭಾರವಾಗಿ ಕೆಳಗುದುರಿ ಸಾಗರದ ನೀರಿನೊಂದಿಗೆ ಒಂದೊಂದಾಗಿ ಕಲೆಯುತ್ತಿದ್ದವು. ಮಂಜು ಮಂಜಾದ ಅವನನ್ನೇ ನೋಡುತ್ತಿದ್ದಾಳೆ ಥಿಟೀಸ್. ಅವನಿಗೆ ತನ್ನ ಜನ್ಮ ರಹಸ್ಯವೂ ಗೊತ್ತಿಲ್ಲ... ವರ್ತಮಾನದಲ್ಲಿ ತನ್ನ ತಾಯಿ ಯಾತಕ್ಕಾಗಿ ಕಳವಳಗೊಂಡಿದ್ದಾಳೆ ಎಂಬ ಸತ್ಯವೂ ಅರಿತಿಲ್ಲ... ಅವನಿಗೆ ಗೊತ್ತಿರುವುದು ಒಂದೇ ಕಾದಾಟ. ಎದುರಾಳಿಗಳ ಎದೆ ಬಗೆಯುವಷ್ಟು ರೋಷ... ಆಕ್ರೋಶ. ಅವನೊಂಥರಾ ಜ್ವಾಲಾಮುಖಿ! ಅವನು **ಅಖಿಲೀಸ್!**

ಅಂತಹ ಗಂಡುಗಲಿ ಅಖಿಲೀಸ್ ಅಗೆಮೆಮ್ನೆನ್‌ನ ಸೈನ್ಯಾಧಿಕಾರಿ! ರಾಜನೇ ಆಗುವಷ್ಟು ಭುಜಬಲ, ಜನಬಲವಿದ್ದರೂ ಅವನು ತನ್ನ ಪಾಡಿಗೆ ತಾನು ಇದ್ದು ಬಿಟ್ಟಿದ್ದ. ಅವನನ್ನು ಅರ್ಥ ಮಾಡಿಕೊಳ್ಳಲು ಯಾರಿಂದಲೂ ಸಾಧ್ಯವಾಗಿರಲಿಲ್ಲ. ಬಹುಪರಾಕ್ರಮಿಯಾದ ಅವನು ಒಬ್ಬ ಸ್ವಚ್ಛಂದ ಜೀವಿ... ಅವನಿಗೆ ಯಾರ ಅಧೀನದಲ್ಲೂ ಇರಲು ಇಷ್ಟವಿರಲಿಲ್ಲ. ಅಗೆಮೆಮ್ನೆನ್ ಅವನ ರಾಜನೇ ಆಗಿದ್ದರೂ ಅವನನ್ನು ಬಗ್ಗಿಸಲು ಸಾಧ್ಯವಾಗಿರಲಿಲ್ಲ. ಅವನಿಗೆ ಮನಸ್ಸಿಗೆ ಬಂದರೆ ಮಾತ್ರ ಯುದ್ಧ ಮಾಡುವವ. ಅವನಿಗೆ ಏನು ಬೇಕೆಂದು ನಿರ್ಧರಿಸುವ ಹಕ್ಕನ್ನು ಅವನು ಯಾರಿಗೂ ಕೊಡ ಬಯಸಿರಲಿಲ್ಲ. ಅವನ ಈ ಗುಣಗಳಿಗೆ ಸೋತವರೊಂದಿಷ್ಟು ಜನರಾದರೆ... ಅವನ ಪರಾಕ್ರಮಕ್ಕೆ ಸೋತವರು ಒಂದಿಷ್ಟು... ಅವನ ಚಂದಕ್ಕೆ ಮನ ಸೋತ ಚೆಲುವೆಯರು ಮತ್ತೊಂದಿಷ್ಟು. ಒಟ್ಟಿನಲ್ಲಿ ಜನಾನುರಾಗಿಯಾಗಿದ್ದ ಅಖಿಲೀಸನಿಗೆ ಜೈಕಾರ ಹಾಕುವವರೇ ಬಹಳ. ಅದೂ ಅಲ್ಲದೆ ಅವನ ಕೈಯಲ್ಲಿ, ಅವನಿಗಾಗಿ ಪ್ರಾಣವನ್ನು ಕೊಡಲು ಸಿದ್ಧರಿರುವ, ದೈತ್ಯರಂತೆ ದಷ್ಟಪುಷ್ಟವಾಗಿರುವ ಐದು ನೂರು ಯುದ್ಧಾಳುಗಳಿದ್ದರು. ಅವನಿಗಾಗಿ ಏನೂ ಮಾಡಲು ಸಿದ್ಧರಿರುವ ಅವರಿಗೆಲ್ಲಾ ಅಖಿಲೀಸ್ ಎಂದರೆ ಪ್ರಾಣ!

ಅವನೇ ಖುದ್ದು ಆ ಐದುನೂರು ಜನರಿಗೆ ಸಮನಾಗಿದ್ದ ಎನ್ನುವುದು ಬೇರೆ ಮಾತು. ರಣರಂಗದಲ್ಲಿ ತನ್ನ ಕತ್ತಿಯನ್ನು ಝಳಫಳಿಸುತ್ತಾ ಬಿರುಗಾಳಿಯಂತೆ ಧೂಳೆಬ್ಬಿಸುತ್ತಾ ನಡೆದು ಬರುತ್ತಿದ್ದರೆ, ಅವನಿಡುವ ಒಂದೊಂದು ಹೆಜ್ಜೆಗೂ ಎದುರಾಳಿಯ ಎದೆ ನಡುಗುತ್ತಿತ್ತು. ಹ್ಞೂಂಕರಿಸಿದರೆ ಸಾಕು ಎದುರಾಳಿಯ ಒಡಲು ಬಿಚ್ಚುತ್ತಿತ್ತು. ಅವನ ಪರಾಕ್ರಮದ ಪ್ರಸಂಗಗಳು ಜನರ ಬಾಯಲ್ಲಿ

ಜನಪದದಂತೆ ಹರಿದಾಡಿ ಸುತ್ತಮುತ್ತಲೆಲ್ಲಾ ಜನರ ಮನೆಮಾತಾಗಿ ಹೋಗಿದ್ದ ಅಖಿಲೀಸನ ಈ ಎಲ್ಲಾ ಕತೆಗಳನ್ನು ಕೇಳಿದ ಎಂತಹ ಯೋಧನೂ ಅಖಿಲೀಸನೊಂದಿಗೆ ಐದು ನಿಮಿಷವೂ ಹೋರಾಡಲಾಗುತ್ತಿರಲಿಲ್ಲ. ಅವನೆದುರು ದ್ವಂದ್ವಯುದ್ಧ ಮಾಡಲು ಬಂದ ಅದೆಷ್ಟೋ ಜನ ಅವನು ಕತ್ತಿಯನ್ನು ಹಿಡಿದು ನಡೆದು ಬಂದರೆ ಸಾಕು ಎದೆ ಒಡೆದು ಸತ್ತು ಹೋಗುತ್ತಿದ್ದರು. ಒಂದೊಮ್ಮೆ ನಿಂತರೂ ಅವನ ಒಂದೇ ಏಟಿಗೆ ಛಿದ್ರ ಛಿದ್ರವಾಗಿ ಹೋದವರೆಷ್ಟೋ. ಯಾವುದೇ ಯುದ್ಧದಲ್ಲಿ ಅಖಿಲೀಸ್ ಇದ್ದಾನೆ ಎಂದು ಗೊತ್ತಾದರೆ ಸಾಕು, ದ್ವಂದ್ವ ಯುದ್ಧದ ಭಯಕ್ಕೆ ರಣರಂಗ ಬಿಟ್ಟು ಓಡಿ ಹೋದವರೂ ಇದ್ದಾರೆ. ಯುದ್ಧ ಆರಂಭವಾಗುವ ಮೊದಲೇ ಸಂಧಾನ ಮಾಡಿಕೊಂಡು ಕಾಲಿಗೆ ಬಿದ್ದ ಘಟನೆಗಳೂ ಏನು ಕಡಿಮೆ ಇರಲಿಲ್ಲ. ಇದೆಲ್ಲವನ್ನೂ ಸ್ವತಃ ಅಗೆಮೆಮ್ನೆನ್ ತನ್ನ ಕಣ್ಣಾರೆ ಕಂಡಿರುವುದರಿಂದಲೇ, ಅವನ ಎಲ್ಲಾ ಉದ್ಧಟತನವನ್ನೂ ಕ್ಷಮಿಸಿ ಅವನನ್ನು ಸೈನ್ಯಾಧಿಕಾರಿ ಮಾಡಿ ಇಟ್ಟುಕೊಂಡಿದ್ದನು. ಇದರೊಂದಿಗೆ ಅಗೆಮೆಮ್ನೆನ್ನಿಗೆ ಇನ್ನೊಂದು ಭಯವೂ ಇತ್ತು... ಅವನೇನಾದರೂ ಅವನನ್ನು ಸೈನ್ಯದಿಂದ ಹೊರಗೆ ಹಾಕಿದರೆ, ಹಾಕಿದ ಮರುಕ್ಷಣದಲ್ಲೇ ಐದು ನೂರು ಜನರೊಂದಿಗೆ ಇನ್ನೂ ಐದು ಸಾವಿರ ಜನರನ್ನು ಕಟ್ಟುವ ತಾಕತ್ತು ಮತ್ತು ಯುಕ್ತಿ ಎರಡೂ ಇದ್ದ ಅವನು ಒಂದೇ ಕ್ಷಣದಲ್ಲಿ ಅಗೆಮೆಮ್ನೆನ್ ನನ್ನು ಸಿಂಹಾಸನದಿಂದ ಉರುಳಿಸಿ ತಾನು ಕೂರುವುದರಲ್ಲಿ ಸಂಶಯವೇ ಇಲ್ಲ ಎಂಬುದು. ಅವನ ಈ ಭಯ ನಿಜ ಮತ್ತು ಅತ್ಯಂತ ಸಹಜವೆಂಬುದು ಅಗೆಮೆಮ್ನೆನ್ ಜೊತೆಯಿದ್ದ ಇನ್ನುಳಿದ ಎಲ್ಲಾ ರಾಜರ ಅನುಮೋದನೆ ಕೂಡ ಆಗಿತ್ತು.

ಒಟ್ಟಿನಲ್ಲಿ ಅಖಿಲೀಸ್ ನನ್ನು ಯಾರೂ ಹಿಡಿದಿಡಲು ಸಾಧ್ಯವಿರಲಿಲ್ಲ. ಅವನು ಚಲಿಸುವ ಗಾಳಿಯಂತೆ. ಅವನು ಸಾಗಿದ್ದೇ ದಾರಿ. ಅವನಿಲ್ಲದೆ ಯಾವುದೇ ಯುದ್ಧ ಗೆಲ್ಲಲೂ ಸಾಧ್ಯವಿಲ್ಲ. ಒಂದು ರೀತಿಯಲ್ಲಿ ಅಲ್ಲಿ ಅವನೇ ರಾಜನಂತಿದ್ದನು. ಅದ್ಭುತ ಯೋಧ, ಛಲ ಬಿಡದ ಛಲದಂಕಮಲ್ಲ, ಹಠಮಾರಿ ಎನಿಸಿದರೂ ಸ್ನೇಹಕ್ಕಾಗಿ ಏನೂ ಮಾಡಿಬಿಡುವ ಮುಗ್ಧ. ಅಂತಹ ಸ್ನೇಹಕ್ಕೆ ಸಾಕ್ಷಿಯಾಗಿದ್ದವನು ಅಖಿಲೀಸನ ಬಾಲ್ಯ ಸ್ನೇಹಿತ ಪೆಟ್ರೋಕ್ಲಸ್. ಸಂಬಂಧದಲ್ಲಿ ಅವನು ಸೋದರ ಸಂಬಂಧಿಯೇ ಆಗಿದ್ದರೂ ಅವನು ಎಲ್ಲಾ ಮಿತ್ರರರಿಗಿಂತಲೂ ಆತ್ಮೀಯ. ಅಖಿಲೀಸನಿಗೆ ಭಾವನಾತ್ಮಕವಾಗಿ ಏನಾದರೂ ದೌರ್ಬಲ್ಯವಿದ್ದಲ್ಲಿ ಅದು ಪೆಟ್ರೋಕ್ಲಸ್! ಅಖಿಲೀಸ್ ಅವನನ್ನು ಅಧಿಕವಾಗಿ ಪ್ರೀತಿಸುತ್ತಿದ್ದನು. ತನ್ನ ಹಾಸಿಗೆಗೆ ಬಂದು ತಾವಾಗೇ ಮೈಚೆಲ್ಲುವ ಹೆಣ್ಣುಗಳಿಗಿಂತಲೂ ಕೊಂಚ ಅಧಿಕವಾಗಿಯೇ ಅವನನ್ನು ಪ್ರೀತಿಸುತ್ತಿದ್ದನು ಎಂದರೂ ತಪ್ಪಾಗಲಾರದು. ಪೆಟ್ರೋಕ್ಲಸ್ ಕೂಡ ಅಖಿಲೀಸ್ ನೆರಳಿನಂತಿದ್ದ.

ಹೀಗಿದ್ದ ಅಖಿಲೀಸ್ ದೇವತೆಯ ಮಗನೇ ಆಗಿದ್ದರೂ ಮನುಷ್ಯರ ಎಲ್ಲಾ ಇತಿಮಿತಿಗಳನ್ನು ಅವನು ಅನುಭವಿಸಲೇಬೇಕಾಗಿತ್ತು. ಒಟ್ಟಿನಲ್ಲಿ ಮನುಷ್ಯನಾಗಿ ಹುಟ್ಟಿದ ಮೇಲೆ ಸಾವು ನಿಶ್ಚಿತ. ಅವನು ಅತೀಂದ್ರಿಯನೋ ಅಥವಾ ಚಿರಂಜೀವಿಯ ವರ ಪಡೆದವನೋ ಏನೇ ಆಗಿದ್ದರೂ ಅಲ್ಲೊಂದು ಯಾರೂ ಅರಿಯಲಾಗದ, ತಪ್ಪಿಸಿಕೊಳ್ಳಲೂ ಆಗದ ಸಾವಿನ ರಹಸ್ಯವೊಂದು ಅಡಗಿಬಿಟ್ಟಿರುತ್ತದೆ. ಅದರಿಂದ ಮಾತ್ರ ಯಾರೆಂದರೆ ಯಾರೂ ತಪ್ಪಿಸಿಕೊಳ್ಳಲು ಸಾಧ್ಯವಿಲ್ಲ ಎಂಬುದು ವಿಧಿ ನಿಯಮ, ಮತ್ತು ಇದಕ್ಕೆ ನಿದರ್ಶನಗಳೂ ಅಧಿಕ.

ದೂರದಿಂದಲೇ ಅಖಿಲೀಸನನ್ನು ನೋಡಿ ಓಡೋಡಿ ಬಂದ ಪೆಟ್ರೋಕ್ಲಸ್ ಅವನನ್ನು ಬಾಚಿ ತಬ್ಬಿಕೊಂಡ. ಅವನನ್ನು ಪ್ರೀತಿಯಿಂದಲೇ ಪ್ರತಿ ಆಲಂಗಿಸಿ ಕೊಂಚ ಕ್ಷಣಗಳ ಬಳಿಕ ಅವನನ್ನು ತಮಾಷೆಯಲ್ಲೇ ದಬ್ಬಿ, ಸಳಕ್ ಎಂದು ಸೊಂಟದಿಂದ ತನ್ನ ಭಾರೀ ಕತ್ತಿಯನ್ನು ಹೊರಗೆಳೆದ. ಎಡಗೈಯಲ್ಲಿದ್ದ ತನ್ನ ಗುರಾಣಿಯನ್ನು ಪೆಟ್ರೋಕ್ಲಸ್ ಕಡೆಗೆ ತೂರಿ ಆಕ್ರಮಣ ಮಾಡಿದ. ಸ್ನೇಹಿತನ ಈ ಯುದ್ಧ ಅಭ್ಯಾಸದ ಆಹ್ವಾನವನ್ನು ನಗು ನಗುತ್ತಲೇ ಸ್ವೀಕರಿಸಿ ಬೀಸಿದ ಅವನ ಕತ್ತಿಗೆ ಗುರಾಣಿಯನ್ನು ಅಡ್ಡ ಇಡುತ್ತಾ, ತನ್ನ ಕತ್ತಿ ಇಟ್ಟಿದ್ದ ಜಾಗದ ಕಡೆಗೆ ಸಾಗಿ ಕತ್ತಿ ಸಿಕ್ಕೊಡನೆ 'ಠಣ್' ಎಂದು ಪ್ರತ್ಯುತ್ತರ ನೀಡಿದ. ಒಂದು ಕ್ಷಣವೂ ನಿಲ್ಲದೆ ತಾಸುಗಟ್ಟಲೇ ಅವರ ಕತ್ತಿ ಅಭ್ಯಾಸ ನಡೆಯಿತು. ಇನ್ನು ಕೈ ಮೇಲೆತ್ತಲು ಸಾಧ್ಯವೇ ಇಲ್ಲ ಎಂದಾಗ ಪೆಟ್ರೋಕ್ಲಸ್ ಕತ್ತಿ ಬಿಸಾಕಿ ಸಮುದ್ರ ತೀರಕ್ಕೆ ಓಡಿ ಹೋಗಿ ನೀರಿಗೆ ಬಿದ್ದ. ಅವನ ಹಿಂದೆಯೇ ಅಖಿಲೀಸ್ ಕೂಡ ಕತ್ತಿ ಎತ್ತಿಟ್ಟು ನೀರಿಗೆ ಹೋಗಿ ಬಿದ್ದ. ಅವರ ನೀರೆರಚಾಟ, ದೂಕಾಟ, ನಗು ದೂರದೂರದವರೆಗೂ ಕೇಳುತ್ತಿತ್ತು. ಅವರ ಆ ನಗುವಿಗೆ, ನಲಿವಿಗೆ ಇನ್ನೊಂದಿಷ್ಟು ದಿನಗಳಲ್ಲೇ ಕಡಿವಾಣ ಬೀಳುತ್ತದೆ ಎನ್ನುವ ಅಂದಾಜೇ ಇರಲಿಲ್ಲ.

ಹೆಲೆನ್ ಈಗ ಟ್ರಾಯ್ ಸೊಸೆ!

ಸ್ಪಾರ್ಟಾದಿಂದ ಕೊಂಚ ದೂರ ಸಮುದ್ರದಲ್ಲಿ ಯಾನಿಸುತ್ತಿದ್ದಂತೆ ಹೆಲೆನ್ ಅವಿತು ಕುಳಿತಿದ್ದ ಪಿಪಾಯಿಯಿಂದ ಹೊರಬಂದು ಪೆರಿಸ್ ತೋಳಿನಲ್ಲಿ ಬಂಧಿಯಾಗಿದ್ದಳು. ಅಲ್ಲಿಂದ ಸೈಪ್ರೆಸ್ ದ್ವೀಪವನ್ನು ಹಾದು, ಅಲ್ಲೊಂದಿಷ್ಟು ದಿನ ತಂಗಿದ್ದು, ನಿಧಾನವಾಗಿ ಇನ್ನೂ ಕೆಲವು ದ್ವೀಪಗಳನ್ನು ಹಾದು ಟ್ರಾಯ್ ತಲುಪುವಷ್ಟರಲ್ಲಿ ತುಂಬಾ ತಡವಾಗಿತ್ತು. ಒಂದೊಮ್ಮೆ ಮೆನೆಲೀಯಸ್ ವಿಷಯ ತಿಳಿದ ಕೂಡಲೇ ಹಿಂದೆಯೇ ಬಂದಿದ್ದರೆ ಅವನಿಗೆ ಟ್ರಾಯ್ ನಗರವನ್ನು ನಾವಿನ್ನೂ ತಲುಪದಿದ್ದನ್ನು ಕಂಡು ಗೊಂದಲಕ್ಕೊಳಗಾಗಿ ವಾಪಸ್ಸು ಹೋಗಲಿ ಎಂಬುದು ಅವರ ಯೋಜನೆಯಾಗಿತ್ತು. ಆದರೆ, ಟ್ರಾಯ್ ತಲುಪಿದಾಗ ಅವರಿಗೆ ಅದರ ಯಾವ ಸೂಚನೆಯೂ ಕಾಣಲಿಲ್ಲ. ಮೆನೆಲೀಯಸ್ ಹೆಲೆನ್ ಅಪಹರಣವನ್ನು ಗಂಭೀರವಾಗಿ ತೆಗೆದುಕೊಂಡಂತಿರಲಿಲ್ಲ.

ಹಡಗಿನಿಂದ ಇಳಿಯುತ್ತಿದ್ದ ಹಾಗೆ ಪೆರಿಸ್ ಮತ್ತು ಅವನ ಸಹಚರರಿಗಾಗಿ ಅಶ್ವಗಳು ಕಾಯುತ್ತಿದ್ದವು. ಟ್ರಾಯ್ ನಗರದ ಎತ್ತರದ ಸುತ್ತು ಕೋಟೆಯನ್ನು ಅವರ ಆಗಮನಕ್ಕಾಗಿಯೇ ಅಲಂಕರಿಸಲಾಗಿತ್ತು. ಅಲ್ಲಿ ಮೊಳಗುತ್ತಿದ್ದ ಸ್ವಾಗತ ವಾದ್ಯ ಗೋಷ್ಠಿಗೆ ತಲೆ ಎತ್ತಿ ನೋಡಿದವಳೇ ಹೆಲೆನ್ ದಂಗು ಬಡಿದು ಹೋಗಿದ್ದಳು. ಇಲ್ಲಿಯವರೆಗಿನ ಯಾವ ನಗರಕ್ಕೂ ಅಷ್ಟು ಎತ್ತರದ ಹಾಗೂ ಬಲವಾದ ಭದ್ರ ಕೋಟೆಯನ್ನು ಅವಳು ನೋಡಿರಲಿಲ್ಲ. ಅದನ್ನು ಹತ್ತುವುದೇ

ಅಸಾಧ್ಯ, ಇನ್ನು ಯಾವ ಸೈನ್ಯದಿಂದಲೂ ಮುರಿದು ಒಳ ಬರುವುದು ಕನಸಿನ ಮಾತು ಎಂದು ಆಲೋಚಿಸುತ್ತಿದ್ದವಳ ತುಟಿಯಲ್ಲಿ ಸಂತಸದ ನಗುವೊಂದು ತೇಲಿತು. ಅದು ನಾನಿನ್ನು ಸುರಕ್ಷೆ ಎಂಬ ಅರ್ಥದಲ್ಲಾ ಗೊತ್ತಿಲ್ಲ.

ಟ್ರಾಯ್ ನಗರದ ಕೋಟೆಗೆ ಏಳು ಬಾಗಿಲುಗಳು! ಹೊರವಲಯದಲ್ಲಿ ಸುತ್ತಲೂ ಗಾಡಿಯ ಜಾಡು. ಮೊದಲ ಬಾರಿಗೆ ನೋಡುವವರಿಗೆ ಅದರ ಬಾಗಿಲೆಲ್ಲಿ ಎಂದು ಗೊತ್ತಾಗದ ಹಾಗೆ ನಿರ್ಮಿತವಾಗಿದ್ದ ಆ ಕೋಟೆಗೆ ಅಲ್ಲಲ್ಲಿ ನೆಟ್ಟಿದ್ದ ಅಂಜೂರದ ಮರಗಳೇ ಗುರುತು. ಆ ರಹಸ್ಯವನ್ನು ಹೇಳುತ್ತಲೇ ಹೆಲೆನ್ ಅವಾಕ್ಕಾದಳು. ತಾನಿನ್ನು ಕೋಟೆಯ ಒಳಗೆ ಸುರಕ್ಷೆ ಎಂಬ ಸಂತಸ ಅವಳ ಉಕ್ಕಿ ಬರುತ್ತಿದ್ದ ನಗುವಲ್ಲಿ ಪೆರಿಸ್ ಗಮನಿಸಿ ಎದೆಯುಬ್ಬಿಸಿಕೊಳ್ಳುತ್ತಿದ್ದ. ಕೋಟೆಯ ಒಂದುಕಡೆ ಎರಡು ಚಿಲುಮೆಗಳು. ಒಂದು ಬಿಸಿ ನೀರಿನದು, ಮತ್ತೊಂದು ತಣ್ಣೀರಿನದು. ಬಿಸಿನೀರಿನ ಚಿಲುಮೆಯ ಮೇಲೆ ಸದಾ ಆವಿಯಿಂದಾವೃತವಾದ ಮೋಡವೊಂದು ತೇಲುತ್ತಿರುತ್ತದೆ. ಇನ್ನು ತಣ್ಣೀರಿನ ಚಿಲುಮೆಯಾದರೂ ಉರಿಬಿಸಿಲಿನಲ್ಲೂ ಮಂಜಿನಷ್ಟು ತಂಪಾದ ನೀರು! ಅದರ ಇಕ್ಕೆಲೆಗಳಲ್ಲೂ ಕಲ್ಲಿನ ತೊಟ್ಟಿಗಳು. ಅದರಲ್ಲಿ ಸ್ತ್ರೀಯರು, ಮಕ್ಕಳಾದಿಯಾಗಿ ಕ್ರೀಡೆಗಳನ್ನಾಡುತ್ತಿದ್ದರು. ಈ ಚಿಲುಮೆಗಳಿಂದ ಹರಿವ ನೀರೇ, ತೊರೆಯಾಗಿ ನಂತರ ಮುಂದೆ ಗ್ಸಾಂಥಸ್ ಎಂಬ ನದಿಯಾಗಿ ಹರಿಯುತ್ತಿತ್ತು. ಹೆಲೆನ್ ಈ ಅದ್ಭುತಗಳನ್ನೆಲ್ಲಾ ನೋಡುತ್ತಾ ಮೈ ಮರೆತಳು.

ಕೋಟೆಯ ಬಾಗಿಲು ಇವರಿಗಾಗಿ ತೆರೆದಿದ್ದು, ಪೆರೀಸನನ್ನು ಸ್ವಾಗತಿಸಲು ಟ್ರಾಯ್ ನಿವಾಸಿಗಳಾದ ಟ್ರೋಜನ್ನರು ಪುಷ್ಪಗಳೊಂದಿಗೆ ಕಾಯುತ್ತಿದ್ದರು. ಅವರ ವೇಷಭೂಷಣಗಳು ಸ್ಪಾರ್ಟಾದ ಜನರ ವಸ್ತ್ರಗಳಿಗಿಂತಲೂ ವರ್ಣಮಯವೂ ಮತ್ತು ಸುಂದರವಾಗಿಯೂ ಇದ್ದು ಅದು ಅಲ್ಲಿನ ಜನರು ಆರ್ಥಿಕವಾಗಿ ಹಾಗೂ ಮಾನಸಿಕವಾಗಿ ಸಂತುಷ್ಟರಾಗಿದ್ದಾರೆಂಬುದನ್ನು ತೋರಿಸುತ್ತಿತ್ತು ಎಂಬುದನ್ನು ಗಮನಿಸಿದಳು. ನಗರವನ್ನು ಪ್ರವೇಶಿಸುತ್ತಿದ್ದಂತೆ ಪುಷ್ಪವೃಷ್ಟಿಗರೆದು ವಿರೋಚಿತ ಸ್ವಾಗತ ಮಾಡಿದರಾದರೂ, ಪೆರಿಸನ ಜೊತೆಯಿದ್ದ ಸುಂದರಿ ಯಾರು ಎಂದು ಅರಿಯದೆ ಕೊಂಕಿಸುತ್ತಿದ್ದ ಹುಬ್ಬುಗಳು, ಒಂದೆರಡೇ ಕ್ಷಣಗಳಲ್ಲಿ ಅವಳ ಸೌಂದರ್ಯ ಕಂಡು ಅಭಿಮಾನದಿಂದ ಮೇಲೆ ತೂಗುತ್ತಿದ್ದವು. ಜನರು ಅವಳಿಗೆ ಕೇಳಿಸುವ ಹಾಗೆಯೇ ಅವಳ ರೂಪವನ್ನು ಕೊಂಡಾಡುತ್ತಿದ್ದುದು ಹೆಲೆನಳಿಗಿದ್ದ ಭಯವನ್ನು ಕೊಂಚ ಕಡಿಮೆ ಮಾಡಿ, ಸಂತೋಷದ ಜೊತೆಜೊತೆಗೆ ಸ್ತ್ರೀ ಸಹಜ ಸಂಕೋಚವನ್ನು ತಂದೊಡ್ಡಿತು. ಹೆಲೆನಳಂಥ ಸೌಂದರ್ಯದ ಗಣಿಯೊಂದಿಗೆ ಸ್ಪಾರ್ಟಾದಿಂದ ಹೆಲೆನ್ ಜೊತೆಗೂಡಿ ಲೂಟಿ ಮಾಡಿ ತಂದಿದ್ದ ಅಗಾಧ ನಿಧಿಯನ್ನೂ ಕಂಡು ಮೂಕವಿಸ್ಮಿತರಾದರು. ಅದು ಕೂಡ ಹೆಲೆನಳದ್ದೇ ಉಪಾಯವಾಗಿತ್ತು. ಶತ್ರು ನಾಡಿನಿಂದ ಆಗಮಿಸಿದ್ದ ಅವಳನ್ನು ಕೇವಲ ಪೆರಿಸ್

ಮೆಚ್ಚಿ ಕರೆತಂದಿದ್ದು ಎಂದರೆ, ಅಪಾಯವನ್ನೂ ಬಗಲಿಗೆ ಕಟ್ಟಿಕೊಂಡಂತೆಯೇ ಅರ್ಥ. ಬದಲಿಗೆ ತನ್ನೊಂದಿಗೆ ಆ ನಾಡಿಗೆ ಅಗಾಧವಾದ ಸಂಪತ್ತನ್ನು ತಂದರೆ, ಅದನ್ನು ನೋಡಿಯಾದರೂ ಅವಳನ್ನು ಎಲ್ಲರೂ ಸ್ವೀಕರಿಸುವರು ಎಂಬುದು ಅವಳ ಯೋಜನೆಯಾಗಿತ್ತು. ಮತ್ತೀಗ ಅದು ನಿಜವೂ ಆಗಿದ್ದಕ್ಕೆ ಅಲ್ಲಿ ನೆರೆದಿದ್ದ ಜನರ ಕಣ್ಣುಗಳಲ್ಲಿನ ಬೆರಗೇ ಸಾಕ್ಷಿಯಾಗಿತ್ತು. ಹೆಲೆನ್ ಎಲ್ಲರನ್ನೂ ಗೆದ್ದಿದ್ದಳು.

ನಗರದ ಸಂತೆಯ ಭಾಗದಿಂದ ಹಾದು ಅರಮನೆಯತ್ತ ಹೋಗುವಾಗ ಟ್ರಾಯ್ ನಿಜಕ್ಕೂ ಅದೆಷ್ಟು ಸುಭೀಕ್ಷವಾಗಿದೆ ಎಂಬುದು ಹೆಲೆನ್ ಗಮನಕ್ಕೆ ಬಂದಿತು. ರಸ್ತೆಯ ಇಕ್ಕೆಲಗಳಲ್ಲಿ ದವಸ, ಧಾನ್ಯಗಳೊಂದಿಗೆ, ಮುತ್ತು ರತ್ನಗಳ ವ್ಯಾಪಾರವೂ ಸಮಸಮವಾಗಿ ನಡೆಯುತ್ತಿತ್ತು. ಅವಳಿಗೆ ಅಲ್ಲಿ ಮಾರಾಟಕ್ಕೆ ಇಟ್ಟಿದ್ದ ಕಡುನೀಲಿ ಬಣ್ಣದ ವಸ್ತ್ರಗಳು ಬಹಳ ಪ್ರಿಯವೆನಿಸಿದವು. ದೂರದ ಒಂದು ಮನೆಯಿಂದ ಬಿಸಿಬಿಸಿಯಾಗಿ ಗೋಧಿಯ ದಪ್ಪನೆಯ ರೊಟ್ಟಿಯನ್ನು ಕೆಂಡದಲ್ಲಿ ಸುಡುತ್ತಿರುವ ಘಮಘಮ ಸುವಾಸನೆಯೂ ಅವಳನ್ನು ಆಕರ್ಷಿಸಿತು. ಅದನ್ನು ಹುರಿದ ಕುರಿಯ ಮಸಾಲೆ ಮತ್ತು ದ್ರಾಕ್ಷಾರಸದೊಂದಿಗೆ ತಿಂದರೆ ಹೇಗಿರಬಹುದು ಎಂದು ಯೋಚಿಸುತ್ತಿದ್ದಂತೆ ನಾಲಿಗೆ ತುಟಿಯನ್ನು ಸವರಿತ್ತು. ಪೆರಿಸನ ಮುಂದೆ ಅಶ್ವದ ಮೇಲೆ ಕೂತಿದ್ದುದರಿಂದ ಅದು ಅವನಿಗೆ ಗೊತ್ತಾಗಲಿಲ್ಲ. ಅವನೀಗ ಸದ್ಯಕ್ಕೆ ಪ್ರಯಾಮ್ ಮತ್ತು ಇತರೆ ಸದಸ್ಯರು ತನ್ನ ನಿರ್ಧಾರಕ್ಕೆ ಹೇಗೆ ಪ್ರತಿಕ್ರಿಯಿಸುವರೋ ಎಂಬ ಚಿಂತೆಯಲ್ಲಿದ್ದ. ಅರಮನೆ ಸಮೀಪಿಸಿತು. ದೂರದಿಂದಲೇ ರಾಜ ಪರಿವಾರದವರು ಕಾಣುತ್ತಿದ್ದಂತೆ ಹೆಲೆನ್ ಮತ್ತು ಪೆರಿಸ್ ಇಬ್ಬರೂ ತಮ್ಮ ಕಲ್ಪನಾ ಲೋಕದಿಂದ ಹೊರ ಬಂದರು.

ಪ್ರಯಾಮ್ ಮತ್ತು ಪರಿವಾರಕ್ಕೆ ಅದಾಗಲೇ ವಿಷಯ ಗೊತ್ತಾಗಿತ್ತಲ್ಲಾ. ಮೆನೆಲೀಯಸನ ದೂತರು ಅವರನ್ನು ಹುಡುಕಿಕೊಂಡು ಬಂದಾಗಲೇ ಎಲ್ಲಾ ವಿಷಯವನ್ನು ಅರುಹಿದ್ದರು. ಇನ್ನೇನಿದ್ದರೂ ಕಣ್ಣಾರೆ ನೋಡುವುದೊಂದು ಬಾಕಿ ಇತ್ತು. ಹೆಲೆನ್ ಜೊತೆಗೆ ಆಗಮಿಸಿದ ಪೆರಿಸನನ್ನು ಯಾವುದೇ ವಿರೋಧವಿಲ್ಲದೆ ಅರಮನೆಯೊಳಗೆ ಸ್ವಾಗತಿಸಿದರೂ, ಪ್ರಯಾಮ್, ಹೆಕೆಬೆ ಮತ್ತು ಅವರ ಮಕ್ಕಳ ರಾಜ ಪರಿವಾರಕ್ಕೆ ಹೆಲೆನ್ ಆಗಮನ ಆತಂಕವನ್ನು ಸೃಷ್ಟಿಸಿದ್ದು ಮಾತ್ರ ಸುಳ್ಳಲ್ಲ. ಆ ಆತಂಕವನ್ನು ಹೊರಗೆ ತೋರ್ಪಡಿಸದೆ, ಮುಗುಳ್ನಗುತ್ತಿದ್ದ ರಾಜ ಪ್ರಯಾಮ್ ಮುಂದೆ ಅರ್ಧ ಬಾಗಿ ನಮಸ್ಕರಿಸಿದ ಹೆಲೆನಳ ಅದ್ಭುತ ಸೌಂದರ್ಯಕ್ಕೆ ಕಣ್ಣುಗಳು ಮೆಚ್ಚುಗೆಯಿಂದ ಮಿಂಚಿ ತೂಗಿದರೂ...

"ಈಗ ಸದ್ಯ ಯಾವ ಮಾತನ್ನೂ ಆಡುವುದು ಬೇಡ... ಸಮುದ್ರ ಯಾನದಿಂದ ದಣಿದಿದ್ದೀರಿ... ಹೋಗಿ ವಿಶ್ರಮಿಸಿ. ನಂತರ ಭೋಜನ

ಕೂಟದಲ್ಲಿ ಭೇಟಿಯಾಗೋಣ." ಎಷ್ಟೋ ವರ್ಷಗಳ ನಂತರ ಒಂದಾದ ಮಗನ ಮನಸ್ಸನ್ನು ನೋಯಿಸಲು ಇಷ್ಟ ಪಡದ ಪ್ರಯಾಮ್ ನುಡಿದನಾದರೂ ಅವನೂ ಚಿಂತೆಗೆ ಬಿದ್ದಿದ್ದ. ಹೆಲೆನ್ ಅದನ್ನು ಗಮನಿಸಿದಳು. ಅರಮನೆ ಇವಳು ಅಂದಾಜಿಸಿದ್ದಕ್ಕಿಂತ ಅದ್ಭುತವಾಗಿತ್ತಾದರೂ ಅದನ್ನು ಆಸ್ವಾದಿಸುವಷ್ಟು ಹೆಲೆನ್ ಮನಸ್ಸು ನಿರಾಳವಾಗಿರಲಿಲ್ಲ. ಪೆರಿಸ್ ಜೊತೆ ಕುದುರೆಯ ಮೇಲೆ ಕೂತು ಊರನ್ನು ಪ್ರವೇಶಿಸಿದಾಗ ಇದ್ದ ಹುಮ್ಮಸ್ಸು ರಾಜ ಪರಿವಾರವನ್ನೂ ಅವರುಗಳ ಇಳಿದುಹೋಗಿದ್ದ ಮುಖಗಳನ್ನೂ ಕಂಡ ಮೇಲೆ ಕುಗ್ಗಿ ಹೋಗಿತ್ತು.

ಭೋಜನ ಕೂಟವೆಂದರೆ ಅದು ಸಕಲ ರಾಜ ಪರಿವಾರದವರ ಸಮಾಗಮ... ಪರಿವಾರವೇನು ಚಿಕ್ಕದೇ... ಪ್ರಯಾಮ್ ಇಬ್ಬರು ಪತ್ನಿಯರಿಂದ ಬರೋಬ್ಬರಿ ಐವತ್ತು ಮಕ್ಕಳನ್ನು ಹೊಂದಿದ್ದ. ಅಷ್ಟು ಜನರ ಸಮಕ್ಷಮ ಚರ್ಚೆಯೆಂದರೆ ಅದು ಏನೂ ಆಗಬಹುದು... ಅದಕ್ಕಿಂತ ಮೊದಲೇ ನಾನು ಪ್ರಯಾಮನನ್ನು ಕಂಡು ಮಾತಾಡಿದ್ದೇ ಆದಲ್ಲಿ ಮಾತ್ರ ಓಲೈಕೆ ಸಾಧ್ಯ ಎಂದು ನಿರ್ಧರಿಸಿದವಳೇ ತನ್ನ ಸ್ಪಾರ್ಟಾದ ವೇಷಭೂಷಣಗಳನ್ನು ಕಳಚಿ ಟ್ರೋಜನ್ನರ ಸಂಪ್ರದಾಯಕ್ಕೆ ತಕ್ಕನಾಗಿ ವಸ್ತ್ರಗಳನ್ನೂ ಶಿರಮುಕುಟವನ್ನೂ ಧರಿಸಿ ಪ್ರಯಾಮನನ್ನು ಕಾಣಲು ತಾನೊಬ್ಬಳೇ ಹೊರಟು ನಿಂತಳು. ಪೆರಿಸ್ ಅವಳ ಮಾತಿಗೆ ಎದುರಾಡಲಿಲ್ಲ.

ಇತ್ತ, ಇದ್ದಕ್ಕಿದ್ದಂತೆ ಪೆರಿಸ್ ಹೆಲೆನಳನ್ನು ಅಪಹರಿಸಿಕೊಂಡು ಬಂದು ಮಾಡಿಕೊಂಡ ಅವಾಂತರವನ್ನು ಹೇಗೆ ಸರಿ ತೂಗಿಸುವುದು ಎಂಬ ಚರ್ಚೆಯಲ್ಲಿ ಪ್ರಯಾಮ್ ದಂಪತಿಗಳಿಬ್ಬರು ವಾದಿಸುತ್ತಿದ್ದರು. ರಾಜ ಪರಿವಾರದಲ್ಲಿ ಇಂತಹ ಅಪಹರಣಗಳು ಮೊದಲೇನಲ್ಲವಾದರೂ ಸದ್ಯದ ಪರಿಸ್ಥಿತಿಯಲ್ಲಿ ಇದರ ಅಗತ್ಯವಿಲ್ಲವಾಗಿತ್ತು. ಬಹಳ ಹಿಂದೆ ಗ್ರೀಕನ್ನರಿಂದ ಕೂಡ ಪ್ರಯಾಮ್ ಮನೆಯಿಂದ ಒಬ್ಬ ಹೆಣ್ಣನ್ನು ಅಪಹರಿಸಲಾಗಿತ್ತು. ಅದೆಷ್ಟೋ ಸಂಧಾನಗಳ ನಂತರವೂ ಅವರು ಅವಳನ್ನು ಹಿಂದೆ ಕಳುಹಿಸಿರಲಿಲ್ಲ. ಅದರ ಬದಲಿಗೆ ಈ ಅಪಹರಣವನ್ನು ಅದರ ಪ್ರತೀಕಾರ ಎಂದು ಪರಿಗಣಿಸುವುದೋ... ಪ್ರೇಮಿಸಿ ಕರೆತಂದ ಮಗನ ಪ್ರೇಯಸಿಯನ್ನು ಸೊಸೆಯಾಗಿ ಸ್ವೀಕರಿಸಬೇಕೋ... ಅಥವಾ ಹೆಕೆಬೆಳ ಅಭಿಪ್ರಾಯದಂತೆ ಇದ್ಯಾವುದೂ ರಗಳೆಯೇ ಬೇಡವೆಂದು ಅವಳನ್ನು ಗೌರವಯುತವಾಗಿ ಸ್ಪಾರ್ಟಾಗೆ ಕಳುಹಿಸುವುದೋ ಎಂಬ ಚರ್ಚೆ ನಡೆಯುತ್ತಿರುವ ಸಮಯಕ್ಕೆ ಸರಿಯಾಗಿ ದ್ವಾರ ಸೇವಕಿ ಹೆಲೆನ್ ತಮ್ಮ ದರ್ಶನಕ್ಕಾಗಿ ಆಗಮಿಸಿದ್ದಾರೆ ಎನ್ನುವ ಮಾತನ್ನು ಪೂರ್ಣಗೊಳಿಸುವ ಮೊದಲೇ ಹೆಲೆನ್ ಅವರ ಮುಂದೆ ಬಾಗಿ ನಮಸ್ಕರಿಸಿ ನಿಂತಿದ್ದಳು. ಅವರು ಈಗ ಭೇಟಿ ಮಾಡಲು ಅನುಮತಿಸುವುದಿಲ್ಲ ಎಂಬುದು ಅವಳಿಗೆ ಗೊತ್ತಿದ್ದೇ ಈ ಉದ್ಧಟತನ ಮಾಡಿದ್ದಳು.

" ಕ್ಷಮಿಸಿ ನಿಮ್ಮ ಅನುಮತಿ ಇಲ್ಲದೆ ನಾನು ನಿಮ್ಮನ್ನು ಭೇಟಿಯಾಗುತ್ತಿದ್ದೇನೆ. ನೀವು ನನ್ನ ಭವಿಷ್ಯವನ್ನು ನಿರ್ಧರಿಸುವ ಮುನ್ನ ನನ್ನನ್ನು ಒಮ್ಮೆ ಆಲಿಸಬೇಕೆಂಬುದು ನನ್ನ ಇಚ್ಛೆ ಅಷ್ಟೆ."

"ಅದನ್ನು ನಾವು ನಿರ್ಧರಿಸುತ್ತೇವೆ. ಅಲ್ಲಿಯವರೆಗೆ ನೀವು ನಮ್ಮ ಅತಿಥಿ. ಆತಿಥ್ಯವನ್ನು ಸ್ವೀಕರಿಸಿ ಮತ್ತು ವಿಶ್ರಾಂತಿ ಪಡೆಯಿರಿ." ಇಲ್ಲಿಗೆ ಬಂದು ನಮ್ಮೊಡನೆ ಮಾತಾಡುವ ಅವಶ್ಯಕತೆಯಿಲ್ಲ ಎನ್ನುವುದನ್ನು ರಾಣಿ ಹೆಕೆಬೆ ಪರೋಕ್ಷವಾಗಿ ಆದರೆ ಅಷ್ಟೇ ಸೂಕ್ಷ್ಮವಾಗಿ ತಿಳಿಸಿದಳು. ರಾಜಕೀಯವನ್ನು ಹುಟ್ಟಿನಿಂದಲೇ ನೋಡುತ್ತಾ ಬಂದಿದ್ದ ಹೆಲೆನ್ ಅವರು ಊಹಿಸಿದ್ದಕ್ಕಿಂತ ಚತುರೆಯಾಗಿದ್ದಳು ಎನ್ನುವುದನ್ನು ಹೆಕೆಬೆ ಅರಿತಿರಲಿಲ್ಲ.

"ಕ್ಷಮಿಸಿ ರಾಜಮಾತಾ. ಮಹಾರಾಜ ಪ್ರಯಾಮ್ ಮಾತಾಡುವುದಕ್ಕೂ ಮುನ್ನ ನಿಮ್ಮ ಧ್ವನಿ ಕೇಳಿ ಖುಷಿಯಾಯಿತು. ಈ ನಾಡಿನಲ್ಲಿ ಸ್ತ್ರೀಯು ಪುರುಷರಿಗಿಂತ ಬಹಳವಾಗಿ ಗೌರವಿಸಲ್ಪಡುತ್ತಾಳೆ ಎನ್ನುವ ನಿಮ್ಮ ಮಗನ ಮಾತು ಸತ್ಯವೆಂದಾಯಿತು. ಅಲ್ಲಿಗೆ ನನ್ನ ಮಾತಿಗೂ ಬೆಲೆಯಿದೆ ಎಂದಾಯ್ತು" ಎಂದು ಶ್ಲಾಘಿಸುತ್ತಲೇ ತಾನು ಬಂದ ವಿಷಯಕ್ಕೆ ಬರಲೇ ಎಂಬಂತೆ ಪ್ರಯಾಮನ ಕಡೆಗೆ ಕಿರುಗಣ್ಣಲ್ಲೇ ನೋಡಿದಳು. ಪ್ರಯಾಮ್ ಈ ಹುಡುಗಿ ಕೇವಲ ಸುಂದರಿ ಮಾತ್ರ ಅಲ್ಲ ಕುಶಲೆ ಕೂಡ ಎಂದು ಮನದಲ್ಲೇ ತಲೆ ತೂಗಿ, ಕಣ್ಣುಗಳಲ್ಲೇ ಅನುಮತಿ ಇತ್ತನು.

"ನಾನು ಸ್ಪಾರ್ಟಾದ ಹೆಲೆನ್, ಟ್ರಾಯ್ ರಾಜ ಪ್ರಯಾಮ್ ಮತ್ತು ರಾಜ ಮಾತಾ ಹೆಕೆಬೆಗೆ ನಮ್ರದಿಂದ ನಮಸ್ಕರಿಸುತ್ತೇನೆ. ನಾನು ನಿಮ್ಮನ್ನು ಭೇಟಿ ಮಾಡುತ್ತಿರುವುದಷ್ಟೇ ಅಲ್ಲ, ಅಸಲಿಗೆ ನಾನು ಟ್ರಾಯ್ ಒಳಗೆ ಕಾಲಿಟ್ಟಿದ್ದೆ ನಿಮಗೆ ಇಷ್ಟವಾಗಿಲ್ಲ ಎಂದು ನನಗೆ ಗೊತ್ತು. ಮೇಲಾಗಿ ಶತ್ರು ನಾಡಿನವಳು... ಸಾಮಾನ್ಯ ಪ್ರಜೆಯಾಗಿದ್ದರೂ ಹೇಗೋ ಇಷ್ಟ ಪಟ್ಟು ಬಂದವಳು ಎಂದು ಸುಮ್ಮನಿರಬಹುದಿತ್ತು. ಆದರೆ ನಾನೋ ಅಲ್ಲಿನ ರಾಣಿ. ಎರಡು ರಾಜ್ಯಗಳ ನಡುವಿನ ಎಲ್ಲಾ ರಾಜಕೀಯದ ಅಪಸ್ವರಗಳನ್ನೂ ಈ 'ರಾಣಿ' ಎಂಬ ಪಟ್ಟದೊಂದಿಗೆ ಹೊತ್ತು ಬಂದವಳು. ನನ್ನನ್ನು ಹೇಗೆ ತಾನೆ ಸ್ವಾಗತಿಸಲು ಸಾಧ್ಯ? ಮೇಲಾಗಿ, ರಾಜಾ–ಮಾತಾ ನಿಮ್ಮ ಅನುಮತಿಯಿಲ್ಲದೆ ನಿಮ್ಮ ಮಗನೊಂದಿಗೆ ಹೀಗೆ ನಾನು ಏಕಾಏಕಿ ಆಗಮಿಸಿದ್ದಕ್ಕಾಗಿ ಕ್ಷಮೆ ಇರಲಿ. ಇದು ನಾವಿಬ್ಬರೂ ಕೂಡಿ ಯೋಜಿಸಿದ್ದಲ್ಲ. ಬದಲಿಗೆ ಇಬ್ಬರೂ ಹೀಗಾಗದಿರಲಿ ಎಂದೇ ಆಶಿಸಿದ್ದೆವು. ಬಹಳ ಪ್ರಯತ್ನ ಪಟ್ಟೆವು ಕೂಡ. ನನ್ನನ್ನು ಪೆರಿಸ್ ಮತ್ತು ಪೆರಿಸನನ್ನು ನಾನು ಸಾಧ್ಯವಾದಷ್ಟೂ ನಿಯಂತ್ರಿಸಲು ಪ್ರಾಮಾಣಿಕವಾಗಿ ಪ್ರಯತ್ನ ಪಟ್ಟೆವು. ಇದಕ್ಕೆ ಆ ದೇವತೆಗಳೇ ಸಾಕ್ಷಿ. ಆದರೆ, ಈಗ ಅದ್ಯಾವ ಮಾತುಗಳೂ ನಮ್ಮ ಈ ಕಾರ್ಯವನ್ನು ಸಮರ್ಥಿಸುವುದಿಲ್ಲ ಬಿಡಿ... ಬದಲಿಗೆ ಘಟಿಸಿರುವುದಷ್ಟೇ

ಮುಖ್ಯ ಎನ್ನುವುದಂತೂ ನಿಜ. ಅದಿರಲಿ... ಅದಕ್ಕೂ ಮುನ್ನ ನನ್ನನ್ನು ಕೇವಲ ಜಗತ್ ಸುಂದರಿ, ಮನ ಮೋಹಿನಿ ಎಂದು ಕೊಂಡಾಡುವ ಈ ಲೋಕಕ್ಕೆ ನನ್ನ ಬಾಳು ಹೇಗಿದೆ ಎಂಬುದುರ ಸ್ಪಷ್ಟ ಚಿತ್ರಣವಿಲ್ಲ. ಪ್ರಕೃತಿಯೊಡನೆ ನನ್ನನ್ನು ಫಲವತ್ತತೆಯ ದೇವತೆ ಎಂದು ಆರಾಧಿಸುವ ನನ್ನ ಬಾಳು ಯಾವ ಸಾಧಾರಣ ಸ್ತ್ರೀಗಿಂತಲೂ ಕಡೆಯಾಗಿತ್ತು ಎಂದರೆ ನಂಬುತ್ತೀರಾ? ಹದಿನಾಲ್ಕು ಪ್ರಾಯದವಳಿದ್ದಾಗಲೇ, ನನ್ನ ಸ್ವಯಂವರ ಘೋಷಿಸಿ ಅಲ್ಲಿ ಬಂದ ವೀರರಲ್ಲಿ ದ್ವಂದ್ವ ಯುದ್ಧದಲ್ಲಿ ಗೆದ್ದವನಿಗೆ ನನ್ನನ್ನು ಕೊಡುವುದು ಎಂಬುದು ನನ್ನ ತಂದೆಯ ಆಶಯವಾಗಿತ್ತು. ನನಗೂ ಒಪ್ಪಿತವಿತ್ತೆನ್ನಿ. ಹಾಗೆ ಹನ್ನೆರಡು ವೀರರಲ್ಲಿ ನನ್ನ ಗೆದ್ದವನು ಅಗೆಮೆಮ್ನನ್. ಅವನು ನನ್ನನ್ನು ಅವನ ತಮ್ಮ ಮೆನೆಲೀಯಸನಿಗೆ ವರಿಸಲು ನನ್ನನ್ನು ಬಿಟ್ಟು ಕೊಟ್ಟನು. ಅಂದರೆ, ನನ್ನನ್ನು ಗೆದ್ದವನೊಬ್ಬನಾದರೆ, ವಿವಾಹ ಆದವ ಮತ್ತೊಬ್ಬ. ಅದು ನನಗಿಷ್ಟವಿರಲಿಲ್ಲ. ಯಾರಿಗೂ ನನ್ನಿಷ್ಟದ ಅಗತ್ಯವಿರಲಿಲ್ಲ. ತಿಳಿಯುವ ತೃಣ ಮಾತ್ರದ ಕಾಳಜಿಯೂ ಇರಲಿಲ್ಲ. ನನ್ನ ಇಷ್ಟದ ವಿರುದ್ಧ ನನ್ನ ವಿವಾಹ ಮೆನೆಲೀಯಸನೊಂದಿಗೆ ಆಯಿತು. ನಾನೆಂದೂ ಅವನನ್ನು ನನ್ನ ಪತಿಯಾಗಿ ಆಯ್ದು ಕೊಂಡಿಲ್ಲ.

ಹಾಗಂತ ದಾಂಪತ್ಯವನ್ನು ಅನುಭವಿಸಿಯೇ ಇಲ್ಲವೇ ಎಂದು ಕೇಳುತ್ತೀರೆಂದು ನನಗೆ ಗೊತ್ತು. ವಯೋ ಸಹಜವಾದ ಬಯಕೆಗಳಿಗೆ, ಕೇವಲ ಸುರತದ ಸಾಂಗತ್ಯವನ್ನೇ ದಾಂಪತ್ಯವೆಂದು ಕರೆಯುವುದಾದರೆ, ಹೌದು ನಾನೂ ನಿಮ್ಮ ಅರ್ಥದಲ್ಲಿ ದಾಂಪತ್ಯವನ್ನು ಅನುಭವಿಸಿದ್ದೇನೆ. ಸಂಗಾತಿಯ ಪ್ರೀತಿಯ ಸೊಡರಿಲ್ಲದ, ಕೇವಲ ದೇಹ ದೇಹಗಳ ಕೂಡುವಿಕೆಗೆ ನೀವು ದಾಂಪತ್ಯವೆಂದು ಕರೆಯುತ್ತೀರಿ ಎಂದರೆ, ಹೌದು ಅಂತಹ ದಾಂಪತ್ಯವನ್ನು ನಾನೂ ಮಾಡಿದ್ದೇನೆ. ಪ್ರೀತಿಯೇ ಸ್ಫುರಿಸದ, ಭಾವಗಳೇ ಸ್ಖಲಿಸದ ಕೇವಲ ವೀರ್ಯ ಸ್ಖಲನಕ್ಕೆ ನೀವು ದಾಂಪತ್ಯವೆಂದರೆ ಹೌದು, ಅದರ ಫಲವಾಗಿ ಒಂದು ಹೆಣ್ಣು ಮಗುವಿಗೂ ಜನ್ಮವನ್ನೂ ಕೊಟ್ಟಿದ್ದೇನೆ. ಆದರೆ, ಮನಸ್ಸು ಮನಸ್ಸುಗಳು ಬೆರೆತು, ಭಾವಗಳು ಮೇಳೈಸಿ, ಪ್ರೀತಿ ಆವಿರ್ಭವಿಸಿದರೇನೇ ದಾಂಪತ್ಯ ಎಂದು ಈ ಹುಚ್ಚು ಹುಡುಗಿ ನಂಬಿ ಕೂತಿದ್ದಾಳೆ.

ಆದರೆ, ಕೇವಲ ಒಂದು ಮಗುವಿಗೆ ಜನ್ಮ ಕೊಟ್ಟರೆ ಸಾಕೆ? ಒಬ್ಬ ಪತ್ನಿಯಾಗಿ ಒಂದು ಹೆಣ್ಣಿಗೆ ಅಷ್ಟು ಮರ್ಯಾದೆ ದೊರೆತರೆ ಹೆಚ್ಚೇ? ರಾಣಿ ಹೆಕೆಬೆ ನನ್ನ ಉದ್ಧಟತನವನ್ನು ಕ್ಷಮಿಸಿ... ಆದರೆ ತಮಗೂ ಒಂದೊಮ್ಮೆ ಅಷ್ಟೇ ಸ್ವಾತಂತ್ರ್ಯ ಲಭ್ಯವಾಗಿದಿದ್ದರೆ ಇಂದು ರಾಜಾ ಪ್ರಯಾಮರೊಂದಿಗೆ ನೀವು ನಿಮ್ಮ ಅಭಿಪ್ರಾಯವನ್ನು ಇಡಲು ಸಾಧ್ಯವಿತ್ತೇ? ಇತರರ ಬಾಳಿಗೆ ನನ್ನ ಅಭಿಪ್ರಾಯದ ಮನೆ ಹಾಳಾಗಲಿ... ನನ್ನ ಜೀವನದ ನಿರ್ಧಾರವನ್ನು ನಾನು ಮಾಡುವಷ್ಟು ಹಕ್ಕಾದರೂ ನನ್ನದಾಗಿದ್ದಿದ್ದರೆ ಸಾಕಿತ್ತು... ಅದೂ ಬೇಡ, ನಾನೊಂದು ಹೆಣ್ಣು

ಎಂಬ ಪರಿಜ್ಞಾನವಿದ್ದರೂ ಸಾಕಿತ್ತು. ಯಾರೋ ಗೆದ್ದು, ಇನ್ಯಾರಿಗೋ ಕಟ್ಟಿದರು. ಕಟ್ಟಿಕೊಂಡವನಾದರೂ ನನ್ನನ್ನು ಚಂದವಾಗಿ ಬಾಳಿಸಿದನಾ? ಊಹ್ಞೂಂ... ನನ್ನನ್ನೊಂದು ವಸ್ತುವಿನಂತೆ ಭೋಗಿಸುತ್ತಾ, ನನ್ನನ್ನು ಅರೆನಗ್ನಳಾಗಿಸಿ ಇತರ ರಾಜರುಗಳ ಮುಂದೆ ನಿಲ್ಲಿಸಿ ಪ್ರದರ್ಶಿಸುತ್ತಾ, ಅಕ್ಷರಶಃ ನನ್ನನ್ನು ಕೇವಲ ಒಂದು ಪ್ರತಿಷ್ಠೆಯ ವಸ್ತುವಿನಂತೆ ಕಾಣುವ ಪತಿಯನ್ನು ಯಾವ ಹೆಣ್ಣಾದರೂ ಹೇಗೆ ಪತಿಯೆಂದು ಭಾವಿಸಿಯಾಳು? ಪ್ರೇಮಿಸಿಯಾಳು? ಅವನ ಕಣ್ಣುಗಳಲ್ಲಿ ಸದಾ ಒಬ್ಬ ಅದ್ಭುತ ಸುಂದರಿಯನ್ನು ಪಡೆದ ಅಭಿಮಾನ ವಿನಾ ಪ್ರೇಮದ ಒಂದೆಳೆಯೂ ನಾನೆಂದೂ ಕಂಡಿಲ್ಲ.

ಹಾಗಂತ ನಾನೇನು ಕಂಡ ಕಂಡ ಗಂಡುಗಳ ಬಯಸಲಿಲ್ಲ. ಅದು ನನಗೆ ಕಷ್ಟವೂ ಆಗಿರಲಿಲ್ಲ. ವರಿಸಲು ಬಯಸಿದ ಪುರುಷರಿಗಿಂತ, ನನ್ನ ಸೇರ ಬಯಸಿದವರ ಸಂಖ್ಯೆಯೇ ಹೆಚ್ಚು ಎಂದು ಲಜ್ಜೆಗೆಟ್ಟು ಹೇಳಲೇಬೇಕಾಗಿದೆ. ವಿನಾ ನನ್ನ ಮಾತಿನಿಂದ ನನ್ನನ್ನು ನಡತೆಗೆಟ್ಟವಳೆಂದು ಭಾವಿಸಬೇಡಿ. ಇಷ್ಟು ಅಪಾಯಗಳ ಅರಿವಿದ್ದಾಗ್ಯೂ ನಾನ್ಯಾಕೆ ನಿಮ್ಮ ಮಗನ ಹಿಂದೆಯೇ ಬಂದೆ ಎಂಬುದಕ್ಕೆ ವಿವರಣೆ ಎಂದುಕೊಂಡರೆ ಅಡ್ಡಿಯಿಲ್ಲವಷ್ಟೆ.

ಹ್ಞಾಂ, ನಾನೂ ಕೂಡ ಪ್ರೀತಿಯ ಯಾವೊಂದು ಭಾವಕ್ಕೂ ಮನಸ್ಸು ಕರಗಿ ದ್ರವಿಸದಂತೆ, ಅಲ್ಲೊಂದು ಕಲ್ಲನಿಟ್ಟು ಹೃದಯದ ಕವಾಟಿಗೆ ಬೀಗ ಜಡಿದು ಕೂತಿದ್ದವಳೇ. ನನ್ನ ಹಣೆಬರಹ, ಎಂದು ಪತಿ ಎಂದು ಸಮಾಜ ಕರೆಯುತ್ತಿದ್ದ ಪುರುಷನ ಆಣತಿಯಂತೆ ತಾನೊಬ್ಬ ಹೆಣ್ಣು ಎಂಬುದನ್ನೂ ಮರೆತು ಅವನ ಪ್ರದರ್ಶನದ ಗೊಂಬೆಯಾಗಿ ಅವನ ಮಿತ್ರರನ್ನು ರಂಜಿಸುತ್ತಿದ್ದವಳು. ಹೆಣ್ಣಿನ ಸಹಜ ಭಾವ ತಳುಕುಗಳನ್ನು ಮರೆತವಳ ಬಾಳಲ್ಲಿ 'ಪೆರಿಸ್' ಎನ್ನುವ ಪ್ರೀತಿಯ ಬೆರಗೊಂದು ಮತ್ತೆ ಹೀಗೆ ಕೈ ಚಾಚಿ ನಿಲ್ಲಬಹುದು ಎಂದು ನಾನೂ ಅಂದಾಜಿಸಿರಲಿಲ್ಲ. ಕನಸು ಕಾಣುವುದನ್ನೇ ಮರೆತ ಕಣ್ಣುಗಳ ತುದಿಗೆ ಹೀಗೊಬ್ಬ ಬಂದು ಸುಂದರ ಕನಸುಗಳ ತುಣುಕನಿಡಬಹುದು ಎಂದೂ ಎಣಿಸಿರಲಿಲ್ಲ. ಹೀಗೆ ನಾನು ಬಯಸುತ್ತಿದ್ದ... ಕ್ಷಮಿಸಿ, ಒಂದು ಹೆಣ್ಣು ಸಹಜವಾಗಿ ಬಯಸಬಹುದಾದ ಆ ಎಲ್ಲಾ ಬಯಕೆಗಳ, ಕನಸುಗಳ ಸೆಳಕನ್ನು ನಾನು ನಿಮ್ಮ ಮಗನ ಕಂಗಳಲ್ಲಿ ಕಂಡುಕೊಂಡಿದ್ದೇನೆ.

ಹಾಗೊಂದು ಒಲವು ಬಲಗಾಲಿಟ್ಟು ಹೃದಯದ ಒಳಗೆ ಬಂದ ಘಳಿಗೆ ಬಾನಂಗಳದ ಮಂಟಪದಲ್ಲಿ, ಹವಳದ ಕಡಲ ತಪ್ಪಲಿನಲ್ಲಿ ಆ ಪ್ರೇಮ ದೇವತೆಯ ಸಾಕ್ಷಿಯಲ್ಲಿ ನಾವು ಒಬ್ಬರನೊಬ್ಬರು ಆಸರಿಸಿದ್ದೇವೆ. ಭಾವ ಬಂಧುವಾಗಿ ಒಬ್ಬರನ್ನೊಬ್ಬರು ಆರಿಸಿಕೊಂಡಿದ್ದೇವೆ. ಯೌವ್ವನದ ಹುಚ್ಚಿನಲ್ಲಿ ನೆತ್ತಿಗೇರಿದ ಕಾಮದ ಅಮಲಂತೂ ಖಂಡಿತ ಅಲ್ಲ... ಅವನನ್ನು ಮನಸ್ಸಾರೆ ಮೆಚ್ಚಿದ್ದೇನೆ. ಇಲ್ಲಿಗೆ ಬಂದದ್ದೂ ಕೂಡ ನನ್ನ ಆಯ್ಕೆ ವಿನಾ ನಿಮ್ಮ ಮಗ

ನನ್ನನ್ನು ಅಪಹರಿಸಿಲ್ಲ. ಬದಲಿಗೆ ನಿಮ್ಮ ಅನುಮತಿಯೊಂದಿಗೆ ವರಿಸುವ ಇಚ್ಛೆ ನಮ್ಮದು. ನಿಮ್ಮೆಲ್ಲರ ಸಮಕ್ಷಮ ಸುಖದ ಕನಸುಗಳ ಕಾಮನ ಬಿಲ್ಲನ್ನು ಏರಿ ಬಂದಿರುವುದಂತೂ ಹೌದು. ಇದ್ದ ಪದವಿಯನ್ನು ತೊರೆದು ಪ್ರೇಮಿಸಿದವನ ಕೈ ಹಿಡಿದು ನಿಮ್ಮ ಆಸರೆಗೆ ಬಂದಿದ್ದೇನೆ, ನಿಮ್ಮ ಮಗನ ಹೃದಯದರಸಿ ಪಟ್ಟದ ಹೊರತು ನನಗಿನ್ನಾವ ಉಪಾಧಿಯೂ ಬೇಕಿಲ್ಲ. ಮುಂದಿನದು ನಿಮ್ಮ ಇಚ್ಛೆ. ನನ್ನ ಮಾತನ್ನು ಆಲಿಸಿದಕ್ಕೆ ಧನ್ಯವಾದಗಳು."

ಇಷ್ಟು ಹೇಳಿ ಮತ್ತೊಮ್ಮೆ ತಲೆಬಾಗಿ ವಂದಿಸಿ ಗಕ್ಕನೆ ಬೆನ್ನು ತಿರುಗಿಸಿದ ಕೂಡಲೇ ಅಲ್ಲಿಯವರೆಗೆ ಒಟ್ಟು ಮಾಡಿ ಹಿಡಿದಿಟ್ಟಿದ್ದ ಅವಳ ಧೈರ್ಯವು, ಬಾಗಿಲು ದಾಟುವುದರೊಳಗೆ ಸಡಿಲಗೊಂಡ ಭಾವ, ಕಣ್ಣೀರ ಕಟ್ಟೆ ಒಡೆದು ಕೆನ್ನೆಯ ಮೇಲೆ ದಳದಳ ಇಳಿದಿತ್ತು. ಬಿಟ್ಟಗಣ್ಣು ಬಿಟ್ಟಂತೆ ಅವಳನ್ನು ಆಲಿಸಿದ ದಂಪತಿಗಳ ಮನಸ್ಸು ಅವರಿಗರಿವಿಲ್ಲದೇ ತಲೆತೂಗಿ ಒಪ್ಪಿಕೊಂಡಿತ್ತು. ಪ್ರಯಾಮನ ತುಟಿಯ ಮೇಲೆ ಮೂಡಿದ ಸಂತಸದ ಮುಗುಳ್ನಗೆ ಹೆಲನಳನ್ನು ಯಾವುದೇ ಸಂಶಯವಿಲ್ಲದೆ ತಮ್ಮ ಸೊಸೆಯಾಗಿ ಆಲಿಂಗಿಸಿಕೊಂಡಿತ್ತು. ಅವಳೀಗ ಹೆಲೆನ್ ಆಫ್ ಟ್ರಾಯ್! ಟ್ರಾಯ್ ಸಾಮ್ರಾಜ್ಯದ ಸೊಸೆ! ಮೇಲೆ ಸ್ವರ್ಗ ಲೋಕದಲ್ಲಿ ಅಫ್ರೋಡೈಟಿ ತನ್ನ ಆಯ್ಕೆಯ ಸುಂದರಿಯ ಮಾತುಗಳನ್ನು ಕೇಳಿ ಎದೆಯುಬ್ಬಿಸಿ ಬೀಗಿದ್ದಳು.

ರೇಷ್ಮೆಗಂಬಳಿಯ ಮೇಲೆ ತಲೆಯ ಕೆಳಗೆ ಎರಡೂ ಕೈಗಳನಿಟ್ಟು ಸೂರನ್ನು ದಿಟ್ಟಿಸುತ್ತಾ ಮಲಗಿದ್ದ ಪೆರಿಸ್, ಹೆಲೆನ್ ಒಳಗಡಿಯಿಡುತ್ತಿದ್ದಂತೆಯೇ ಹೊಳೆವ ಅವಳ ಕಂಗಳನ್ನು ನೋಡಿ ನನ್ನ ಮನಗೆದ್ದ ಮನದನ್ನೆ ಹೆತ್ತವರ ಮನವನ್ನೂ ಗೆದ್ದಿರುವುದರಲ್ಲಿ ಸಂಶಯವಿಲ್ಲ ಎಂದು ಸಂತಸದಿಂದ ಪುಟಿದೆದ್ದು ಸನಿಹ ಬಂದವಳನ್ನು ಹಾಗೇ ಬಾಚಿ ತಬ್ಬಿ ಎಳೆದುಕೊಂಡ. ಅಫ್ರೋಡೈಟಿ ಏನನ್ನೋ ಅಂದಾಜಿಸಿದವಳಂತೆ ವಾತಾವರಣವನ್ನು ಇನ್ನಷ್ಟು ಆಹ್ಲಾದಕರವನ್ನಾಗಿಸುತ್ತಾ ಅವರೀರ್ವರ ರಾತ್ರಿಯನ್ನು ಇನ್ನಷ್ಟು ಶೃಂಗಾರಮಯವನ್ನಾಗಿಸಲೋಸುಗ ತಾನೇ ಧರೆಗಿಳಿದು ಬಂದು, ಮರೆಯಲ್ಲಿ ನಿಂತು, ತಂಪಾದ ಗಾಳಿಯಲ್ಲಿ ಮುತ್ತೊಂದನ್ನು ತೇಲಿ ಕಳುಹಿಸಿದಳು. ಮುಂದಿನ ಒಂದು ಗಂಟೆಯ ಕಾಲ ಅವರಿಬ್ಬರ ಶೃಂಗಾರಕ್ಕೆ ಸಾಕ್ಷಿಯಾಗಿ ಅದೃಶ್ಯಳಾಗಿ ನಿಂತಿದ್ದ ಅವಳಿಗೆ ಅದು ಭೂಮಿಯೋ ಅಥವಾ ಸ್ವರ್ಗವೋ ಖುದ್ದು ಅಫ್ರೋಡೈಟಿಗೆ ನಿರ್ಧರಿಸಲಾಗದೆ ನಾಚುತ್ತಾ ನೋಟ ಕದಲಿಸಿದಳು.

ಮೆನೆಲೀಯಸನ ಯುದ್ಧ ತಂತ್ರ

ಇತ್ತ, ಮೆನೆಲೀಯಸ್ ಇನ್ನೂ ಕ್ರೀಟ್ ದ್ವೀಪದಲ್ಲಿರುವಾಗಲೇ ಹೆಲೆನ್ ಅಪಹರಣವಾದ ಸುದ್ದಿ ಸಿಕ್ಕಿತ್ತು. ಭಯಂಕರ ಕೋಪ, ಅವಮಾನಗಳಿಂದ ಕುದ್ದು ಹೋದ ಮೆನೆಲೀಯಸ್ ಬಂದ ಆ ಮಿಂಚುಸುದ್ದಿ ಸುಳ್ಳಾಗಿರಲಿ ಎಂದು ಆಶಿಸುತ್ತಾ ಅಂದೇ ಮರಳಿ ಸ್ಪಾರ್ಟಾಗೆ ಬಂದಿದ್ದ. ಆದರೆ, ದುರಾದೃಷ್ಟವಶಾತ್ ಗುಪ್ತಚರರಿಂದ ಬಂದ ಆ ಸುದ್ದಿ ನಿಜವೇ ಆಗಿತ್ತು. ಅದಷ್ಟಾಗಿದ್ದರೂ ಹೇಗೋ ಸುಧಾರಿಸಿಕೊಳ್ಳುತ್ತಿದ್ದನೇನೋ ಆದರೆ, ಹೆಲೆನ್ ಅಪಹರಣದ ಜೊತೆಜೊತೆಗೆ ರಾಜ ಖಜಾನೆ, ರಾಜ ಮಂದಿರ ಸಂಪೂರ್ಣವಾಗಿ ಬರಿದಾಗಿತ್ತು. ಇದಕ್ಕೆ ಹೆಲೆನ್ ಸಹಾಯ ಮತ್ತು ಸಹಕಾರವಿಲ್ಲದೆ ನಡೆದಿರಲು ಸಾಧ್ಯವೇ ಇಲ್ಲವೆಂಬ ಸತ್ಯ ಅರಿವಾದರೂ ಅದನ್ನು ತೋರಗೊಡದೆ, ತನ್ನನ್ನು ತೊರೆದು ಹೋದಳು ಎನ್ನುವ ಸತ್ಯವನ್ನೇ ಮುಚ್ಚಿಡುತ್ತಾ, 'ಟ್ರೋಜನ್ನರು ಹಳೆಯ ಹಗೆಯ ಕಿಚ್ಚಿನಲ್ಲಿ ನಮ್ಮನ್ನು ಅವಮಾನಿಸಲೆಂದೇ ಹೆಲೆನಳನ್ನು ಅಪಹರಣ ಮಾಡಲಾಗಿದೆ' ಎಂದೇ ಸುದ್ದಿ ಹಬ್ಬಿಸಿದ. ತಾನೊಬ್ಬನೇ ಈ ವಿಷಯದಲ್ಲಿ ಏನೂ ಮಾಡಲು ಸಾಧ್ಯವಿಲ್ಲವೆಂಬುದು ಅವನಿಗೂ ಗೊತ್ತಿತ್ತು. ಸ್ವಯಂವರದಲ್ಲಿ ಹೋರಾಡಿ ಗೆಲ್ಲಲೇ ಆಗದವನಿಗೆ ಇನ್ನೂ ತಾನೊಬ್ಬನೇ ಯುದ್ಧ ಮಾಡುವ ಧೈರ್ಯ ಎಲ್ಲಿಂದ ಬಂದೀತು? ಅದೇ ಕಿಚ್ಚನ್ನು ತನ್ನ ಸಹೋದರ ಅಗೆಮೆಮ್ನನಿಗೂ ಹಚ್ಚಿ ಕೂತ. ಆದರೆ ಅಗೆಮೆಮ್ನನ್ ಬುದ್ಧಿವಂತ. ತಮ್ಮನ ತುರ್ತಿಗೆ

ತಕ್ಷಣವೇ ಪ್ರತಿಕ್ರಿಯಿಸುವ ಭರದಲ್ಲಿ ಟ್ರಾಯ್ ನಗರಕ್ಕೆ ಮುತ್ತಿಗೆ ಹಾಕಿದರೆ ಸೋಲು ನಿಶ್ಚಿತವೆಂಬ ಸತ್ಯ ಅವನಿಗೆ ಗೊತ್ತು. ದುಡುಕಿ ಆಕ್ರಮಣ ಮಾಡಿ ಸೋತು ಬರುವುದಕ್ಕಿಂತ ಕೊಂಚ ತಡವಾದರೂ ಪರವಾಗಿಲ್ಲ. ಆದರೆ, ಸರಿಯಾದ ಯೋಜನೆಯೊಂದಿಗೆ ಮುತ್ತಿಗೆ ಹಾಕುವುದು ಸೂಕ್ತ ಎಂದು ಆಲೋಚಿಸಿದನು.

ಅವನ ಇಷ್ಟು ವರ್ಷಗಳ ಅನುಭವದಲ್ಲಿ ಹಿಂದೆ ಟ್ರಾಯ್ ನಗರದ ಮೇಲೆ ಪರಾಭವ ಅನುಭವಿಸಿದ ಹಿನ್ನೆಲೆಯಲ್ಲಿ ಟ್ರಾಯ್ ನಗರವನ್ನು ತನ್ನೊಬ್ಬನಿಂದ ಭೇದಿಸಲು ಸಾಧ್ಯವಿಲ್ಲ ಎಂಬುದು ಅರ್ಥವಾಗಿತ್ತು. ತನ್ನೊಡನೆ ಇಡೀ ಗ್ರೀಕನ್ನರು ಕೈಜೋಡಿಸಿದರೆ ಮಾತ್ರ ಅಷ್ಟು ದೂರದ ಯಾನ ಮಾಡಿ ಯುದ್ಧ ಮಾಡಬಹುದು. ಆದರೆ, ಯಾವುದೇ ಫಲಾಪೇಕ್ಷೆಯಿಲ್ಲದೆ, ವೈಯಕ್ತಿಕ ದ್ವೇಷವೂ ಇಲ್ಲದೆ ಯಾತಕ್ಕಾಗಿ ಗ್ರೀಕನ್ನರು ತಮಗೆ ಸಹಾಯ ಮಾಡಿಯಾರು? ಅಬ್ಬಬ್ಬಾ ಅಂದರೆ ಅಂದು ಸ್ವಯಂವರದಲ್ಲಿ ಕೊನೆಯ ಸುತ್ತಿಗೆ ಆಯ್ಕೆಯಾದ ಎಂಟು ರಾಜರು ಬಂದಾರು... ಆದರೆ ಟ್ರಾಯ್ ಗೆಲ್ಲಲು ಇನ್ನೂ ಅಧಿಕ ಶಕ್ತಿಯ ಅವಶ್ಯಕತೆಯಿದೆ. ಹಾಗಿರುವಾಗ ಇತರ ರಾಜರುಗಳನ್ನು ಹೇಗೆ ಒಂದುಗೂಡಿಸುವುದು ಎಂದು ಯೋಚನೆಗೆ ಬಿದ್ದ. ಅದಕ್ಕೂ ಮೊದಲು ಈಗ ತುರ್ತಾಗಿ ಮೊದಲ ಆ ಎಂಟು ಗ್ರೀಕ್ ರಾಜರನ್ನು ಒಟ್ಟುಗೂಡಿಸುವ ಅಗತ್ಯವಿತ್ತು. ಹೆಲೆನಳನ್ನು ಗೆದ್ದು ಮೆನೆಲೀಯಸನಿಗೆ ಮದುವೆ ಮಾಡಿಸುವ ಮೊದಲು, ಅಂದರೆ ಅಗೆಮೆಮ್ನನ್ ಸ್ವಯಂವರದಲ್ಲಿ ಗೆಲ್ಲುವುದಕ್ಕೂ ಮುಂಚೆ, **"ಯಾರೇ ಗೆದ್ದರೂ ಮುಂದೆ ಭವಿಷ್ಯದಲ್ಲಿ ಹೆಲೆನಳಿಗೆ ಏನಾದರೂ ಆಪತ್ತು ಬಂದಲ್ಲಿ ಎಲ್ಲರೂ ಒಗ್ಗೂಡಿ ಅವಳನ್ನು ರಕ್ಷಿಸಬೇಕೆಂದು"** ಹೆಲೆನಳ ತಂದೆ ಅಂದು ಸ್ವಯಂವರದಲ್ಲಿ ಪಾಲ್ಗೊಂಡಿದ್ದ ಎಲ್ಲಾ ಗ್ರೀಕ್ ವೀರರಿಗೂ ಸ್ವಯಂವರ ಆರಂಭವಾಗುವುದಕ್ಕೂ ಮುನ್ನ ಪ್ರತಿಜ್ಞಾವಿಧಿಯ ಸಮಯದಲ್ಲಿ ಅವರಿಂದ ಪ್ರಮಾಣ ಸ್ವೀಕರಿಸಿದ್ದನ್ನು, ಸ್ವಯಂವರದಲ್ಲಿ ಸೋತ ವೀರರು ಅವಮಾನಗೊಂಡು ಅದೇ ಕೋಪದಲ್ಲಿ ತನಗೇನೂ ಮಾಡದಿರಲಿ ಎಂಬ ಭಯವೂ ಮತ್ತು ಅವಳ ಸೌಂದರ್ಯ ಮುಂದೆ ಅವರವರಲ್ಲೇ ಕಲಹ ತಂದೊಡ್ಡಿ ತನ್ನ ಮಗಳಿಗೆ ಅಪಾಯವಾಗದಿರಲಿ ಎಂಬ ಮುನ್ನೆಚ್ಚರಿಕೆಯಿಂದ ಅವನು ಹೀಗೆ ಅವರಿಂದ ಪ್ರಮಾಣ ಮಾಡಿಸಿದ್ದು ಇಂದು ನೆರವಿಗೆ ಬಂದಿತ್ತು. ಈಗ ಹೆಲೆನಳನ್ನು ಕಾಪಾಡಲು ಅವರೆಲ್ಲಾ ತಮ್ಮ ಸೈನ್ಯದೊಂದಿಗೆ ಮೆನೆಲೀಯಸನ ಪರವಾಗಿ ಯುದ್ಧ ಮಾಡಲೇ ಬೇಕಿತ್ತು. ಆದರೂ ಅವರನ್ನು ಒಗ್ಗೂಡಿಸುವುದೇನೂ ಸುಲಭವಲ್ಲ... ಅದರಲ್ಲೂ ಅಖಿಲೀಸನನ್ನು ಯುದ್ಧಕ್ಕೆ ಮನವೊಲಿಸಲು ಯಾರಿಂದಲೂ ಸಾಧ್ಯವಿಲ್ಲ. ಒಂದೋ ಅವನಾಗಿ ಬರಬೇಕು ಇಲ್ಲಾ ಮಿತ್ರ ಒಡಿಸೀಸ್ ಅವನನ್ನು ಒಪ್ಪಿಸಬೇಕಿತ್ತು. ಒಡಿಸೀಸನಿಗೆ ಅಂತಹ

ಒಂದು ತಾಕತ್ತಿತ್ತು. ಅವನ ಮಧುರವಾಣಿಗೆ, ಮಾತನಾಡುವ ಶೈಲಿಗೆ ಎಂಥವರ ಮನಸ್ಸನ್ನು ಓಲೈಸುವ ಶಕ್ತಿಯಿತ್ತು. ಅಗೆಮೆಮ್ನನ್ ಆ ಉದ್ದೇಶದಿಂದಲೇ ಅವನಿಗೇ ಮೊದಲು ಪತ್ರ ರವಾನಿಸಿದ್ದ. ಆದರೆ, ಅವನಿಂದ ಯಾವುದೇ ಉತ್ತರ ಬಂದಿರಲಿಲ್ಲ. ಸ್ವಲ್ಪ ದಿನಗಳಲ್ಲೇ ಅಗೆಮೆಮ್ನನ್ ಗೂಢಚಾರರಿಂದ ಒಡಿಸೀಸ್ ಬಗ್ಗೆ ಒಂದು ಆಘಾತಕಾರಿ ವಿಚಾರ ಬಯಲಿಗೆ ಬಂತು. ಒಡಿಸೀಸ್ ಹುಚ್ಚನಾಗಿದ್ದ!

ಒಡಿಸೀಸ್‌ನ ಯುದ್ಧದಲ್ಲಿ ಸೇರುವಿಕೆ ಅತ್ಯಂತ ಮುಖ್ಯವಾಗಿತ್ತು. ಏಕೆಂದರೆ, ಅಖೀಲೀಸ್ ನನ್ನು ಕೇವಲ ಒಡಿಸೀಸ್ ಮಾತ್ರ ಓಲೈಸಲು ಸಾಧ್ಯ ಎನ್ನುವ ಮಾತು ಎಲ್ಲರಿಗೂ ಗೊತ್ತಿತ್ತು ಮತ್ತು ಅಖೀಲೀಸ್ ಇಲ್ಲದೆ ಈ ಯುದ್ಧ ಗೆಲ್ಲುವುದು ಸಾಧ್ಯವಿಲ್ಲ ಎನ್ನುವ ಸತ್ಯವೂ ಕೂಡ. ಆದರೆ, ಪತ್ರ ಬರೆದು ಯುದ್ಧಕ್ಕೆ ಆಹ್ವಾನಿಸಿ ವಾರಗಳೇ ಕಳೆದಿದ್ದರೂ ಒಡಿಸೀಸ್ ನಿಂದ ಯಾವುದೇ ಉತ್ತರವಿರಲಿಲ್ಲ. ಮೇಲಾಗಿ ಗೂಢಾಚಾರರಿಂದ ದೊರೆತ ಆ ಸುದ್ದಿ! ಅಗೆಮೆಮ್ನನ್ ಅದಕ್ಕಾಗಿ ಒಡಿಸೀಸ್‌ನ ಗೆಳೆಯ ಡಯಾಮಿಡೀಸ್ ನನ್ನು ಖುದ್ದಾಗಿ ನೋಡಿ ವಿಚಾರಿಸಿಕೊಂಡು ಬರಲು ಕಳುಹಿಸಿದ್ದನು.

ಒಡಿಸೀಸನನ್ನು ಕರೆದುಕೊಂಡೇ ಬರುವೆ ಎಂಬ ಆಶ್ವಾಸನೆಯೊಂದಿಗೆ ಬಂದಿದ್ದ ಡಯಾಮಿಡೀಸನಿಗೆ ನಿಜಕ್ಕೂ ಆಘಾತ ಕಾದಿತ್ತು. ಒಡಿಸೀಸ್ ಅರಮನೆಯಲ್ಲಿ ಇರಲೇ ಇಲ್ಲ. ಅವನು ಅರಮನೆ ಬಿಟ್ಟು ಹೋಗಿದ್ದನಂತೆ. ದಿನದ ಇಪ್ಪತ್ನಾಲ್ಕು ಗಂಟೆಯೂ ಹೊಲದಲ್ಲಿ ಸುಮ್ಮನೆ ಊಳುತ್ತಿರುತ್ತಾನಂತೆ. ಅಲ್ಲಿಗೆ ಗೂಢಚಾರರಿಂದ ದೊರೆತ ಒಡಿಸೀಸ್ ಮತಿಭ್ರಮಣೆಯಾಗಿರುವ ಸುದ್ದಿ ನಿಜವೆಂದು ಅವನ ಹೆಂಡತಿಯ ಮಾತಿನಿಂದಲೂ ದೃಢಪಟ್ಟು ಚಿಂತಾಕ್ರಾಂತನಾದ. ಆದರೂ ಒಮ್ಮೆ ತನ್ನ ಮಿತ್ರನನ್ನು ಕಣ್ಣಾರೆ ನೋಡಲೇ ಬೇಕೆಂಬ ಹಠದಿಂದ ಆತನ ಪತ್ನಿಯನ್ನು ಬಲವಂತದಿಂದ ಒಪ್ಪಿಸಿ ಅವಳೊಡನೆ ಅವನಿದ್ದಲ್ಲಿಗೆ ಬಂದ.

ಅಲ್ಲಿ ಒಡಿಸೀಸ್ ಹುಚ್ಚನಂತೆ ನೇಗಿಲಿಗೆ ಒಂದು ಎತ್ತು, ಮತ್ತು ಒಂದು ಕತ್ತೆಯನ್ನು ಕಟ್ಟಿಕೊಂಡು, ಸಮುದ್ರ ತೀರದಲ್ಲಿ ಹಗಲು ರಾತ್ರಿ ಎನ್ನದೆ ಬೀಜದ ಬದಲಿಗೆ ಉಪ್ಪಿನ ಹರಳನ್ನು ತೂರುತ್ತ, ಬಿತ್ತನೆ ಮಾಡಿದ ಸ್ಥಳದಲ್ಲೇ ಮತ್ತೆ ಮತ್ತೆ ಬಿತ್ತುತ್ತಿದ್ದುದನ್ನು ಅವನ ಪತ್ನಿ ದೂರದಿಂದಲೇ ತೋರಿಸಿದಳು.

ಡಯಾಮಿಡೀಸನಿಗೆ ಅವನನ್ನು ನೋಡಿ ಅಯ್ಯೋ ಪಾಪವೆನಿಸಿತು. ಆದರೂ ಕೂಗಿ ತನ್ನ ಪರಿಚಯ ಮಾಡಿಕೊಂಡ. ಒಡಿಸೀಸ್ ತಲೆ ಎತ್ತಿಯೂ ನೋಡಲಿಲ್ಲ. ಹತ್ತಿರ ಹೋಗಿ ಮಾತಾಡಿಸಿದ. ಕಣ್ಣೆತ್ತಿಯೂ ನೋಡಲಿಲ್ಲ. ಡಯಾಮಿಡೀಸ್ ತಕ್ಷಣ ಒಡಿಸೀಸ್ ಪತ್ನಿಯ ಕೈಯಲ್ಲಿದ್ದ

ಹಸುಗೂಸನ್ನು ಕಸಿದುಕೊಂಡು ಊಳುತ್ತಿದ್ದ ಎತ್ತು ಮತ್ತು ಕತ್ತೆಯ ಕಾಲ ಬಳಿ ಇರಿಸಿಬಿಟ್ಟ. ತಕ್ಷಣದ ಈ ಘಟನೆಯಿಂದ ಎತ್ತು, ಕತ್ತೆಗಳು ತಬ್ಬಿಬ್ಬಾಗಿ, ಎತ್ತಿದ್ದ ಹೆಜ್ಜೆಯನ್ನು ನಿಯಂತ್ರಿಸಿಕೊಳ್ಳಲು ಸಾಧ್ಯವಾಗದೆ, ಇನ್ನೇನು ಮಗುವಿನ ಮೇಲೆ ಕಾಲಿಡಬೇಕು ಎನ್ನುವಷ್ಟರಲ್ಲಿ ಒಡಿಸೀಸ್ ತನ್ನೆಲ್ಲಾ ಶಕ್ತಿಯನ್ನು ಹಾಕಿ, ಮಗುವಿನ ಮೇಲೆ ಕಾಲಿಡದಂತೆ ಅವುಗಳ ಮೂಗುದಾರವನ್ನು ಎಳೆದು ನಿಲ್ಲಿಸಿದ. ಡಯಾಮಿಡೀಸನ ತುಟಿಯಂಚಿನಲ್ಲಿ ವಿಜಯದ ನಗೆಯೊಂದು ಮೂಡಿತು. ಒಡಿಸೀಸನ ಪತ್ನಿ ಓಡಿ ಬಂದವಳೆ ಮಗುವನ್ನು ಎತ್ತಿಕೊಂಡು ಅವುಚಿಕೊಂಡಳು. ಒಡಿಸೀಸ್ ಗೂಳಿಯಂತೆ ಡಯಾಮಿಡೀಸನ ಮೇಲೆ ಎಗರಿ ಬಂದು ಬಲವಾಗಿ ಗುದ್ದಿ ಬೀಳಿಸಿದ. ಆಗಲೂ ಡಯಾಮಿಡೀಸ್ ನಗುತ್ತಲೇ ಇದ್ದ. ಅವನು ಬಂದ ಕಾರ್ಯವಾದ ವಿಜಯದ ನಗೆ ಅದಾಗಿತ್ತು.

ಯಾವುದೇ ವೈಯಕ್ತಿಕ ದ್ವೇಷವಿಲ್ಲದವರ ಮೇಲೆ ಯುದ್ಧ ಮಾಡಲು, ತನ್ನ ಹೆಂಡತಿ ಮಗುವನ್ನು ಬಿಟ್ಟು ಹೋಗಲು ಮನಸ್ಸು ಬಾರದೆ ಮತಿಭ್ರಮಣೆಯ ನಾಟಕವಾಡಿ ಯುದ್ಧದಿಂದ ತಪ್ಪಿಸಿಕೊಳ್ಳುವ ಯೋಚನೆಯಲ್ಲಿದ್ದವನ ನಾಟಕವನ್ನು ಬಯಲು ಮಾಡಿ ಶಸ್ತ್ರಾಸ್ತ್ರಗಳನ್ನು ಏರಿಸಿ ಕರೆದೊಯ್ದ ಡಯಾಮಿಡೀಸ್. **"ನೀನು ಟ್ರೋಜನ್ನರ ಮೇಲೆ ಯುದ್ಧಕ್ಕೆ ಹೋದರೆ, ಬರೋಬ್ಬರಿ ಇಪ್ಪತ್ತು ವರ್ಷಗಳ ಕಾಲ ನಿನ್ನ ಸಂಸಾರದಿಂದ ದೂರ ಇರಬೇಕಾತ್ತದೆ"** ಎಂದು ಅವನ ಬಗೆಗೆ ನುಡಿದಿದ್ದ ಭವಿಷ್ಯವಾಣಿ ಒಡಿಸೀಸ್ ದಂಪತಿಗಳ ಕಿವಿಯಲ್ಲಿ ಗುಂಯ್ ಗುಡುತ್ತಿತ್ತು. ಒಡಿಸೀಸನ ಪತ್ನಿಯ ಕಣ್ಣಂಚು ಒದ್ದೆಯಾಗಿ ದೂರದಲ್ಲಿ ಕುದುರೆಯ ಮೇಲೆ ಹೋಗುತ್ತಿದ್ದ ಅವಳ ಪತಿಯ ಚಿತ್ರವೂ ಕಣ್ಣೀರಿನಲ್ಲಿ ಕಲಸಿದ ಹಾಗಾಯಿತು.

* * *

ಒಡಿಸೀಸ್ ಇಲ್ಲದೆ ಯುದ್ಧವೊಂದಕ್ಕೆ ಅಣಿಯಾಗುವುದು ಸಾಧ್ಯವಿಲ್ಲವೆಂಬುದು ಇಡೀ ಗ್ರೀಕರಿಗೆ ಗೊತ್ತಿದ್ದ ವಾಸ್ತವವಾಗಿತ್ತು. ಗ್ರೀಕನ್ನರ ಚೂಪಾದ ಕತ್ತಿಗಳಿಗೆ ಅಖಿಲೀಸ್ ಅಲಗಿನಂತ್ತಿದ್ದರೆ, ಅದಕ್ಕೆ ಅಡಿಸೀಸನ ಮೃದುವಾಣಿಯ ಝಳಪಿನ ಅಗತ್ಯವಿತ್ತು, ಮತ್ತೀಗ ಆ ಮಧುರ ಮಾತಿನ ಗಿಳಿಯೂ ಮನಸ್ಸಿಲ್ಲದ ಮನಸ್ಸಿನಿಂದಾದರೂ ತನ್ನ ಹನ್ನೆರಡು ಹಡಗು ಪಡೆಯೊಂದಿಗೆ ಯುದ್ಧದಲ್ಲಿ ಪಾಲ್ಗೊಳ್ಳುವುದರ ಮೂಲಕ ಏಳು ಗ್ರೀಕ್ ದೊರೆಗಳು ಮತ್ತು ಅವರ ಸೈನ್ಯ ಒಟ್ಟಾಗಿ ನಿಂತಿತ್ತು... ಇನ್ನೂ ವೀರ ಅಖಿಲೀಸ್ ಬರುವುದೊಂದೇ ಬಾಕಿ. ಅಷ್ಟರಲ್ಲಾಗಲೇ ಉಳಿದ ಗ್ರೀಕನ್ನರಿಗೆ ಒಂದು ಪತ್ರ ಬರೆದ. ಅದರ ಒಕ್ಕಣೆ ಹೀಗಿತ್ತು:

"ಆತ್ಮೀಯರೆ,

ನಮ್ಮ ಸ್ಪಾರ್ಟಾಗೆ ಅತಿಥಿಯಾಗಿ ಬಂದಿದ್ದ ಟ್ರೋಜನ್ ರಾಜಕುಮಾರ, ನಮ್ಮ ಸ್ಪಾರ್ಟಾದ ರಾಣಿ ಹೆಲೆನಳನ್ನು ಅವಳ ಪತಿ ಇಲ್ಲದ ಸಮಯದಲ್ಲಿ, ಮೋಸದಿಂದ ಅಪಹರಣ ಮಾಡಿದ್ದಾನೆ. ಇದು ಕೇವಲ ನನ್ನ ಸಹೋದರನಿಗೆ ಮಾಡಿದ ಅವಮಾನವಲ್ಲ. ಇಡೀ ಗ್ರೀಕನ್ನರಿಗೆ ಮಾಡಿದ ಅವಮಾನ ಎಂಬುದು ನನ್ನ ಭಾವನೆ. ಅವನ ಈ ಕಾರ್ಯವನ್ನು ದೇವತೆಗಳು ಎಂದಿಗೂ ಕ್ಷಮಿಸಲಾರರು. ಹಾಗಾಗಿ, ನಾವು ಟ್ರಾಯ್ ನಗರಕ್ಕೆ ಮುತ್ತಿಗೆ ಹಾಕಲಿದ್ದೇವೆ... ಒಂದೊಮ್ಮೆ ನೀವೂ ನಮಗೆ ಸಹಕರಿಸಿದ್ದಲ್ಲಿ, ವಶವಾದ ಟ್ರಾಯ್ ನಗರದ ಅಪಾರ ಸಂಪತ್ತಿನಲ್ಲಿ ಭಾಗವಷ್ಟೇ ಅಲ್ಲದೆ, ಪೂರ್ವ ದೇಶಗಳೊಂದಿಗೆ ನಮ್ಮ ಸಂಪರ್ಕ ಸುಲಭವಾಗುವುದರ ಜೊತೆಗೆ, ಕಪ್ಪು ಸಮುದ್ರದ ಯಾನ ಸುಗಮವಾಗುತ್ತದೆ. ಇದರಿಂದ ಪೂರ್ವ ದೇಶಗಳಿಂದ ಬರುತ್ತಿದ್ದ ಸರಕು ಸಾಮಾಗ್ರಿಗಳಿಗೆ ಒಂದಕ್ಕೆರಡರಷ್ಟು ನಾವು ಕೊಡುತ್ತಿದ್ದ ತೆರಿಗೆ ತಪ್ಪಿ ನಮಗೆಲ್ಲರಿಗೂ ವಿಶೇಷ ಲಾಭವಾಗುವುದು. ಹೇಗೆ ನೋಡಿದರೂ ಯುದ್ಧದಲ್ಲಿ ಪಾಲ್ಗೊಳ್ಳುವ ನಿಮ್ಮೆಲ್ಲರಿಗೂ ಲಾಭವೇ. ಇದರಲ್ಲಿ ಭಾಗವಹಿಸದವರು ಮುಂದೆ ಈ ಲಾಭಕ್ಕೆ ಅನ್ವಯಿಸುವುದಿಲ್ಲ ಎಂದು ನಾವೆಲ್ಲಾ ನಿರ್ಧರಿಸಿದ್ದೇವೆ. ನಾವು ಎಂದರೆ, ನನ್ನೊಂದಿಗೆ ಕೈ ಜೋಡಿಸುತ್ತಿರುವ ಇತರೆ ರಾಜರುಗಳು. ಅವರ ಹೆಸರುಗಳು ಅವರ ಸಹಿ ಮತ್ತು ರಾಜಾಂಕಿತದೊಂದಿಗೆ ಕೆಳಗಿವೆ. ಈಗಾಗಲೇ ಈ ಎಂಟು ವೀರ ಯೋಧರು ತಮ್ಮ ಕೈ ಜೋಡಿಸಿದ್ದಾರೆ."

–ಎನ್ನುವ ಕೊನೆಯ ಸಾಲನ್ನು ಸೇರಿಸುವುದು ಮರೆಯಲಿಲ್ಲ. ಅವನ ಈ ಪತ್ರ ಅದರಲ್ಲಿದ್ದ ರಾಜಾಂಕಿತಗಳೊಂದಿಗಿನ ಸಹಿಗಳು ಅದೆಷ್ಟು ಪರಿಣಾಮ ಬೀರಿತೆಂದರೆ, ಇಡೀ ಗ್ರೀಕಿಗೆ ಗ್ರೀಕೇ ಅಗೆಮೆಮ್ನನ್ ಕರೆಗೆ ಓಗೊಟ್ಟು ಅವನ ಪರವಾಗಿ ನಿಲ್ಲಲು ಎದ್ದು ಬಂದಿತ್ತು.

ಪೈಲಸ್ ನಗರದ ದೊರೆ ನೆಸ್ಟರ್ ತನ್ನ ತೊಂಬತ್ತು ಹಡಗು ಪಡೆ, ಡಯಾಮಿಡೀಸ್ ಎಂಬತ್ತು ಹಡಗುಗಳು, 'ನೂರು ನಗರಗಳ ರಾಜ್ಯ'ವಾದ ಕ್ರೀಟ್ ದ್ವೀಪದ ದೊರೆ ಐಡೊಮಿನ್ಯೂಸ್ ಎಂಬತ್ತು ಹಡಗುಗಳು, ಕಿರಿಯ ಅಯಾಸ್ ನಲವತ್ತು ಹಡಗುಗಳು, ಮಕಾವನ್ ಮತ್ತು ಪೊಡಲೀರಿಯಸ್ ಐವತ್ತು ಹಡಗುಗಳು, ಹೀಗೆ ಒಬ್ಬೊಬ್ಬರಾಗಿ ತಮ್ಮ ಸೈನ್ಯ ಬಲದೊಂದಿಗೆ ಬಂದು ಸೇರಿದಾಗ, ಅಗೆಮೆಮ್ನನ್ ಮತ್ತು ಮೆನೆಲೀಯಸ್ ಕಣ್ಮುಂದೆ ಸಾಗರದ

ಮೇಲೊಂದು ನೌಕಾ ಸಾಗರ ತೇಲುತ್ತಿದ್ದರೆ, ಸಾಗರದ ತಟದಲ್ಲಿ ಅಲೆಅಲೆಯಾಗಿ ಯೋಧರು ಬಂದು ಸೇರುತ್ತಿದ್ದರು. ಒಟ್ಟು ಒಂದು ಸಾವಿರದ ಎಂಬತ್ತಾರು ಹಡಗುಗಳು! ಒಂದು ಲಕ್ಷ ಯೋಧರು! ಅಗೆಮೆಮ್ನನ್ ಕರೆಗೆ ಓಗೊಟ್ಟು ಬಂದು ಅಲ್ಲಿ ನೆರೆದಿದ್ದರು. ಅಗೆಮೆಮ್ನನ್ ಸಾಗರೋಪಾದಿಯಾಗಿ ನೆರೆದಿದ್ದ ಸೈನ್ಯವನ್ನು ನೋಡಿದ... ತುಟಿಯ ಮೇಲೆ ಆತ್ಮವಿಶ್ವಾಸದ ನಗೆಯೊಂದು ತೇಲಿತು. ಮೆನೆಲೀಯಸ್ ಮತ್ತೆ ಹೆಲೆನಳ ಕನಸು ಕಾಣತೊಡಗಿದ.

ಒಡಿಸೀಸ್ ತನ್ನ ಸಾಮರ್ಥ್ಯದಂತೆ ಅಖಿಲೀಸನ ಮನಸ್ಸನ್ನು ಓಲೈಸುವಲ್ಲಿ ಯಶಸ್ವಿಯಾಗಿದ್ದ. ಸಮುದ್ರಕ್ಕೆ ಇನ್ನೊಂದು ಸಮುದ್ರ ಬಂದು ಸೇರಿದಷ್ಟು ಬಲ ಬಂದಿತ್ತು.

ಟ್ರಾಯ್ ನಗರದ ಕಡೆಗೆ ಯಾನ

ಅಗೆಮೆಮ್ನನ್ ಕರೆಗೆ ಓಗೊಟ್ಟು ಯುದ್ಧದಲ್ಲಿ ಭಾಗವಹಿಸಲು ಬಂದ ವೀರರೆಲ್ಲಾ ಸ್ವತಂತ್ರ ರಾಜರುಗಳೇ... ಹಾಗಾಗಿ ಅವರವರ ದಳಗಳಿಗೆ ಅವರವರೇ ಸೇನಾಪತಿಗಳಾಗಿದ್ದರೂ ಆ ಇಡೀ ಒಟ್ಟುಗೂಡಿದ ಸೈನ್ಯಕ್ಕೆ ಅಗೆಮೆಮ್ನನ್ ಪ್ರಧಾನ ದಂಡನಾಯಕನಾಗಿದ್ದ. ಅವನ ನೇತೃತ್ವದಲ್ಲಿ ಔಲಿಸ್ ಎಂಬ ಬಂದರಿನಲ್ಲಿ ಒಟ್ಟುಗೂಡಿ ಅಲ್ಲಿಂದ ಹೇಗ್ಹೇಗೆ ಮತ್ತು ಎಲ್ಲೆಲ್ಲಿ ನಿಂತು ಸೈನ್ಯಕ್ಕೆ ಬೇಕಾದ ಆಹಾರ ಪದಾರ್ಥ ಮತ್ತು ಅಗತ್ಯದ ಸಾಮಾಗ್ರಿಗಳನ್ನು ಪಡೆಯುವುದು ಎಂಬುದೆಲ್ಲವನ್ನೂ ನಿರ್ಧರಿಸಿ ಪಟ್ಟಿ ಮಾಡಿ ಸಂಬಂಧ ಪಟ್ಟವರಿಗೆ ಮುಂಚಿತವಾಗಿಯೇ ವಿಷಯ ರವಾನಿಸಿದರು. ಆ ರೀತಿಯಾಗಿ ಮೊದಲು ಡೆಲಾಸನಲ್ಲಿ ತಮಗೆ ಬೇಕಾದ ಎಲ್ಲಾ ಸಾಮಾಗ್ರಿಗಳನ್ನು ಅಲ್ಲಿನ ರಾಜನ ಸಹಾಯದಿಂದ ಪಡೆದು ಯಾನವನ್ನು ಆರಂಭಿಸಿದರು. ಇಡೀ ಗ್ರೀಕ್ ರಾಜರುಗಳೇ ಒಂದಾಗಿ ಹೀಗೆ ಹಡಗುಗಳೇರಿ ಹೊರಟು ನಿಂತಿರುವಾಗ ಅವಳೊಬ್ಬಳು ಸಾಧ್ಯವಾದಷ್ಟೂ ಇವರ ಯಾನಕ್ಕೆ ಅಡ್ಡಿಯಾಗುತ್ತಿದ್ದಳು! ಗ್ರೀಕನ್ನರ ಹಡಗುಗಳು ಟ್ರಾಯ್ ನಗರವನ್ನು ಸೇರದಿರಲಿ ಎಂಬ ಕಾರಣಕ್ಕೆ ಸಮುದ್ರದಲ್ಲಿ ಅಲೆಗಳನ್ನು ಬಡಿದೆಬ್ಬಿಸಿ ಕಂಗಾಲಾಗುವಂತೆ ಮಾಡಿದಳು... **ಅವಳೇ ಪ್ರೇಮದೇವತೆ ಅಫ್ರೋಡೈಟಿ!**

ಅವಳ ಪ್ರಭಾವದಿಂದ ಹೀಗೆ ದಿಕ್ಕು ತಪ್ಪಿ ಯಾನಿಸಿದ ಹಡಗುಗಳು ಟ್ರಾಯ್ ನಗರಕ್ಕೆ ದಕ್ಷಿಣದಲ್ಲಿರುವ ಮೈಸೀ ನಗರವನ್ನು ಟ್ರಾಯ್ ನಗರವೆಂದು ತಪ್ಪಾಗಿ ತಿಳಿದು, ತೀರದಲ್ಲಿ ಲಂಗುರು ಹಾಕಿದವರೇ ಆ ನಗರದ ಮೇಲೆ ಮುಗಿಬಿದ್ದರು... ಅಲ್ಲಿಯ ರಾಜನಿಗೂ ಆಕ್ರಮಣದ ಕಾರಣ, ಅಥವಾ ಇನ್ನೇನೂ ತಲೆಬುಡ ಅರ್ಥವಾಗದೇ ಆಕ್ರಮಣಕ್ಕೆ ಪ್ರತಿ ಆಕ್ರಮಣ ಮಾಡುತ್ತಿದ್ದು ಎಷ್ಟೋ ಸಾವು–ನೋವುಗಳಾದ ಮೇಲೆ ಗ್ರೀಕನ್ನರಿಗೆ ಇದು ಟ್ರಾಯ್ ನಗರವಲ್ಲ ಎಂಬುದು ಗೊತ್ತಾಯಿತು. ಅನಾವಶ್ಯಕ ಸಾವು ನೋವುಗಳಿಂದ ಬೇಸತ್ತ ಗ್ರೀಕ್ ರಾಜರುಗಳ ಮುಖಗಳು ಸಣ್ಣವಾಗುತ್ತಿದ್ದಂತೆ ವಿಷಯವು ಗಂಭೀರವಾಗಿ ಕಾರ್ಯ ಕೆಡುವುದಕ್ಕಿಂತ ಮೊದಲೇ ಮರಳಿ ಹೋಗುವುದು ವಾಸಿ ಎಂದು ಅಗೆಮೆಮ್ನನ್ ಮನಸ್ಸು ಬದಲಿಸಿ ಮರಳಿ ಹೋಗಿಬಿಟ್ಟ. ಅಗೆಮೆಮ್ನನ್ ಟ್ರಾಯ್ ತಲಪುವ ಮೊದಲೇ ಯುದ್ಧ ನೌಕೆಗಳನ್ನೂ, ಯೋಧರನ್ನೂ ಕಳೆದುಕೊಳ್ಳಲು ತಯಾರಿರಲಿಲ್ಲ... ಅಫ್ರೋಡೈಟಿ ಮನಸ್ಸಿನಲ್ಲೇ ನಕ್ಕಳು. ತನ್ನ ಭಕ್ತನಿಗಾಗಿ ಅಷ್ಟೂ ಮಾಡಲಾರದೆ ಕುಳಿತುಕೊಳ್ಳುವುದಾದರೂ ಹೇಗೆ? ಆದರೆ, ಈ ವಿಷಯವನ್ನು ಮಾತ್ರ ದೇವಲೋಕದಲ್ಲಿ ಯಾರಿಗೂ ತಿಳಿಯದೆ ಗೌಪ್ಯವಾಗಿಟ್ಟಳು. ಮಾನವರ ಕರ್ಮದಲ್ಲಿ ದೇವತೆಗಳಿಗೆ ಜಾಗವಿಲ್ಲ ಎನ್ನುವುದು ಝ್ಯೂಸ್(ದೇವತೆಗಳ ದೇವತೆ)ಯ ಆಜ್ಞೆ, ಆದಾಗ್ಯೂ ದೇವತೆಗಳಿಗೆ ಬಲಿ, ನೇಮ ನಿಷ್ಠೆಗಳಿಂದ ಸಂಪ್ರೀತಗೊಳಿಸಿ ತಮ್ಮೆಡೆಗೆ ಒಲಿಸಿಕೊಳ್ಳುವ ಕಾರ್ಯವಂತೂ ಮನುಷ್ಯರಿಂದ ನಡೆಯುತ್ತಲೇ ಇತ್ತು. ಭಕ್ತಿಗೆ ಒಲಿಯದ ದೇವನೆಲ್ಲಿ? ಒಮ್ಮೊಮ್ಮೆ ಝ್ಯೂಸ್ ಕೂಡ ಅಸಹಾಯಕನಾಗಿ ವರ ಕೊಟ್ಟು ಬಿಡುತ್ತಿದ್ದ. ಇನ್ನು ದೇವತೆಗಳು ಇದಕ್ಕೆ ಹೊರತೆಲ್ಲಿ?

ಅದೇ ದೇವತೆಯ ಕೃಪೆಯಿಂದಾಗಿ ಇತ್ತ ಹೆಲೆನ್ ಮತ್ತು ಪೆರಿಸನ ಮದುವೆ ಹಿರಿಯರ ಸಮಕ್ಷಮ ಸಾಂಗೋಪಾಂಗವಾಗಿ ಜರುಗಿ, ಒಲಿದ ಹೃದಯಗಳಿಗೆ ಹಿರಿಯರ ಆಶೀರ್ವಾದವೂ ಸೇರಿತು. ಈ ವಿಷಯವೂ ಗಾಳಿಯಲ್ಲಿ ತೇಲಿ ಬಂದಂತೆ ಮೆನೆಲೀಯಸನ ಕಿವಿಗೆ ಬಂದು ತಲುಪಿತು.

ಮೆನೆಲೀಯಸ್ ಮತ್ತೆ ಅಣ್ಣನ ಮುಂದೆ ಬಂದು ಅತ್ತ. ಆದರೆ, ಈಗ ತಾನೆ ಎಲ್ಲಾ ರಾಜರು ಅವರವರ ನಾಡಿಗೆ ತಲುಪಿದ್ದೂ, ನಾವು 'ಮತ್ತೆ ನಮ್ಮೊಡನೆ ಬನ್ನಿ' ಎಂದು ಆಹ್ವಾನಿಸಿದರೆ ಮೊದಲು ಸಿಕ್ಕಷ್ಟು ಬೆಂಬಲ ಸಿಗದೇ ಹೋಗಬಹುದು ಎಂದು ಯೋಚಿಸಿ, ಸಧ್ಯಕ್ಕೆ ಯುದ್ಧದ ಆಲೋಚನೆಗೆ ಕೊಂಚ ವಿರಾಮ ಕೊಟ್ಟು, ಸ್ವಲ್ಪ ದಿನಗಳನ್ನು ಬಿಟ್ಟು ಹೋದರಾಯಿತು ಎನ್ನುವ ಅಣ್ಣನ ಮಾತಿಗೆ ಒಪ್ಪದ ಮೆನೆಲೀಯಸ್ ಒಂದಿಷ್ಟು ದಿನಗಳು ಮಾತ್ರ ಹೇಗೋ ಸುಮ್ಮನಿದ್ದು, ಕೆಲ ದಿನಗಳ ನಂತರ ಮತ್ತೆ ಹಟ ಮಾಡಲು ಶುರುವಿಟ್ಟುಕೊಂಡ. ಒಲ್ಲದ ಮನಸ್ಸಿನಲ್ಲಿ ಅಗೆಮೆಮ್ನನ್ ಮತ್ತೆ ಎಲ್ಲಾ ರಾಜರುಗಳಿಗೆ ಕರೆಕೊಟ್ಟು ಒಟ್ಟಾದರು. ಅಲೆಗಳು ಯಾನಯೋಗ್ಯವಾಗಿದ್ದಾವೆನಿಸಿದ ಕೂಡಲೇ ಹೊರಟೇ

ಬಿಟ್ಟರು. ಅಫ್ರೋಡೈಟಿ ಮತ್ತೆ ಎಚ್ಚೆತ್ತುಕೊಂಡು ಬಿಟ್ಟಳು. ಹಡಗುಗಳು ಸಾಗರದ ತೀರ ಮಧ್ಯಭಾಗಕ್ಕೆ ಬಂದಾಗ ಮತ್ತೆ ಕಡಲನ್ನೇ ಕಡೆದುಬಿಡುವಂತೆ ಅಲೆಗಳನ್ನು ಎಬ್ಬಿಸಿಬಿಟ್ಟಳು. ಅಲೆಗಳ ಹೊಡೆತಕ್ಕೆ ದಿಕ್ಕಾಪಾಲಾಗಿ ಚದುರಿದ ನೌಕೆಗಳು, ತಮ್ಮ ದಂಡ ನಾಯಕನಿಲ್ಲದೆ, ಅವನ ಸಂಪರ್ಕವೂ ಸಾಧ್ಯವಾಗದೆ ಕಂಗೆಟ್ಟು ಹೋದರು. ಎಷ್ಟೇ ಕಣ್ಣು ಹಾಯಿಸಿದರೂ ಒಂದು ಹಡಗು ಕಾಣದಷ್ಟು ದೂರ ದೂರಕ್ಕೆ ಚದುರಿ ಹೋಗಿದ್ದರು. ಸಾವಿರ ನೌಕೆಗಳು ಸಾವಿರ ದಿಕ್ಕಿಗೆ ಚಲಿಸುತ್ತಿರಲು, ತಮ್ಮ ಜೊತೆಗೇ ಒಂದೇ ಒಂದು ಬೇರೆ ನೌಕೆ ಕಾಣದಿದ್ದಾಗ ಟ್ರಾಯ್ ನಗರದೆಡೆಗೆ ಪ್ರಯಾಣಿಸಲು ಧೈರ್ಯ ಬಾರದೆ, ಕೊನೆಗೆ ಎಲ್ಲಾ ರಾಜರುಗಳು ತಮ್ಮ ತಮ್ಮ ರಾಜ್ಯಕ್ಕೆ ಮರಳಿಬಿಟ್ಟರು. ಅಗೆಮೆಮ್ನನನ ಎರಡನೇ ಯಾನವೂ ವಿಫಲವಾಯಿತು.

ಅಫ್ರೋಡೈಟಿಯ ಹುನ್ನಾರದಿಂದ ದಾರಿ ತಪ್ಪಿ ಬೇರೆ ನಾಡಿಗೆ ಹೋಗಿ ಹೊಡೆದಾಡಿ ಬಂದಿದ್ದು ಒಂದು ಕಡೆಯಾದರೆ, ಚಂಡಮಾರುತದಿಂದ ದಾರಿ ತಪ್ಪಿ ಮರಳಿಬಂದಿದ್ದು ಮತ್ತೊಂದು ಕಡೆ. ಗ್ರೀಕನ್ನರು ಸ್ವಲ್ಪ ದಿನ ಯುದ್ಧದ ಮಾತೇ ಎತ್ತಲಿಲ್ಲ. ಯಾವ ರಾಜನಿಗೂ ಏನೂ ಲಾಭವಿಲ್ಲದೆ ತನ್ನ ಸೈನ್ಯವನ್ನು ಕಳೆದುಕೊಳ್ಳುವುದು ಇಷ್ಟವಿರುವುದಿಲ್ಲ... ಹಾಗಾಗಿ ಅವರ ಮನಸ್ಸುಗಳೆಲ್ಲಾ ತಿಳಿಯಾಗುವವರೆಗೂ ಅಗೆಮೆಮ್ನನ್ ಕೂಡ ಮಾತನಾಡಲಿಲ್ಲ. ಸುಮಾರು ಒಂದು ವರ್ಷದ ಮೇಲೆ ಗ್ರೀಕರ ಹಡಗುಪಡೆ ಮತ್ತೆ ಔಲಿಸ್‌ನಲ್ಲಿ ಒಟ್ಟುಗೂಡಿತ್ತು. ಒಟ್ಟುಗೂಡಿ ಸುಮಾರು ವಾರಗಳೇ ಕಾದರೂ ಯಾನಕ್ಕೆ ಅನುಕೂಲಕರವಾದ ಮಾರುತ ಬೀಸದೇ ಅಷ್ಟು ಸೈನಿಕರನ್ನು ಸಂಭಾಳಿಸುವ ವೆಚ್ಚ ದಿನದಿಂದ ದಿನಕ್ಕೆ ಏರುತ್ತಿತ್ತು. ಮುತ್ತಿಗೆ ಹಾಕಿದಾಗ ಕೂತು ತಿನ್ನುವುದಕ್ಕೂ, ಇನ್ನು ಶತ್ರು ನಾಡನ್ನೇ ತಲುಪದೆ ಹೀಗೆ ತಿಂಗಳುಗಳ ಕಾಲ ಕೂತಲ್ಲೇ ಕೂಳು ತಿನ್ನುವುದಕ್ಕೂ ವ್ಯತ್ಯಾಸವಿದೆ. ಹಾಗೆ ಯೋಚಿಸಿದವನೇ ಅಗೆಮೆಮ್ನನ್ ಕಾಲ್ಕಾಸನನ್ನು ಹೇಳಿ ಕಳಿಸಿದ್ದ.

ಕಾಲ್ಕಾಸ್ ಅಗೆಮೆಮ್ನನ್ ಕಣ್ಮುಚ್ಚಿ ನಂಬಬಹುದಾದ ಭವಿಷ್ಯವಾದಿ. ಅವನು ನುಡಿದ ಯಾವೊಂದು ಮಾತು ಇಲ್ಲಿಯವರೆಗೆ ಸುಳ್ಳಾದದ್ದೇ ಇಲ್ಲ. ಅಪೋಲೋ ದೇವತೆಯ ಆರಾಧಕ. ಹೆಲೆನಳನ್ನು ಅಪಹರಿಸುವ ವೇಳೆಯಲ್ಲಿ ಅಪೋಲೋ ದೇವತೆಯ ಭಂಡಾರವನ್ನೂ ಲೂಟಿ ಮಾಡಿಕೊಂಡು ಹೋಗಿದ್ದ ಪೆರಿಸನ ಮೇಲೆ ಸಹಜವಾದ ದ್ವೇಷ ಮೂಡಿತ್ತು. ಅವನಿಗೂ ಹೇಗಾದರೂ ಮಾಡಿ ಪೆರಿಸ್ ಮೇಲೆ ದ್ವೇಷ ತೀರಿಸಿಕೊಳ್ಳಬೇಕಿತ್ತು. ಈಗ ಆ ಸೇಡಿಗೆ ಕಾಲ ಕೂಡಿ ಬಂದಿತ್ತು. ಸಾಗರದಂಚಿಗೆ ಬಂದು ನಿಂತ! ಕಣ್ಮುಂದೆ ಇಡೀ ಸಾಗರವೇ ಹೊಯ್ದಾಡುತ್ತಿತ್ತು. ಅಲೆಗಳು ಮುಗಿಲೆತ್ತರಕ್ಕೆ ಎಗರಿ ಬೀಳುತ್ತಿದ್ದವು. ಇದು ಹೀಗೆ ಇದ್ದರೆ ಯಾನ ಅಸಾಧ್ಯ. ಮತ್ತೊಮ್ಮೆ ಮರಳಿ ಹೋದಲ್ಲಿ ಯುದ್ಧಕ್ಕಾಗಿ ಗ್ರೀಕರನ್ನು ಒಟ್ಟುಗೂಡಿಸುವುದಂತೂ ಸಾಧ್ಯವೇ ಇಲ್ಲ ಎನಿಸಿ... ಅದಕ್ಕೆ ಪರಿಹಾರಕ್ಕಾಗಿ

ಪ್ರಾರ್ಥಿಸಿದನು. ಅಫ್ರೋಡೈಟಿಯನ್ನಂತೂ ಒಲಿಸಿಕೊಳ್ಳಲು ಸಾಧ್ಯವಿಲ್ಲ. ಅವಳ ಜೊತೆ ಅಗೆಮೆಮ್ನನ್ ಮೇಲೆ ಮತ್ತೆ ಯಾವುದಾದರೂ ದೇವತೆ ಕುಪಿತಗೊಂಡಿದ್ದಾಳೋ ಎಂದು ಅವಲೋಕಿಸಿದಾಗ ದೇವತೆ ಆರ್ಟೆಮಿಸ್ ಕುಪಿತಗೊಂಡಿದ್ದೂ ಮತ್ತದರ ಕಾರಣವೂ ತಿಳಿದು ಬಂದಿತ್ತು. ಕಾಲ್ಕಾಸ್ ಕಣ್ಣು ಬಿಟ್ಟಿದ್ದ. ಅಗೆಮೆಮ್ನನ್ ಕಾತುರದಿಂದ ಎದುರಲ್ಲೇ ನಿಂತು ಕಾಯುತ್ತಿದ್ದ.

"ಅಗೆಮೆಮ್ನನ್ ನೀನೊಮ್ಮೆ ಆರ್ಟೆಮಿಸ್ ದೇವತೆಗೆ ಮಕ್ಕಳ ಸಮಾನವಾದ ಅವಳ ಪ್ರೀತಿಪಾತ್ರವಾದ ಜಿಂಕೆಯನ್ನು ಕೊಂದು ಅವಳ ಕೋಪಕ್ಕೆ ಬಲಿಯಾಗಿದ್ದೀಯಾ. ಅವಳ ಕೋಪ ನಿವಾರಣೆಯಾದರೆ, ಅವಳು ಒಲಿದು ಯಾನಕ್ಕೆ ಸಹಕರಿಸಿಯಾಳು" ಎಂದ.

"ಏನೂ ಮಾಡಲು ಸಿದ್ಧ... ಅಪ್ಪಣೆಯಾಗಲಿ" ಅಗೆಮೆಮ್ನನ್ ತನ್ನ ಪ್ರಾಣವನ್ನಾದರೂ ಕೊಟ್ಟೇನು ಎಂಬಂತೆ ಸಿದ್ಧನಾಗಿ ನಿಂತ. ಕಾಲ್ಕಾಸ್ ಮತ್ತೆ ಕಣ್ಮುಚ್ಚಿ ಕುಳಿತ. ಈ ಬಾರಿ ಮುಚ್ಚಿದ್ದ ಅವನ ಕಣ್ಣುಗಳ ಹಿಂದೆ ಅತಿಯಾದ ಭಾವಗಳ ಚಲನೆಗಳು ಇರುವಂತೆ ಅವನ ಕಣ್ಗುಡ್ಡೆಗಳು ವಿಲವಿಲ ಒದ್ದಾಡುತ್ತಿದ್ದವು. ಬಿಗಿದ ತುಟಿ, ಗಂಟಿಕ್ಕಿದ್ದ ಹುಬ್ಬುಗಳು ಅತ್ತ ದೇವತೆಯೊಡನೆ ಯಾವುದೋ ಗಂಭೀರವಾದ ಸಂವಾದದಲ್ಲಿ ತೊಡಗಿದ್ದೂ, ಮತ್ತು ಕಾಲ್ಕಾಸನಿಗೆ ಅತ್ತ ದೇವತೆಯ ಯಾವುದೋ ಒಂದು ಮಾತು ಸಹ್ಯವಾಗುತ್ತಿಲ್ಲ ಎಂಬುದು ಅವನು ಇಲ್ಲ ಇಂಬಂತೆ ತಲೆಯನ್ನು ಅತ್ತಿತ್ತ ಕೊಡುವುತ್ತಿದ್ದುದರಿಂದಲೇ ಸ್ಪಷ್ಟವಾಗುತ್ತಿತ್ತು. ಅಗೆಮೆಮ್ನನ್ ಎದೆ ಢವಢವ ಹೊಡೆದುಕೊಳ್ಳಲಾರಂಭಿಸಿತ್ತು. ಎಡ-ಬಲ ಎರಡೂ ಕಣ್ಣುಗಳು ಒಂದಾದ ಮೇಲೊಂದರಂತೆ ಅದುರಲು ಶುರುವಿಟ್ಟುಕೊಂಡವು. ಕಾಲ್ಕಾಸ್ ಕಣ್ಣು ಬಿಟ್ಟವ... ಅಗೆಮೆಮ್ನನ್ ನನ್ನೇ ನೋಡುತ್ತಾ ಸುಮ್ಮನೆ ನಿಂತು ಬಿಟ್ಟ!

"ಕಾಲ್ಕಾಸ್... ಹೇಳು ಬೇಗ... ಏನಂತೆ?"-ಕಾಲ್ಕಾಸ್ ಏನೂ ಮಾತಾಡಲಿಲ್ಲ. ಆದರೆ, ಇನ್ನು ಹೇಳದೆ ತಡ ಮಾಡಿದರೆ ಎಲ್ಲಿ ಅಗೆಮೆಮ್ನನ್ ಕೈಲಿ ತಾನೇ ಸಾಯುವೆನೋ ಎನಿಸಿ,

"ಅವಳ ಪ್ರೀತಿಪಾತ್ರರನ್ನು ಕೊಂದ ಪ್ರತಿಯಾಗಿ ನಿನಗೆ ಅತ್ಯಂತ ಪ್ರಿಯವಾದವರನ್ನು ಆರ್ಟೆಮಿಸ್ ದೇವತೆಗೆ ಬಲಿಕೊಟ್ಟರೆ, ಆಕೆ ಸಂಪ್ರೀತಗೊಂಡು ನಿನ್ನ ಹರಸುತ್ತಾಳಂತೆ" ಎಂದು ಬಿಟ್ಟ!

ಅಗೆಮೆಮ್ನನ್ ಗಾಬರಿ ಬಿದ್ದು ಹೋದ. ಯೋಚಿಸುತ್ತಾ ನಿಂತವನಿಗೆ ತನಗೆ ಅತ್ಯಂತ ಪ್ರಿಯವಾದವರು ಎಂದರೆ ತನ್ನ ಹಿರಿಯ ಮಗಳು ಎಂದು ಸೂಚಿಸುತ್ತಿದ್ದಂತೆ ನಿಂತಲ್ಲೇ ನಡುಗಿ ಹೋದ. ಬವಳಿ ಬಂದಂತಾಗಿ ಆಸರೆಗಾಗಿ ಪಕ್ಕದಲ್ಲೇ ಇದ್ದ ಬಂಡೆಯನ್ನು ಆಸರಿಸಿಕೊಂಡ.

"ಕಾಲ್ಕಾಸ್... ಇದಕ್ಕೆ ಏನಾದರೂ ಪರಿಹಾರವಿರಲೇ ಬೇಕಲ್ಲವೇ? ಬೇಕಿದ್ದರೆ ಒಂದು ಕುದುರೆಯನ್ನು ಬಲಿಕೊಡೋಣ. ಪ್ರಾಣಿ ಬಲಿಗಳಲ್ಲಿ ಅತ್ಯಂತ ಶ್ರೇಷ್ಠ

ಬಲಿಯಲ್ಲವೇ ಅದು. ಪಾರಿವಾಳ, ಜಿಂಕೆ, ಮೊಲಕ್ಕಿಂತ ದೊಡ್ಡ ಪ್ರಾಣಿಯದು. ಅದು ಮಾನವನ ಆತ್ಮಕ್ಕೆ ಸಮ ಎಂದು, ಯುದ್ಧದಲ್ಲಿ ಮರಣಿಸಿದ ವ್ಯಕ್ತಿಯ ದೇಹ ಸಿಗದೇ ಹೋದಲ್ಲಿ, ಅವನ ಹೆಸರಲ್ಲಿ ಕುದುರೆಯನ್ನು ಚಿತೆಗೇರಿಸಿ, ಮೃತರ ಹೆಸರಲ್ಲಿ ಅಪರ ಕ್ರಿಯೆಗಳನ್ನು ನಡೆಸುವ ಪದ್ಧತಿಯಿದೆಯಲ್ಲವೇ? ಹಾಗೇ, ನನ್ನ ಮಗಳ ಬದಲಿಗೆ ಅವಳ ಹೆಸರಲ್ಲಿ ಒಂದು ಕುದುರೆಯನ್ನು ಬಲಿ ಕೊಟ್ಟರಾಯ್ತಲ್ಲಾ? ಹೌದೌದು!! ಅದೇ ಸರಿ! ಅದೇ ಸರಿ! ಒಂದು ಕುದುರೆಯನ್ನು ಬಲಿಕೊಟ್ಟು ಬಿಡಿ" ಎಂದವನೇ ಅಲ್ಲಿ ನಿಲ್ಲಲಾರದೆ ತನ್ನ ಬಿಡಾರಕ್ಕೆ ಮರಳಿ ಬಿಟ್ಟನು. ಪ್ರಥಮ ಬಾರಿಗೆ ಯಾಕೋ ಟ್ರಾಯ್ ವಶಪಡಿಸಿಕೊಳ್ಳುವ ಕನಸು ತೀರ ದುಬಾರಿ ಆಯಿತೇನೋ ಎನಿಸಿತವನಿಗೆ. ಕಾಲ್ಕಾಸ್ ಅವನು ಹೇಳಿದಂತೆಯೇ ಮಾಡಿದ. ಸಾಗರ ಮಾತ್ರ ಎಗರಿ, ಎಗರಿ ಕಡೆಯುತ್ತಲೇ ಇತ್ತು.

ಎರಡು ದಿನ ಕಾದರೂ ಅಲೆಗಳು ತಗ್ಗಲಿಲ್ಲ... ಅಲ್ಲಿಗೆ ದೇವತೆ ಸಂಪ್ರೀತಗೊಂಡಿಲ್ಲ. ಕಾಲ್ಕಾಸ್ ಮತ್ತೊಮ್ಮೆ ದೇವವಾಣಿಯನ್ನು ಪ್ರಶ್ನೆ ಕೇಳಲಾಗಿ ಈಗಲೂ ಅದೊಂದೇ ಪರಿಹಾರ ಎಂದು ಶ್ರುತಪಡಿಸಿತ್ತು. ಗ್ರೀಕ್ ಬಿಡಾರಗಳಲ್ಲಿ ಗುಲ್ಲೆದ್ದಿತು. "ಈ ಅಗೆಮೆಮ್ನನ್ ಕರೆಗೆ ಓಗೊಟ್ಟು ತಮ್ಮ ಮಡದಿ, ಮಕ್ಕಳನ್ನು ಬಿಟ್ಟು ನಾವೆಲ್ಲಾ ಬಂದಿಲ್ಲವೇ? ಅಲ್ಲಿ ಅವರು ಸತ್ತಿದ್ದಾರೋ ಬದುಕಿದ್ದಾರೋ? ನಾವೂ ಸಾಯುತ್ತೇವೋ, ಬದುಕುತ್ತೇವೋ ಯಾರು ಬಲ್ಲರು? ನಮ್ಮ ಪ್ರಾಣಗಳನ್ನು ಒತ್ತೆ ಇಟ್ಟು ನಾವು ನಿಂತಿರುವಾಗ ಅಗೆಮೆಮ್ನನ್ ತನ್ನ ಮಗಳಿಗಾಗಿ ನಮ್ಮೆಲ್ಲರ ಪ್ರಾಣವನ್ನು ಅಪಾಯಕ್ಕೆ ಸಿಲುಕಿಸುವುದು ಎಷ್ಟರ ಮಟ್ಟಿಗೆ ಸರಿ? ಇದು ಒಬ್ಬ ಅರ್ಹ ದಂಡ ನಾಯಕನ ಲಕ್ಷಣವಲ್ಲ" ಎಂದು ಕೂಗಾಡತೊಡಗಿದರು.

ಅಗೆಮೆಮ್ನನ್ ಏನೋ ನಿರ್ಧರಿಸಿದವನಂತೆ ಎದ್ದು ನಿಂತು, ಓಡೀಸಿಸನಿಗೆ ಬರ ಹೇಳಿದ. 'ಇಫಿಜೀನಿಯಾ' ಅಗೆಮೆಮ್ನನ್‌ನ ಮುದ್ದಿನ ಮಗಳನ್ನು, ಅಖಿಲೀಸನೊಂದಿಗೆ ವಿವಾಹ ಮಾಡಿಸುವುದಾಗಿ ಸುಳ್ಳೇ ನಂಬಿಸಿ, ಒಪ್ಪಿಸಿ ಅನಿವಾರ್ಯವಾಗಿ ಕರೆತರೆವಂತೆ ಓಡೀಸಿಸನಿಗೆ ಹೇಳಿ ಕಳುಹಿಸಿದ. ಓಡೀಸಿಸ್ ಎಂತಹ ಪ್ರಾಣ ತೆಗೆಯುವ ಮಾತನ್ನಾದರೂ ಬೆಣ್ಣೆಯಲ್ಲಿ ಕೂದಲು ತೆಗೆದಷ್ಟೇ ಮೃದುವಾಗಿ ಸಲೀಸಾಗಿ ಮಾತಾಡಿ ಒಪ್ಪಿಸಬಲ್ಲ ಎನ್ನುತ್ತಲೇ ಎಲ್ಲಾ ಇಂತಹ ಕೆಲಸಗಳನ್ನೂ ಅವನಿಂದ ಮಾಡಿಸುವ ಅಗೆಮೆಮ್ನನ್ ನನ್ನು ಮನಸ್ಸಿನಲ್ಲೇ ದ್ವೇಷಿಸುತ್ತಿದ್ದ. ಆದರೂ ಅವನು ತನ್ನ ಒಡೆಯನೆಂಬ ಒಂದೇ ಕಾರಣಕ್ಕೆ ಬದ್ಧನಾಗಿ ಈ ಕೆಲಸವನ್ನು ಅವನ ನಿರೀಕ್ಷೆಯಂತೆ ಅತ್ಯಂತ ಸುಲಭವಾಗಿ ಮಾಡಿ ಮಗಳನ್ನು ಕರೆ ತಂದಿದ್ದ. ಅಗೆಮೆಮ್ನನ್ ತನ್ನ ಸೈನಿಕರ ನಂಬಿಕೆಯನ್ನು ಮರಳಿ ಪಡೆಯುವ ಸಲುವಾಗಿ, ಕಡಲ ಅಲೆಗಳನ್ನು ಶಾಂತಗೊಳಿಸುವ ಸಲುವಾಗಿ ತನ್ನ ಮಗಳನ್ನು ಕಡಲ ತೀರದ ಬಂಡೆಯ ಮೇಲೆ ಮಲಗಿಸಿ, ಬಲಿ ಕೊಟ್ಟೇ ಬಿಟ್ಟನು.

ಅಖಿಲೀಸನನ್ನು ಮದುವೆಯಾಗುವ ಕನಸು ಹೊತ್ತು ಬಂದ ಹದಿಹರೆಯದ ಆ ಬಾಲಿಕೆ, ಸುಡುಸುಡುವ ಬಂಡೆಯ ಮೇಲೆ ಹೂವಿನಂತಹ ತನ್ನ ದೇಹ ಒರಗಿಸಿ, ಅಪ್ಪನ ಕೈಯಲ್ಲಿ ಝಳಝಳಿಸುತ್ತಿದ್ದ ಕತ್ತಿಯ ಬಾಯಿಗೆ ನೀಳ ಕತ್ತನ್ನು ಚಾಚುವಾಗಲೂ ಒಮ್ಮೆಯಾದರೂ ಕೊಸರಾಡದಿದ್ದೇಕೆ ಎಂಬುದು ಮಾತ್ರ ಅಲ್ಲಿದ್ದವರಲ್ಲಿ ಯಾರಿಗೂ ಅರ್ಥವಾಗಿರಲಿಲ್ಲ. ತೀರ ಅಲ್ಲಿಗೆ ಬಂದ ನಂತರವೇ ಅಗೆಮೆಮ್ನನ್ನ ಹುನ್ನಾರ ಮತ್ತು ಅವನ ಅದರ ಅನಿವಾರ್ಯತೆ ತಿಳಿದು ಬಂದಿತ್ತು. ತನಗೆ ಜೀವವನ್ನು ಕೊಟ್ಟ ತಂದೆಯೇ ತನ್ನ ಜೀವವನ್ನು ತೆಗೆಯಲು ಸಿದ್ಧನಿರುವಾಗ ಅದನ್ನು ಪ್ರತಿಭಟಿಸುವ ಉದ್ಧಟತನ ನನಗೇಕೆ? ತನ್ನೊಬ್ಬಳ ಪ್ರಾಣತ್ಯಾಗದಿಂದ ಇಷ್ಟೂ ಜನರ ಕನಸು ಸಾಕಾರಗೊಳ್ಳುತ್ತದೆ ಎಂದರೆ ಅದೇ ಆಗಲಿ ಎಂದು ತನ್ನ ತಂದೆಗಾಗಿ, ತನ್ನ ದೇಶದ ಹಿತಕ್ಕಾಗಿ ಕೊರಳು ಚಾಚಿಬಿಟ್ಟಿದ್ದಳು **ಇಫಿಜೀನಿಯಾ.**

ಇಂತಹ ಅದೆಷ್ಟೋ ಜೀವಗಳು ದೇಶದ ಹೆಸರಲ್ಲಿ, ಮರ್ಯಾದೆಯ ಹೆಸರಲ್ಲಿ ಪ್ರಾಣ ತ್ಯಾಗ ಮಾಡಿದ್ದಾರೋ ಆ ದೇವರಿಗೇ ಗೊತ್ತು. ದೇವರನ್ನು ಸಂಪ್ರೀತಗೊಳಿಸಬೇಕೆಂಬ ಕಾರಣಕ್ಕಾಗಿ ಕೊಡುವ ಪ್ರಾಣಬಲಿಯನ್ನು ಯಾವ ದೇವರು ತಾನೇ ಒಪ್ಪಿಯಾನೋ? ಆದರೂ ಎಂಥಾ ಕಾಕತಾಳಿಯವೋ? ಅಥವಾ ಆ ಪ್ರಕೃತಿಗೆ ಇಂತಹ ವಿಕೃತವನ್ನು ನೋಡಲಾಗಲಿಲ್ಲವೋ? ಒಮ್ಮೆಲೆ ಕಡಲು ಶಾಂತವಾಯಿತು. ಗ್ರೀಕ್ ವೀರರು ಪರಮೋತ್ಸಾಹದಿಂದ ಅಗೆಮೆಮ್ನನ್ ನಿಗೆ ಜೈಕಾರ ಹಾಕುತ್ತಾ, ಹುಟ್ಟು ಹಾಕುತ್ತಾ ನೀರಿಗಿಳಿದೇ ಬಿಟ್ಟರು. ಅಗೆಮೆಮ್ನನ್ ಕರುಳು ಕುದಿಯುತ್ತಿತ್ತು. ಇನ್ನು ಯಾವುದೇ ಕಾರಣಕ್ಕೂ ಟ್ರಾಯ್ ವಶಪಡಿಸಿಕೊಳ್ಳದೇ ಇರಲು ಸಾಧ್ಯವೇ ಇಲ್ಲ ಎಂಬಂತೆ ದುಃಖ, ಕೋಪ, ಹತಾಶೆ ಎಲ್ಲದರ ಮಿಶ್ರಭಾವದಿಂದ ಕೂಗುತ್ತಾ ಮರಳಿನ ಮೇಲೆ ಮಂಡಿಯೂರಿ ಬಿದ್ದ. ಗ್ರೀಕರು ಅವನ ಆ ಒಡಲ ಕೂಗನ್ನೂ ತಮ್ಮೊಳಗೆ ಪ್ರತಿಧ್ವನಿಸುತ್ತಾ, ಹ್ಹೂಂಕರಿಸುತ್ತಾ ಎದ್ದು ನಿಂತರು. ಅವರ ಆ ಕೂಗು, ಅಗೆಮೆಮ್ನನ್ ನಿಜಕ್ಕೂ ಅವರ ದಂಡನಾಯಕನೆಂದು ಅವರೆಲ್ಲಾ ಒಕ್ಕೊರಳಿಂದ ಒಪ್ಪಿಕೊಂಡಂತಿತ್ತು.

ತನ್ನವರ ಪ್ರೀತಿಗಾಗಿ 'ಪ್ರೀತಿ' ಪ್ರಾಣ ಬಿಡುವುದಕ್ಕೂ ಸಿದ್ಧವಿದ್ದರೆ, 'ದ್ವೇಷ' ಅನ್ನೋದು ತನ್ನವರ ಪ್ರಾಣ ತೆಗೆಯುವದಕ್ಕೂ ಸಿದ್ಧ ಎನ್ನುವುದಕ್ಕೆ ಉದಾಹರಣೆಯಾಗಿ ನಿಂತಿದ್ದರು ಅಗೆಮೆಮ್ನನ್ ಮತ್ತು ಅವನ ಪುತ್ರಿ ಇಫಿಜೀನಿಯಾ! ಅತ್ತ 'ಅಗೆಮೆಮ್ನನ್ ನಂತಹ ತಂದೆ ಮಾತ್ರ ಯಾರಿಗೂ ಬೇಡ' ಎಂದು ಇಡೀ ಗ್ರೀಕ್ ತಾಯಂದಿರು ಶಪಿಸುತ್ತಿದ್ದರೆ, ಇತ್ತ ಇದ್ದರೆ ಇಫಿಜೀನಿಯಾಳಂತಹ ಪುತ್ರಿ ಎಲ್ಲರಿಗೂ ಇರಬೇಕು ಎಂದು ತಂದೆಯಂದಿರು ಹರಸುತ್ತಿದ್ದರು. ಇತಿಹಾಸ ಮಾತ್ರ ಇದನ್ನೆಲ್ಲಾ ಸಾಕ್ಷೀಕರಿಸುತ್ತಾ ಕಣ್ಣೀರು ಹಾಕುತ್ತಿತ್ತು.

ಹೆಕ್ಟರ್

ಅಗೆಮೆಮ್ನನ್ ಮತ್ತು ಅವನ ತಂಡ ದಂಡೆತ್ತಿ ಬರುತ್ತಿರುವ ಸುದ್ದಿ ಟ್ರಾಯ್ ತಲುಪಿತ್ತು.

ಆಂಡ್ರೋಮುಖಿ ಇತ್ತಿಂದತ್ತ... ಅತ್ತಿಂದಿತ್ತ ಶತಪಥ ತಿರುಗುತ್ತಾ ಉಕ್ಕಿ ಬರುತ್ತಿದ್ದ ಕೋಪವನ್ನು ಹತ್ತಿಕ್ಕಲು ಪ್ರಯತ್ನಿಸುತ್ತಿದ್ದಳು. ಅಸಲಿಗೆ ಅವಳಿಗೆ ಅರಮನೆ ಹೆಲನಳನ್ನು ಪೆರಿಸನೊಂದಿಗೆ ಮದುವೆ ಮಾಡಿಸಿ ಅವಳನ್ನು ಹಿಂದಿರುಗಿಸುವ ಯೋಚನೆಯನ್ನು ಸಂಪೂರ್ಣವಾಗಿ ತಳ್ಳಿಹಾಕಿರುವ ನಿರ್ಧಾರವೇ ಸಮ್ಮತವಿಲ್ಲ. ಒಂದೊಮ್ಮೆ ತನ್ನನ್ನು ಹೊತ್ತೊಯ್ದಿದ್ದರೆ ತನ್ನ ಪತಿಯೂ ಹೀಗೆಯೇ ಪರಿತಪಿಸುತ್ತಿರಲಿಲ್ಲವೇ ಎನ್ನುವುದು ಅವಳ ವಾದ. ಅದನ್ನು ಅಂದು ರಾತ್ರಿಯ ರಾಜ ಭೋಜನದ ಸಮಯದಲ್ಲಿ, ಗ್ರೀಕನ್ನರು ದಂಡೆತ್ತಿ ಬರುತ್ತಿರುವ ಸುದ್ದಿಯನ್ನು ರಾಜ ಪರಿವಾರ ಚರ್ಚಿಸುತ್ತಿರುವಾಗ, ಅದೂ ಎಲ್ಲರೂ ಒಟ್ಟಿಗೆ ಕುಳಿತು ಊಟ ಮಾಡುತ್ತಿದ್ದ ಸಮಯದಲ್ಲಿ ವ್ಯಕ್ತಪಡಿಸಿ ಬಿಟ್ಟಿದ್ದಳು.

"ಮೆನೆಲಿಯಸ್ ಹಾಗೆ ನೋಡಿದರೆ ಕೊಂಚ ಮೃದು ಸ್ವಭಾವದವನಂತೆ ಕಾಣಿಸುತ್ತದೆ. ಅಷ್ಟು ಸಮಯ ಕೊಟ್ಟು ಈಗ ಒಂದಿಷ್ಟು ಪ್ರತಿಕ್ರಿಯಿಸಿದ್ದಾನೆ. ಬೇರೊಬ್ಬರ ಪತ್ನಿಯನ್ನು ಹೀಗೆ ಹೊತ್ತು ತಂದರೂ, ನಿನ್ನ ಚಂದದ ಗುಂಗುರುಗೂದಲು, ನೀಲಿ ಕಣ್ಣುಗಳು, ನಿನ್ನ ಚಂದದ ನಗುವನ್ನು

ನೋಡಿ ಟ್ರೋಜನ್ನರು ಸುಮ್ಮನಾಗಿದ್ದಾರೆ ಅಂದುಕೊಳ್ಳಬೇಡ. ಅದು ದೊರೆ ಪ್ರಯಾಮನಿಗೆ ಅವರುಗಳು ಕೊಡುವ ಮರ್ಯಾದೆ, ಮತ್ತು ಕೊಂಚ ಮೃದು ಸ್ವಭಾವದವರಾದ್ದರಿಂದ ಮಾತ್ರ. ಬೇರೆಡೆಯಾಗಿದ್ದರೆ ನೀನು ಅಲ್ಲಿಯೇ ನೆಲಕಚ್ಚಿ ಬೀಳುವಂತೆ ಕಲ್ಲಿನಿಂದ ಹೊಡೆದುರುಳಿಸುತ್ತಿದ್ದರು" ಎಂದು ತನ್ನ ವಿರೋಧವನ್ನು ವ್ಯಕ್ತಪಡಿಸಿಯೇ ಬಿಟ್ಟಿದ್ದಳು. ಅವಳಿಗೆ ಗೊತ್ತು ತನ್ನ ಪತಿ ತನ್ನನ್ನಾದರೂ ಖಂಡಿಸಿಯಾನು ಆದರೆ ರಾಜವಿಧೇಯ ಪತಿ ತನ್ನ ತಂದೆಯ ನಿರ್ಧಾರಕ್ಕೆ ಏನೂ ಮಾತಾಡುವುದಿಲ್ಲವೆಂದು. ಏನಾದರೂ ವಿರೋಧ ವ್ಯಕ್ತ ಪಡಿಸಿವುದಿದ್ದರೆ ಅದು ನಾನು ಮಾತ್ರ ಮಾಡಬೇಕು ಎಂದು ನಿರ್ಧರಿಸಿದಂತ್ತಿತ್ತು.

"ಆಂಡ್ರೋಮುಖಿ"–ಸಿಡಿದಿದ್ದನು ಹೆಕ್ಟರ್.

"ನಾನು ಬೇಕೆಂದೇನು ಹೊತ್ತು ತರಲಿಲ್ಲ... ಅವಳಲ್ಲಿ ಸುಖವಾಗಿರಲಿಲ್ಲ..." ಎಂದು ಇನ್ನು ಏನನ್ನೋ ಪೆರಿಸ್ ಮಾತಾಡುತ್ತಿರುವಾಗಲೇ ಊಟವನ್ನು ಅರ್ಧಕ್ಕೇ ಬಿಟ್ಟು ಎದ್ದು ಬಂದ್ದು ಈಗ ಅಸಮಾಧಾನದಿಂದ ತನ್ನ ಪತಿಯ ಬರುವಿಗಾಗಿ ಚಡಪಡಿಸುತ್ತಿದ್ದಳು. ಹೆಕ್ಟರ್ ತನ್ನ ಪತ್ನಿ ಎದ್ದು ಹೋದರೂ ತಾನು ಪೂರ್ತಿ ಭೋಜನ ಮುಗಿಸಿಯೇ ಬಂದಿದ್ದ. ಅದು ಅವನು ತನ್ನ ತಂದೆ ಪ್ರಿಯಾಮನಿಗೆ ತೋರಿಸುತ್ತಿದ್ದ ರಾಜಭಕ್ತಿಯಾಗಿತ್ತು. ಪೆರಿಸನಿಗೂ ಕೂಡ ತನ್ನ ಮಗನ ಈ ಗುಣವೇ ಅಚ್ಚುಮೆಚ್ಚು. ಟ್ರಾಯನ ಕಿರೀಟ ವಾರಸುದಾರ ಹೆಕ್ಟರ್! ಪ್ರಯಾಮನ ಹಿರಿಯ ಪುತ್ರ, ಸಹೋದರರಿಗೆಲ್ಲಾ ಮಾದರಿ, ಆಂಡ್ರೋಮುಖಿಯ ಪ್ರೀತಿಯ ಪತಿ, ಮಹಾ ಪರಾಕ್ರಮಿ!

ಬ್ರೈಸೀಯಾಸ್

ಕೋಟೆಯ ಏಳು ಬಾಗಿಲುಗಳನ್ನೂ ಮುಚ್ಚಿ, ಕೇವಲ ಒಂದೇ ಒಂದು ಬಾಗಿಲನ್ನು ಬಿಟ್ಟು ಹೊರಗಿದ್ದ ಹೆಂಗಸರು, ಮಕ್ಕಳು, ಕುರಿ, ಆಡು, ದನ-ಕರುಗಳನ್ನು ತ್ವರಿತಗತಿಯಲ್ಲಿ ಕೋಟೆಯ ಒಳಗೆ ಸೇರಿಸುತ್ತಿದ್ದಂತೆ ಹೆಕ್ಟರ್ ತನ್ನ ಸೈನಿಕರನ್ನು ಒಟ್ಟು ಮಾಡಿ ಗ್ರೀಕನ್ನರನ್ನು ಎದುರಿಸಲು ಸಜ್ಜಾಗಿ ನಿಂತಿದ್ದ.

"ಸೈನಿಕರೆ... ನಾನು ಹುಟ್ಟಿದಾಗಿನಿಂದ ನನಗೆ ಒಂದೇ ಗೊತ್ತು. ಮರ್ಯಾದೆಗಾಗಿ ಜೀವನಮಾಡು, ನಂಬಿದವರ ಕೈ ಹಿಡಿಯುವುದು ಮತ್ತು ನಮ್ಮ ತಾಯಿಯನ್ನು ಕಾಪಾಡುವುದು. ಹಾಗಿರುವಾಗ ನಮ್ಮ ತಾಯಿಯ ಮೇಲೆ ಕಣ್ಣು ಹಾಕಿರುವವರನ್ನು ಸುಮ್ಮನೇ ಬಿಡುವುದೇ?" ಅವರು "ಸಾಧ್ಯವಿಲ್ಲಾ..." ಎಂದು ಕೂಗುತ್ತಿದ್ದಂತೆ, "ಹಾಗಿದ್ದರೆ, ಅವರ ತಲೆಗಳನ್ನು ಚೆಂಡಾಡಿ ಬಿಡೋಣ" ಎಂದು ಅಬ್ಬರಿಸಿದನು. ಸೈನಿಕರು ಅವರು ತೊಟ್ಟಿದ್ದ ಲೋಹದ ಕವಚಗಳಿಗೆ ಈಟಿಗಳಿಂದ ಬಡಿದುಕೊಂಡು ಹೋ ಎಂದು ಕೂಗುತ್ತಿದ್ದರು. ಇಡೀ ಟ್ರೋಜನ್ ಹೆಲೆನಳಿಗಾಗಿ ಹೋರಾಡಲು ಸಿದ್ಧವಾಗಿ ನಿಂತು ಬಿಟ್ಟಿತ್ತು.

ಅತ್ತ ಸಮುದ್ರದ ಮೇಲೆ ಗ್ರೀಕನ್ನರ ನೌಕೆಗಳು ಸಹಸ್ರೋಪಾದಿಯಲ್ಲಿ ತೇಲಿ ತೇಲಿ ಬರುತ್ತಿದ್ದವು. ತೀರದ ತುದಿಯಲ್ಲಿಯೇ, ಕೋಟೆಯ ಮುಂಭಾಗದಲ್ಲಿಯೇ

ಇಪ್ಪತ್ತೈದು ಮೆಟ್ಟಿಲಿನ ಅಪೋಲೋ ದೇವತೆಯ ದೇಗುಲವಿತ್ತು. ಇಪ್ಪತ್ತೈದು ಮೆಟ್ಟಿಲುಗಳ ಮೇಲೆ, ವೃತ್ತಾಕಾರದ ಅಗಲವಾದ ಜಗುಲಿಯ ಮಧ್ಯ ಭಾಗದಲ್ಲಿ, ಹತ್ತು ಅಡಿ ಎತ್ತರದ ಒಂದು ಮಂಡಿಯೂರಿ, ಬಿಲ್ಲ ಹೆದೆ ಏರಿಸಿ ಕುಳಿತಿರುವ ಅಪೋಲೋ ದೇವತೆಯ ಸುವರ್ಣ ಮೂರ್ತಿ ಇತ್ತು. ಆ ನಾಡಿನಲ್ಲಿ ಅಪೋಲೋ ದೇವತೆಯನ್ನು ಸಂಪ್ರೀತಗೊಳಿಸಲಾಗಿತ್ತು ಎನ್ನುವುದರ ಸಂಕೇತವಾಗಿ ಮೂರ್ತಿಯ ಮುಂದೆ ದಿನದ ಇಪ್ಪತ್ತುನಾಲ್ಕು ಗಂಟೆಯೂ ಉರಿಯುತ್ತಿರುವ ಅಗ್ನಿ ಕುಂಡವೊಂದಿತ್ತು. ದೂರದಿಂದಲೇ ಅಖಿಲೀಸ್ ತೀರದಲ್ಲಿ ಯಾವ ಭಾಗದಿಂದ ದಾಳಿ ಮಾಡಬೇಕು ಎಂದು ಯೋಚಿಸುತ್ತಿದ್ದಾಗ ಈ ಸುವರ್ಣ ಮೂರ್ತಿ ಅವನ ಕಣ್ಣನ್ನು ಕೋರೈಸಿತ್ತು. ಅಗೆಮೆಮ್ನನ್ ಮತ್ತು ಇನ್ನಿತರೆ ನೌಕೆಗಳು ಇನ್ನೂ ತೀರದಿಂದ ಬಲು ದೂರವಿದ್ದವು. ಅಖಿಲೀಸನಿಗೆ ಅವರು ಬರುವವರೆಗೆ ಕಾಯುವಷ್ಟು ಸಂಯಮವಿರಲಿಲ್ಲ. ಅವನಿಗೆ ಅವರ ನೆರವೂ ಬೇಕಿರಲಿಲ್ಲ. ಅವನಿಗೆ ಅವನ ಮರ್ಮಿಡಾನ್ಸ್ ಸೇನೆಯ ಮೇಲೆ ಅಷ್ಟು ನಂಬಿಕೆ ಇತ್ತು.

"ಮರ್ಮಿಡಾನ್ಸ್... ನೀವೆಲ್ಲರೂ ಸಿಂಹಗಳು. ಸಿಂಹವೆಂದರೆ ಮೃತ್ಯುವಿನ ಸಂಕೇತ ಮತ್ತು ತೀರದ ಆ ಬದಿಯಲ್ಲಿ ಅಮರತ್ವ. ಅವರಿಗೆ ಮೃತ್ಯು ಕೊಟ್ಟು, ನೀವೆಲ್ಲರೂ ಅಮರತ್ವವನ್ನು ಪಡೆಯಿರಿ" ಎಂದು ಹುರಿದುಂಬಿಸುತ್ತಿದ್ದಂತೇ ಅಖಿಲೀಸನ ಕೈಕೆಳಗೆ ಪಳಗಿದ ಆ ಐದು ನೂರು ಸೈನಿಕರು ಯಾವಾಗ ತೀರ ಸಮೀಪಿಸುವುದೋ ಎಂದು ಹಸಿದ ತೋಳಗಳಂತೆ 'ಹೋ' 'ಹೋ' ಎಂದು ಅಬ್ಬರಿಸುತ್ತಾ ಕಾಯುತ್ತಿದ್ದರು. ಅವರನ್ನು ತೀರದಿಂದೀಚೆ ಬರಗೊಡದಂತೆ ಟ್ರೋಜನ್ನರು ಅವರ ಮೇಲೆ ಬಿಲ್ಲಿನ ದಾಳಿ ಮಾಡುತ್ತಿದ್ದರೂ, ಬಾಣಗಳ ಮಳೆಯೇ ಗರೆಯುತ್ತಿದ್ದರೂ ಹಡುಗುಗಳಿಂದ ಇಳಿದ ಅಕಿಲೀಸನ ಸೈನಿಕರು ಇಲಿಗಳಂತೆ ತುಪುತುಪನೇ ಇಳಿದೊಡನೆ ಟ್ರೋಜನ್ನರ ಕಡೆಗೆ ಸಿಂಹದಂತೆ ಮುಗಿಬಿದ್ದರು.

ಒಮ್ಮೆ ಬಿಲ್ಲ ಹೆದೆಯೇರಿಸಿ ಎಳೆದು ಬಿಟ್ಟರೆ ಸಾಕು ಹನ್ನೆರೆಡು ಬಾಣಗಳು ಒಮ್ಮೆಲೇ ಚಿಮ್ಮುವಂತ ನಿಷ್ಣಾತ ಬಿಲ್ಲುಗಾರರು ಕೋಟೆಯ ಮೇಲೆ ಸುತ್ತಾ ಸಾಲಾಗಿ ನಿಂತು ಒಂದೇ ಸಮನೆ ಬಾಣ ಬಿಡುತ್ತಿದ್ದರೆ, ಮಳೆಯಂತೆ ಬೀಳುತ್ತಿದ್ದ ಬಾಣಗಳಿಗೆ ಗುಂಪಾಗಿ ಗುರಾಣಿಗಳನ್ನು ಸೇರಿಸಿಕೊಂಡು ಕೋಟೆ ಕಟ್ಟಿಕೊಂಡು ಒಟ್ಟೊಟ್ಟಿಗೆ ಟ್ರೋಜನ್ನರೆಡೆಗೆ ಸಾಗುವುದು ಅಖಿಲೀಸನ ತಂತ್ರವಾಗಿತ್ತು. ಹಾಗೆ ಇಪ್ಪತ್ತು ಇಪ್ಪತ್ತು ಜನರ ಒಂದೊಂದು ಗುಂಪು ಆಮೆಯ ಬೆನ್ನಿನ ಮೇಲಿನ ಚಿಪ್ಪಿನಂತೆ ಒಟ್ಟಾಗಿ, ತಮ್ಮ ದೇಹ ಪೂರ್ತಿ ಮುಚ್ಚುವಂತೆ ಗುರಾಣಿಯನ್ನು ಹಿಡಿದುಕೊಂಡು, ಸಂಧಿಯಲ್ಲಿ ಈಟಿಗಳನ್ನು ತೂರಿಸಿಕೊಂಡು ಆಕ್ರಮಣ ಮಾಡಿದರು. ಟ್ರೋಜನ್ನರ ಬಾಣಗಳು

ಅವರುಗಳ ಲೋಹದ ಗುರಾಣಿಗಳಿಗೆ ಠಣ್ ಠಣ್ ಎಂದು ಬೀಳುತ್ತಿದ್ದವಷ್ಟೇ ವಿನಾ ಅವರುಗಳನ್ನು ಸಾಯಿಸಲು ಸಾಧ್ಯವಾಗಲಿಲ್ಲ. ಟ್ರೋಜನ್ನರ ಹತ್ತಿರ ಬರುವವರೆಗೂ ಆಮೆಯ ಚಿಪ್ಪಿನಂತೆಯೇ ಇದ್ದು, ಕೋಟೆಯ ಹತ್ತಿರ ಬಂದೊಡನೇ ತೀರ ರಕ್ಷಿಸುತ್ತಿದ್ದ ಟ್ರೋಜನ್ನರ ಮೇಲೆ ಇಪ್ಪತ್ತಕ್ಕೆ ಇಪ್ಪತ್ತೂ ಸೈನಿಕರೂ ಚದುರಿ ಆಕ್ರಮಣ ಮಾಡಿ ಸದೆ ಬಡಿಯುತ್ತಿದ್ದರು. ಅಖಿಲೀಸನ ಈ ಹೊಸ ಯುದ್ಧ ತಂತ್ರಕ್ಕೆ ಟ್ರೋಜನ್ನರು ತತ್ತರಿಸಿ ಹೋದರು. ಕಡಲ ತೀರ ರಕ್ತ ಮಯವಾಯಿತು. ಮರಳು ಸೈನಿಕರ ಕಾಲ ಕೆಳಗೆ ಕದಡಿ ಗಾಳಿಯೊಂದಿಗೆ ಗಗನಕ್ಕೇರಿತ್ತು.

ಅಖಿಲೀಸನ ಕತ್ತಿ ಮತ್ತು ಈಟಿಗೆ ವಿರಾಮವೇ ಇಲ್ಲದ್ದಂತೆ ಒಬ್ಬರಾದ ಮೇಲೊಬ್ಬರ ರುಂಡಗಳನ್ನು ಚೆಂಡಾಡುವುದರಲ್ಲೇ ಇತ್ತು. ಒಮ್ಮೆ ಕೈ ಎತ್ತಿದರೆ ಒಬ್ಬನ ಪ್ರಾಣವನ್ನು ಪಡೆದುಕೊಂಡೇ ಕೆಳಗಿಳಿಯುತ್ತಿತ್ತು. ನೋಡುನೋಡುತ್ತಿದ್ದಂತೆಯೇ ತೀರವನ್ನು ಆಕ್ರಮಿಸಿಕೊಂಡು ಅಪೋಲೋ ದೇಗುಲದವರೆಗೂ ಬಂದೇ ಬಿಟ್ಟಿದ್ದರು. ಅಷ್ಟರಲ್ಲಿ ಮತ್ತೊಂದು ನೌಕೆಯೂ ತಟಕ್ಕೆ ಬಂದು ಅಖಿಲೀಸನೊಂದಿಗೆ ಸೇರಿಕೊಂಡಿತ್ತು. ಇದನ್ನು ಗಮನಿಸಿದ ಹೆಕ್ಟರ್ ಕೂಡಲೆ ತನ್ನ ಕಿರುಪಡೆಯೊಂದಿಗೆ ಅಪೋಲೋ ದೇಗುಲದ ಕಡೆಗೆ ಬರಲು ಹೊರಟ.

ಇತ್ತ, ಅಪೋಲೋ ದೇಗುಲ ಪ್ರವೇಶಿಸಿದ ಅಖಿಲೀಸ ಸಿಕ್ಕಸಿಕ್ಕವರನ್ನು ತರಿದು ದೇಗುಲವನ್ನು ಸಂಪೂರ್ಣವಾಗಿ ವಶಪಡಿಸಿಕೊಂಡು ಬಿಟ್ಟ. ತನ್ನ ಸೈನಿಕರಿಗೆ ತಮಗೇನು ಬೇಕೋ ಆ ಸಂಪತ್ತನ್ನು ದೋಚಿಕೊಳ್ಳಲು ಹೇಳಿ ತಾನು ಆ ಎತ್ತರದ ಜಾಗದಲ್ಲಿ ನಿಂತು ಒಮ್ಮೆ ಸುತ್ತಲೂ ನೋಡಿದ. ಅಗೆಮೆಮ್ನನ್ ನೌಕೆಗಳೊಂದಿಗೆ ಇನ್ನೂ ಸಾವಿರಾರು ನೌಕೆಗಳು ಬಂದು ತೀರದಲ್ಲಿ ಸೇರುತ್ತಿದ್ದವು. ಅಖಿಲೀಸನ ಸೈನಿಕರು, ಸಿಕ್ಕ ಒಡವೆ ಬಂಗಾರವನ್ನು ದೋಚುವುದರಲ್ಲಿದ್ದಾಗ ಅಖಿಲೀಸನ ಮಿತ್ರ,

“ತೀರ ನಾವು ದೇಗುಲದಲ್ಲಿ ಅನಾಗರಿಕರಂತೆ ವರ್ತಿಸುವುದು ಬೇಡ. ಮೊದಲೇ ದೇಗುಲ. ಅಪೋಲೋ ದೇವರ ಎಲ್ಲವನ್ನೂ ನೋಡುತ್ತಿರಬಹುದು” ಎಂದು ಎಚ್ಚರಿಸುತ್ತಾನೆ. ಆ ಮಾತನ್ನು ಹೇಳಿ ಅವನಿನ್ನೂ ಉಸಿರು ತಿರುಗಿಸಿಯೇ ಕೊಂಡಿಲ್ಲ ಅಷ್ಟರಲ್ಲಾಗಲೇ ಠಣ್... ಠಣ್... ಠಣ್... ಎಂದು ಅಪೋಲೋ ದೇವತೆಯ ರುಂಡ ಮೆಟ್ಟಿಲುಗಳಿಂದ ಕೆಳಗುರುಳುತ್ತಿತ್ತು.

“ಮುಖವಿದ್ದರೆ ತಾನೇ ನೋಡೋದು... ನೋಡು ಈಗ ಎಲ್ಲಿ ನೋಡಲು ಸಾಧ್ಯ!” ಎಂದು ಕತ್ತಿ ಹಿಡಿದು ನಿಂತಿದ್ದ ಅಖಿಲೀಸನನ್ನು ಕಂಡು ಅವನ ಮಿತ್ರ ಬೆಚ್ಚಿ ಬಿದ್ದ. ಹತ್ತು ಅಡಿಯ ಚಿನ್ನದ ಮೂರ್ತಿಯ ತಲೆಯನ್ನು ಒಂದೇ ಏಟಿಗೆ ಎಗುರಿ ಕಡಿದು ಹಾಕಿದ್ದ! ಅಲ್ಲಿಗೆ ಅಖಿಲೀಸನಿಗೆ ಯುದ್ಧ ತಲೆಗೆ ಏರಿ ನಿಂತಿತ್ತು.

ಟ್ರಾಯ್ ನಗರಕ್ಕೆ ಕಾಲಿಡುತ್ತಿದ್ದಂತೆಯೇ ದೇವತೆಯೊಬ್ಬನನ್ನು ಅವಮಾನಿಸಿ ಅವನ ಕೆಂಗಣ್ಣಿಗೆ ಗುರಿಯಾಗಿ ಬಿಟ್ಟಿದ್ದ. ದೇಗುಲದ ಸಕಲ ಸಂಪತ್ತನ್ನು ದೋಚಿದ ಅಖಿಲೀಸನ ಹುಡುಗರು ಅಲ್ಲಿದ್ದ ಪೂಜಾರಿಗಳನ್ನೂ ಕೂಡ ಬಿಡದೆ ಇರಿದು ಕೊಂದಿದ್ದರು. ಆಗ ಅಲ್ಲಿಯೇ ಒಂದು ಮೂಲೆಯಲ್ಲಿ ಅವಳು ಅಡಗಿ ಕೂತಿದ್ದಳು. **"ಬ್ರೈಸೀಯಾಸ್"**! ಕಲ್ಲಂತಹ ಹೃದಯವನ್ನೂ ಕರಗಿಸಬಲ್ಲ ಸುಂದರಿ!

ರಕ್ತಸಿಕ್ತನಾಗಿದ್ದ ಅಖಿಲೀಸ್ ಆ ನೀಲಿ ಕಂಗಳನ್ನು ನೋಡುತ್ತಾ ಹಾಗೆಯೇ ನಿಂತು ಬಿಟ್ಟ. ಕೈಯಲ್ಲಿದ್ದ ಕತ್ತಿಯಿಂದ ರಕ್ತ ತೊಟ್ಟಿಕ್ಕುತ್ತಿತ್ತು. ಅವಳು ಅಲ್ಲಿಯ ಪೂಜಾರಿಯ ಪುತ್ರಿ ಇರಬೇಕು ಎಂದು ಅಂದಾಜಿಸಿದ. ಆದರೆ, ಅವನನ್ನೇ ಕತ್ತಿಗಿಂತಲೂ ಹರಿತವಾಗಿ ತಿವಿಯುವಂತೆ ನೋಡುತ್ತಿದ್ದ ಅವಳ ನೋಟ ಅವಳೊಬ್ಬ ರಾಜ ಸ್ತ್ರೀ ಎಂದು ಹೇಳುತ್ತಿತ್ತು. ಅಖಿಲೀಸನ ಹುಡುಗರು ದಾಳಿಯ ವೇಳೆಗೆ ಕೋಟೆಯ ಒಳಗಡೆ ಸೇರಿಕೊಳ್ಳಲಾಗದೆ ಅಡುಗಿಕೊಂಡಿದ್ದ ಸಿಕ್ಕ, ಸಿಕ್ಕ ಹೆಂಗಸರು, ಧನ ಕನಕ ಎಲ್ಲವನ್ನೂ ಒಯ್ದು ಹಡಗಿಗೆ ತುಂಬಿಸುತ್ತಿದ್ದರು. ಈಗ ಇಲ್ಲಿ ಅಡಗಿ ಕುಳಿತ್ತಿರುವ ಹುಡುಗಿ ಅಖಿಲೀಸನ ಸ್ವತ್ತು. ಎಷ್ಟೋ ದಿನಗಳಿಂದ ಸ್ತ್ರೀಸಂಗವಿಲ್ಲದ ಗಂಡಸರಿಗೆ ಎಂಥದ್ದೋ ಹೆಣ್ಣೆಂದರೆ ಸಾಕು ವರೊಂದಿಗೆ ಸೇರುವ ನಶೆ ತಲೆಗೇರಿರುತ್ತದೆಯಂತೆ. ಎಷ್ಟೋ ಸೈನಿಕರು ಯುದ್ಧಕ್ಕೆ ಬಂದಾಗ ಇಂಥಹದ್ದೇ ಸಂದರ್ಭಕ್ಕಾಗಿ ಕಾಯುತ್ತಿರುತ್ತಾರಂತೆ. ಪುರುಷ ಅಥವಾ ಪುರುಷನ ಇಚ್ಛೆಗಳಿಗೆ ಹೋಲಿಸಿದರೆ, ಅಖಿಲೀಸ್ ಪಕ್ಕಾ ಪುರುಷಸಿಂಹ. ಹಾಗಿದ್ದರೂ ಅವಳನ್ನು ಕಂಡಾಗ ಎಂಥಾ ಗಂಡಸೂ ಒಮ್ಮೆಲೇ ಸೇರ ಬಯಸುವಂತಹ ರೂಪವತಿಯೇ ಆಗಿದ್ದರೂ ಅಖಿಲೀಸನಿಗೆ ಮಾತ್ರ ಒಂದು ಹೆಜ್ಜೆಯೂ ಮುಂದಿಡಲಾಗಲಿಲ್ಲ. ಅವನಿಗೆ ಅವಳಲ್ಲಿ ಅಂತಹ ಅವಸರದ ಅಗತ್ಯವೇ ಇಲ್ಲವೆನ್ನಿಸುವಂತಹ ಸಮಾಧಾನ, ಸಂತಸ, ತೃಪ್ತಿ ಎಲ್ಲಾ ಭಾವಗಳೂ ಒಟ್ಟೊಟ್ಟಿಗೆ ಮೂಡಿದಂತಾಗಿ ಪ್ರಥಮ ಬಾರಿಗೆ ಅವನ ಗಂಡೆದೆಯಲ್ಲಿ ಮಧುರವಾದ ಕಂಪನಗಳ ಅನುಭವವಾದಂತಾಗಿತ್ತು. ಅದು ಏನೆಂದು ಅರಿಯದೇ, ಅಸಲಿಗೆ ಏನೂ ಮಾಡಲಾಗದೆ ಸುಮ್ಮನೇ ಕಲ್ಲಿನಂತೆ ನಿಂತು ಬಿಟ್ಟಿದ್ದ. ಒಂದು ಮನಸ್ಸು ಅವಳನ್ನು ಬಂಧಿಸದೆ ಬಿಟ್ಟು ಬಿಡು ಎಂದು ಹೇಳುತ್ತಿತ್ತು... ಆದರೆ, ಇವನೊಮ್ಮೆ ಬಿಟ್ಟರೂ ಅವಳು ಮತ್ತಿನ್ಯಾರಿಗೋ ಸಿಕ್ಕು ಅವರ ದಾಸಿಯಾಗುವುದು ಇಷ್ಟವಾಗದೆ ಸುಮ್ಮನೆ ಅವಳ ಕೈಹಿಡಿದು ಹೊರತಂದು ಮಿತ್ರನ ಕೈಗೆ ಕೊಟ್ಟು ತನ್ನ ಹಡಗಿಗೆ ಸಾಗಿಸಲು ಹೇಳಿದ್ದ.

"ಸಾಯಿಸುವುದೇ ನಿನ್ನ ಯುಕ್ತಿಯಂತಾಗಿದ್ದರೆ, ಅದು ನಿನ್ನ ಶಾಪ"– ಹೋಗುತ್ತಾ ಹೋಗುತ್ತಾ ಕಣ್ಣೀರು ತುಂಬಿ ನಡುಗುವ ಸ್ವರದಲ್ಲಿ ಇವನತ್ತ ತಿರುಗಿ ಅವಳು ನುಡಿದಿದ್ದಳು. ಅಖಿಲೀಸ್ ಏನೂ ಮಾತಾಡಲಿಲ್ಲ.

ಬ್ರೈಸೀಯಸ್ ಜೊತೆಗೆ ಅವಳ ಗೆಳತಿ ಮತ್ತು ಅಲ್ಲಿನ ಪೂಜಾರಿಯ ಮಗಳು ಖ್ರೈಸೀಯಿಸಳನ್ನು ಕೂಡ ಬಂಧಿಸಿದ್ದರು... ಹಾಗೂ ಅವಳನ್ನು ಅಗೆಮೆಮ್ನನ್ ವಶಕ್ಕೆ ನೀಡಲಾಯಿತು. ಈ ಇಬ್ಬರು ಸುಂದರಿಯರ ಬಂಧನ ಯುದ್ಧದ ಗತಿಯನ್ನೇ ಬದಲಿಸಿತು.

ಎಷ್ಟೋ ವರ್ಷಗಳ ನಂತರ ದೊರಕಿದ ಈ ಸಣ್ಣ ಗೆಲುವಿನ ಖುಷಿಗೆ ಅಗೆಮೆಮ್ನನ್ ಉಬ್ಬಿ ಹೋಗಿದ್ದ. ಅದಕ್ಕೆ ಶತ ಪ್ರತಿಶತ ಕಾರಣ ಅಖಿಲೀಸ್ ಎನ್ನುವುದನ್ನು ಮರೆತ್ತಂತೆ ಅಂದು ವಿಜೃಂಭಿಸಿದ್ದ. ಒಡೆಸೀಸ್ ಮಾತ್ರ ಇದು ಇನ್ನೂ ಸಂಪೂರ್ಣ ವಿಜಯವಲ್ಲ... ಟ್ರಾಯ್ ನಗರವನ್ನು ನಾವಿನ್ನೂ ಮುತ್ತಿಗೆ ಕೂಡ ಹಾಕಿಲ್ಲ ಹಾಗಾಗಿ ಇಷ್ಟೊಂದು ಮೈಮರೆತು ವಿಜೃಂಭಿಸುವ ಅಗತ್ಯವಿಲ್ಲ ಎಂಬುದನ್ನು ಆಗಾಗ್ಗೆ ಸಹೋದರರಿಬ್ಬರಿಗೂ ನೆನಪಿಸಿದ್ದ.

ಹೆಕ್ಟರ್ ಬರುವಷ್ಟರಲ್ಲಿ ಅಗೆಮೆಮ್ನನ್ ಅಷ್ಟೂ ನೌಕೆಗಳು ಲಂಗುರು ಹಾಕಿದ್ದನ್ನು ನೋಡಿ ದೇಗುಲದ ಮೆಟ್ಟಿಲಿನವರೆಗೂ ಬಂದಿದ್ದ ಹೆಕ್ಟರನನ್ನು ಅವನ ಸಹೋದರರು ಬಲವಂತಮಾಡಿ ಹಿಂದಿರುಗಿಸಿ ಕರೆದುಕೊಂಡು ಹೋಗಿ ಬಿಟ್ಟರು. ಹಾಗೇ ಮರಳುವಾಗ ಒಮ್ಮೆ ಅವನನ್ನು ನೋಡಿದ್ದ. ಕಣ್ಣುಗಳು ಕೋರೈಸುವ ಬೆಳಕಿನಂತೆ ಅಪೋಲೋ ದೇವತೆಯ ಜಾಗದಲ್ಲಿ ಅಜಾನುಬಾಹು ಅಖಿಲೀಸ್ ನಿಂತಿದ್ದ. ಅವನನ್ನು ಆಗಲೇ ತರಿದು ಹಾಕಬೇಕು ಎನ್ನುವ ಕೋಪವನ್ನು ಹತ್ತಿಕ್ಕುತ್ತಾ ಹೆಕ್ಟರ್ ಮರಳಿದ್ದ. ಅಖಿಲೀಸ್ ಆ ಸದ್ಯದ ಕ್ಷಣದಲ್ಲಿ ಯುದ್ಧದ ಮನೋಸ್ಥಿತಿಯಿಂದ ಮನಸ್ಸು ವಿಚಲಿತಗೊಂಡು ಬ್ರೈಸೀಯಾಸ್ ಕಡೆಗೆ ತಿರುಗಿದ್ದರಿಂದ ಅವನೂ ಕೂಡ ಹೆಕ್ಟರನನ್ನು ಗಮನಿಸಿಯೂ ಮರಳಿ ಹೋಗಲು ಬಿಟ್ಟು ಬಿಟ್ಟಿದ್ದ.

ಟ್ರಾಯ್ ನಗರದ ಸುತ್ತ ಸಾಗರದ ತೀರದುದ್ದಕ್ಕೂ ಸಾವಿರಾರು ನೌಕೆಗಳು ಲಂಗರು ಹಾಕಿದ ಸುದ್ದಿ ಪ್ರಯಾಮನಿಗೆ ತಲುಪಿತು. ಅಂದು ರಾತ್ರಿ ಸಭೆಯಲ್ಲಿ ಮರುದಿನ ಗ್ರೀಕನ್ನರ ಮೇಲೆ ಯಾವ ಯುದ್ಧ ತಂತ್ರವನ್ನು ಅಳವಡಿಸಿ ಅವರ ಮೇಲೆ ಆಕ್ರಮಣ ಮಾಡಬೇಕೆಂದು ನಿರ್ಧರಿಸುವ ವೇಳೆಗೆ ಪೆರಿಸ್ ಮತ್ತೆ ಸಿಡಿದು ಎದ್ದಿದ್ದ.

"ನನಗೆ ಯುದ್ಧ ಯಾಕೆಂದೇ ಅರ್ಥವಾಗುತ್ತಿಲ್ಲ. ಇಲ್ಲಿ ಯುದ್ಧಕ್ಕೆ ಯಾವುದೇ ರಾಜಕೀಯ ಕಾರಣವಿಲ್ಲ. ಕೇವಲ ಇಬ್ಬರ ನಡುವಿನ ಪ್ರೀತಿಗೆ ಅಥವಾ ಇಬ್ಬರ ನಡುವಿನ ದ್ವೇಷಕ್ಕೆ ಇಷ್ಟು ಜನರು ಹೋರಾಡಿ ಸಾಯುವುದು ಎಂದರೆ ಏನರ್ಥ? ನನಗೆ ಈ ಯುದ್ಧ ಬೇಡ. ನನಗಾಗಿ ಯಾರೂ ಸಾಯುವುದು ನನಗಿಷ್ಟವಿಲ್ಲ" ಎಂದು ನಡುಗುವ ದನಿಯಲ್ಲಿ ಘೋಷಿಸಿದ್ದ. ಪೆರಿಸನಿಗೆ ಕೇವಲ ಪ್ರೀತಿಸುವುದೊಂದೇ ಗೊತ್ತಿತ್ತು. ಅವನಿಗೆ ಈ ದ್ವೇಷ... ಹೊಡೆದಾಟ... ಬಡಿದಾಟ ಅರ್ಥವಾಗುತ್ತಿಲ್ಲ.

"ನಾಳೆ ನಾನು ಮೆನೆಲೀಯಸನನ್ನು ದ್ವಂದ್ವ ಯುದ್ಧಕ್ಕೆ ಆಹ್ವಾನಿಸುತ್ತೇನೆ. ಒಂದೋ ನಾನು ಇಲ್ಲವೇ ಅವನು. ಗೆದ್ದವರು ಹೆಲೆನಳನ್ನು ಪಡೆಯಲಿ. ಅದು ಯಾರೆಂಬುದು ನಾಳೆಯೇ ನಾಳೆ ನಿರ್ಧಾರವಾಗಲಿ. ಅಷ್ಟೇ..." ಎಂದು ಹೇಳಿ ಹೊರನಡೆದುಬಿಟ್ಟ. ಸಭೆಯಲ್ಲಿ ಸೇರಿದ್ದ ವೀರರೆಲ್ಲರೂ ಗರಬಡಿದವರಂತೆ ಕುಳಿತಿದ್ದರು. ಹೆಕ್ಟರ್ ಅಸಮಾಧಾನದಿಂದ ಒದ್ದಾಡಿದ.

ಹೆಲೆನಳನ್ನು ಪ್ರೇಮಿಸಿ ಹೊತ್ತು ತರುವಾಗ ಮುಂದೆ ನಡೆಯುವುದನ್ನು ಅವನು ಕಲ್ಪಿಸಿಯೂ ಇರಲಿಲ್ಲ. ಅಬ್ಬಬ್ಬಾ ಎಂದರೆ ಮೆನೆಲೀಯಸ್ ಯುದ್ಧಕ್ಕೆ ಬರಬಹುದು... ಬಂದರೂ ಅವನನ್ನು ಸೋಲಿಸುವುದು ಟ್ರೋಜನ್ನರಿಗೆ ಕಷ್ಟವೇನಲ್ಲ ಎಂದೇ ಭಾವಿಸಿದ್ದ. ಮೆನೆಲೀಯಸ್ ಹೀಗೆ ಇಡೀ ಗ್ರೀಕನ್ನರನ್ನು ಒಟ್ಟು ಮಾಡಿಕೊಂಡು ದಂಡೆತ್ತಿ ಬರಬಹುದು ಎಂದು ಗುಡ್ಡ ಗಾಡಿನಲ್ಲಿ ಕುರಿಗಾವಿಲರ ಮಧ್ಯೆ ಬೆಳೆದ ಸಾಧಾರಣ ಹುಡುಗನ ಅರಿವಿಗೆ ನಿಲುಕದ ರಾಜಕೀಯ ತಂತ್ರವಾಗಿತ್ತು. ಅವನಿಗೀಗ ಯುದ್ಧವೇ ಬೇಡವಾಗಿತ್ತು. ಅವನನ್ನೂ ಹೆಲೆನಳನ್ನು ಅರಮನೆಯಿಂದ ಹೊರಹಾಕಿದರೂ ಇದಕ್ಕಿಂತ ಸುಖವಾಗಿ ಮತ್ತು ನೆಮ್ಮದಿಯಾಗಿ ಇರಬಹುದಿತ್ತೇನೋ ಅನ್ನಿಸಿದ್ದಂತೂ ನಿಜ. ಆದರೆ ಹೆಲೆನ್ ಮತ್ತು ಅವನ ಪ್ರೇಮ ಪರಿಣಯವೀಗ ಒಂದು ದೇಶದ ಮಾನದ ಪ್ರಶ್ನೆಯಾಗಿ ಕುಳಿತಿದ್ದು ಅವನ ಕೈಯಿಂದ ಏನೂ ಮಾಡಲಾಗದ ಪರಿಸ್ಥಿತಿಗೆ ಬಂದು ತಲುಪಿತ್ತು. ಯುದ್ಧಕ್ಕೆ ವಿರೋಧ ವ್ಯಕ್ತ ಪಡಿಸಿದವನೇ ಅಲ್ಲಿ ನಿಲ್ಲಲಾರದೆ ವ್ಯಗ್ರನಾಗಿ ಎದ್ದು ಬಂದು ಉದ್ಯಾನವನದ ಕತ್ತಲಲ್ಲಿ ಕಲ್ಲಿನ ಮೇಲೆ ಕುಳಿತ. ಬೀಸುತ್ತಿದ್ದ ತಂಗಾಳಿಯೂ ಅವನ ಉದ್ವೇಗವನ್ನು ಶಮನ ಮಾಡುವಲ್ಲಿ ಸೋಲುತ್ತಿತ್ತು. ಅವನ ಹಿಂದೆಯೇ ಪ್ರಯಾಮ್ ಕೂಡ ಎದ್ದು ಬಂದಿದ್ದ. ಅವನ ಪಕ್ಕದಲ್ಲೇ ಕುಳಿತು ಮಗನ ಕೈ ಹಿಡಿದುಕೊಂಡು ಅವನ ಕಣ್ಣಲ್ಲಿ ಕಣ್ಣಿಟ್ಟು ನೋಡಿದ.

"ಪೆರಿಸ್... ನೀನು ನಿಜಕ್ಕೂ ಹೆಲೆನಳನ್ನು ಪ್ರೇಮಿಸುತ್ತೀ ತಾನೆ?" ಪ್ರಯಾಮ್ ಈ ಮಾತನ್ನು ಕೇವಲ ಅಪ್ಪನಾಗಿ ಮಗನನ್ನು ಕೇಳಿದ್ದ.

"ನೀವು ನಿಮ್ಮ ಟ್ರಾಯ್ ಪ್ರೀತಿಸುವಷ್ಟೇ ನಿಜ ದೊರೆಯೇ"–ಪೆರಿಸ್ ಅಷ್ಟು ಹೇಳಿ ತನ್ನೆರಡೂ ಕೈಗಳಿಂದ ಕಣ್ಣು ಮುಚ್ಚಿಕೊಂಡು ಕುಳಿತ. ಎಲ್ಲಿ ಕಣ್ಣಲ್ಲಿರುವ ಪಸೆ ಅವನಿಗೆ ಕಂಡೀತೋ ಎಂಬ ಅಂಜಿಕೆಯಿಂದ. ಪ್ರಯಾಮ್ ಅವನ ಬೆನ್ನಿನ ಮೇಲೆ ಕೈ ಹಾಕಿ ಕ್ಷಣ ಕಾಲ ಸುಮ್ಮನೇ ಕುಳಿತುಕೊಂಡ. ನಂತರ,

"ಪೆರಿಸ್... ನಾನು ಅದೆಷ್ಟೋ ಯುದ್ಧಗಳನ್ನು ಮಾಡಿಬಿಟ್ಟಿದ್ದೇನೆ. ನೀನು ಹೇಳಿದಂತೆ ಕೆಲವು ಭೂಮಿಗಾಗಿ, ಕೆಲವು ಅಧಿಕಾರಕ್ಕಾಗಿ ಇನ್ನು ಕೆಲವು ಕೇವಲ ಒಣ ಪ್ರತಿಷ್ಠೆಗಾಗಿ! ಆದರೆ ಪ್ರೀತಿಗಾಗಿ ಎಂದು ಯುದ್ಧವನ್ನು ಮಾಡಿರಲಿಲ್ಲ.

ಪ್ರೀತಿಗಾಗಿ... ಪ್ರೀತಿಯ ಉಳಿವಿಗಾಗಿ ಮಾಡುವ ಯುದ್ಧಗಳು ಇನ್ನಿತರೆ ಎಲ್ಲಾ ಯುದ್ಧಗಳಿಗಿಂತ ಶ್ರೇಷ್ಠ ಮತ್ತು ಪವಿತ್ರವಾದದ್ದು ಎಂದು ನನಗನ್ನಿಸುತ್ತದೆ. ನಾಳೆ ನೀನು ಆ ಕಾರ್ಯವನ್ನು ಮಾಡುತ್ತಿದ್ದೀಯೆ ಎಂದು ನನಗೆ ಹೆಮ್ಮೆ ಎನ್ನಿಸುತ್ತಿದೆ" ಎಂದವನೇ ಸೊಂಟದಿಂದ ತಲಾತಲಾಂತರದಿಂದ ಬಂದ ಬೆಳ್ಳಿ ಹಿಡಿಯ, ಕಂಚಿನ ಕತ್ತಿಯನ್ನು ಸೆಳೆದು ಪೆರಿಸ್ ಕೈಯಲ್ಲಿಟ್ಟನು.

"ಈ ಕತ್ತಿಯಲ್ಲಿ ನಮ್ಮ ಪೂರ್ವಜರ ಆಶೀರ್ವಾದವಿದೆ... ಅದು ಒಬ್ಬ ಅಪ್ಪಟ ಟ್ರೋಜನ್ನಿನ ಕೈಯಲ್ಲಿರುವವರೆಗೂ ಅದು ಅವನ ತಲೆಯನ್ನು ಎತ್ತಿ ಹಿಡಿಯುತ್ತದೆ" ಎಂದುಆಶೀರ್ವದಿಸಿದನು.

ಇತ್ತ ಪೆರಿಸನ ಮಾತಿನಿಂದ ಅಸಮಾಧಾನದಿಂದ ಹೊರಗೆದ್ದು ಬಂದ ಹೆಕ್ಟರನಿಗೆ ದೂರದಲ್ಲಿ ಪೆರಿಸ್ ಕೋಣೆಯ ಕಡೆಯಿಂದ ಕಪ್ಪನೆಯ ಆಕೃತಿಯೊಂದು ಸರಬರನೆ ಹೊರಹೋದಂತೆ ಕಾಣಿಸಿತು. ತಕ್ಷಣವೇ ಹೆಕ್ಟರ್ ಆ ಆಕೃತಿಯ ಬೆನ್ನಟ್ಟಿ ಓಡಿ ಹೋದ. ಆ ಕಪ್ಪು ಮುಸುಕು ಧಾರಿಯೂ ಇವನ ಕೈಗೆ ಸಿಗದೇ ಓಡಿ ಹೋಗುತ್ತಿತ್ತು. ಹೆಕ್ಟರ್ ತನ್ನೆಲ್ಲಾ ಶಕ್ತಿಯನ್ನು ಓಡುವ ತನ್ನ ಕಾಲುಗಳ ಕಡೆಗೆ ಕೇಂದ್ರೀಕರಿಸುತ್ತಲೇ ಕ್ಷಣಾರ್ಧದಲ್ಲಿ ಆ ಮುಸುಕುಧಾರಿಯ ಹಿಡಿದು ತಲೆಯ ಮೇಲೆ ಹೊದ್ದ ಮುಸುಕನ್ನು ಹಿಡಿದೆಳೆದ. ಮುಸುಕಿನಡಿಯಲ್ಲಿ ಹೆಲೆನ್ ನಡುಗುತ್ತಾ ನಿಂತಿದ್ದಳು. ತನಗಾಗಿ ಮೆನೆಲೀಯಸ್ ಇಷ್ಟು ಜನರನ್ನು ಒಟ್ಟು ಮಾಡಿ ಬರಬಹುದು ಎಂದು ಅವಳೂ ಕೂಡ ಅಂದಾಜಿಸಿರಲಿಲ್ಲ. ಅಷ್ಟು ಜನರ ಮೇಲೆ ಟ್ರೋಜನ್ನರು ಹೋರಾಡುವುದು ಸುಲಭವಲ್ಲ ಎಂಬ ಸತ್ಯ ಅವಳಿಗೆ ಅರಿವಾಗಿತ್ತು. ಇನ್ನು ನಾಳೆ ಪೆರಿಸ್ ಒಬ್ಬನೇ ಮೆನೆಲೀಯಸನೊಂದಿಗೆ ಕಾದಾಡುವುದೂ ಅವಳಿಗಿಷ್ಟವಿರಲಿಲ್ಲ. ಪೆರಿಸ್ ಬಲಶಾಲಿ ಇರಬಹುದು ಆದರೆ, ಒಬ್ಬ ನುರಿತ ಯೋಧನೊಡನೆ ತಾನೊಬ್ಬನೇ ಹೊಡೆದಾಡುವಷ್ಟು ತರಬೇತಿ ಅವನು ಹೊಂದಿಲ್ಲ ಎನ್ನುವುದು ಅವಳ ದಿಗಿಲಾಗಿತ್ತು. ತನಗಾಗಿ ಅವನು ಬಡಿದಾಡಿ ಸಾಯುವುದನ್ನು ಅವಳು ನೋಡಲು ಅಸಾಧ್ಯವೆನ್ನಿಸಿದ್ದೇ ರಾತ್ರೋರಾತ್ರಿ ಮೆನೆಲೀಯಸನಿಗೆ ಶರಣಾಗಿ ಅವನೊಂದಿಗೆ ಮರಳಿ ಹೋಗಲು ನಿಶ್ಚಯಿಸಿ ಓಡಿ ಹೋಗುವಾಗ ಹೆಕ್ಟರನ ಕೈಗೆ ಸಿಕಿ ಹಾಕಿಕೊಂಡಿದ್ದಳು.

"ಹೆಲೆನ್... ಏನು ಮಾಡಲು ಹೊರಟಿರುವೆ? ನೀನು ಶರಣಾದರೆ ಯುದ್ಧ ನಿಲ್ಲುವುದು ಎಂದು ನಿನಗೆ ಯಾರು ಹೇಳಿದ್ದು? ಮೆನೆಲೀಯಸ್ ನಿನಗಾಗಿ ಬಂದಿರಬಹುದು. ಆದರೆ ಇಲ್ಲಿಯವರೆಗೆ ಸಮುದ್ರ ಯಾನ ಮಾಡಿ ಬಂದಿರುವ ಅಗೆಮೆಮ್ನನ್ ಮತ್ತು ಅವನ ತಂಡ ಕೇವಲ ನಿನಗಾಗಿ ಬಂದಿರುವವರು ಎಂದು ನೀನು ಮತ್ತು ಪೆರಿಸ್ ಎಣಿಸಿದ್ದರೆ ನೀವಿಬ್ಬರೂ ಕೇವಲ ಪ್ರೀತಿಸುವುದಕ್ಕಷ್ಟೇ ಸಮರ್ಥರು. ಅವರು ದಂಡೆತ್ತಿ ಬಂದಿರುವುದರ ಹಿಂದಿನ

ನಿಜದ ಉದ್ದೇಶ ಟ್ರಾಯ್ ವಶ ಪಡಿಸಿಕೊಳ್ಳುವುದು. ನೀನು ನೆಪವಷ್ಟೆ. ಇದು ಏಕೆ ನಿಮ್ಮಿಬ್ಬರಿಗೆ ಅರ್ಥವಾಗುತ್ತಿಲ್ಲ!" ಎಂದು ಅವಳ ಭುಜ ಹಿಡಿದು ಅಲ್ಲಾಡಿಸಿ ಅಬ್ಬರಿಸಿದ್ದ!

"ಹೀಗೆ ಮತ್ತೇನೇನೋ ಮಾಡಿ, ಟ್ರಾಯ್ ನಗರವನ್ನು ಇನ್ನಷ್ಟು ಕಷ್ಟಕ್ಕೆ ಸಿಲುಕಿಸುವ ಬದಲು... ಹೋಗು ನಿನ್ನ ಪ್ರಿಯಕರನಿಗೆ ನಾಳೆ ಯುದ್ಧ ಮಾಡಲು ಪ್ರೇರೇಪಿಸಿ ಅವನಿಗೆ ಉತ್ಸಾಹ ತುಂಬು... ಹ್ಞೂಂ ಹೋಗು" ಎಂದೊಡನೆ ಹೆಲೆನ್ ತಲೆ ಬಾಗಿಸಿ ಅಳುತ್ತಾ ಪೆರಿಸ್ ಕೋಣೆಯತ್ತ ನಡೆದಳು.

ದ್ವಂದ್ವ ಯುದ್ಧ

ಮರುದಿನ ಬೆಳಕು ಹರಿಯುವಷ್ಟರಲ್ಲಿ ಟ್ರೋಜನ್ನರು ಸಾಗರೋಪಾದಿಯಲ್ಲಿ ಸಿದ್ಧರಾಗಿ ಸಾಗರಕ್ಕೆ ಮುಖ ಮಾಡಿ ನಿಂತಿದ್ದರು. ಅಲ್ಲಿಯವರೆಗೂ ಯುದ್ಧದ ಕಲ್ಪನೆಯೇ ಸರಿಯಾಗಿ ಇರದ ಪೆರಿಸ್ ಈ ಸಿದ್ಧತೆಗಳನ್ನು ಕಂಡು ಗಾಬರಿಗೊಂಡ. ಜೊತೆಗೆ ತನ್ನಿಂದಾಗಿ, ತನ್ನ ಪ್ರೀತಿಯ ಸಲುವಾಗಿ ಇಷ್ಟು ಜನರು ಹೋರಾಡಬೇಕೇ ಎಂಬ ಚಿಂತೆಗೂ ಬಿದ್ದ. ತನಗಾಗಿ ಎರಡೂ ಬದಿಯಲ್ಲಿ ಸಾವಿರಾರು ಜನರು ಸಾಯುವುದು ಅವನಿಗೆ ಒಪ್ಪದ ಮಾತಾಗಿತ್ತು. ಅತ್ತ ಐವತ್ತು ಸಾವಿರ ಮಂದಿ ಗ್ರೀಕನ್ನರು ಪ್ರತ್ಯೇಕ ಪಡೆಗಳಾಗಿ ಬಂದು ನಿಲ್ಲುತ್ತಿದ್ದರು. ಸಾವಿರಾರು ಕುದುರೆಗಳು, ರಥಗಳು, ಬಿಲ್ಲುದಾರಿಗಳನ್ನೆಲ್ಲಾ ನೋಡುತ್ತಲೇ ಪೆರಿಸನಿಗೆ ತಲೆ ಸುತ್ತಿದಂತಾದರೂ ಸೊಂಟದಲ್ಲಿದ್ದ ಕತ್ತಿಯನ್ನೊಮ್ಮೆ ತಡವಿಕೊಂಡ. ಖುದ್ದು ಪ್ರಯಾಮನೇ ಜೊತೆಯಲ್ಲಿರುವಷ್ಟು ಧೈರ್ಯ ನುಗ್ಗಿ ಬಂತು. ಒಂದು ಹೆಜ್ಜೆ ಮುಂದೆ ಬಂದವನೇ,

"ಮೆನೆಲೀಯಸ್ ನಮ್ಮಿಬ್ಬರ ದ್ವೇಷಕ್ಕೆ ಎರಡೂ ಬದಿಯ ಸೇನೆಗಳಲ್ಲಿ ಸಾವು–ನೋವುಗಳ್ಯಾಕೆ? ಬದಲಿಗೆ ದ್ವಂದ್ವ ಯುದ್ಧ ಮಾಡೋಣ. ಗೆದ್ದವರ ಪಾಲಿಗೆ ಹೆಲೆನ್. ಉಳಿದವರಿಗೆ ಮರಣ. ಒಪ್ಪಿತವಿದ್ದಲ್ಲಿ ನನ್ನೊಂದಿಗೆ ಒಬ್ಬನೇ ಯುದ್ಧ ಮಾಡುವ ಧೈರ್ಯವಿದ್ದಲ್ಲಿ ಮುಂದೆ ಬಾ" ಎಂದು ಬೇಕೆಂದೇ

ಕೆಣಕಿದನು. ಇಲ್ಲದಿದ್ದಲ್ಲಿ ದ್ವಂದ್ವ ಯುದ್ಧಕ್ಕೆ ಅಗೆಮೆಮ್ನನ್ ಒಪ್ಪುವುದಿಲ್ಲ ಎನ್ನುವ ಸತ್ಯ ಗೊತ್ತಿತ್ತು.

ತನ್ನ ಅರಮನೆಗೆ ಅತಿಥಿಯಾಗಿ ಬಂದು ತಾನಿಲ್ಲದ ಹೊತ್ತಿನಲ್ಲಿ ತನ್ನ ಪತ್ನಿಯನ್ನೇ ಅಪಹರಿಸಿಕೊಂಡು ಬಂದಿದ್ದ ಪೆರಿಸನನ್ನು ಕಾಣುತ್ತಲೇ ಮೆನೆಲೀಯಸ್ ರಕ್ತ ಕುದಿಯಿತು. ಹಸಿದ ಹೆಬ್ಬುಲಿಯ ಕಣ್ಣಿನೆದುರು ಹರಿಣಿಯಂತೆ ಕಂಡ ಪೆರಿಸನ ಮೇಲೆ ಪ್ರತೀಕಾರವೆಸಗಲು ಇದಕ್ಕಿಂತ ಒಳ್ಳೆಯ ಅವಕಾಶ ಸಿಗಲಾರದು ಎನ್ನಿಸಿದ್ದೇ ತಡ ಅಗೆಮೆಮ್ನನ್‌ನ ಅನುಮತಿಗೂ ಕಾಯದೆ ರಥದಿಂದ ಜಿಗಿದು ಬಂದು ಪೆರಿಸ್ ಮುಂದೆ ನಿಂತು ಹಲ್ಲುಗಳನ್ನು ಕಟಕಟನೆ ಕಡಿದ.

ಅಲ್ಲಿಯವರೆಗೂ ಇದ್ದಬದ್ದ ಧೈರ್ಯವನ್ನೆಲ್ಲಾ ಒಟ್ಟು ಮಾಡಿ ಮಾತಾಡಿದ್ದ ಪೆರಿಸ್ ಈಗ ಕೊಂಚ ಕಂಪಿಸಿದ್ದನ್ನು ಅಫ್ರೋಡೈಟಿ ಗಮನಿಸಿದವಳೇ ಜರ್ರೆಂದು ಧರೆಗಿಳಿದು ಬಂದು ಅವನ ಬಲ ಬದಿಯಲ್ಲಿ ನಿಂತಳು. ಪೆರಿಸನ ಎಡ ಪಕ್ಕದಲ್ಲೇ ನಿಂತಿದ್ದ ಹೆಕ್ಟರ್.

"ಮನೆಗೆ ಅತಿಥಿಯಾಗಿ ಹೋದವರ ಪತ್ನಿಯನ್ನು ಅಪಹರಿಸಿಕೊಂಡು ಬಂದಷ್ಟು ಸುಲಭವಲ್ಲ ಹೋರಾಡುವುದು ಎಂದು ಈಗ ತಿಳಿಯಿತೇನು? ನಿನ್ನಿಂದ ಇಡೀ ಟ್ರಾಯ್ ಜನತೆ ಕಷ್ಟಕ್ಕೆ ಸಿಲುಕುವುದು ಬೇಡವೆಂದಾದರೆ ಮುಂದೆ ಹೆಜ್ಜೆ ಇಟ್ಟು ಧೈರ್ಯವಾಗಿ ಹೋರಾಡು"–ಎಂದು ಅವನಿಗಷ್ಟೇ ಕೇಳುವ ಹಾಗೆ ಬೇಕೆಂದೇ ಕೆಣಕಿದ.

ದ್ವಂದ್ವ ಯುದ್ಧಕ್ಕೆ ಇಬ್ಬದಿಯಲ್ಲೂ ಸಮ್ಮತ ಸಿಕ್ಕ ಕೂಡಲೇ, ಅಗೆಮೆಮ್ನನ್ ಪ್ರಯಾಮನನ್ನು ಮುಂದಿರಿಸಿ ದೇವರ ಸಾಕ್ಷಿಯಾಗಿಟ್ಟುಕೊಂಡು ಯುದ್ಧದಲ್ಲಿ ಯಾರು ಗೆಲ್ಲುತ್ತಾರೋ ಅವರಿಗೆ ಹೆಲೆನ್, ಜೊತೆಗೆ ಕದ್ದು ತಂದಿದ್ದ ಸಕಲ ಸಂಪತ್ತು ಹಾಗೂ ಅವರೆಲ್ಲರೂ ಇಲ್ಲಿಯವರೆಗೆ ಬಂದ ಖರ್ಚನ್ನೂ ಸೇರಿಸಿ ಕೊಡಬೇಕೆಂಬ ಒಪ್ಪಂದವನ್ನು ಮಾಡಿಕೊಂಡನು. ಇದನ್ನು ಕೇಳಿ ಗ್ರೀಕ್ ಸೈನಿಕರೆಲ್ಲಾ ಖುಷಿಯಾಗಿ ತಮ್ಮ ಶಸ್ತ್ರಗಳನ್ನೆಲ್ಲಾ ಬದಿಗಿಟ್ಟು ಕಾದಾಟವನ್ನು ನೋಡಲು ಉತ್ಸುಕರಾಗಿ ಸುತ್ತ ನೆರೆದರು.

ಪೆರಿಸ್ ಕವಚವನ್ನೂ, ಮೊಣಕಾಲಿನವರೆಗೂ ಮುಚ್ಚುವ ಲೋಹದ ಕಾಲ್ಜೋಡುಗಳನ್ನೂ, ತುದಿಯಲ್ಲಿ ಕುದುರೆಯ ಜವಿಯ ಕುಚ್ಚಿರುವ ಲೋಹದ ಶಿರಸ್ತ್ರಾಣವನ್ನು ಧರಿಸಿ, ಕೈಯಲ್ಲಿ ಈಟಿಯನ್ನೂ ಸೊಂಟದಲ್ಲಿ ಪ್ರಯಾಮ್ ಕೊಟ್ಟ ಕತ್ತಿ, ಮತ್ತು ಮತ್ತೊಂದು ಕೈಯಲ್ಲಿ ಗುರಾಣಿಯನ್ನು ಹಿಡಿದು ನಿಂತ. ಅವನ ಕಣ್ಣ ಮುಂದೆ ಅಫ್ರೋಡೈಟಿ... ಅವಳು ಕೊಟ್ಟ ವರ... ಹೆಲೆನಳೊಂದಿಗಿನ ಪ್ರೇಮ ಪರಿಣಯ ಎಲ್ಲವೂ ಸುಳಿದು ಹೋಯಿತು. ಅಷ್ಟರಲ್ಲಿ ಮೆನೆಲೀಯಸ್ ತೂಗಿ ಎಸೆದ ಈಟಿ ಸುಂಯ್ ಎಂದು ಹಾರಿ ಬಂದ ರಭಸಕ್ಕೆ ಕೈ

ಅವನಿಗರಿವಿಲ್ಲದೇ ಗುರಾಣಿಯನ್ನು ಅಡ್ಡಗಟ್ಟಿತ್ತು. ಅಫ್ರೋಡೈಟಿ ಪಕ್ಕದಲ್ಲೇ ನಿಂತಿದ್ದಳು. ಕ್ಷಣ ಮಾತ್ರದಲ್ಲಿ ತಪ್ಪಿಸಿಕೊಂಡ ಪೆರಿಸ್ ಅವನ ಮೇಲೆ ತನ್ನ ಈಟಿಯನ್ನು ಎಸೆದಿದ್ದ. ಅದು ಗುರಾಣಿಗೆ ಬಡಿದು ಬಿತ್ತು. ಸೊಂಟದಿಂದ ಕತ್ತಿಯನ್ನು ಎಳೆದು ಹೊರತೆಗೆಯುವ ನಡುವಿನ ಸಮಯದಲ್ಲಿ ಮೆನೆಲೀಯಸ್ ಮತ್ತೆ ಆಕ್ರಮಣ ಮಾಡಿದ್ದ. ಈ ಬಾರಿ ಅವನ ಈಟಿ ಗುರಾಣಿಯನ್ನೂ ಭೇದಿಸಿ, ಧರಿಸಿದ್ದ ಕವಚವನ್ನೂ ತೂರಿಕೊಂಡು ಒಳ ಅಂಗಿಯವರೆಗೂ ತಾಗಿತ್ತು. ಪೆರಿಸ್ ಆ ಕ್ಷಣಕ್ಕೆ ಸರಿಯಾಗಿ ಪಕ್ಕಕ್ಕೆ ವಾಲಿದ್ದರಿಂದ ಅದು ಅವನೆದೆಯನ್ನು ಭೇದಿಸಲಾಗದೆ ಉರುಳಿತ್ತು. ಕ್ಷಣದ ಅಂತರದಲ್ಲಿ ಸಾವಿನಿಂದ ತಪ್ಪಿಸಿಕೊಂಡಿದ್ದ. ಮೇಲೆ ಪ್ರಯಾಮನ ಜೊತೆ ಯುದ್ಧವನ್ನು ತುಟಿ ಕಚ್ಚಿ ವೀಕ್ಷಿಸುತ್ತಿದ್ದ ಹೆಲೆನಳಿಗೆ ಒಮ್ಮೆ ಜೀವ ಹೋಗಿ ಬಂದಂತಾಯ್ತು.

ಮೆನೆಲೀಯಸ್ ಕೋಪ ಇಂದು ಪೆರಿಸ್ ಜೀವವನ್ನು ತೆಗೆದೇ ಶಾಂತಗೊಳ್ಳೋದು ಎಂಬಂತಿತ್ತು. ಮೆನೆಲೀಯಸನ ಆ ಹೊಡೆತದಿಂದ ಇನ್ನೂ ಸಾವರಿಸಿಕೊಳ್ಳುವಷ್ಟರಲ್ಲಿ ಕತ್ತಿಯಿಂದ ಮತ್ತೆ ಪೆರಿಸ್ ಮೇಲೆ ದಾಳಿ ಮಾಡಿದ್ದ. ಈ ಬಾರಿ ಆ ಏಟು ಪೆರಿಸನ ಶಿರಸ್ತ್ರಾಣಕ್ಕೆ ಬಡಿದು ಕತ್ತಿಯೇ ಬಾಗಿ ಕೆಳಗೆ ಬಿತ್ತು. ಅದಕ್ಕೂ ತಲೆ ಕೆಡಿಸಿಕೊಳ್ಳದ ಮೆನೆಲೀಯಸ್ ಬರಿಯ ಕೈಯಲ್ಲೇ ಪೆರಿಸ್ ಬಳಿ ಬಂದು ಕೆಳಗೆ ಬಿದ್ದಿದ್ದ ಅವನನ್ನು ಅವನ ಶಿರಸ್ತ್ರಾಣದ ಶಿಖೆ ಹಿಡಿದು ಮೇಲಕ್ಕೆತ್ತಿ ನೆಲದ ಮೇಲೆ ಒಗೆದು ಅವನ ಬಳಿ ಸಾಗಿದವನೇ ಮತ್ತೆ ಶಿಖೆಯನ್ನು ಹಿಡಿದು ಅನಾಮತ್ತಾಗಿ ಗಾಳಿಯಲ್ಲಿ ಗರಗರನೇ ತಿರುಗಿ ಎಸೆಯುವ ಸಮಯದಲ್ಲಿ ಶಿರಸ್ತ್ರಾಣದ ಪಟ್ಟಿ ಪೆರಿಸನ ಕುತ್ತಿಗೆಗೆ ಬಿಗಿಯಲಾರಂಭಿಸಿತು. ಪ್ರತಿರೋಧ ಬಾರದ ಪೆರಿಸ್ ಕೇವಲ ಉಸಿರಿಗಾಗಿ ಹೊಡೆದಾಡುತ್ತಿರುವಾಗ ಅಫ್ರೋಡೈಟಿ ಮಾಯದಲ್ಲಿ ಆ ಪಟ್ಟಿಯನ್ನು ತುಂಡರಿಸಿದವಳೇ, ಕೆಳಗೆ ಬಿದ್ದ ಪೆರಿಸ್‌ನ ಬಳಿ ಮೆನೆಲೀಯಸ್ ಹತ್ತಿರ ಬಾರದಂತೆ ಮೈದಾನದಲ್ಲಿ ಧೂಳು ಎಬ್ಬಿಸಿ ಅವನ ಕಣ್ಣುಗಳಿಗೆ ಮಣ್ಣೆರಚಿಬಿಟ್ಟಳು.

ಭಗಭಗನೆ ಉರಿಯುತ್ತಿರುವ ಕಂಗಳನ್ನು ಗಸಗಸನೇ ತಿಕ್ಕಿಕೊಳ್ಳುತ್ತಲೇ ಪೆರಿಸನಿಗಾಗಿ ಅತ್ತಿತ್ತ ಹುಡುಕಾಡಿದ. ಆದರೆ ಅಲ್ಲೆಲ್ಲಿ ಪೆರಿಸ್ ಇದ್ದ? ಅವನನ್ನಾಗಲೇ ಅಫ್ರೋಡೈಟಿ ಎತ್ತಿ ಒಯ್ದಾಗಿತ್ತು. ಧೂಳು ಕವಿದಿದ್ದ ಕಾರಣ ನೆರೆದಿದ್ದ ಯಾರಿಗೂ ಪೆರಿಸ್ ಎಲ್ಲಿ ಹೋದ ಎಂಬುದೇ ತಿಳಿಯಲಿಲ್ಲ. ಮೆನೆಲೀಯಸ್ ಕೋಪದಲ್ಲಿ ಕೂಗಾಡಿದ. ಇಬ್ಬರಲ್ಲಿ ಒಬ್ಬರು ಸಾಯದ ಹೊರತು ದ್ವಂದ್ವ ಯುದ್ಧ ನಿರ್ಣಯ ಕಷ್ಟ ಎನ್ನುವ ನೆಪ ಒಡ್ಡಿ ಆ ದ್ವಂದ್ವ ಯುದ್ಧವನ್ನು ಸ್ಥಗಿತಗೊಳಿಸುವುದರ ಬಗ್ಗೆ ಯೋಚಿಸುವ ಸಮಯಕ್ಕೆ ಸರಿಯಾಗಿ ಯಾವುದೇ ಕಾರಣಕ್ಕೂ ಯುದ್ಧ ಇಷ್ಟಕ್ಕೇ ನಿಲ್ಲಲು ಇಷ್ಟವಿರದ ಅಥಿನೀ ದೇವತೆಯ ಪ್ರಚೋದನೆಗೆ ಒಳಗಾಗಿದ್ದ ಪಾಂಡೋರಸ್ ಮೆನೆಲೀಯಸನ ಮೇಲೆ ಬಾಣ

ಬಿಟ್ಟು ಯುದ್ಧಕ್ಕೆ ಕರೆ ನೀಡಿಯೇ ಬಿಟ್ಟ. ಮೆನೆಲೀಯಸ್ ಪಕ್ಕೆಗೆ ತಾಗಿದ ಆ ಬಾಣವನ್ನು ಕಂಡೊಡನೆ ಅಗೆಮೆಮ್ನನ್ ಹುಚ್ಚನಂತಾಗಿ ಕತ್ತಿ ಹಿಡಿದುಕೊಂಡು ಕೂಗುತ್ತಾ ಓಡಿ ಬಂದ. ಆದರೆ, ಉಸಿರಿಗಾಗಿ ಬಾಯಿ ಬಿಡುತ್ತಾ ಬಿದ್ದಿದ್ದ ತನ್ನ ತಮ್ಮನನ್ನು ಹೊತ್ತು ಶುಶ್ರೂಷೆಗಾಗಿ ಬಿಡಾರದತ್ತ ಓಡಿದ. ರಣವೈದ್ಯ ಮಾಕೋವನನ್ನು ಕೂಗುತ್ತಲೇ ಓಡಿದ ಅಗೆಮೆಮ್ನನ್ ಹಿಂದೆ ಗ್ರೀಕನ್ನರೂ ಮರಳಿ ಹೋದರು. ಮೆನೆಲೀಯಸ್ ಸತ್ತೇ ಹೋದರೆ ಯುದ್ಧಕ್ಕೇ ಅರ್ಥವೇ ಇರಲಿಲ್ಲ. ಆದರೆ, ಸರಿಯಾದ ಸಮಯಕ್ಕೆ ದೊರಕಿದ ಶುಶ್ರೂಷೆಯಿಂದ ಮೆನೆಲೀಯಸ್ ಬದುಕುಳಿದ. ಮಾಯದಲ್ಲಿ ಎತ್ತಿಕೊಂಡು ಬಂದು ಅವನನ್ನು ಅವನ ಕೋಣೆಯಲ್ಲಿ ಮಲಗಿಸಿದ್ದ ಪೆರಿಸನಿಗೆ ಈಗ ಎಚ್ಚರವಾಗಿತ್ತು. ಪಕ್ಕದಲ್ಲಿ ಹೆಲೆನ್ ಕೂತಿದ್ದಳು.

"ನನ್ನನ್ನು ಇಲ್ಲಿಗೆ ಹೀಗೆ ಯಾರು ಕರೆ ತಂದರು?"

"ನಮ್ಮ ಪ್ರೀತಿ ಪೆರಿಸ್!"

"ನಾಚಿಕೆಗೇಡು. ಹೀಗೆ ಬದುಕುವುದಕ್ಕಿಂತ ಸಾಯುವುದು ಉತ್ತಮ. ನನ್ನ ಬಾಣಗಳಿಗೆ ಮೆನೆಲೀಯಸ್‌ನನ್ನು ಕೊಲ್ಲುವ ಶಕ್ತಿಯಿತ್ತು."

"ಪೆರಿಸ್... ಮೆನೆಲೀಯಸ್ ಹೊಡೆದಾಡಲೇ ಹುಟ್ಟಿದವನು. ಅವನೊಂದಿಗಿನ ಪ್ರತಿ ಬೆಳಗೂ ನನಗೆ ಒಂದು ಹೊಸ ಹುಟ್ಟು. ನನಗೆ ವೀರನಲ್ಲ, ಪ್ರೇಮಿ ಬೇಕು" ಎಂದು ಆಲಂಗಿಸಿಕೊಂಡಳು.

ಪ್ಲೇಗ್ ಶಾಪ

ಅತ್ತ, ಗ್ರೀಕನ್ನರು ಆಕ್ರಮಣಕ್ಕೆ ಅಣಿಯಾಗತೊಡಗಿದರು. ಮೆನೆಲೀಯಸನ ದ್ವಂದ್ವ ಯುದ್ಧದೊಂದಿಗೇ ಯುದ್ಧ ಮುಗಿದು ಹೋಗುತ್ತದೆ ಎಂದು ಅಗೆಮೆಮ್ನನ್ ಕಾದು ಕುಳಿತ್ತಿರಲಿಲ್ಲ. ಒಂದು ವೇಳೆ ಮೆನೆಲೀಯಸ್ ಗೆದ್ದು ಹೆಲೆನ್ ಅವನ ಪಾಲಿಗೆ ಬಂದಿದ್ದರೂ ಅವಳನ್ನು ಪಡೆದ ನಂತರ ಟ್ರಾಯ್ ಮುತ್ತಿಗೆ ಹಾಕಬೇಕು ಎನ್ನುವುದು ಅವನ ಒಳ ಸಂಚಾಗಿತ್ತು. ಹಾಗಾಗಿ ಮಾನಸಿಕವಾಗಿ ಅವನು ಯುದ್ಧಕ್ಕೆ ಸನ್ನದ್ಧನಾಗಿಯೇ ಇದ್ದ.

ಇತ್ತ, ಟ್ರಾಯ್ ನಗರದಲ್ಲಿ ಪ್ರಯಾಮ್ ಹಿರಿಯ ನಾಯಕರ ಸಭೆಯೊಂದನ್ನು ಸೇರಿಸಿಕೊಂಡು ಗಹನವಾಗಿ ಚರ್ಚೆ ನಡೆಸಿದ್ದ. ಅವನಿಗೆ ಝ್ಯೂಸ್ ಧೂತಿ ಐರಿಸ್ ದೇವತೆಯಿಂದ ಸಾಗರೋಪಾದಿಯಲ್ಲಿ ಬಂದಿದ್ದ ಗ್ರೀಕರ ಸೈನ್ಯದ ಬಗ್ಗೆ ಮಾಹಿತಿ ದೊರೆತ್ತಿತ್ತು! ತಮಗೂ ಅನೇಕ ರಾಜರುಗಳು... ರಾಜಕುಮಾರರೂ ತಮ್ಮ ಸೈನ್ಯದೊಂದಿಗೆ ಬಂದು ಯುದ್ಧಕ್ಕಾಗಿ ಕಾದು ಕುಳಿತ್ತಿದ್ದರು. ಟ್ರೋಜನ್ನರ ದಂಡ ನಾಯಕನಾದ ಹೆಕ್ಟರ್ ತಮ್ಮ ಸಹಾಯಕ್ಕಾಗಿ ಬಂದ ಪಂಡರಸ್, ಸಾರ್ಪಿಡನ್, ಗ್ಲಾಕಸ್, ಹಿಪ್ಪೊಥೌಸ್, ಪೈರೀಕ್ಮಸ್ ಮತ್ತು ಈನಿಯಸ್ ಸೈನ್ಯದೊಂದಿಗೆ ಅಸ್ತ್ರಶಸ್ತ್ರ ಸನ್ನದ್ಧನಾಗಿ ಬಲು ಉತ್ಸುಕನಾಗಿ ನಿಂತಿದ್ದ. ಹೆಕ್ಟರನ ಯೋಜನೆಯ ಪ್ರಕಾರ ಶತ್ರು ಸೈನ್ಯವನ್ನು ಯಾವುದೇ ಕಾರಣಕ್ಕೂ ತೀರದ ಮೇಲಿದ್ದ ಮರಳು ದಿಬ್ಬವನ್ನು ದಾಟಲು ಕೊಡಬಾರದು ಎಂಬುದು.

ಹಾಗೂ ಕೋಟೆಯ ಮೇಲೆ ಮೂರು ಸಾಲುಗಳಲ್ಲಿ ನಿಂತಿದ್ದ ಬಿಲ್ಲುಗಾರರು ಅವರನ್ನು ಆ ಏರಿಯನ್ನು ದಾಟಲಾಗದಂತೆ ಬಾಣಗಳ ಪ್ರಹಾರದಿಂದ ಹೊಡೆದು ಉರುಳಿಸಬೇಕು. ಒಂದೊಮ್ಮೆ ಬಾಣಗಳಿಂದ ತಪ್ಪಿಸಿಕೊಂಡು ಬಂದರೂ ಅವರು ಆ ದಿಬ್ಬ ಏರಿ ಬರುವ ಆಯ ಕಟ್ಟಿನ ಜಾಗದಲ್ಲಿ ನಮ್ಮ ಯೋಧರು ಅವರನ್ನು ತರಿದು ಹಾಕಬೇಕು ಎಂದು ಯಾರ್ಯಾರು ಎಲ್ಲಿ ನಿಲ್ಲಬೇಕೆಂಬುದನ್ನು ಮನನ ಮಾಡಿ ಕೊಟ್ಟಿದ್ದನು ಸೇನಾಧಿಕಾರಿ ಹೆಕ್ಟರ್!

ಮರುದಿನ ಕೋಟೆಯ ಬಾಗಿಲು ಹೆಕ್ಟರ್ ಮತ್ತು ಅವನ ಸೈನಿಕರಿಗಷ್ಟೆ ತೆರೆದು ಅವರು ಹೊರಹೋದ ನಂತರ ಮತ್ತೆ ಮುಚ್ಚಲಾಯಿತು. ಅಲ್ಲಿಗೆ ಹೊರ ಹೋದ ಸೈನಿಕರು ಸಂಜೆಯವರೆಗೆ ಕಾದಾಡಿ ಬದುಕುಳಿದರೆ ಮಾತ್ರ ಮತ್ತೆ ಕೋಟೆಯ ಬಾಗಿಲು ತೆರೆದು ಅವರನ್ನು ಒಳಗೆ ಸ್ವಾಗತಿಸಲಾಗುವುದು ಎಂಬುದು ಹೇಳದಿದ್ದರೂ ಎಲ್ಲರೂ ಅರಿತ ಸತ್ಯವಾಗಿತ್ತು. ಆ ಮಾನಸಿಕ ಸಿದ್ಧತೆಯಿದ್ದಲ್ಲಿ ಮಾತ್ರ ತನ್ನ ಪ್ರಾಣ ಲೆಕ್ಕಿಸದೆ ಎದುರಾಳಿಯ ತಲೆಯನ್ನು ಎಗುರಿಸಲು ಸಾಧ್ಯ. ಅದಿಲ್ಲದೆ ಹೋದರೆ ಅವನು ಯೋಧನೆಂದು ಹೇಗನ್ನಿಸಿಕೊಂಡಾನು?

ಯುದ್ಧದ ಕಹಳೆ ಮೊಳಗುತ್ತಿದ್ದಂತೆ ಗ್ರೀಕನ್ನರು ಹೋ ಎನ್ನುತ್ತಾ ನುಗ್ಗಿ ಬಂದರು. ಅವರು ಆ ಮರಳಿನಲ್ಲಿ ಉದುಗಿ ಹೋಗುತ್ತಿದ್ದ ಕಾಲುಗಳನ್ನು ಎಳೆದೆಳೆದು ಕಷ್ಟಪಟ್ಟು ಓಡಿ ಬರುತ್ತಿದ್ದರೆ, ಟ್ರೋಜನ್ನರು ಕೋಟೆಯ ಮೇಲಿನಿಂದಲೇ ಅವರಿಗೆ ಗುರಿ ಇಟ್ಟು ಉರುಳಿಸಿ ಬಿಸಾಕುತ್ತಿದ್ದರು. ಹಾಗೊಮ್ಮೆ ಬದುಕಿ ಮುಂದೆ ಬಂದರೆ ಅವರನ್ನು ತರಿದು ಹಾಕಲು ಸಿದ್ಧರಾಗಿ ನಿಂತಿದ್ದ ಹೆಕ್ಟರ್, ಪೆರಿಸ್ ಮತ್ತವನ ಸೈನಿಕರಿಗೆ ಅವಕಾಶವೇ ಸಿಗದಂತೆ ಟ್ರೋಜನ್ ಬಿಲ್ಲುಗಾರರು ಶತ್ರು ಸೈನ್ಯವನ್ನು ಹೊಡೆದುರುಳಿಸುತ್ತಿದ್ದರು. ಆ ಬಿಲ್ಲುಗಾರರ ನಡುವೆ ಯುದ್ಧ ವೀಕ್ಷಿಸುತ್ತಾ ನಿಂತಿದ್ದ ಪ್ರಯಾಮ್ ತನ್ನ ಮಗನ ಸಫಲ ಯೋಜನೆಯನ್ನು ಕಂಡು ಎದೆಯುಬ್ಬಿಸಿದನು. ಸಾವಿರಾರು ಯೋಧರನ್ನು ನೆಲಕ್ಕೆ ಉರುಳಿಸುತ್ತಾ ಯುದ್ಧ ಸಂಜೆಯವರೆಗೂ ನಡೆಯಿತು. ಸಂಜೆಯ ಮೇಲೆ ಯುದ್ಧ ವಿರಾಮ ಘೋಷಿಸಿದ ನಂತರ. ಎರಡೂ ಕಡೆಯಲ್ಲಿ ಶುಶ್ರೂಷೆಗಾಗಿ ಗಾಯಾಳುಗಳನ್ನು ಆರಿಸಿಕೊಂಡು ಒತ್ತೊಯ್ಯಲಾರಂಭಿಸಿದರು... ಮತ್ತೊಂದು ಕಡೆ ಅಂದು ವೀರಮರಣ ಪಡೆದವರಿಗೆ ರಾಜ ಮರ್ಯಾದೆಯೊಂದಿಗೆ ದಹನ ಕ್ರಿಯೆ ಮಾಡಲಾಗುತ್ತಿತ್ತು. ಎರಡೂ ಕಡೆಯಲ್ಲೂ ಮರಣಿಸಿದವರ ದಹನ ಕ್ರಿಯೆ ಮಾಡಲೆಂದೇ ಅದಕ್ಕೆ ಬೇರೆಯೇ ಒಂದು ದಂಡನ್ನು ನಿಯೋಜಿಸಲಾಗಿತ್ತು. ಅವರು ಯುದ್ಧದಲ್ಲಿ ಪಾಲ್ಗೊಳ್ಳುತ್ತಿರಲಿಲ್ಲ. ಅವರು ಕೇವಲ ಸೇನೆಯ ಒಳಿತಿಗಾಗಿ ಪೂಜೆ, ಬಲಿಗಳನ್ನು ನೆರವೇರಿಸುತ್ತಿದ್ದರು.

ಹೀಗೆ ಸತತವಾಗಿ ಎಷ್ಟೋ ದಿನಗಳು ಕಾದಾಡಿದರೂ ಯಾರೂ ಮಣಿಯಲಿಲ್ಲ. ಟ್ರಾಯ್ ವಶಪಡಿಸಿಕೊಳ್ಳುವುದಿರಲಿ, ಕೋಟೆಯ ಹತ್ತಿರವೂ

ಸುಳಿಯಲಾಗಲಿಲ್ಲ ಗ್ರೀಕನ್ನರಿಗೆ. ಅಗೆಮೆಮ್ನನ್ ಇದೇ ಚಿಂತೆಯಲ್ಲಿರುವಾಗ ಅವನ ಚಿಂತೆಯನ್ನು, ದುಗುಡವನ್ನು ಶಮನಗೊಳಿಸುತ್ತಿದ್ದುದ್ದೇ ಅವನ ಅತಿಯಾದ ಕಾಮ. ಅವನು ಅದಕ್ಕಾಗಿಯೇ ಮೊದಲ ಆಕ್ರಮಣದಲ್ಲಿಯೇ ಹೆಣ್ಣುಗಳನ್ನು ಹೊತ್ತು ತರಿಸಿದ್ದ. ಅವರುಗಳು ಇವರ ದಾಸಿಯರಾಗಿ ಇವರ ಸೇವೆಯನ್ನು, ಇವರ ಊಟ ಉಪಚಾರಗಳಾದಿಯಾಗಿ ನೋಡಿಕೊಳ್ಳುತ್ತಾ ಅವರ ಕಾಮವನ್ನೂ ತಣಿಸಬೇಕಿತ್ತು. ಹೀಗೆ ತಂದಿದ್ದ ಅಗೆಮೆಮ್ನನ್ ದಾಸಿಯರಲ್ಲಿ ಖ್ರೈಸೀಯಸ್ ಕೂಡ ಒಬ್ಬಳು. ಅವಳು ಮಹಾ ಭಕ್ತ ಖ್ರೈಸೆಸ್‌ನ ಪುತ್ರಿ. ಅಂದು ಯುದ್ಧ ಮುಗಿದ ನಂತರ ಅವಳ ತಂದೆ ಮಗಳಿಗಾಗಿ ಗ್ರೀಕನ್ನರ ಬಿಡಾರಕ್ಕೆ ಪ್ರಾಣದ ಹಂಗನ್ನೂ ತೊರೆದು ಬಂದಿದ್ದ.

"ಹೇ ರಾಜನೇ... ನೀನು ಬಯಸಿದ ಜಯ ನಿನಗೆ ಸಿಗಲಿ. ನಿನ್ನ ತಾಯ್ನಾಡಿಗೆ ವಿಜಯಶಾಲಿಯಾಗಿ ಹೋಗು. ಇದೋ ಆ ದೇವತೆ ಅಪೋಲೋನ ಆರಾಧಕನಾದ ನಾನು ನಿನಗೆ ಆಶೀರ್ವದಿಸುತ್ತಿದ್ದೇನೆ. ದಯವಿಟ್ಟು ನನ್ನ ಮಗಳನ್ನು ಬಂಧನದಿಂದ ಮುಕ್ತಗೊಳಿಸು. ನನ್ನ ಮಗಳು ಖ್ರೈಸೀಯಿಸ್ ನಿನ್ನ ಯುದ್ಧ ಖೈದಿಯಾಗಿದ್ದಾಳೆ ನಿಜ. ಬದಲಿಗೆ ಈ ವಿಮೋಚನಾ ಶುಲ್ಕವನ್ನು ತೆಗೆದುಕೊಂಡು ನನ್ನ ಮಗಳನ್ನು ಬಿಟ್ಟುಬಿಡು. ನಿನಗೆ ಅಪೊಲೋ ದೇವತೆಯ ಮೇಲೆ ಕೊಂಚವಾದರೂ ಭಕ್ತಿಯಿದ್ದಲ್ಲಿ, ಗೌರವವಿದ್ದಲ್ಲಿ ನನ್ನ ಮಗಳನ್ನು ಬಂಧನದಿಂದ ಮುಕ್ತಿಗೊಳಿಸು." ಮಂಡಿಯೂರಿ ಅಪೋಲೋ ದೇವತೆಯ ಪೂಜಾರಿ ಖ್ರೈಸೆಸ್, ದೀನನಾಗಿ ಯಾಚಿಸುತ್ತಿದ್ದ. ಅವನೊಂದಿಗೆ ಸಾಕಷ್ಟು ಧನ ಕನಕಗಳನ್ನೂ, ಸುವರ್ಣದಿಂದ ಮಾಡಿದಂತಹ ಅಪೋಲೋ ದೇವತೆಯ ವಿಗ್ರಹವನ್ನೂ ಕಾಣಿಕೆಯಾಗಿ ತಂದಿದ್ದ. ಕೈಯಲ್ಲಿ ಬೆಳ್ಳಿಯ ಬಿಲ್ಲನ್ನು ಹಿಡಿದು ಮಂಡಿಯೂರಿ ಕೂತಂತಹ ಅಪೋಲೋ ದೇವತೆಯ ವಿಗ್ರಹವನ್ನು ಕಣ್ಣಿನ ತುದಿಯಲೊಮ್ಮೆ ನೋಡಿದ ಅಗಮೆಮ್ನನ್ ತುಟಿಯಲ್ಲಿ ಸೊಕ್ಕಿನ ನಗುವೊಂದು ಬಾಗಿತು. ಖ್ರೈಸಸ್ ಇನ್ನೂ ಮಂಡಿಯೂರಿ ಕೂತು ಕಣ್ಣೀರು ಸುರಿಸುತ್ತಾ ಬೇಡುತ್ತಲೇ ಇದ್ದ.

"ದಯ ಮಾಡಿ ಅವಳನ್ನು ಬಿಟ್ಟು ಬಿಡು." ಖ್ರೈಸೆಸ್ ನಡುಗುವ ಧ್ವನಿಯೊಂದಿಗೆ ಮತ್ತೊಮ್ಮೆ ಯಾಚಿಸಿದ.

ಅಗಮೆಮ್ನನ್ ಅಲ್ಲಿ ನೆರೆದಿದ್ದ ಎಲ್ಲಾ ಗ್ರೀಕರೆಡೆಗೆ ಒಮ್ಮೆ ಕಣ್ಣೆತ್ತಿ ನೋಡಿದ. ಪೂಜಾರಿಯ ಮಗಳನ್ನು ಬಿಟ್ಟು ಬಿಡಲು ಎಲ್ಲರೂ ಕಣ್ಣಲ್ಲೇ ಸಮ್ಮತಿಯನ್ನು ಸೂಚಿಸುತ್ತಿದ್ದರು. ಅವರ್ಯಾರಿಗೂ ದೇವತೆ ಅಪೋಲೋನನ್ನು ಎದುರು ಹಾಕಿಕೊಳ್ಳಲು ಇಷ್ಟವಿರಲಿಲ್ಲ. ಮೆನಲೀಯಸ್ ಇನ್ನೂ ಗೂಣಮುಖನಾಗಿರಲಿಲ್ಲ ಆದರೂ ಅವನ ಅಭಿಪ್ರಯಾವೂ, ಅಖೀಲಿಸ್, ಒಡಿಸಿಸ್ ಎಲ್ಲರ ಅಭಿಪ್ರಾಯವೂ ಒಂದೇ ಆಗಿತ್ತು. ಆದರೆ, ಅಗಮೆಮ್ನನ್ ಎಂದಾದರೂ ಇತರರ ಸಮ್ಮತಿಯನ್ನು

ಅನುಮೋದಿಸಿದ್ದು ಇದೆಯೇ? ವ್ಯಂಗ್ಯದ ವಿಡಂಬನೆಯ ನಗುವೊಂದು ಅವನ ತುಟಿಯನ್ನು ತೀಡಿ,

"ತಾತಪ್ಪಾ... ಹಣದ ಆಸೆಗೆ ಕೈಯಲ್ಲಿರುವ ಚಂದದ ಹಕ್ಕಿಯನ್ನು ಬಿಟ್ಟು ಬಿಡುವಷ್ಟು ಮೂರ್ಖ ನಾನಲ್ಲ. ಅವಳು ನನ್ನೊಂದಿಗೇ ಬರುತ್ತಾಳೆ. ನನ್ನ ಅರಮನೆಯಲ್ಲಿ ನನ್ನ ದಾಸಿಯಾಗಿ ನನ್ನ ಸೇವೆ ಮಾಡುತ್ತಾಳೆ. ಇನ್ನು ನಿನ್ನ ಪ್ರಾಣ ಉಳಿಯಬೇಕೆಂದರೆ ಈ ರೀತಿಯ ವ್ಯರ್ಥ ಪ್ರಲೋಭನೆಯ ಪ್ರಚೋದನೆಯನ್ನು ಬಿಟ್ಟು, ಇಲ್ಲಿಂದ ಮೊದಲು ಹೊರಡು." ಗುಡುಗುವ ಧ್ವನಿಯೊಡನೆ ಕತ್ತಿಯನ್ನು ಸೊಂಟದಿಂದ ಎಳೆದ ರಭಸಕ್ಕೆ ಪಾಪ ಆ ಹಿರಿಯ ಜೀವ ಥರಥರ ನಡುಗಿ, ಬೀಳುತ್ತಿದ್ದ ದೇವತೆಯ ಲಾಂಛನವನ್ನು ಹಿಡಿಯದಾದ. ಕೆಳಗೆ ಬಿದ್ದ ಮೂರ್ತಿಯನ್ನೂ ಅದರ ಆರಾಧಕನ ಪರಿಸ್ಥಿತಿಯನ್ನೂ ನೋಡಿ ಗಹಗಹಿಸುತ್ತಿದ್ದ ಅವನ ಗುಡುಗಿನಂತಹ ವಿಕಾರದ ನಗುವಿಗೆ ಇನ್ನು ಅಲ್ಲಿ ಎದ್ದು ನಿಂತಿರಲಾರದೆ ಕಣ್ಣೀರು ಸುರಿಸುತ್ತಾ ಡೇರೆಯಿಂದ ಹೊರ ಬಂದ ಖ್ರೈಸೆಸ್. ಅವನ ನೊಂದ ಹೃದಯ ಅಗ್ನಿ ಪರ್ವತವಾಗಿತ್ತು. ಮಗಳನ್ನು ರಕ್ಷಿಸಲಾಗಲಿಲ್ಲ ಎನ್ನುವ ಅವನ ಅಸಹಾಯಕತೆ ನಿಲ್ಲದ ಕಣ್ಣೀರಿನ ರೂಪದಲ್ಲಿ ದಳದಳನೇ ಸುರಿಯುತ್ತಿತ್ತು. ಬಂಧಿಯಾಗಿರುವ ಮಗಳ ಮುಂದಿನ ಪರಿಸ್ಥಿತಿಯನ್ನು ಊಹಿಸಲೂ ಅವನಿಂದಾಗುತ್ತಿಲ್ಲ. ಯುದ್ಧದಲ್ಲಿ ಒತ್ತೆಯಾಗಿ ಸಿಕ್ಕ ಸೆರೆಯಾಳುಗಳ ಪರಿಸ್ಥಿತಿ ಏನೆಂಬುದನ್ನು ಅವನು ಕನಸು ಮನಸಿನಲ್ಲೂ ಕಲ್ಪಿಸಲು ಸಾಧ್ಯವಾಗುತ್ತಿರಲಿಲ್ಲ. ಯುದ್ಧದ ಸಲುವಾಗಿ, ಹೆಂಡತಿ ಮಕ್ಕಳಿಂದ ಅದೆಷ್ಟೋ ದಿನಗಳಿಂದ ದೂರ ಇರುತಿದ್ದ ಸೈನಿಕರ ಸ್ತ್ರೀಯರೆಡೆಗಿನ ವರ್ತನೆ ಅದೆಷ್ಟು ಮೃಗೀಯವಾಗಿರುತ್ತಿತ್ತು ಎಂಬುದನ್ನು ಬಲ್ಲ. ಈ ಯುದ್ಧದಲ್ಲೋ ವರುಷಗಳೇ ಸಂಧಿವೆ. ಎಲ್ಲರ ಕಣ್ಣುಗಳಲ್ಲೂ ಪಶುವಿನ ವಿಕೃತವನ್ನು ಗ್ರಹಿಸಬಲ್ಲ. ಅಲ್ಲಿನ್ನು ತನ್ನ ಮಗಳ ಪರಿಸ್ಥಿತಿ ಹೇಗಾಗಬಹುದು ಎಂದು ಯೋಚಿಸಿದವನೇ, ಕರುಳು ಕಿತ್ತು ಬರುವಂತಾಗಿ, ಅದೇ ಹೃದಯದ ವೇದನೆಯಿಂದ,

"ಎಲೈ ದೇವನೇ... ನಿನ್ನನ್ನೊಮ್ಮೆ ನಾನು ಆರಾಧಿಸಿದ್ದೇ ನಿಜವಾಗಿದ್ದಲ್ಲಿ, ನನ್ನಿಂದ ಪ್ರಾಣಿಗಳ ಬಲಿಯನ್ನು ನೀನು ಸ್ವೀಕರಿಸಿ ಸಂಪ್ರೀತನಾಗಿದ್ದೇ ನಿಜವಾಗಿದ್ದಲ್ಲಿ, ನನ್ನ ಒಂದೊಂದು ಕಣ್ಣೀರಿಗೂ ನಿನ್ನ ಬಾಣಗಳೇ ಉತ್ತರವಾಗಲಿ, ಮತ್ತು ಅದರ ಪರಿಣಾಮವನ್ನು ಶೀಘ್ರದಲ್ಲೇ ಅವರು ಅನುಭವಿಸುವ ಹಾಗಾಗಲಿ." ಕರುಳು ಕಡಿದುಕೊಂಡು ಉರಿದ ಒಡಲು ತನ್ನ ಆರಾಧ್ಯ ದೈವನಲ್ಲಿ ಕೈ ಎತ್ತಿ ಮೊರೆ ಇಟ್ಟಿತ್ತು.

ಅವನ ಮಾತಿನ್ನೂ ಮುಗಿದಿತ್ತೋ ಇಲ್ಲವೋ ಆಕಾಶದಲ್ಲಿ ಛಟೀರನೆ ಒಮ್ಮೆ ಸಿಡಿಲು ಹೊಡೆದಂತಾಗಿ, ಬೆನ್ನಿನ ಹಿಂದಿದ್ದ ಬತ್ತಳಿಕೆಯಿಂದ "ಖಣ

ಖಣ" ಎನ್ನುವ ಬಾಣಗಳ ಶಬ್ಧದೊಂದಿಗೆ ಕೈಯಲ್ಲಿ ಬೆಳ್ಳಿಯ ಬಿಲ್ಲನ್ನು ಹಿಡಿದ ಅಪೋಲೋ ಬುಸುಗುಡುತ್ತಾ ಧರೆಗಿಳಿದು ಬಂದೇ ಬಿಟ್ಟ!

ಅವನು ಬಂದ ರಭಸಕ್ಕೆ ಕಡಲ ಅಲೆಗಳು ತಾಳ ತಪ್ಪಿದಂತೆ ಒಮ್ಮೆ ಮೇಲಕ್ಕೆ ಹಾರಿ ಬಿದ್ದವು. ಅಲೆಗಳ ಮೊರೆತದ ನೊರೆಯು ಹತ್ತು ಅಡಿಗಳ ಮರಳ ದಿಬ್ಬದ ಮೇಲಿದ್ದ ಗ್ರೀಕರ ಬಿಡಾರಗಳವರೆಗೆ ಹರಡಿ ಎಚ್ಚರಿಕೆಯ ಗಂಟೆಯನ್ನು ಬಾರಿಸುತ್ತಿದ್ದಂತಿತ್ತು. ಅಪೋಲೋ ಆ ಕಡಲ ಕಿನಾರೆಯಲ್ಲಿ ನಿಂತವನೇ ಒಂದೊಂದೇ ಬಾಣವನ್ನು ತೆಗೆದು ಗುರಿಯಿಡತೊಡಗಿದ. ಅವನ ಬಾಣಗಳೇನೂ ಕಡಿಮೆ ಘಾತುಕಕಾರಿಯೇ! ಅಪೋಲೋವಿನ ಸಂಕೇತ ಬಿಲ್ಲಾದರೂ ಅವನು ರೋಗಕಾರಕ. ಅವನ ಬಾಣ ತಾಗಿದವರೆಲ್ಲಾ ಇಹಲೋಕವನ್ನು ತ್ಯಜಿಸುತ್ತಾರಾದರೂ ಅದು ಒಮ್ಮೆಲೆ ಅಲ್ಲ, ಪ್ಲೇಗ್ ನಂತಹ ಮಹಾಮಾರಿಗೆ ತುತ್ತಾಗಿಸಿ ಒಬ್ಬರಿಂದ ಇಡೀ ಹಳ್ಳಿಗೆ ಹಳ್ಳಿಯೇ ಸಾಯುವಂತಹ ಅನೇಕ ಭಯಂಕರ ರೋಗಗಳಿಗೆ ತುತ್ತಾಗಿಸಿ. ಅದಕ್ಕೆಂದೇ ಊರಿನ ಮುಖ್ಯದ್ವಾರದಲ್ಲೇ ಅವನ ದೇಗುಲವನ್ನು ಕಟ್ಟಿಸಿ, ಅವನನ್ನು ಆರಾಧಿಸುತ್ತಾ ಮದಿಸಿದ ಕುರಿ, ಮೇಕೆಗಳನ್ನು ಅಗ್ನಿಯ ಮೂಲಕ ಆಹುತಿ ಕೊಡುವುದರ ಮೂಲಕ ಅವನನ್ನು ಸಂಪ್ರೀತಗೊಳಿಸಲಾಗುತ್ತಿತ್ತು.

ಅಂತಹ ಅಪೋಲೋ ದೇಗುಲವನ್ನು ಅಖೀಲೀಸ್ ಆಕ್ರಮಿಸಿ, ದೇಗುಲದ ಮುಂದಿದ್ದ ಅಪೋಲೋ ಮೂರ್ತಿಯನ್ನು ಛೇದಗೊಳಿಸಿದ್ದ... ಅಗಮೆಮ್ನನ್ ಅಪೋಲೋ ದೇಗುಲದ ಮುಖ್ಯ ಅರ್ಚಕನ ಮಗಳನ್ನು ಅಪಹರಿಸಿದ್ದಷ್ಟೇ ಅಲ್ಲದೆ ಅವಳನ್ನು ಬಲಾತ್ಕರಿಸಿ, ದಾಸಿಯನ್ನಾಗಿ ಮಾಡಿಕೊಂಡಿದ್ದ. ಇಷ್ಟೆಲ್ಲಾ ಅಪರಾಧಗಳು ಸಾಲದೆಂಬಂತೆ ವಿಮೋಚನಾ ಶುಲ್ಕವನ್ನು ಭರಿಸಿ ಮಗಳನ್ನು ಮರಳಿಪಡೆಯಲು ಬಂದಿದ್ದ ಅವನ ಭಕ್ತನನ್ನು ಅಪಮಾನಗೊಳಿಸಿದ್ದಷ್ಟೇ ಅಲ್ಲದೆ, ಖುದ್ದು ಅಪೋಲೋನನ್ನು ಅವಮಾನಿಸಿ, ಅವನ ಪ್ರತಿಮೆಯನ್ನು ಅಹಂಕಾರದಿಂದ ನಿರ್ಲಕ್ಷಿಸಿ ಆ ದೇವನ ಕ್ರೋಧಕ್ಕೆ ಗುರಿಯಾಗಿದ್ದ.

ದೈವಗಳು ಏನನ್ನಾದರೂ ಸಹಿಸಿಯಾರು. ಆದರೆ ನಿರ್ಲಕ್ಷ್ಯವನ್ನು ಮಾತ್ರ ಸಹಿಸರು. ಅವರ ಭಕ್ತಿಗೆ ಕರಗಿ ವರವನ್ನು ಕೊಟ್ಟಷ್ಟೇ ಶೀಘ್ರವಾಗಿ ಶಾಪವನ್ನೂ ಕೊಡುತ್ತಿದ್ದರಿಂದಲೇ ಜನರು ಅವರನ್ನು ಭಯ-ಭಕ್ತಿ ಪೂರ್ವಕವಾಗಿ ಆರಾಧಿಸುತ್ತಿದ್ದರು. ಅಗಮೆಮ್ನನ್ ಈಗ ಅಂತಹ ಕ್ರೋಧಕ್ಕೆ ಬಲಿಯಾಗಿದ್ದ. ನೋಡು ನೋಡುತ್ತಿದ್ದಂತೆ ಅಗೆಮೆಮ್ನನ್ ಸಾಕು ಪ್ರಾಣಿಗಳು, ಸೈನಿಕರು ಪ್ಲೇಗ್ ರೋಗಕ್ಕೆ ತುತ್ತಾಗಿ ಹುಳಗಳಂತೆ ಬೀಳತೊಡಗಿದರು. ಅಪೋಲೋ ತನ್ನ ಭಕ್ತನಿಗಾದ ಅವಮಾನವನ್ನು ತನ್ನದೇ ಅವಮಾನದಂತೆ ಪರಿಗಣಿಸಿಬಿಟ್ಟಿದ್ದ ಹಾಗಿತ್ತು. ಇಲ್ಲಿಯವರೆಗೆ ಎಲ್ಲಾ ದೇವತೆಗಳು ಅವರವರ ಭಕ್ತರ, ಅನುಯಾಯಿಗಳ ಪರವಾಗಿ ನಿಂತಿದ್ದರೂ ಯಾರೂ ನೇರವಾಗಿ ಯುದ್ಧದಲ್ಲಿ

ಭಾಗವಹಿಸಿರಲಿಲ್ಲ. ಆದರೆ ಅಪೋಲೋವಿನ ಈ ಹೆಜ್ಜೆ ದೇವಲೋಕವನ್ನೂ ನಡುಗಿಸಿಬಿಟ್ಟಿತು. ಭಕ್ತ ಪರಾಧೀನನಾದ ಅಪೋಲೋವಿನ ನಡುವಳಿಕೆ ದೇವತೆಯರಲ್ಲೂ ಕೋಲಾಹಲವೆಬ್ಬಿಸಿ ಅವರವರಲ್ಲೇ ಭಿನ್ನಾಭಿಪ್ರಾಯಗಳು ಮೂಡಿ ಝ್ಯೂಸ್ ಯಾರನ್ನು ಬೆಂಬಲಿಸುವುದು? ಸರಿ ಯಾವುದು? ತಪ್ಪು ಯಾವುದು? ಅರಿಯದೆ ಪ್ರಥಮ ಬಾರಿಗೆ ಚಿಂತಾಕ್ರಾಂತನಾಗಿ ಕೂತುಬಿಟ್ಟ. ಇಲ್ಲಿಂದ ದೇವತೆಗಳೂ ಅವರವರ ಭಕ್ತರ ಪರವಾಗಿ ಹೋರಾಡುವುದನ್ನು ಝ್ಯೂಸ್ ನಿಯಂತ್ರಿಸದಾದ. ಅಥವಾ ಇದುವೂ ಕೂಡ ಅವನ ನಾಟಕಗಳಲ್ಲಿ ಒಂದಾಗಿತ್ತೋ ಅವನಂತೂ ನಿರ್ಲಿಪ್ತನಾಗಿ ಬಿಟ್ಟಿದ್ದ. ಈಗ ದೇವತೆಗಳೂ ಭೂಲೋಕಕ್ಕೆ ಇಳಿದು ಬಂದಿದ್ದರು.

ಕ್ರೋಧಗೊಂಡಿದ್ದ ಅಪೋಲೋ ಹಗಲು-ರಾತ್ರಿ ಎನ್ನದೆ ನಿರಂತರವಾಗಿ ಒಂಭತ್ತು ದಿನಗಳು ಬಾಣಗಳ ಮಳೆಗರೆದಿದ್ದ. ಇಡೀ ಗ್ರೀಸ್ ಸೈನ್ಯ ತತ್ತರಿಸಿ ಹೋಗಿಬಿಟ್ಟಿತು. ಮೇಲೆ ನೆರೆದಿದ್ದ ದೇವತೆಗಳು ಏನು ಮಾಡುವುದು ಎಂದು ತೋಚದೆ ಕಂಗಾಲಾಗಿ ನಿಂತಿದ್ದರು. ಅಷ್ಟರಲ್ಲಿ ಗ್ರೀಕ್ ದೇವತೆ ಹೆರಾ ತನ್ನ ಜನರು ಇಲಿಗಳಂತೆ ಸಾಯುತ್ತಿರುವುದನ್ನು ನೋಡಿ ಸಹಿಸಲಾರದೆ, ಅಖೀಲೀಸನ ಮನದಲ್ಲಿ ಒಂದು ವಿಚಾರವನ್ನು ಮೂಡುವಂತೆ ಮಾಡಿದಳು.

ದೇವತೆಗಳು ಅವರನ್ನು ನಂಬಿದವರನ್ನು ಕಾಪಾಡುತ್ತಿದ್ದ ರೀತಿ ಅದು. ಅವರಿಗೆ ಸರಿಯಾದ ಮಾರ್ಗವನ್ನು ಕನಸಿನ ಮೂಲಕವೋ ಅಥವಾ ಅವರ ಸುಪ್ತ ಮನಸ್ಸಿನಲ್ಲೋ ಜಾಗೃತಿ ಮೂಡುವಂತೆ ಗಾಳಿಯಲ್ಲಿ ತೇಲಿ ಹೋಗಿ ಅವರ ಕಿವಿಯಲ್ಲಿ ಪಿಸುಗುಡುತ್ತಿದ್ದರು. ಅದು ಅವರಿಗೆ ಕೇಳದೇ ಹೋದರೂ ಉಲಿದ ವಿಷಯವನ್ನಂತೂ ಸುಪ್ತ ಮನಸ್ಸು ಗ್ರಹಿಸಿರುತ್ತಿತ್ತು. ಹಾಗೆಯೇ ದೇವತೆ ಹೆರಾ ಅಖಿಲೀಸನ ಮನಸ್ಸಿನಲ್ಲಿ ಒಂದು ವಿಚಾರದ ಜಾಗೃತಿಯನ್ನು ಮೂಡಿಸಿದಳು. ಶ್ವೇತ ಬಾಹುಗಳ ಹೆರಾ ಗ್ರೀಕ್ ದೇವತೆ. ಅವಳಿಗೆ ಅವಳ ಜನರು ಹೀಗೆ ಸಾಯುವುದು ನೋಡಲಾಗುತ್ತಿರಲಿಲ್ಲ. ಅವಳ ಆದೇಶದಂತೆ ಅಖಿಲೀಸ್ ಎಲ್ಲರನ್ನೂ ಒಗ್ಗೂಡಿಸಿ ಈ ವಿಕೋಪಕ್ಕೆ ಕಾರಣವೇನು ಎಂದು ಜ್ಞಾನಿ ಕಾಲ್ಕಾಸನನ್ನು ಕೇಳಿದ.

ಕಾಲ್ಕಾಸ್ ತನ್ನ ದಿವ್ಯ ಜ್ಞಾನದಿಂದ ನಡೆದ ಸಂಗತಿಯನ್ನು ಮತ್ತು ವಾಸ್ತವವನ್ನು ಸಮೀಕರಿಸಿ ಅದಕ್ಕೆ ಅಪೋಲೋ ದೇವತೆಯ ಪೂಜಾರಿ ಕ್ರೈಸಿಸ್‌ನ ಮಗಳು ಕ್ರೈಸೀಯಿಸಳನ್ನು ಬಂಧನದಲ್ಲಿಟ್ಟುಕೊಂಡಿರುವುದಲ್ಲದೇ, ಖುದ್ದು ಅಗೆಮೆಮ್ನನ್ ಅಪೋಲೋಗೆ ಮಾಡಿದ ಅವಮಾನವೇ ಇಂದಿನ ಅನಾಹುತಕ್ಕೆ ಕಾರಣ ಎಂದು ತಿಳಿಸಿದ, ಮತ್ತು ಕ್ರೈಸೀಯಿಸಳನ್ನು ಬಿಡುಗಡೆ ಮಾಡುವುದೇ ಉತ್ತಮವೆಂದು ತಿಳಿಸಿದ. ಅಖಿಲೀಸ್ ಮುಂದೆ ನಿಂತು ಅಗೆಮೆಮ್ನನ್ ನಿಗೆ ಕಾರಣವನ್ನು ತಿಳಿಸಿ ಅವಳನ್ನು ಬಿಡಲು ಒತ್ತಾಯಿಸಿದನು.

ಎಷ್ಟೋ ದಿನಗಳಿಂದ ಮನೆಯಿಂದ... ಮಡದಿಯರಿಂದ ದೂರ ಇದ್ದ ಅಗೆಮೆಮ್ನನ್ ಖ್ರೈಸೀಯಿಸಳನ್ನು ಬಿಡುವುದಕ್ಕೆ ಅದೆಷ್ಟು ಹಿಂದುಮುಂದು ನೋಡಿದನೆಂದರೆ, ಕೊನೆಗೆ ತನ್ನ ವಾಂಛೆಗೆ ಮತ್ತಾವ ಹೆಣ್ಣು ಎಂದು ಲಜ್ಜೆಯಿಲ್ಲದವನಂತೆ ಬಾಯಿಬಿಟ್ಟು ಕೇಳಿದ.

"ಈಗ ಸದ್ಯಕ್ಕೆ ಹಂಚಿಕೆಯಾಗದ ಯಾವ ಹೆಣ್ಣು ಇಲ್ಲದೇ ಇರುವುದರಿಂದ ಮುಂದೆ ದೇವರ ದಯೆಯಿಂದ ಟ್ರಾಯ್ ಗೆದ್ದುದೇ ಆದಲ್ಲಿ ದೊಡ್ಡಪಾಲು ನಿನ್ನದೇ ಇರಲಿ. ಸದ್ಯ ಅಪೋಲೋ ದೇವತೆಯ ಕ್ರೋಧದಿಂದ ತಪ್ಪಿಸಿಕೊಳ್ಳೋಣ. ಇದು ಹೀಗೆ ಮುಂದುವರೆದರೆ ಅಪೋಲೋ ವಿಕೋಪಕ್ಕೆ ನಮ್ಮ ಸೈನ್ಯವೇ ಖಾಲಿಯಾದರೆ ಆಶ್ಚರ್ಯವಿಲ್ಲ. ದಯವಿಟ್ಟು ಖ್ರೈಸೀಯಿಸಳನ್ನು ಬಿಟ್ಟುಬಿಡು" ಎಂದು ಅಖೀಲೀಸ್ ಬಿನ್ನವಿಸಿದನು.

"ಈ ಕ್ರೈಸೀಯಿಸಳನ್ನು ಬಿಟ್ಟು ಬಿಟ್ಟರೆ ನನ್ನ ಗತಿ? ನಾನೆಲ್ಲಿ ಹೋಗಿ ಮಲಗಲಿ? ಓಡೆಸಿಸ್ ನೀನು ನಿನ್ನ ಒತ್ತೆಯಾಳನ್ನು ಬಿಟ್ಟು ಕೊಡುವೆಯಾ? ಅಥವಾ ಅನಾಯಸ ನೀನು! ನೀನು ನಿನ್ನ ಹುಡುಗಿಯನ್ನು ನನಗೆ ಕೊಡುವೆಯಾ? ಅಖಿಲೀಸ್ ನೀನು ಹೇಳು. ನೀನು ನಿನಗೆ ಬಂದ ಆ ಹುಡುಗಿಯನ್ನು ನನಗೆ ಕೊಡುವುದಾದರೆ, ನಾನು ಈ ಹುಡುಗಿಯನ್ನು ಬಿಟ್ಟುಕೊಡಬಲ್ಲೆ"–ಎಂದು ಮತ್ತೆ ತನ್ನ ಕಚ್ಚೆಹರಕುತನವನ್ನು ತೋರಿಸುತ್ತಾ ಹಲ್ಲು ಕಿಸಿಯುತ್ತಾ ನಿಂತಿದ್ದ. ಟ್ರಾಯ್ ನಗರದ ಮೇಲೆ ಪ್ರಥಮ ದಾಳಿಯಲ್ಲಿ ಅಪೋಲೋ ದೇಗುಲವನ್ನು ಧ್ವಂಸ ಮಾಡಿದ ಸಮಯದಲ್ಲಿ ಸೆರೆ ಸಿಕ್ಕ ಬ್ರೈಸೀಯಸ್ ಮೇಲೆ ಅವನ ಕಣ್ಣು ಬಿದ್ದಿತ್ತು. ಅವಳನ್ನು ಸೆರೆ ಹಿಡಿದು ತಂದಿದ್ದು ಅಖಿಲೀಸನೇ ಆದರೂ ಅವಳನ್ನು ಕಂಡ ಮೊದಲ ನೋಟದಲ್ಲೇ ಅವಳ ಮೇಲೆ ಒಲವಾಗಿತ್ತು. ಆದರೆ ಸಮಯ ಸಂದರ್ಭ ಅವನಿಗೆ ಅವನ ಮನದ ಮಾತನ್ನು ಹೇಳಗೊಟ್ಟಿರಲಿಲ್ಲ. ಒಂದೊಮ್ಮೆ ಹೇಳಿದರೂ ಅವಳು ಅದನ್ನು ನಂಬುವ ಸ್ಥಿತಿಯಲ್ಲಿರಲಿಲ್ಲ. ನಂಬಿಯಾಳು ಹೇಗೆ? ಶತ್ರು ಒಬ್ಬ ತನ್ನ ದೇಶದ ಹೊರವಲಯದ ಮೇಲೆ ಆಕ್ರಮಣ ಮಾಡಿ, ಒಳನುಗ್ಗಲಾಗದೆ ಊರಾಚೆಯಿದ್ದ ದೇಗುಲವನ್ನು ಧ್ವಂಸ ಮಾಡುವ ವೇಳೆಯಲ್ಲಿ ಅವನ ಕೈಲಿ ಸಿಕ್ಕವಳು ಅವಳು! ಅವನಿಗೆ ಬ್ರೀಸಿಯೀಸಾಳ ಮೇಲೆ ಮನಸಾಗಿದೆ ಎಂದರೆ ಹೇಗೆ ತಾನೆ ನಂಬಿಯಾಳು? ಬಂಧಿಯಾಗಿಸಲು ಮನಸ್ಸಾಗದಿದ್ದರೂ ತಾನು ಬಿಟ್ಟರೆ ಮತ್ಯಾರಾದರೂ ಆ ಕೆಲಸ ಮಾಡಿಯಾರು ಎಂಬ ಭಯದಿಂದ ಹೊತ್ತು ತಂದಿದ್ದ. ಹಾಗೆ ಅವಳನ್ನು ಹೊತ್ತು ತಂದಿದ್ದರೂ ಅವಳನೆಂದೂ ಬಲಾತ್ಕರಿಸಿರಲಿಲ್ಲ. ಅವಳನ್ನು ಗೌರವಯುತವಾಗಿ ತನ್ನ ಬಿಡಾರದಲ್ಲಿ ಇರಿಸಿಕೊಂಡಿದ್ದು, ಅವಳ ಮನವೊಲಿಸಿ, ಯುದ್ಧ ಮುಗಿದ ಮೇಲೆ ತನ್ನೊಡನೆ ತನ್ನ ದೇಶಕ್ಕೆ ಕರೆದೊಯ್ಯುವ ಯೋಜನೆ ಇತ್ತು. ಹಾಗೆಂದೇ ಅವಳನ್ನು ಬಿಡಾರದಿಂದ ಹೊರಬಿಡದೆ, ಮತ್ಯಾರೂ ಅವಳ ಮೇಲೆ ಕಣ್ಣು

ಹಾಕದಂತೆ ಪೆಟ್ರೋಕ್ಲಸನ ಕಣ್ಣುಗಾವಲಿನಲ್ಲಿಟ್ಟಿದ್ದ. ಅದೂ ಅಲ್ಲದೆ ಅವನಿಗೂ ಈ ಯುದ್ಧಕ್ಕೂ ಯಾವುದೇ ಸಂಬಂಧವಿರಲಿಲ್ಲ... ಅಸಲಿಗೆ ಅಗೆಮೆಮ್ನನ್ ಮತ್ತು ಮೆನೆಲೀಯಸನಿಗೆ ಬಿಟ್ಟರೆ ಯಾರಿಗೂ ಸಂಬಂಧವಿಲ್ಲ. ಆದರೂ ಅವರೆಲ್ಲಾ ಬಂದಿದ್ದರು. ಮತ್ತು ಅವರಿಗೋಸ್ಕರ ಹೊಡೆದಾಡಲು ತಮ್ಮತಮ್ಮ ದೇಶ, ಕುಟುಂಬಗಳನ್ನು ತೊರೆದು ಬಂದಿದ್ದರು. ಅಲ್ಲಿಯವರೆಗೂ ಸಂಯಮದಿಂದಿದ್ದ ಅಖಿಲೀಸ್, ಬ್ರೈಸಿಯೀಸಾಳ ಮಾತು ಬಂದ ಕೂಡಲೇ ಕೆಂಡಾಮಂಡಲನಾದ.

"ಮುಚ್ಚು ಬಾಯಿ. ನಿನ್ನ ಸಹೋದರನ ಪತ್ನಿಯನ್ನು ಪೆರಿಸ್ ಹೊತ್ತೊಯ್ದ ಎನ್ನುವ ಕಾರಣಕ್ಕೆ, ನಿಮ್ಮ ಸಹಾಯಾರ್ಥವಾಗಿ ನಾವೆಲ್ಲರೂ ನಮ್ಮದೆಲ್ಲವನ್ನೂ ಬಿಟ್ಟು ಯುದ್ಧಕ್ಕೆ ಬಂದಿದ್ದೇವೆ. ಇಲ್ಲದಿದ್ದಲ್ಲಿ, ನಮಗೂ ಟ್ರೋಜನ್ನಿರಿಗೂ ಯಾವ ದ್ವೇಷ? ಹಾಗಿರುವಾಗ ಇನ್ನೆಷ್ಟು ನಾಚಿಕೆಯಿಲ್ಲದೆ ನನ್ನ ಬ್ರೈಸಿಯೀಸಳ ಮೇಲೆ ಕಣ್ಣು ಹಾಕಿ ಕೂತಿದ್ದೀಯಾ? ಯುದ್ಧರಂಗಕ್ಕೆ ನಿನ್ನ ಇಳಿಯಗೊಡದೆ ಪ್ರಾಣವನ್ನು ಪಣಕ್ಕಿಟ್ಟು ಹೊಡೆದಾಡುತ್ತಿರುವವರು ನಾವು. ದಂಡನಾಯಕನೆಂದ ಮಾತ್ರಕ್ಕೆ ಹೀಗೇ ಕೂತಲ್ಲೇ ನಮ್ಮದೆಲ್ಲವನ್ನೂ ಕಬಳಿಸುವುದಾದರೆ ನಿನಗೂ ಟ್ರೋಜನ್ನರಿಗೂ ಏನು ವ್ಯತ್ಯಾಸ? ಇನ್ನು ಯಾತಕ್ಕಾಗಿ ನಾವು ಯುದ್ಧ ಮಾಡಬೇಕು?" ಎಂದು ಗುಡುಗಿದಾಗ ಅಗೆಮೆಮ್ನನ್ ತೆಪ್ಪಗೆ ಕೂರಬೇಕಾಯಿತು. ಆದರೂ ಮನಸ್ಸಲ್ಲಿ ಅವನ ಮಾತುಗಳಿಗೆ ಪ್ರತಿ ಸಂಚು ನಡೆಯುತ್ತಲೇ ಇತ್ತು.

ತನಗೆ ಬಂದ ಯುದ್ಧದ ಪಾಲನ್ನು ಹೀಗೆ ಬಿಟ್ಟು ಕೊಡುವುದಕ್ಕೆ ಒದ್ದಾಡಿದ ಅಗೆಮೆಮ್ನನ್ ಸೈನ್ಯವನ್ನು ಕಳೆದುಕೊಳ್ಳುವುದಕ್ಕಾಗಲೀ, ಅವರನ್ನು ಎದುರು ಹಾಕಿಕೊಳ್ಳುವುದಕ್ಕಾಗಲೀ ಮನಸ್ಸಾಗದೇ ಅಖೀಲೀಸ್ ಆಗ್ರಹಿಸಿದಂತೆ ಅವಳನ್ನು ಬಿಡಲು ಒಪ್ಪಿದನು. ಅದಕ್ಕೆ ಬದಲಿಯಾಗಿ ಬೇರೆಯವರ ಒತ್ತೆಯಾಳನ್ನು ಪಡೆಯುವುದಕ್ಕಾಗಿ ಮನಸ್ಸಿನಲ್ಲೇ ಹೊಂಚು ಹಾಕಿ ಕಾದಿದ್ದನು.

ಓಡಿಸೀಸ್ ಖ್ರೈಸಿಯೀಸಳನ್ನು ಅವನ ತಂದೆಯ ವಶಕ್ಕೆ ಒಪ್ಪಿಸುವ ಸಲುವಾಗಿ ನಿಯೋಜಿಸಲ್ಪಟ್ಟಿದ್ದ. ಅವಳನ್ನು ಕರೆದೊಯ್ಯುವ ಹಡುಗಿಗೆ ಅಪೋಲೋ ದೇವತೆಯನ್ನು ಸಂಪ್ರೀತಗೊಳಿಸುವ ಸಲುವಾಗಿ ಕುರಿ ಮತ್ತು ಪಾರಿವಾಳಗಳನ್ನು ತುಂಬಿದ. ಖ್ರೈಸಿಯೀಸಳನ್ನು ಅವಳ ತಂದೆಗೆ ಒಪ್ಪಿಸಿ ಅಪೋಲೋ ದೇವತೆಯಲ್ಲಿ ಗ್ರೀಕನ್ನರ ಮೇಲೆ ಅನುಗ್ರಹಿಸುವಂತೆ ಬೇಡಿಕೊಳ್ಳಲು ಯಾಚಿಸಿ ಬಲಿಗೆಂದು ತಂದಿದ್ದ ಪ್ರಾಣಿಗಳನ್ನು ಒಪ್ಪಿಸಿ ಬಂದನು. ಓಡಿಸೀಸನ ಇಂತಹ ರಾಜಿ ಗುಣದಿಂದಲೇ ಅಗೆಮೆಮ್ನನ್ನಿಗೆ ಅವನೆಂದರೆ ಪ್ರಾಣ. ಅದಕ್ಕಾಗಿಯೇ ಯುದ್ಧವನ್ನು ತ್ಯಜಿಸಿ ಮತಿಭ್ರಮಣನಂತೆ ನಾಟಕವಾಡಿದರೂ ಬಿಡದಂತೆ ಅವನನ್ನು ಕರೆಸಿಕೊಂಡಿದದ್ದು.

ಅಪೋಲೋ ದೇವನು ಸಂಪ್ರೀತಗೊಂಡಿದ್ದನೆಂದು ಕಾಣುತ್ತದೆ. ಗ್ರೀಕನ್ನರ ಬಿಡಾರದಲ್ಲಿ ಸಾವು-ನೋವುಗಳು ಕಡಿಮೆಯಾದವು. ಎಲ್ಲವೂ ಒಂದು

ಹಂತಕ್ಕೆ ಸರಿಹೋಯಿತು ಎಂದುಕೊಳ್ಳುವಷ್ಟರಲ್ಲಿ ನಿಯಂತ್ರಿಸಿಕೊಳ್ಳಲಾಗದ ಅಗೆಮೆಮ್ನನ್ನನ ಲೋಭತನಕ್ಕೆ ಇತಿಹಾಸ ಸಾಕ್ಷಿಯಾಗುವುದರಲ್ಲಿತ್ತು. ಹೆಣ್ಣಿಲ್ಲದೆ ಬಹಳ ದಿನಗಳು ಅಗೆಮೆಮ್ನನ್‌ಗೆ ಇರಲಾಗಲಿಲ್ಲ. ಅಖಿಲೀಸ್ ಬಿಡಾರದಲ್ಲಿರದ ಸಮಯದಲ್ಲಿ ಅವನು ಕಾದಾಡುತ್ತಿದ್ದ ಸಮಯದಲ್ಲಿ ಅವನ ವಶದಲ್ಲಿದ್ದ ಚೆಲುವೆ ಮತ್ತು ಅಖಿಲೀಸನ ಪ್ರೇಯಸಿ ಬ್ರೈಸೀಯಿಸಳನ್ನು ತನ್ನ ಬಿಡಾರಕ್ಕೆ ಹೊತ್ತು ತಂದು ಬಿಟ್ಟ. ಪ್ಲೇಗ್ ಶಾಪದಿಂದ ಮುಕ್ತಿ ಹೊಂದಿ ಕೊಂಚ ಉಸಿರಾಡಿರಲಿಲ್ಲ ಅಗೆಮೆಮ್ನನ್ ತನ್ನ ಚಪಲದಿಂದ ಬ್ರೈಸೀಯಿಸಳನ್ನು ಅಪಹರಿಸಿ ಅದಕ್ಕಿಂತ ದೊಡ್ಡ ಆಪತ್ತನ್ನೇ ತಂದುಕೊಂಡಿದ್ದ.

ಅವಳ ಕಾವಲಿಗೆ ನಿಯೋಜಿಸಿದ್ದ ಪೆಟ್ರೋಕ್ಲಸ್ ಹಿಂದಿನ ದಿನ ಯುದ್ಧದಲ್ಲಿ ಗಾಯಗೊಂಡಿದ್ದವರ ಶುಶ್ರೂಷೆಯಲ್ಲಿ ತೊಡಗಿದ್ದಾಗ ಅಗೆಮೆಮ್ನನ್ ಈ ಕೆಟ್ಟ ಕೆಲಸ ಮಾಡಿ ಬಿಟ್ಟಿದ್ದ. ಪೆಟ್ರೋಕ್ಲಸ್ ಒಬ್ಬನಿಗೇ ಅಗೆಮೆಮ್ನನ್ ಎದುರಿಸುವ ತಾಕತ್ತಿರಲಿಲ್ಲ. ಹಾಗಾಗಿ, ಅಖಿಲೀಸ್ ಬರುತ್ತಿದ್ದಂತೆ ವಿಷಯ ತಿಳಿಸಿ ಈಗೇನು ಅನಾಹುತ ಜರುಗಲಿದೆಯೋ ಎಂದು ನಡುಗುತ್ತಾ ನಿಂತ. ಅಖಿಲೀಸ್ ತನ್ನ ಕತ್ತಿಯನ್ನು ಹೊರಗೆಳೆದವನೇ ಅಗೆಮೆಮ್ನನ್ ಬಿಡಾರದ ಮೇಲೆ ಧಾವಿಸಿ ಹೋಗುತ್ತಿದ್ದ ಸಮಯಕ್ಕೆ ಸರಿಯಾಗಿ ಬಿಡಾರದಿಂದ ಬ್ರೈಸಿಯೀಸಳ ಆರ್ತನಾದ ಕೇಳಿಸಿತು. ಬ್ರೈಸೀಯಿಸ್ ತನ್ನ ಮೇಲೆರಗಿದ್ದ ಅಗೆಮೆಮ್ನನ್ ನಿಂದ ತಪ್ಪಿಸಿಕೊಳ್ಳಲಾಗದೆ ಅಖಿಲೀಸನನ್ನು ಸಹಾಯಕ್ಕಾಗಿ ಕೂಗಿ ಕರೆಯುತ್ತಿದ್ದಳು. ಅಖಿಲೀಸ್ ಧಾವಿಸಿ ಬಂದ ವೇಗಕ್ಕೆ ಬಿಡಾರದ ಕಾವಲಿಗೆ ನಿಂತಿದ್ದ ಇಬ್ಬರೂ ಯೋಧರು ಕತ್ತಿಯನ್ನೂ ಬಿಸಾಕಿ ಅಲ್ಲಿಂದ ಕಾಲ್ಕಿತ್ತರು. ಅವರಿಗೇನು, ಈ ಭೂಮಿಯ ಮೇಲೆ ಯಾರಿಗೂ ಅವನೆದುರಿಗೆ ನಿಲ್ಲುವ ತಾಕತ್ತಿಲ್ಲ. ಅದರಲ್ಲೂ ಹಲ್ಲುಕಡಿಯುತ್ತಿದ್ದ ಈ ಸಮಯದಲ್ಲಿ ಸಾಧ್ಯವೇ? ಅವನ ಕೈಯಿಂದ ಮೃತ್ಯುವಾದರೂ ಎಂಥದ್ದು? ಇಬ್ಬರಿದ್ದರೆ ಇಬ್ಬರ ತಲೆಗಳನ್ನು ಒಂದೊಂದು ಕೈಯಲ್ಲಿ ಹಿಡಿದು ತೆಂಗಿನಕಾಯಿಯಂತೆ ಅಪ್ಪಳಿಸಿ ತಲೆಬುರುಡೆಯನ್ನು ಚೂರುಚೂರು ಮಾಡುವುದೋ... ಇಲ್ಲೆರಡೂ ಕೈಯಲ್ಲಿ ತಲೆಯನ್ನು ಹಣ್ಣಿನಂತೆ ಕಿವುಚಿ ಹಾಕುವುದೋ... ಇಲ್ಲಾ ಬೆನ್ನಿನ ಮೇಲೆತ್ತಿಕೊಂಡು ಲಟಲಟನೇ ಬೆನ್ನು ಮೂಳೆ ಮುರಿದು ಕೆಳಗೆ ಬಿಸಾಕಿ, ಎದೆಯ ಮೇಲೆ ಮೊಣಕಾಲಿಂದ ಹೃದಯವನ್ನು ಒಡೆದು ಹಾಕುವುದೋ ಇಂಥದ್ದೇ. ಅವನ ದರ್ಶನವಾಗುತ್ತಿದ್ದಂತೆಯೇ ಅವರಿಬ್ಬರೂ ಓಡಿ ಹೋಗಿಯಾಗಿತ್ತು. ಕಾವಲುಗಾರರಿಲ್ಲದ ಬಿಡಾರದ ತೆರೆಯನ್ನು ಒಂದೇ ಬಾರಿಗೆ ಹರಿದು ಬಿಸಾಕಿ ಅರೆನಗ್ನನಾಗಿದ್ದ ಅಗೆಮೆಮ್ನನ್ ಎದುರಿಗೆ ನಿಂತು ಅಬ್ಬರಿಸುತ್ತಿದ್ದರೆ ಸುಖದ ಕನಸನು ಕಾಣಲೆತ್ನಿಸುತ್ತಿದ್ದ ಅಗೆಮೆಮ್ನನ್ ನಡುಗಿ ಅವಳನ್ನು ಹಿಡಿದಿದ್ದ ಕೈಗಳು ಥರಥರ ನಡುಗಿ ಸಡಿಲಗೊಂಡಿದ್ದವು. ನೆಲದ

ಮೇಲೆ ಕಿತ್ತು ಬಿಸುಟಿದ್ದ ಬಟ್ಟೆಗಳನ್ನು ಎದೆಗೆ ಅವುಚಿಕೊಂಡವಳೇ ಓಡಿ ಬಂದು ಆಪತ್ಬಾಂಧವನಂತೆ ಆಗಮಿಸಿದ್ದ ಅಖಿಲೀಸನನ್ನು ಬಂದು ತಬ್ಬಿದಳು ಬ್ರೈಸೀಯಸ್. ರಕ್ಷಣೆಗಾಗಿ ಎದೆಗೆ ಬಂದು ಬಿದ್ದವಳನ್ನು ಹಾಗೆ ಒಂದು ಕೈಯಲ್ಲಿ ತಬ್ಬಿ ಹಿಡಿದ ಅಖಿಲೀಸ್, ಬಟ್ಟೆಯನ್ನು ಅಡ್ಡಲಾಗಿ ಹಿಡಿಯುವುದನ್ನು ಮರೆತು, ಬಿಡಾರದ ಮೂಲೆಯಲ್ಲಿ ಅರೆನಗ್ನಾವಸ್ಥೆಯಲ್ಲೇ ಥರಥರ ನಡುಗುತ್ತಾ ನಿಂತಿದ್ದ ಅಗೆಮೆಮ್ನನನ್ನು ಕಂಡು ಕಟಕಟ ಹಲ್ಲು ಕಡಿಯುತ್ತಿದ್ದ. ಅವನನ್ನು ಆ ಕ್ಷಣದಲ್ಲೇ ಇರಿದು ಸಾಯಿಸಿಬಿಡಬೇಕು ಎಂದು ಕತ್ತಿ ಎತ್ತ ಹೋದವನನ್ನು ತಬ್ಬಿ ನಿಂತಿದ್ದ ಬ್ರೈಸೀಯಸ್ ತೋಳು ತಡೆದಿತ್ತು. ಅಖಿಲೀಸನ ಕೋಪ ಕಂಡ ಸ್ವರ್ಗ ದೇವತೆಗಳು ಮುಂದೆ ಏನಾದೀತೆಂದು ಗಾಬರಿಯಿಂದ ಸುತ್ತುವರೆದು ವೀಕ್ಷಿಸುತ್ತಿದ್ದರು. ಅವರಲ್ಲಿ ಹೇರಾ ಮತ್ತು ಅಥಿನೀ ಎಲ್ಲಿ ಇವರಿಬ್ಬರೇ ಹೊಡೆದಾಡುತ್ತಾ ನಿಂತು, ಟ್ರಾಯ್ ಮರೆತು ಹೋಗುತ್ತಾರೋ... ಮತ್ತು ಎಲ್ಲಿ ತಮ್ಮ ವಿರುದ್ಧ ತೀರ್ಪು ಕೊಟ್ಟಿದ್ದ ಪೆರಿಸ್ ನನ್ನು ಮರೆತು ಬಿಡುತ್ತಾರೋ ಎಂದು ಎಣಿಸಿ ದಡದಡ ಭೂಮಿಗೆ ಇಳಿದು ಬಂದು, ಬ್ರೈಸಿಯೀಸಳ ಮುಖಾಂತರ ಅವನ ಕೈ ತಡೆದಿದ್ದರು. ಇಲ್ಲವಾಗಿದ್ದಲ್ಲಿ ಶತ್ರು ನಾಶವಾಗುವಂತಹ ಇಂತಹ ಸುವರ್ಣಾವಕಾಶವನ್ನು ಬ್ರೈಸೀಯಸ್ ಬಿಡುವುದಾದರೂ ಹೇಗೆ? ಅವಳಿಗೂ ಅಖಿಲೀಸನ ಮೇಲೆ ಮನಸ್ಸಾಗಿದ್ದಿದ್ದು ನಿಜವಾದರೂ ನೀಚ ಅಗೆಮೆಮ್ನನ್ ಸಾಯುವುದನ್ನು ತಪ್ಪಿಸಿದ್ದು ಹೇಗೆ ಸಾಧ್ಯ? ಆದರೆ, ಅವಳಾಗಲೇ ಆ ಈರ್ವರು ದೇವತೆಗಳ ಪ್ರಭಾವದಿಂದ ಆ ಕೆಲಸ ಮಾಡಿಯಾಗಿತ್ತು. ಅದೇ ದುರ್ಬಲ ಕ್ಷಣಕ್ಕೆ ಕಾಯುತ್ತಿದ್ದವಳಂತೆ ಅಖಿಲೀಸನ ಮನಸ್ಸಿನೊಳಗೆ ತೂರಿ "ಈಗ ಜಗಳ ಸೂಕ್ತವಲ್ಲ... ಸಮಾಧಾನಿಸು"–ಎಂಬುವಂತಹ ಒಂದು ಭಾವವೊಂದನ್ನು ಅಥೀನೀ ಮೂಡಿಸಿದಳು. ಆ ಭಾವ ಮೂಡಿದ ಮರುಕ್ಷಣವೇ ಇಬ್ಬರಲ್ಲೂ ಅನುರಾಗವೂ ಜೊತೆಜೊತೆಗೆ ಅವಿರ್ಭವಿಸಿದ್ದು ಮಾತ್ರ ಯಾರ ನಿಯಂತ್ರಣದಲ್ಲೂ ಇರಲಿಲ್ಲ. ಮೂಡಿದ ಭಾವಕ್ಕೆ ಮಣಿದು ಕತ್ತಿಯನ್ನು ಒರೆಗೆ ಸೇರಿಸಿದರೂ ತಣಿಯದ ಅಸಮಾಧಾನದಿಂದ ಕುದಿಯುತ್ತಾ,

"ನೀಚ... ನೀನಿಷ್ಟರ ಮಟ್ಟಿಗೆ ಕೆಳಗೆ ಇಳಿಯುತ್ತೀ ಎಂದೆಣಿಸಿರಲಿಲ್ಲ. ಬಿಡಾರದಲ್ಲೇ ಬೆಚ್ಚಗೆ ಕುಳಿತು ಬರೀ ಬೇರೆಯವರ ಹೆಣ್ಣುಗಳ ಮೇಲೆ ಕಣ್ಣು ಹಾಕುತ್ತಾ ಕೂಡುತ್ತೀಯಾ ನಾಯಿ! ಇಂದಿನಿಂದ ನಾನು ನಿನಗಾಗಿ ಯುದ್ಧವನ್ನೇ ಮಾಡುವುದಿಲ್ಲ... ನನ್ನ ಸೈನ್ಯವನ್ನೂ ಕಳಿಸುವುದಿಲ್ಲ... ಅದೇನು ಕಿತ್ತು ಹಾಕುತ್ತೀಯೋ ನೋಡಿಯೇ ಬಿಡೋಣ. ಈಗ ಮಾಡಿದ ನಿನ್ನ ಅಪರಾಧಕ್ಕೆ ನೀನೇ ದಂಡ ತೆರುವಂತೆ ಮಾಡುತ್ತೇನೆ. ಇನ್ನು ಮೇಲೆ ನನ್ನ ವಶಕ್ಕೆ ಬಂದಿರುವ ನನ್ನಾವುದೇ ವಸ್ತುವಿನ ಮೇಲೆ ಕೈ ಹಾಕಿದೆಯೋ ನಿನ್ನ ರಕ್ತವನ್ನು ಹರಿಸಿಬಿಡುತ್ತೇನೆ ಹುಷಾರ್!" ಎಂದು ಆಕ್ರೋಶದಿಂದ ಗುಡುಗಿ ಬಿಡಾರದಿಂದ

ಹೊರಬಂದ. ತಮ್ಮ ನಾಯಕ ಕತ್ತಿ ಸೆಳೆದುಕೊಂಡು ಹೋಗಿದ್ದನ್ನು ನೋಡಿಯೇ ಅವನ ಸಹಾಯಕ್ಕೆ ಆಗಮಿಸಿದ್ದ ಅಖಿಲೀಸ್ ಯೋಧರು ಸಾಗರೋಪಾದಿಯಾಗಿ ಅವನ ಹಿಂದೆಯೇ ಸಾಗಿದರು. ಬ್ರೈಸೀಯಸ್ ಪ್ರೀತಿಗೆ ಬಿದ್ದಿದ್ದ ಅಖಿಲೀಸನಿಗೆ ಯುದ್ಧ ನಿಜಕ್ಕೂ ಬೇಡವಾಗಿತ್ತು. ತನ್ನೆಲ್ಲಾ ಯೋಧರಿಗೂ ನಾಳೆಯ ಯಾನಕ್ಕೆ "ಇಂದೇ ನೌಕೆಯನ್ನು ಸಿದ್ಧ ಪಡಿಸಿ, ನಾವು ಮರಳಿ ಹೋಗುತ್ತಿದ್ದೇವೆ" ಎಂದು ತಿಳಿಸಿ ಪೆಟ್ರೋಕ್ಲಸನನ್ನು ಕೂಡ ಕೂಗಿ ತಿಳಿಸಿದ.

ಮರುದಿನ ಅಗೆಮೆಮ್ನನ್ ಬೇಕೆಂದೇ ಯುದ್ಧಕ್ಕೆ ತಾನೇ ಮುಂದೆ ನಿಂತು ಸೈನ್ಯವನ್ನು ರಣರಂಗಕ್ಕೆ ಸಜ್ಜುಗೊಳಿಸಿದ. ಅವನಿಗೆ ಅಖಿಲೀಸ್ ಇಲ್ಲದೆಯೂ ತಾನು ಯುದ್ಧ ಮಾಡಬಲ್ಲೆ ಎಂದು ಇನ್ನುಳಿದವರಿಗೆ ತೋರಿಸಬೇಕೆಂಬ ಅನಿವಾರ್ಯತೆಯಿತ್ತು. ಅಖಿಲೀಸ್ ಮತ್ತು ಅವನ ಯೋಧರು ನಿರಂತರವಾಗಿ ಹೊಡೆದಾಡಿದ ತಮ್ಮೆಲ್ಲಾ ಶಸ್ತ್ರಗಳನ್ನು ಬದಿಗಿಟ್ಟು ಕುಳಿತುಬಿಟ್ಟಿದ್ದರು. ಕುದುರೆಗಳು ನಿರಾಳವಾಗಿ ಮೇಯುತ್ತಾ ನಿಂತಿದ್ದವು.

ಅಖಿಲೀಸ್ ಮುನಿಸಿಕೊಂಡು ಯುದ್ಧಕ್ಕೆ ಬಂದಿಲ್ಲವೆಂಬುದು ಅವರೆಲ್ಲರ ಹುರುಪಿನ ಮತ್ತೊಂದು ಕಾರಣವಾಗಿದ್ದಿದ್ದು ಸುಳ್ಳಲ್ಲ.

ಕೋಟೆಯ ಹೊರಗಡೆ ವಿಶಾಲವಾದ ಬಯಲೇ ರಣರಂಗ! ಅದರ ನಡುವೆ ಇರುವ ಒಂದು ದೊಡ್ಡ ದಿಣ್ಣೆ ಮತ್ತು ದಿಣ್ಣೆಯ ನಂತರದ ಕಂದರವೇ ಗ್ರೀಕ್ ಸೈನ್ಯವನ್ನು ಬಡಿದುಹಾಕುವ ತಾಣವೆಂದು ಗುರುತಿಸಿಕೊಂಡು ರಥ, ಕುದುರೆಗಳಾದಿಯಾಗಿ ಕೋಟೆಯ ಬಾಗಿಲು ತೆರೆಯುತ್ತಿದ್ದಂತೆ ಕಣ್ಣಲ್ಲೇ ಉರಿ ಕಾರುತ್ತಾ ಗ್ರೀಕನ್ನರ ಮೈ ಮೇಲೆ ಹಾರಿ ಹೋದರು. ಅದೆಷ್ಟೋ ಸಾರಿ ಪ್ರಯತ್ನಿಸಿದರೂ ಭೇದಿಸಲಾಗದ ಟ್ರಾಯ್ ಕೋಟೆಯು ತನ್ನ ಬೃಹತ್ ಬಾಗಿಲನ್ನು ತೆರೆಯುವುದನ್ನು ದೂರದಿಂದಲೇ ನೋಡಿದ ಗ್ರೀಕನ್ನರು ಅಖಿಲೀಸ್ ಉಪಸ್ಥಿತಿಯಿಲ್ಲದ ಯುದ್ಧವು ಹೇಗೋ ಎಂಬ ಅಳುಕಿನಿಂದಲೇ ಹೆಜ್ಜೆ ಹಾಕುತ್ತಿದ್ದರು.

ಹೆಕ್ಟರ್‌ನ ವಿಜಯ ಮತ್ತು ಪೆಟ್ರೋಕ್ಲಸ್‌ನ ಮರಣ

ಟ್ರೋಜನ್ನರು ಈ ಬಾರಿ ಗ್ರೀಕನ್ನರು ಆ ಕಂದಕವನ್ನು ದಾಟಿ ಇತ್ತ ಬಾರದಂತೆ ತಡೆಯುವ ಬದಲು, ಅವರಿದ್ದಲ್ಲಿಗೇ ಹೋಗಿ ಅವರನ್ನು ಮಣಿಸಿ ಬರಬೇಕೆಂಬುದು ಹೆಕ್ಟರನ ಯೋಜನೆ ಕೂಡ ಆಗಿತ್ತು. ಮೊದಲೇ ವೀರ... ಅವನು ವರ್ಷಗಳಿಂದ ನಡೆಯುತ್ತಿರುವ ಈ ಯುದ್ಧಕ್ಕೆ ಸಾಧ್ಯವಾದಷ್ಟು ಬೇಗ ಇತಿಶ್ರೀ ಹಾಡಬೇಕು ಎಂದು ಕಾಯುತ್ತಿದ್ದ. ದೀರ್ಘ ಯುದ್ಧದ ಪರಿಣಾಮ ಉಂಟಾದ ಹತಾಶೆ, ಕೋಪ ಎರಡೂ ಜೊತೆ ಜೊತೆಗೆ ಉಂಟಾಗಿ ಇಂದು ಸಿಡಿದಿದ್ದ ಹೆಕ್ಟರ್, ತಮ್ಮಂದಿರಾದ ಪೆರಿಸ್, ಹೆಲೀನಸ್, ಡೇಯಿಫೋಬಸ್, ಈನಿಯಸ್, ಸಾರ್ಪಿಡಸ್, ಗ್ಲಾಕಸ್ ಮುಂತಾದ ವೀರರು ಮತ್ತು ಅವರವರ ದಳಗಳೊಂದಿಗೆ ಪಾಲಿಡಾಮಸ್ ನೆರವಿನೊಂದಿಗೆ ಯುದ್ಧರಂಗಕ್ಕೆ ಆಗಮಿಸಿದ್ದ. ಇಂದು ಆ ಕಂದಕವನ್ನು ಹೇಗಾದರೂ ಮಾಡಿ ದಾಟಿಯೇ ಬಿಡಬೇಕು ಎಂದು ತನ್ನ ದಳಪತಿಗಳಿಗೆ ಸೂಚನೆ ಕೊಟ್ಟು ಅತ್ಯಂತ ತ್ವರಿತ ಗತಿಯಲ್ಲಿ, ಎಲ್ಲರಿಗಿಂತಲೂ ಮುಂದೆ ರಥವನ್ನು ಏರಿ ಬಂದವನ ಕುದುರೆಗಳು ಕಂದಕದ ಉದ್ದಗಲ ನೋಡಿ ಗಾಬರಿಗೊಂಡು ಬಂದಷ್ಟೇ ವೇಗದಲ್ಲಿ ನಿಂತು, ಮುಂದಕ್ಕೆ ಹೋಗೆವು ಎಂಬಂತೆ ಕೆನೆಯುತ್ತಾ ಅತ್ತಿತ್ತ ಹೊರಳಾಡಿ ನಿಂತು ಬಿಟ್ಟವು. ಹೆಕ್ಟರನಿಗೆ ಏನು ಮಾಡಲು ತೋಚದೆ ನಿಂತಿದ್ದಾಗ ಒಂದು ಘಟನೆ ಅವರೆಲ್ಲರ ಗಮನ ಸೆಳೆಯಿತು.

ತನ್ನ ಮಿತ್ರರೊಂದಿಗೆ ಬಹಳ ಹುರುಪಿನಿಂದ ಹೊರ ಬಂದ ಹೆಕ್ಟರ್, ಕಂದಕದಾಚೆ ಗ್ರೀಕನ್ನರನ್ನು ಹೊಡೆದುರುಳಿಸಬೇಕು ಎನ್ನುವ ಅವನ ಯೋಜನೆ ತಲೆಕೆಳಗಾಗುವಂತೆ ಕಾಣಿಸಿತು. ಗ್ರೀಕನ್ನರು ಕೂಡ ಒಂದು ಎತ್ತರದ ತಡೆಗೋಡೆಯೊಂದನ್ನು ನಿರ್ಮಿಸಿ ಬಿಟ್ಟಿದ್ದರು. ಹೀಗೊಂದು ಎತ್ತರದ ತಡೆಗೋಡೆಯೊಂದು ಗ್ರೀಕನ್ನರಿಂದ ನಿರ್ಮಿಸಲ್ಪಟ್ಟಿದ್ದನ್ನು ಕೋಟೆಯ ಮೇಲಿಂದ ಕಂಡಿದ್ದನಾದರೂ ಅದು ಇಷ್ಟು ಮಜಬೂತಾಗಿರಬಹುದೆಂದು ಅಂದಾಜಿಸಿರದ ಅವನು ಕೊಂಚ ಹೊತ್ತು ಅವಾಕ್ಕಾಗಿ ನಿಂತುಬಿಟ್ಟ. ಅದೇ ಸಮಯಕ್ಕೆ ಆಗಸದಲ್ಲಿ ಒಂದು ವಿಚಿತ್ರವೊಂದು ಅವರಿಗೆ ನೋಡಲು ದೊರಕಿತು.

ಒಂದು ಬಲಿಷ್ಠವಾದ ಹದ್ದು ಒಂದು ಹಾವನ್ನು ತನ್ನ ಕಾಲುಗಳಲ್ಲಿ ಗಟ್ಟಿಯಾಗಿ ಹಿಡಿದುಕೊಂಡು ತನ್ನ ಗೂಡಿನತ್ತ ಹಾರುತ್ತಿತ್ತು. ಇದಿಷ್ಟೇ ಆಗಿದ್ದಿದ್ದರೆ ಅದೊಂದು ಸಾಮಾನ್ಯವಾದ ದೃಶ್ಯವಾಗಿರುತ್ತಿತ್ತು. ಅವರ ಗಮನ ಸೆಳೆದಿದ್ದು ಅದಲ್ಲ. ಆ ಹದ್ದಿನ ಕಾಲಿನಲ್ಲಿದ್ದ ಆ ಹಾವು ಬಿಡಿಸಿಕೊಳ್ಳಲು ಪ್ರಯತ್ನ ಪಡುತ್ತಿದ್ದೂ ಹದ್ದು ಸರಾಗವಾಗಿ ಹಾರಾಡಲು ಹೆಣಗಾಡುತ್ತಿದ್ದುದರಿಂದಲೇ ಅಲ್ಲಿದ್ದವರೆಲ್ಲರ ಗಮನ ಸೆಳೆದಿತ್ತು. ಹದ್ದಿನ ಕಾಲ ಹಿಡಿತದಿಂದ ನುಣುಚಿಕೊಳ್ಳಲು ಹವಣಿಸುತ್ತಿದ್ದ ಹಾವನ್ನು ಮಣಿಸಲು ಹದ್ದು ಕೂಡ ಸಾಕಷ್ಟು ಸೆಣಿಸುತ್ತಿತ್ತು. ಹಾವು ಹದ್ದಿನ ಹಿಡಿತದಿಂದ ಇಷ್ಟಿಷ್ಟೇ ನುಣುಚಿಕೊಳ್ಳುತ್ತಾ, ಒಂದಿಷ್ಟಿಷ್ಟೇ ಮುಂದಕ್ಕೆ ಸರಿದು, ತನ್ನ ಹೆಡೆಯನ್ನು ಹದ್ದಿನ ಹಿಡಿತದಿಂದ ಬಿಡಿಸಿಕೊಂಡಿದ್ದೇ ತಡ ಹದ್ದಿನ ಎದೆಗೆ ಬಲವಾಗಿ ತನ್ನ ಹೆಡೆಯಿಂದ ಹೊಡೆದು ಕಚ್ಚಿತು. ಹದ್ದು ನೋವಿನಿಂದ ಚೀರುತ್ತಾ ತನ್ನ ಹಿಡಿತ ಸಡಿಲಿಸಿಯೇ ಬಿಟ್ಟಿತು. ಕೆಳಗೆ ಬೆಕ್ಕಸ ಬೆರಗಾಗಿ ನೋಡುತ್ತಿದ್ದವರ ಮುಂದೆಯೇ ಹಾವು ದೊಪ್ ಎಂದು ಬಿದ್ದು ಸಲೀಸಾಗಿ ಸರಬರ ಸರಿದು ಹೋಯಿತು.

ತಮ್ಮ ಕಣ್ಮುಂದೆಯೇ ಹದ್ದಿನ ಕಾಲಿನಿಂದ ತಪ್ಪಿಸಿಕೊಂಡು ಬಿದ್ದ ಹಾವನ್ನು ಕಂಡ ಪಾಲಿಡಾಮಸ್ ಹೆಕ್ಟರ್ ಬಳಿ ಬಂದು "ಇದೊಂದು ಅಶುಭ ಸಂಕೇತ" ಎಂದು ಉಸುರಿದನು. "ಬೇಟೆಗಾರನನ್ನು ಬೇಟೆಯೇ ಹೊಡೆದಿದೆ. ಅಂದರೆ ಹಾವನ್ನು ಬೇಟೆಯಾಡಿಕೊಂಡು ಹೋಗುತ್ತಿದ್ದ ಹದ್ದನ್ನು, ಹಾವೇ ಹೊಡೆದಿದೆ. ಇದರರ್ಥ ಇಂದು ನಾವು ಈ ತಡೆಗೋಡೆಯನ್ನು ಕೆಡವಿ ದಾಳಿ ಮಾಡಬೇಕು ಎಂದುಕೊಂಡಿರುವ ಉದ್ದೇಶವನ್ನು ಬಿಡುವುದೇ ಲೇಸು. ನಮ್ಮ ಯೋಜನೆ ನಮಗೇ ತಿರು ಮಂತ್ರವಾದರೆ ಕಷ್ಟ"–ಎಂದು ನುಡಿದನು. "ಈ ಹದ್ದು ಮತ್ತು ಹಾವಿನ ಶಕುನ ನೋಡಿದರೆ, ಯೋಜನೆ ಸಫಲವಾಗುವಂತೆ ಕಾಣುವುದಿಲ್ಲ ಎನಿಸುತ್ತದೆ"–ಎಂದು ಹೇಳುತ್ತಾ ಹೆಕ್ಟರನ ಪ್ರತಿಕ್ರಿಯೆಗಾಗಿ ಕಾದ.

ಹದ್ದು ಮತ್ತು ಹಾವಿನ ಸಂಗತಿಯನ್ನು ತಾನೂ ಗಮನಿಸಿದ್ದರೂ ಅದಕ್ಕೆ ಮತ್ತೇನೋ ಅರ್ಥವನ್ನು ಕಲ್ಪಿಸದ ಹೆಕ್ಟರ್ ಅವನ ಮಾತಿಗೆ ತೃಣ ಬೆಲೆಯನ್ನೂ ಕೊಡದೆ, "ದೇಶಕ್ಕೆ ಹೋರಾಡುವ ಅವಕಾಶ ದೊರಕಿರುವ ಶುಭಶಕುನದ ಮುಂದೆ ನೀನ್ಯಾವ ಶಕುನದ ಬಗ್ಗೆ ಮಾತಾಡುತ್ತಿದ್ದೀ? ದೇಶಕ್ಕಾಗಿ ಹೋರಾಡುವುದನ್ನು ಬಿಟ್ಟು ಶಕುನದ ಕಾರಣ ಹೇಳಿ ನೀನೇನಾದರೂ ಇಟ್ಟ ಹೆಜ್ಜೆ ಹಿಂತೆಗೆದರೆ ಅಥವಾ ಈ ನಿನ್ನ ಅರ್ಥವಿಲ್ಲದ ಕಾಗಕ್ಕ–ಗೂಬಕ್ಕನ ಶಕುನದ ಮಾತುಗಳನ್ನು ನನ್ನಲ್ಲದೆ ಬೇರೆಯವರೊಂದಿಗೆ ಮಾತಾಡಿದರೆ ಮೊದಲಿಗೆ ನಿನ್ನನ್ನೇ ತಿವಿದು ಕೊಂದುಬಿಡುತ್ತೇನೆ" ಎಂದವನೇ ಎಲ್ಲರನ್ನೂ ಉತ್ತೇಜಿಸಿ ಹೂಂಕರಿಸುತ್ತಾ ಬಿರುಗಾಳಿಯಂತೆ ಮುನ್ನುಗ್ಗಿದ.

ಗ್ರೀಕನ್ನರು ಕಟ್ಟಿಕೊಂಡಿದ್ದ ತಡೆಗೋಡೆಯ ಮೇಲೆ ನಿಂತು ಅಲ್ಲಿಂದಲೇ ಬಾಣಗಳ ಪ್ರಹಾರ ಮಾಡಿದರು. ಅವರಿಗೆ ಅವರ ಭಾಷೆಯಲ್ಲೇ ಉತ್ತರಿಸುತ್ತಾ, ಹೆಕ್ಟರ್ ಆದೇಶದಂತೆ ಒಂದು ಕಡೆಯಿಂದ ಸಾರ್ಪಿಡಾನ್ ಮತ್ತು ಇನ್ನೊಂದೆಡೆಯಿಂದ ಗ್ಲಾಕಸ್ ಗ್ರೀಕನ್ನರ ತಡೆಗೋಡೆಯ ಮೇಲೆ ದಾಳಿ ಮಾಡಿದರು. ಇಬ್ಬರು ವೀರರು ಒಟ್ಟಿಗೆ ದಾಳಿ ಮಾಡಿದಾಗ ಯಾರಿಗೆ ಉತ್ತರಿಸಬೇಕೋ ಎಂಬ ಗೊಂದಲದಲ್ಲಿ ಗ್ರೀಕನ್ನರು ಇರುವಾಗಲೇ ಹೆಕ್ಟರ್ ಮತ್ತು ಅವನ ಇನ್ನಿತರ ಯೋಧರು ತಡೆಗೋಡೆಯ ಬಾಗಿಲ ಮೇಲೆ ದಾಳಿ ಮಾಡಿ... ದೊಡ್ಡ ಬಂಡೆಯೊಂದನ್ನು ಎತ್ತಿ ಬಾಗಿಲ ಅಗುಳಿಗೆ ಜಜ್ಜಿ ಜಜ್ಜಿ ಬಾಗಿಲನ್ನು ಅಲುಗಾಡಿಸುತ್ತಾ ಕೊನೆಗೆ ಅದನ್ನು ಉರುಳಿಸಿಯೇ ಬಿಟ್ಟರು. ಬಾಗಿಲು ಒಡೆದು ಬಿದ್ದದ್ದೇ ತಡ, ಹೆಕ್ಟರನೊಂದಿಗೆ ಅವನ ಸಂಪೂರ್ಣ ಸೈನ್ಯ ಒಳಗೆ ನುಗ್ಗಿ ಬಂದುಬಿಟ್ಟಿತು.

ಅವರ ಮುಂದಿನ ಗುರಿ ಹಡಗುಗಳಿಗೆ ಬೆಂಕಿ ಇಡುವುದು. ಏಕೆಂದರೆ, ಅವರ ಸೈನ್ಯಕ್ಕೆ ಬೇಕಿದ್ದ ಎಲ್ಲಾ ಅಗತ್ಯದ ವಸ್ತುಗಳು ಹಡಗಿನಲ್ಲೇ ಇದ್ದವು. ಅವರ ಸಾಕು ಪ್ರಾಣಿಗಳು, ನಿತ್ಯದ ಆಹಾರಕ್ಕೆ ಬೇಕಾಗ ಅಗತ್ಯದ ಸಾಮಾಗ್ರಿಗಳು ಎಲ್ಲವೂ. ಅದಕ್ಕೆ ಬೆಂಕಿ ಇಟ್ಟು ಬಿಟ್ಟರೆ ಅವರ ಅರ್ಧ ಶಕ್ತಿ ಕುಂದಿದಂತೆ. ಹಾಗಾಗಿ ಅದಕ್ಕೆ ಅಡ್ಡಲಾಗಿ ಬಂದವರನ್ನೆಲ್ಲಾ ತರಿದು ಹಾಕುತ್ತಾ ಮೊದಲೇ ಯೋಜಿಸಿದಂತೆ ಹೆಕ್ಟರ್ ಮತ್ತವನ ಪಡೆ ಅತ್ತ ಓಡುತ್ತಿತ್ತು.

ಟ್ರೋಜನ್ನರ ಕೈ ಮೇಲಾಗುತ್ತಾ ಇದ್ದಂತೆ, ಗ್ರೀಕರಿಗೆ ಅಖಿಲೀಸ್ ಇಲ್ಲದೆ ನಾವಷ್ಟೇ ಯುದ್ಧಕ್ಕೆ ಬಂದಿದ್ದು ಮಹಾ ಅಪರಾಧವಾಯಿತು ಎಂದು ಅರಿವಿಗೆ ಬಂತು. ಅಖಿಲೀಸನ ವೀರರು ಅಖಿಲೀಸನ ಆಜ್ಞೆಯಿಲ್ಲದೆ ಕಾದಾಡುವಂತ್ತಿಲ್ಲ. ಕಣ್ಮುಂದೆ ಗ್ರೀಕರು ಹೊಡೆತ ತಿನ್ನುತ್ತಿದ್ದರೂ, ಹುಳಗಳಂತೆ ಉದುರಿ ಬೀಳುತ್ತಿದ್ದರೂ ಏನೂ ಮಾಡಲಾಗದೆ ಕೈ ಕೈ ಹಿಸುಕಿಕೊಂಡು ಕೂತಿದ್ದರು. ಒಬ್ಬ ನಿಜವಾದ ಯೋಧನಿಗೆ ಇದಕ್ಕಿಂತ ಹಿಂಸೆ ಮತ್ತೊಂದಿಲ್ಲ. ಶತ್ರುಗಳ ಕೈ ಮೇಲಾದಂತೆಲ್ಲಾ

ಗ್ರೀಕರ ಎದೆಯಲ್ಲಿ ಭಯದ ಬೀಜವು ಹೆಮ್ಮರವಾಗಿ ಬೆಳೆಯತೊಡಗಿ ಕೈಕಾಲುಗಳು ನಡುಗತೊಡಗಿದವು. ಅವರ ಹೊಡೆತಗಳನ್ನು ತಡೆಯಲಾರದೆ ಒಂದಿಷ್ಟು ಸೈನಿಕರು ಯುದ್ಧ ಬಯಲಿನಿಂದ ಹಿಂದೆ ಸರಿಯುತ್ತಾ ತಾವೇ ಟ್ರೋಜನ್ನರು ಇತ್ತ ಬಾರದಂತೆ ತೋಡಿಕೊಂಡಿದ್ದ ಕಂದಕದವರೆಗೂ ಬಂದು ಅಲ್ಲಿಂದ ಹಿಮ್ಮುಖವಾಗಿ ತಳ್ಳುತ್ತಾ, ತಾವು ಕಟ್ಟಿಕೊಂಡಿದ್ದ ಹೊಸಕೋಟೆಯ ಒಳಗೆ ಬಂದು ಸೇರಿಕೊಂಡರು. ಇನ್ನೊಂದಿಷ್ಟು ಜನ ಸದ್ಯ ಪ್ರಾಣ ಉಳಿದರೆ ಸಾಕು ಎಂದು ಹಡಗುಗಳನ್ನೇರಿ ಅಡಗಿ ಕುಳಿತುಕೊಳ್ಳತೊಡಗಿದರು. ಮತ್ತೊಂದಿಷ್ಟು ಸೈನಿಕರು ತಮ್ಮ ಹಡಗುಗಳನ್ನು ಹಾಳು ಮಾಡದಂತೆ ಅವುಗಳಿಗೆ ರಕ್ಷಾ ಗೋಡೆಯಂತೆ ಸುತ್ತುಗಟ್ಟಿ ನಿಂತರು. ಹೀಗೆ ಅತ್ತ ಇತ್ತ ಎರಡೂ ಸೈನಿಕರ ಕಾಲ್ತುಳಿತಕ್ಕೆ ಸಿಕ್ಕ ಆ ಕಂದಕ ಅರ್ಧಂಬರ್ಧ ಮುಚ್ಚಿಯೇ ಹೋಗಿದ್ದೂ ಹೆಕ್ಟರ್ ತನ್ನೊಡನೇ ಇತರೆ ಟ್ರೋಜನ್ನರಿಗೂ ಹಡಗುಗಳ ಮೇಲೆಯೂ ದಾಳಿ ಮಾಡುವಂತೆ ಅವರನ್ನುದ್ದೇಶಿಸಿ ಕೂಗುತ್ತಾ ತಾನೇ ತನ್ನ ರಥವನ್ನು ಎಲ್ಲರಿಗಿಂತಲೂ ಮುಂದೆ ತೆಗೆದುಕೊಂಡು ಹೋದನು. ಹಡಗುಗಳ ರಕ್ಷಣೆಗೆ ನಿಂತಿದ್ದ ಗ್ರೀಕರಿಗೂ ಟ್ರೋಜನ್ನರಿಗೂ ಭಾರೀ ಯುದ್ಧ ನಡೆಯುತ್ತಿದ್ದೂ, ಕತ್ತಿಗಳ ಖಣ್ ಖಣ್ ಸದ್ದು ದೂರ ದೂರದವರೆಗೂ ಕೇಳಿಸುತ್ತಿತ್ತು. ಕತ್ತಿಯ ಇರಿತಕ್ಕೆ ಒಳಗಾದವರ ಕೂಗಂತೂ ಕರುಳು ಕಿತ್ತು ಬರುವಂತಿತ್ತು. ಬಿಡಾರದಲ್ಲಿ ಹಿಂದಿನ ದಿನ ಗಾಯಗೊಂಡ ಯುದ್ಧಾಳುಗಳ ಶುಶ್ರೂಷೆಯಲ್ಲಿ ತೊಡಗಿದ್ದ ಅಖಿಲೀಸನ ಆಪ್ತ ಗೆಳೆಯ ವೀರ ಪೆಟ್ರೋಕ್ಲಸ್ ಆ ಸದ್ದಿಗೆ ಹೊರಗೆ ಬಂದು ನೋಡಿದ.

ಟ್ರೋಜನ್ನರು ಅದ್ಯಾವಾಗಲೋ ಗ್ರೀಕರು ಕಟ್ಟಿಕೊಂಡಿದ್ದ ಕೋಟೆಯಂತಹ ತಡೆಗೋಡೆಯನ್ನು ಮುರಿದುಕೊಂಡು ಕಡಲ ತಟಿಯವರೆಗೂ ಅಟ್ಟಿಸಿಕೊಂಡು ಬಂದು ಬಿಟ್ಟಿದ್ದಾರೆ. ಗ್ರೀಕರ ಬಲ ಸ್ವಲ್ಪ ಕಡಿಮೆಯಾದರೂ ಆ ಹಡಗುಗಳಿಗೆ ಬೆಂಕಿ ಹಚ್ಚಿ ಬಿಡುತ್ತಾರೆ. ಐದುನೂರು ಸಾವಿರ ಸೈನಿಕರನ್ನು ಹೊತ್ತು ತಂದಿದ್ದ ಹಡಗುಗಳು ಹಾಳಾಗುವುದು ಎಂದರೆ ಆ ನಷ್ಟವನ್ನು ಭರಿಸಲಾಗದು ಎಂತಲೇ ಅರ್ಥ. ಅದೂ ಇಂತಹ ಸಮಯದಲ್ಲಿ! ಶತ್ರು ರಾಜ್ಯದಲ್ಲಿ ಹಡಗುಗಳು ಹಾಳಾಗೋದು ಎಂದರೆ, ಅವರು ಮರಳಿ ಹೋಗೋದಾದರೂ ಹೇಗೆ? ಇನ್ನು ತಡ ಮಾಡುವುದರಲ್ಲಿ ಅರ್ಥವಿಲ್ಲ ಎನ್ನಿಸಿದ್ದೇ ಪೆಟ್ರೋಕ್ಲಸ್, 'ಈಗಲೇ ಹೋಗಿ ಅಖಿಲೀಸನಿಗೆ ಪರಿಸ್ಥಿತಿ ವಿವರಿಸಿ ಅವನನ್ನು ಯುದ್ಧಕ್ಕೆ ಹೊರಡಿಸಬೇಕು... ಅಗೆಮೆಮ್ನನ್ ಮೇಲೆ ಕೋಪಗೊಂಡು ಯುದ್ಧದಲ್ಲಿ ಪಾಲ್ಗೊಳ್ಳದೇ ಇದ್ದರೂ, ನನ್ನ ಮಾತಿಗೆ, ಅವನ ಖಾಸಾ ಸ್ನೇಹಿತನ ಮಾತಿಗೆ ಖಂಡಿತ ಅವನು ಇಲ್ಲ ಎನ್ನಲಾರ' ಎಂದು ಯೋಚಿಸುತ್ತಾ ಅಖಿಲೀಸನ ಬಿಡಾರದತ್ತ ಓಡಿದ.

ಇತ್ತ, ಝೂಯ್ಸ್ ಮತ್ತು ಅಪೋಲೋ ದೇವತೆಯ ಅನುಗ್ರಹದಿಂದ ಹೋರಾಡುತ್ತಿದ್ದ ಹೆಕ್ಟರ್ ಇಂದು ಯಾರಿಗೂ ಬಗ್ಗುವಂತಿರಲಿಲ್ಲ. ಹಡಗಿಗೆ ಪಂಜೊಂದನ್ನು ಹಿಡಿದು ಬೆಂಕಿ ಇಡ ಹೊರಟ ಒಬ್ಬ ಯೋಧನನ್ನು ಅಯಾಸನ ಎಂಬ ಹಿರಿಯ ಗ್ರೀಕ್ ಯೋಧ ತನ್ನ ಉದ್ದನೆಯ ಈಟಿಯಿಂದ ಹಡಗಿನ ಬಳಿ ಯಾರನ್ನೂ ಬರಗೊಡದೆ ಅವರನ್ನೆಲ್ಲಾ ಚುಚ್ಚಿ ಇರಿದು ಸಾಯಿಸುತ್ತಿದ್ದ. ಹೆಕ್ಟರನಿಗೆ ಯಾವುದಾದರೂ ಒಂದು ಹಡಗಿಗೆ ಬೆಂಕಿ ಇಕ್ಕಲೇ ಬೇಕಿತ್ತು... ಆದರೆ, ಅಯಾಸನ ಮಾತ್ರ ತನ್ನ ಉದ್ದನೆಯ ಈಟಿಯನ್ನೇ ಬಳಸಿ ಮೇಲೆ, ಕೆಳಗೆ ಎಗರುತ್ತಾ ಹೊಡೆದಾಡಿ ಟ್ರೋಜನ್ನರನ್ನು ಇರಿಯುತ್ತಿದ್ದ. ಈ ಗಲಾಟೆಯಲ್ಲಿ ಅನೇಕ ಟ್ರೋಜನ್ನರು ಅಯಾಸನನ ಈಟಿಯ ಏಟಿಗೆ ಗಾಯಗೊಂಡು ಹಿಂದೆ ಸರಿದರು. ಆದರೂ ಹೆಕ್ಟರ್ ಬಿಡದಂತೆ ಒಂದು ಹಡಗನ್ನು ಏರಿಯೇ ಬಿಟ್ಟ!

ಇತ್ತ, ಅಖಿಲೀಸನಿಗೆ ಅಗೆಮೆಮ್ನನ ಮೇಲೆ ಅತೀವ ಕೋಪ ಉಂಟಾಗಿತ್ತು. ಅವನು ಪ್ರೇಮಿಸಿದ ಹುಡುಗಿಯನ್ನು, ಯುದ್ಧದಲ್ಲಿ ಇವನ ಪಾಲಿಗೆ ಬಂದಿದ್ದ ಒತ್ತೆಯಾಳನ್ನು ಹೀಗೆ ಅವನು ಇವನ ಅನುಮತಿಯಿಲ್ಲದೇ ಅಪಹರಿಸಿ ಅಗೆಮೆಮ್ನನ್ ಅಖಿಲೀಸನನ್ನು ಎಲ್ಲರೆದುರು ಅವಮಾನಿಸಿದ್ದ. ವೀರ ಅಖಿಲೀಸನಿಗೆ ಇದನ್ನು ಜೀರ್ಣಿಸಿಕೊಳ್ಳಲಾಗಿರಲಿಲ್ಲ.

ಪೆಟ್ರೋಕ್ಲಸ್ ಅಖಿಲೀಸನ ಮನವೊಲಿಸುವ ಪ್ರಯತ್ನದಲ್ಲಿರುವಾಗಲೇ ಅತ್ತ ಹೆಕ್ಟರ್ ಅಯಾಸನ ಈಟಿಯನ್ನು ಒಂದೇ ಏಟಿಗೆ ತನ್ನ ಕತ್ತಿಯಲ್ಲಿ ಕಡಿದು ಬೀಳಿಸಿದ್ದ. 'ಹೋ' ಎಂದು ಕೂಗುತ್ತಾ ಟ್ರೋಜನ್ನರು ಹಡಗನ್ನು ಏರಿ ಹಡುಗಿಗೆ ಬೆಂಕಿ ತಾಗಿಸಿಯೇ ಬಿಟ್ಟರು! ಹಿಂದೆಯೇ ಅನೇಕ ಕೊಳ್ಳಿಗಳನ್ನು ಹಡಗಿನ ಮೇಲೆ ತೂರಲಾಗಿ ಹಡುಗು ನೋಡುನೋಡುತ್ತಿದ್ದಂತೆ ಧಗಧಗನೇ ಹೊತ್ತಿ ಉರಿಯಲಾರಂಭಿಸಿತು. ಇಡೀ ರಣರಂಗದಲ್ಲಿ ಹಡುಗಿನ ಚಟಚಟ ಎಂದು ಸುಡುವ ಸದ್ದಿನೊಂದಿಗೆ ಯೋಧರ 'ಹೋ' ಎನ್ನುವ ಕೂಗು ಮಾತ್ರ ಕೇಳಿಸುತ್ತಿತ್ತು. ಅಷ್ಟರಲ್ಲಿ, ಆ ಕೂಗಿಗೆ ಮತ್ತೊಂದು ಕೂಗು ಅಲ್ಲಿದ್ದ ಎಲ್ಲರ ಒಡಲು ಹರಿದು ಹೋಗುವಂತೆ ಸೀಳಿ ಬಂತು. ಅದು ಗ್ರೀಕ್ ಯೋಧನೊಬ್ಬ ಸಂತಸದಿಂದ ಅಬ್ಬರಿಸಿದ್ದ ಸದ್ದಾಗಿತ್ತು...

"ಅಖಿಲೀಸ್...!!!"

ತಿರುಗಿ ನೋಡಿದವರೇ ಗ್ರೀಕರು ಅತ್ಯಂತ ಉತ್ಸಾಹದಿಂದ ತಮ್ಮ ತಮ್ಮ ಅಸ್ತ್ರಗಳಿಂದ ಉಕ್ಕಿನ ಎದೆಗವಚವನ್ನು ತಟ್ಟಿಕೊಳ್ಳುತ್ತಾ ಹರ್ಷೋದ್ಗಾರ ಮಾಡತೊಡಗಿದರು. ಅದಕ್ಕೆ ಉತ್ತರವಾಗಿ ಅಖಿಲೀಸನ ರಥ ದುಡುದುಡು ಉರುಳಿ ರಣರಂಗದ ಕಡೆಗೆ ಬರುತ್ತಿದ್ದರೆ, ವೈರಿಗಳ ಎದೆಯ ಮೇಲೆ ರಥ ಓಡಿಸಿದಂತ್ತಿತ್ತು, ಮತ್ತದರ ಹಿಂದೆ ಧುಮುಧುಮುಗುಡುತ್ತಾ ಅಖಿಲೀಸನ ಪೂರ್ತಿ ಮರ್ಮಿಡಾನ್ ಸೈನ್ಯ!

ಯುದ್ಧ ಮಾಡಲು ಅನುಮತಿಯಿಲ್ಲದೆ ಅಸಹಾಯಕರಂತೆ ಕೈಕಟ್ಟಿ ಕುಳಿತಿದ್ದ ಆ ಮರ್ಮಿಡಾನ್ ಸೈನ್ಯವು ಅಖಿಲೀಸನನ್ನು ಕಂಡೊಡನೇ ಹಸಿದ ತೋಳದಂತೆ ಟ್ರೋಜನ್ನರ ಮೇಲೆ ಮುರಿದುಕೊಂಡು ಬಿದ್ದಿತು. ಗುಡುಗಿನಂತೆ ಅಬ್ಬರಿಸುತ್ತಾ, ಮಿಂಚಿನಂತೆ ಆಕ್ರಮಣ ಮಾಡಿದ ವೇಗಕ್ಕೆ ಈಗ ಟ್ರೋಜನ್ನರು ಅವಿತುಕೊಳ್ಳುವ ಜಾಗಕ್ಕಾಗಿ ತಡಕಾಡತೊಡಗಿದರು.

ಅಷ್ಟೊತ್ತಿಗಾಗಲೇ ಬೆಂಕಿ ಹತ್ತಿ ಉರಿಯುತ್ತಿದ್ದ ಹಡುಗಿನ ಬಳಿ ಗ್ರೀಕರು ಅದರ ಬೆಂಕಿ ಆರಿಸಲು ಹತ್ತಿರ ಬರದಂತೆ ತಡೆಯಲು ಪ್ರೋಟಿಸೈಲಾಸ್ ನನ್ನು ನಿಲ್ಲಿಸಿ, ಹೆಕ್ಟರ್ ಟ್ರೋಜನ್ನರು ಅಖಿಲೀಸನಿಗೆ ಹೆದರಿ ಚದುರಿ ಹೋಗದಂತೆ ಅವರ ಬಲವಾಗಿ ನಿಂತು ಅವನ ಗಮನವನ್ನು ತನ್ನತ್ತ ಸೆಳೆದುಕೊಂಡನು. ಆದರೆ, ಅವನ ದೃಷ್ಟಿ ಉರಿಯುತ್ತಿರುವ ಹಡಗಿನ ಮೇಲಿತ್ತು... ಯಾವುದೇ ಕ್ಷಣದಲ್ಲಿ ಬೆಂಕಿಯ ಕೆನ್ನಾಲಿಗೆ ಇತರ ಹಡಗುಗಳಿಗೂ ಪಸರಿಸುವ ಸಂಭವವಿತ್ತು. ಹೆಕ್ಟರನ ಪ್ರಚೋದನೆಗೆ ಪ್ರತಿಕ್ರಿಯಿಸದೆ ತನ್ನ ಕೈಯಲ್ಲಿದ್ದ ಈಟಿಯನ್ನು ಬೀಸಿ ಹಡುಗಿನ ಬಳಿಯಿದ್ದ ಪ್ರೋಟಿಸೈಲಾಸ್ ಕಡೆಗೆ ಎಸೆದನು. ಎಸೆದ ಆ ಈಟಿ ಅದೆಷ್ಟು ರಭಸವಾಗಿ ಬಂದು ಅವನೆದೆಗೆ ಚುಚ್ಚಿಕೊಂಡಿತೆಂದರೆ ಈಟಿಯ ಉಳಿದರ್ಧ ಭಾಗ ಬೆನ್ನನ್ನು ಸೀಳಿಕೊಂಡು ಆಚೆ ಬಂದಿತ್ತು. ಪ್ರೋಟಿಸೈಲಾಸ್ "ಆ" ಎಂದು ಅರಚುತ್ತಾ ಹಿಮ್ಮುಖವಾಗಿ ಎಗರಿ ಬಿದ್ದು, ಅದೇ ಈಟಿಯನ್ನು ನೆಲಕ್ಕೆ ಸಿಕ್ಕಿಸಿಕೊಂಡೇ ಬಿದ್ದು ಸತ್ತು ಹೋದ. ಅನಿರೀಕ್ಷಿತವಾದ ಈ ದಾಳಿಗೆ ಬೆದರಿ ಅವನ ಸೈನಿಕರು ಹಡಗನ್ನು ಬಿಟ್ಟು ಬೇರೆಡೆಗೆ ಓಡಿದರು. ಮರ್ಮಿಡಾನ್ಸ್ ಹಡಗನ್ನು ಏರಿದವರೇ ಬೆಂಕಿಯನ್ನು ನಂದಿಸಿಬಿಟ್ಟರು. ಅಷ್ಟರಲ್ಲಿ, ಅಖಿಲೀಸನ ಕತ್ತಿ ಇನ್ನು ಅನೇಕ ಟ್ರೋಜನ್ನರ ಬಿಸಿರಕ್ತದ ರುಚಿ ನೋಡಿಯಾಗಿತ್ತು. ಅವನ ಕತ್ತಿಯ ಚೂಪಿಗೆ ಬಾಳೆಗಂಬಗಳಂತೆ ಉರುಳುತ್ತಿದ್ದ ಟ್ರೋಜನ್ನರನ್ನು ಹೆಕ್ಟರ್ ರಕ್ಷಿಸಲು ಅವನಿದ್ದಲ್ಲಿಗೆ ಬರಲು ಹರಸಾಹಸ ಮಾಡುತ್ತಿದ್ದ. ಆದರೆ, ಯಾವುದೇ ಕಾರಣಕ್ಕೂ ಹೆಕ್ಟರನನ್ನು ಅವನ ಬಳಿ ಹೋಗದಂತೆ ಇತರೆ ಗ್ರೀಕರು ಅವನನ್ನು ಅಡ್ಡಗಟ್ಟಿದ್ದರು.

ಬಹಳದಿನಗಳಿಂದ ಯುದ್ಧಕ್ಕಾಗಿ ಕಾದಿದ್ದ ಅಖಿಲೀಸನ ಸೇನೆ ಶತ್ರುಗಳ ಮೇಲೆ ಎರಗಿ ಮನಸೋ ಇಚ್ಛೆ ತರಿದು ಬಿಸಾಕ ತೊಡಗಿತು. ಕುರಿಯ ಮಂದೆಯ ಮೇಲೆ ಹಸಿದ ತೋಳಗಳಂತೆ ಮುಗಿ ಬಿದ್ದು ಕಡಿದಾಡುತ್ತಿದ್ದ ಗ್ರೀಕರ ಕೈ ಕ್ಷಣದಿಂದ ಕ್ಷಣಕ್ಕೆ ಮೇಲಾದಂತೆಲ್ಲಾ ಟ್ರೋಜನ್ ಸೇನೆ ಗಾಬರಿಗೆ ಬಿತ್ತು. ಇದಕ್ಕೆಲ್ಲಾ ಕಾರಣ ಆ ಅಖಿಲೀಸ್ ಎನ್ನುವ ಶಕ್ತಿಯೇ! ನಮಗಿನ್ನೇನು ಗತಿ ಎಂದು ಹೆಕ್ಟರನಿಗಾಗಿ ಸುತ್ತಮುತ್ತ ಹುಡುಕಾಡುತ್ತಾ ಕಂದಕವನ್ನು ದಾಟಿ ತಮ್ಮ ನಗರದ ಕೋಟೆಯ ಕಡೆಗೆ ಹೊಡೆದಾಡುತ್ತಲೇ ಧಾವಿಸತೊಡಗಿದರು. ಆ ಗಡಿಬಿಡಿಯಲ್ಲಿ ಎಷ್ಟೋ ರಥಗಳು ಕಂದಕದಲ್ಲಿ ಉರುಳಿಕೊಂಡವು.

ಎಷ್ಟೋ ಕುದುರೆಗಳು ಲಗಾಮು ಹರಿದುಕೊಂಡು ರಥದಿಂದ ಬೇರ್ಪಟ್ಟು ನಿಯಂತ್ರಣವಿಲ್ಲದೆ ಎತ್ತೆತ್ತಲೋ ಓಡಿ ಹೋದವು. ಹಾಗೆ ಸಿಕ್ಕವರು ಅಖಿಲೀಸನ ಸೇನೆಯ ಕತ್ತಿಗಳಿಗೆ ಕೊರಳೊಡ್ಡಿದರು.

ಹೆಕ್ಟರನಿಗೂ ಹೇಗಾದರೂ ಮಾಡಿ ಅಖಿಲೀಸನ ಬಳಿ ಹೋಗಬೇಕಿತ್ತು. ಗೋಡೆಯಂತಿದ್ದ ಮರ್ಮಿಡಾನ್ಸ್ ನನ್ನು ಭೇದಿಸಿ ಅಲ್ಲಿಗೆ ಹೋಗಲು ತಡವಾಗಬಹುದು ಎನ್ನಿಸಿದ್ದೇ ಹಿಂದಕ್ಕೆ ರಥವನ್ನು ಓಡಿಸಲು ಹೇಳಿದ. ಸನಿಹದ ಹಡಗಿನವರೆಗೂ ರಥವನ್ನು ಓಡಿಸಿ ಅಲ್ಲಿಂದ ಹಡಗಿಗೆ ಜಿಗಿದು, ಅದರ ನೆತ್ತಿ ತಲುಪಿ ಅಲ್ಲಿಂದ ಅಖಿಲೀಸ್ ಎಲ್ಲಿದ್ದಾನೆಂದು ನೋಡಿ ಗುರುತಿಸಿಕೊಂಡ. ಅಖಿಲೀಸ್ ಎನ್ನುವ ಹೆಸರೇ ಸಾಕು ವೈರಿಯ ಎದೆ ನಡುಗಿಸಲು. ಆದರೆ, ಇಂದು ಹೆಕ್ಟರನ ಅದೃಷ್ಟವೇ ಬೇರೆ ಇತ್ತಲ್ಲ! ಅವನಿಗೆ ಇಂದು ಯಾರೂ ಸಮಾನರಲ್ಲ ಎಂಬಂತೆ ಎದೆಯುಬ್ಬಿಸಿ ನಿಂತಿದ್ದ. ಅಖಿಲೀಸ್ ಬಂದ ಎನ್ನುವ ಮಾತಿಗೆ ತತ್ತರಿಸಿ ಓಡುತ್ತಿದ್ದ ಟ್ರೋಜನ್ನರಿಗೆ ಧೈರ್ಯ ತುಂಬುತ್ತಾ, ಅವನನ್ನು ಇಂದು ನಾನೇ ಹೊಡೆದು ಬಿಸಾಕುತ್ತೇನೆ ಎಂದು ಹ್ಹೂಂಕರಿಸುತ್ತಾ ಹಡಗಿನಿಂದ ಜಿಗಿದವನೇ ನೇರ ಅವನ ಮುಂದೆಯೇ ನಿಂತಿದ್ದ.

ಹೆಕ್ಟರ್ ಜಿಗಿದ ರಭಸಕ್ಕೆ ಭಾರವಾದ ಶಿರಸ್ತ್ರಾಣ ಧರಿಸಿ ಮುಖವನ್ನು ಪೂರ್ತಿ ಮರೆಮಾಚಿದ್ದ ಅಖಿಲೀಸ್ ಝಿಲ್ಲನೆ ಬೆವರಿದ್ದ ಎಂದು ಕಿವಿಯ ಪಕ್ಕದಲ್ಲಿ ಇಳಿದ ಬೆವರಿನ ಹನಿಯೊಂದು ಗುಟ್ಟು ಬಿಚ್ಚಿಕೊಟ್ಟಿತ್ತು. ರಜತಖಚಿತ ಹಿಡಿಯುಳ್ಳ ಬೆಳ್ಳಿಯ ಭಾರೀ ಖಡ್ಗವನ್ನು ಹಿಡಿದಿದ್ದ ಅವನ ಕೈಗಳು ಮೆಲ್ಲನೆ ಕಂಪಿಸುತ್ತಿದ್ದವು. ಅದನ್ನು ಗಮನಿಸಿದ ವೀರ ಹೆಕ್ಟರನಿಗೆ ಅಷ್ಟು ಸಾಕಿತ್ತು, ಅವನ ಕೈ ನಡುಗಿದ ಆ ಸಮಯವನ್ನು ಒಂದು ಕ್ಷಣವೂ ತಡಮಾಡದೆ ನಡುಗುತ್ತಿದ್ದ ಅವನ ಕೈ ಮೇಲೆಯೇ ಆಕ್ರಮಣ ಮಾಡಿದನು. ಒಂದೇ ಏಟಿಗೆ ಅವನ ಕೈಯಲ್ಲಿದ್ದ ಖಡ್ಗ ಎಗರಿ ಬಿತ್ತು. "ಇವನೇ ಅಖಿಲೀಸ್ ಎಂದರೆ? ಇಷ್ಟೆಯೇ ಇವನ ಪೌರುಷ?" ಎಂದು ಆಶ್ಚರ್ಯ ಪಡುತ್ತಾ ಹೆಕ್ಟರ್ ಅವನ ಕತ್ತಿಯನ್ನು ತನ್ನ ಕತ್ತಿಯಿಂದಲೇ ಎತ್ತಿ ಅವನೆಡೆಗೆ ತೂರಿದ. ಹಾಗೆ ತೂರುವಾಗ ಆ ಖಡ್ಗದ ಭಾರಕ್ಕೆ ಚಕಿತನಾದ. ಅದು ಅತ್ಯಂತ ಭಾರವಿತ್ತು. ಇಂತಹ ಖಡ್ಗವನ್ನು ಹಿಡಿಯುವ ಕೈಗಳೇ ಇವು ಎಂದು ಸೋಜಿಗವೂ ಆಯಿತು.

ಆದರೆ ಅಲ್ಲಿಯವರೆಗೂ ಟ್ರೋಜನ್ನರನ್ನು ತುರುಬಿಕೊಂಡು ಹೊಡೆದುರುಳಿಸಿದ್ದ ಅಖಿಲೀಸನಿಗೆ ಹೆಕ್ಟರನನ್ನು ನೋಡುತ್ತಲೇ ಒಂದು ಕ್ಷಣ ಕೈ ನಡುಗಿದರೂ ಅವನನ್ನು ಇಂದು ತೀರಿಸಿಯೇ ಬಿಡಬೇಕೆಂಬ ಆಕ್ರೋಶದಿಂದ ಬಲಗೈಯಲ್ಲಿ ಕತ್ತಿ, ಎಡಗೈಯಲ್ಲಿ ಈಟಿಯನ್ನು ಹಿಡಿದು ರಥದಿಂದ ಕೆಳಗೆ ಹಾರಿ ಹೆಕ್ಟರನ ಸಮವಾಗಿ ನಿಂತನು. ಅವನು ಹಾಗೆ ಎಗರಿ ಜಿಗಿಯುವ ಸಮಯಕ್ಕೆ ಸರಿಯಾಗಿ ಅಪೋಲೋ ದೇವತೆ ಅವನ ಭುಜವನ್ನು ಹಿಡಿದು

ಅಲುಗಾಡಿಸಿದಂತಾಗಿ ಅದಕ್ಕೆ ಜಿಗಿದ ರಭಸವೂ, ಹೆಕ್ಟರ್ ಅದೇ ಸಮಯಕ್ಕೆ ತೂರಿದ ಈಟಿಯ ಹೊಡೆತವೂ ಸೇರಿ ಅವನ ಲೋಹದ ಶಿರಸ್ತ್ರಾಣ ಎಗರಿ ಕಳಚಿ ನೆಲಕ್ಕೆ ಉರುಳಿತು. ದೇವಲೋಕದಲ್ಲಿ ಯುದ್ಧ ವೀಕ್ಷಿಸುತ್ತಿದ್ದ ದೇವತೆಗಳು ಒಂದರೆ ಕ್ಷಣ ಗಾಬರಿಯಾದರು. ಏಕೆಂದರೆ ಇಲ್ಲಿಯವರೆಗೆ ಆ ಶಿರಸ್ತ್ರಾಣ ಬಿದ್ದಿದ್ದೇ ಇಲ್ಲ. ಪ್ರಪ್ರಥಮ ಬಾರಿಗೆ ಆ ಶಿರಸ್ತ್ರಾಣ ಹೀಗೆ ನೆಲಕ್ಕುರುಳಿ ಅದರ ಒಡೆಯನಿಗೆ ಅಪಶಕುನ ಸಾರಿತ್ತೇ? ನೆರೆದಿದ್ದ ದೇವತೆಗಳ ಮನಸ್ಸಲ್ಲಿ ಹೀಗೊಂದು ಯೋಚನೆ ಕದಲುತ್ತಿದ್ದಂತೆಯೇ ಆ ಅಪಶಕುನ ನನ್ನದಾಗಲಿ ಎನ್ನುವಂತೆ ಹೆಕ್ಟರ್ ಅವನಿಗರಿವಿಲ್ಲದೆ ಓಡಿ ಹೋಗಿ ಆ ಶಿರಸ್ತ್ರಾಣವನ್ನು ತೆಗೆದುಕೊಂಡು ತನ್ನ ತಲೆಯ ಮೇಲೆ ಇಟ್ಟುಕೊಂಡುಬಿಟ್ಟ! ದೇವತೆಗಳು ಮತ್ತೊಮ್ಮೆ ಹೌಹಾರಿ ಬಿಟ್ಟರು! ಅಲ್ಲಿಗೆ ಹೆಕ್ಟರನ ಸಾವೂ ಸನಿಹವಾಯಿತೇ?

ಇಂದಿನವರೆಗೆ ಆ ಶಿರಸ್ತ್ರಾಣ ಎಂದಿಗೂ ಹೀಗೆ ಧೂಳಿನಲ್ಲಿ ಯಾರೂ ಕೆಡವಿರಲಿಲ್ಲವಲ್ಲಾ! ಆ ಖುಷಿಯಲ್ಲಿ ಅದನ್ನು ತಾನು ಧರಿಸಿ ಅಟ್ಟಹಾಸಗೈದು ಅವನೆಡೆಗೆ ನೋಡುತ್ತಾನೆ ಅದು ಅಖಿಲೀಸ್ ಅಲ್ಲವೇ ಅಲ್ಲ! ಅದು ಅಖಿಲೀಸನ ಶಿರಸ್ತ್ರಾಣವೇನೋ ನಿಜ! ಆದರೆ ಅದರೊಂದಿಗೆ ರಜತಕತ್ತಿ ಮತ್ತು ಎದೆಗವಚ ಧರಿಸಿ ಬಂದಿದ್ದವ ಅವನ ಖಾಸಾ ಗೆಳೆಯ ಪೆಟ್ರೋಕ್ಲಸ್!

ಅಗೆಮೆಮ್ನನ್ ಎಸಗಿದ್ದ ಆ ಅತ್ಯಾಚಾರಕ್ಕೆ ಮನನೊಂದು ಅವನ ಮೇಲೆ ಕೋಪಗೊಂಡಿದ್ದ ಅಖಿಲೀಸನನ್ನು, ಪೆಟ್ರೋಕ್ಲಸ್ ಅದೆಷ್ಟೇ ಪ್ರಯತ್ನಿಸಿದರೂ ಯುದ್ಧಕ್ಕಾಗಿ ಮನವೊಲಿಸಲು ಸಾಧ್ಯವಾಗಿರಲಿಲ್ಲ. ಧೀರ್ಘವಾಗಿ ಅವನೊಡನೆ ಸಂವಾದಿಸುವಷ್ಟು ಸಮಯವೂ ಇರಲಿಲ್ಲ. ಅಲ್ಲಿ ಗ್ರೀಕನ್ನರು ಸತ್ತು ಬೀಳುತ್ತಿದ್ದರು. ಯೋಧರನ್ನು ಶುಶ್ರೂಷೆ ಮಾಡುವ ರಣ ವೈದ್ಯ ಮಕಾವೋನ್ ಸ್ವತಃ ಗಾಯಗೊಂಡು ಬಿದ್ದಿದ್ದ... ಅವನ ಸಹೋದರ ಅಲ್ಲಿ ಯುದ್ಧದಲ್ಲಿ ಶತ್ರುಗಳ ನಡುವೆ ಹೋರಾಡುತ್ತಿದ್ದ. ಎಲ್ಲವನ್ನೂ ಬಿಡಿಸಿ ಹೇಳುವಷ್ಟು ಸಮಯವಿರಲಿಲ್ಲ... ಮೇಲಾಗಿ ಅದೆಷ್ಟೇ ಮಾತಾಡಿದರೂ ಅವನ ಕೋಪ ಶಮನವಾಗುವುದಂಥದ್ದೂ ಅಲ್ಲ ಅನ್ನಿಸಿದ್ದೇ ಪೆಟ್ರೋಕ್ಲಸ್ ಬಿಡಾರದಿಂದ ಹೊರಬರುತ್ತಾ ಅಖಿಲೀಸನ ಕವಚ, ಮತ್ತು ಶಿರಸ್ತ್ರಾಣವನ್ನು ತಾನೇ ತೊಟ್ಟು, ಅಖಿಲೀಸನ ಕತ್ತಿಯನ್ನು ಹಿಡಿದುಕೊಂಡು ಅವನಂತೆಯೇ ಹ್ಲೂಂಕರಿಸುತ್ತಾ ಗ್ರೀಕರೆಡೆಗೆ ಓಡಿದ್ದ. ಅಖಿಲೀಸನ ವೀರರು ಪೆಟ್ರೋಕ್ಲಸನನ್ನೇ ಅಖಿಲೀಸನೆಂದು ತಪ್ಪಾಗಿ ತಿಳಿದು ಅವನ ಹಿಂದೆ ಅವರೂ ಅತ್ಯಂತ ಉತ್ಸಾಹ ಹಾಗೂ ಕೋಪದಿಂದ ಕೂಗುತ್ತಾ ಅವನನ್ನು ಹಿಂಬಾಲಿಸಿದ್ದರು. ಒಮ್ಮಿಂದೊಮ್ಮೆ ಲೋಹದ ಸಮವಸ್ತ್ರ ಧರಿಸಿದ ಅಖಿಲೀಸನ ಐದುನೂರು ಸೈನಿಕರು ಖಣಖಣ ಎಂಬ ಸದ್ದಿನೊಂದಿಗೆ ಕತ್ತಿಗಳನ್ನು ಝಳಪಿಸುತ್ತಾ ಧುಮುಧುಮು ಓಡಿ ಬರುತ್ತಿದ್ದರೆ, ಟ್ರೋಜನ್ನರಿಗೆ ಎದೆ ನಡುಗಿ, ಗ್ರೀಕರಿಗೆ ಹೋದ ಜೀವ ಬಂದಂತಾಗಿತ್ತು.

ಹೀಗೆ ಅಖಿಲೀಸನ ಬೆಳ್ಳಿಯ ಹಿಡಿಕೆಯ ಆ ಭಾರೀ ಬೆಳ್ಳಿಯ ಕತ್ತಿಯನ್ನು ಸೊಂಟಕ್ಕೆ ಸಿಗಿಸಿಕೊಂಡು. ಲೋಹದ ಗುರಾಣಿಯನ್ನು ಹೆಗಲ ಮೇಲೆ ತೂಗು ಹಾಕಿಕೊಂಡು, ತನ್ನ ಪ್ರಿಯವಾದ ಆಯುಧವಾದ ಈಟಿಗಳನ್ನು ಎರಡೂ ಕೈಗಳಲ್ಲಿ ಹಿಡಿದು ರಣರಂಗಕ್ಕೆ ಅಖಿಲೀಸನ ರಥದಲ್ಲೇ ಧಡಧಡನೇ ಓಡಿ ಬರುತ್ತಿದ್ದರೆ ಸಾಕ್ಷಾತ್ ಅಖಿಲೀಸನೆಂದೇ ಯೋಧರೆಲ್ಲಾ ಉತ್ಸಾಹದಿಂದ ಅವನ ಇಕ್ಕೆಲಗಳಲ್ಲಿ ಧಾವಿಸಿ ಬಂದು ಇನ್ನೇನು ಇಂದಿನ ವಿಜಯಕ್ಕೆ ಮರ್ಮಿಡಾನ್ಸ್ ಹೆಸರು ಬರೆಯಬೇಕೆನ್ನುವಷ್ಟರಲ್ಲಿ ಈ ಅಚಾತುರ್ಯ ನಡೆದು ಹೋಗಿತ್ತು.

ಅಖಿಲೀಸ್ ಎಂದು ಸಂತಸಗೊಂಡಿದ್ದ ಹೆಕ್ಟರ್ ಕಣ್ಮುಂದೆ ನಿಂತಿದ್ದ ಪೆಟ್ರೋಕ್ಲಸನನ್ನು ಕಂಡು ನಿರಾಸೆಗೊಂಡ. ಏಕೆಂಬ ಕಾರಣ ತಿಳಿಯದೆ ಒಂದರೆ ಕ್ಷಣ ಬೆರಗಾಗಿ ಅತ್ತ ಪೆಟ್ರೋಕ್ಲಸ್ ಕೂಡ ತನ್ನ ಶಿರಸ್ತ್ರಾಣವಿಲ್ಲದೆ ಗಾಬರಿಯಾಗಿ ಇಬ್ಬರೂ ಸಾವರಿಸಿಕೊಂಡು ತಮ್ಮ ತಮ್ಮ ಆಯುಧಗಳಿಗಾಗಿ ಕೈ ತಡವರಿಸುವುದರೊಳಗಾಗಿ ಒಬ್ಬ ಯೋಧ ಪೆಟ್ರೋಕ್ಲಸನ ಮೇಲೆ ಆಕ್ರಮಣ ಮಾಡಿದವನೇ ಒಂದೇ ಏಟಿಗೆ ಅವನ ಎದೆಗಾಪನ್ನು ತರಿದು ಹಾಕಿದ್ದ. ಹೆಣ್ಣಿನ ಕೊರಳಿನ ಮುತ್ತಿನ ಮಾಲೆಯಂತೆ ಕಳಚಿ ಬಿದ್ದಿತ್ತು ಅಖಿಲೀಸನ ಭಾರೀ ಲೋಹದ ಎದೆಗಾಪು! ಕೇವಲ ಒಬ್ಬ ಸಾಮಾನ್ಯ ಯೋಧನ ಕತ್ತಿಯ ಮೊನೆಗೆ ಕಳಚಿ ಬೀಳುವುದೆಂದರೆ ಏನರ್ಥ? ಅದೇ ಗೊಂದಲದಲ್ಲಿ ಗುರಾಣಿಯನ್ನು ಎದೆಗೆ ಅಡ್ಡಲಾಗಿ ಹಿಡಿದುಕೊಂಡು ಕತ್ತಿಯನ್ನು ಮುಂದಕ್ಕೆ ತಂದು ಹೆಕ್ಟರ್ ಕಡೆಗೆ ಕೈ ಬೀಸಬೇಕು ಎನ್ನುವಷ್ಟರಲ್ಲಿ... ಕ್ಷಣಾಂತರದಲ್ಲಿ ಪೆಟ್ರೋಕ್ಲಸನ ಬೆನ್ನಿಗೆ ಟ್ರೋಜನ್ ಸೇನೆಯ ಯೂಫೋರ್ಬಸ್ ಎನ್ನುವವನು ಈಟಿಯಿಂದ ಇರಿದುಬಿಟ್ಟ. ಈಟಿಯು ಎದೆಗವಚವಿಲ್ಲದ ಅವನ ಎದೆಯನ್ನು ಸೀಳಿಕೊಂಡು ಬಂತು. ಇದ್ದಕ್ಕಿದ್ದಂತೆ ಆಕ್ರಮಣಕ್ಕೆ ಒಳಗಾದ ಪೆಟ್ರೋಕ್ಲಸನ ಕಣ್ಣುಗಳು ಕತ್ತಲೆ ಬಂದು, ಕಾಲುಗಳು ನಿತ್ರಾಣಗೊಂಡವು. ಇದೂ ಕೂಡ ಆಪೋಲೋವಿನ ತಂತ್ರವೇ ಆಗಿತ್ತು ಎಂದು ಅರಿಯಲು ಪೆಟ್ರೋಕ್ಲಸನಿಗೆ ಬಹಳ ಸಮಯ ಹಿಡಿಯಲಿಲ್ಲ. ಅದನ್ನು ಅರಿಯುತ್ತಲೇ ಆಗಿದ್ದು ಆಗಲಿ ಎಂದು ಆ ಎರಡು ದಾಳಿಗಳಿಗೂ ತನ್ನ ಕತ್ತಿಯನ್ನು ಎತ್ತಿ ಉತ್ತರಿಸುವುದರೊಳಗೆ ಹೆಕ್ಟರ್ ಹಾರಿ ಅವನ ಕಿಬ್ಬೊಟ್ಟೆಗೆ ತನ್ನ ಈಟಿಯಿಂದ ಚುಚ್ಚಿದ. ಅದು ಅತ್ತ ಬೆನ್ನನ್ನು ದಾಟಿಕೊಂಡು ಹೊರಬಂತು. ಪೆಟ್ರೋಕ್ಲಸ್ ಒಮ್ಮೆ ನೋವಿನಿಂದ ಚೀರಿ ರಕ್ತದಲ್ಲಿ ತೊಯ್ದಿದ್ದ ನೆಲದ ಮೇಲೆ ಬಿದ್ದ. ಹೆಕ್ಟರ್ ವಿಜಯದ ನಗೆ ನಗುತ್ತಿದ್ದ. ಪೆಟ್ರೋಕ್ಲಸನ ಕೂಗು ಬಿಡಾರದಲ್ಲಿ ಯುದ್ಧಕ್ಕೆ ಬರಲೊಪ್ಪದೆ ಅತ್ತಿಂದಿತ್ತ ಓಡಾಡುತ್ತಿದ್ದ ಅಖಿಲೀಸನ ಕಿವಿಗೆ ಬಿದ್ದು ಕರುಳು ಕತ್ತರಿಸಿಕೊಂಡು ಬಂದಂತಾಯ್ತು. ಯುದ್ಧದ ಗಲಾಟೆ ಕೇಳಿಸುತ್ತಲೇ ಇದ್ದರೂ ಯಾಕೋ ಈ ಕೂಗು ಅವನನ್ನು ತೀರ ಕದಲಿಸಿತ್ತು. ಅಖಿಲೀಸ್

ನಿಂತಲ್ಲೇ ಕೈ ಕೈ ಹಿಸುಕಿಕೊಂಡ. ಇತ್ತ ನಗುತ್ತಲೇ ನಿಂತಿದ್ದ ಹೆಕ್ಟರನನ್ನು ಕಂಡು ಪೆಟ್ರೋಕ್ಲಸ್,

"ಅದೇಕೆ ಅಂಥಾ ವ್ಯಂಗ್ಯದ ನಗೆ ನಗುವೆ ಹೆಕ್ಟರ್? ಝ್ಯೂಸ್ ಮತ್ತು ಆಪೋಲೋ ಇಬ್ಬರೂ ಇಂದು ನಿನ್ನ ಪರ ಇದ್ದಾರೆ ಎನಿಸುತ್ತಿದೆ. ಇಲ್ಲದಿದ್ದಲ್ಲಿ ಅಖಿಲೀಸ್ ನಂತಹ ಮಹಾವೀರನ ಎದೆಗಾಪಾಗಲಿ, ಶಿರಸ್ತ್ರಾಣವಾಗಲಿ ಹೀಗೆ ಕಳಚಿ ಬೀಳಲು ಸಾಧ್ಯವೇ? ಒಬ್ಬ ದೇವತೆ ಎದೆಗವಚ ಕಳಚಿದ, ಮತ್ತೊಬ್ಬ ಯೋಧ ಇರಿದ, ನೀನು ನಂತರದಲ್ಲಿ ಬಂದೆ ಅಷ್ಟೆ. ನ್ಯಾಯವಾಗಿ ಯುದ್ಧ ಮಾಡಿದ್ದಿದ್ದರೆ ನಿನ್ನಂಥ ಇಪ್ಪತ್ತು ಹೆಕ್ಟರ್ ಬಂದಿದ್ದರೂ ನನ್ನನ್ನು ಸೋಲಿಸಲು ಸಾಧ್ಯವಿರಲಿಲ್ಲ. ಅಖಿಲೀಸ್ ಸಿದ್ಧಗೊಳಿಸಿದ ಯೋಧ ನಾನು! ಸುಮ್ಮನೇನು? ಆದರೂ ನನಗೆ ಚಿಂತೆಯಿಲ್ಲ. ಏಕೆಂದರೆ ನಿನ್ನ ಸಾವೂ ಇನ್ನು ದೂರವಿಲ್ಲ. ನಾನು ಮಣಿದು ಮರಣಿಸಿದರೇನೇ ನೀನು ಮರಣಿಸುವುದು. ಅದೂ ಅಖಿಲೀಸನ ಕೈಯಲ್ಲೇ!" ಎನ್ನುವ ಕೊನೆಯ ಮಾತು ತಡೆತಡೆದು ಬಂದು ಕ್ಷೀಣಿಸುತ್ತಾ ಕೊನೆಗೆ ನಿಂತು ಕತ್ತು ವಾಲಿತು.

"ಯಾರು ಸಾಯುತ್ತಾರೋ ಅದನ್ನು ಇಡೀ ಪ್ರಪಂಚವೇ ನೋಡಲಿದೆ"– ಎನ್ನುತ್ತಾ ಪೆಟ್ರೋಕ್ಲಸನ ದೇಹಕ್ಕೆ ಚುಚ್ಚಿಕೊಂಡಿದ್ದ ಈಟಿಯನ್ನು ಎಳೆದೆಳೆದುಕೊಂಡು, ನೆಲದ ಮೇಲೆ ಬಿದ್ದಿದ್ದ ಕವಚ ಮತ್ತು ಶಿರಸ್ತ್ರಾಣವನ್ನು ತನ್ನೊಂದಿಗೇ ಒಯ್ದ.

ಅಖಿಲೀಸ್ ರಣರೋದನ

ಬಿಡಾರದಲ್ಲಿದ್ದ ಅಖಿಲೀಸನಿಗೆ ಏನೋ ಕಳವಳ. ಮನಸ್ಸಿನ ಕಳವಳವನ್ನು ತೋಡಿಕೊಳ್ಳಲು ತನ್ನ ಆತ್ಮಸಖನನ್ನು ಮನಸ್ಸು ನೆನೆಯುತ್ತಿತ್ತು. 'ಅವನು ಬಂದು ಕರೆದಾಗ ನನಗಲ್ಲದಿದ್ದರೂ ಅವನ ರಕ್ಷಣೆಗಾದರೂ ನಾನು ಅವನ ಜೊತೆ ಯುದ್ಧಕ್ಕೆ ಹೋಗಬೇಕಿತ್ತು' ಎಂದು ಪ್ರಲಾಪಿಸುತ್ತಿದ್ದ ವೇಳೆಗೆ ರಣರಂಗದಿಂದ ರಣವಾರ್ತೆಯನ್ನು ಸಾರುವ ರಣದೂತನಾದ ಆಂಟಿಲೋಕಸ್ ಓಡೋಡಿ ಇವನತ್ತಲೇ ಬರುತ್ತಿದ್ದುದನ್ನು ಕಂಡೊಡನೇ ಅಖಿಲೀಸನ ಹೃದಯ ಓಡಿ ಬರುತ್ತಿದ್ದವನ ಹೆಜ್ಜೆಯ ಗತಿಗಿಂತ ಜೋರಾಗಿ ಹೊಡೆದುಕೊಳ್ಳಲು ಶುರು ಮಾಡಿತು.

"ಅಖಿಲೀಸ್ ಧೈರ್ಯ ತಂದುಕೋ..." ಎಂದ ಅವನ ಮಾತಿಗೇ ಅಖಿಲೀಸನ ಧೈರ್ಯವೆಲ್ಲಾ ಉಡುಗಿ ಹೋಯಿತು. ಇನ್ನೇನಿದ್ದರೂ ಕೇವಲ ಶಬ್ದಗಳಿಗೆ ಮಾತ್ರ ಕಿವಿ ಕಾಯುತ್ತಿತ್ತು. ಮನಸ್ಸಿಗೆ ವಿಷಯ ಯಾವಾಗಲೋ ವೇದ್ಯವಾಗಿ ಹೋಗಿತ್ತು.

"ಒಂದು ಅತ್ಯಂತ ಕೆಟ್ಟ ಸುದ್ದಿ! ಇಂದು ಯುದ್ಧದಲ್ಲಿ ಹೆಕ್ಟರನ ಕೈಯಲ್ಲಿ ಪೆಟ್ರೋಕ್ಲಸ್ ವೀರಮರಣವನ್ನು ಹೊಂದಿದ. ಅವನ ಮೈಮೇಲಿದ್ದ ನಿನ್ನ ಕವಚ, ಆಯುಧ ಮತ್ತು ಶಿರಸ್ತ್ರಾಣವನ್ನು ಒಯ್ಯುವುದಲ್ಲದೇ ಅವನ ಹೆಣಕ್ಕಾಗಿಯೂ ಅಲ್ಲಿ ಕಾಳಗ ನಡೆದಿದೆ"–ಎಂದು ಕಣ್ಣೀರುಗರೆಯುತ್ತಾ ನುಡಿದ.

ಹೃದಯಕ್ಕೆ ಮೊದಲೇ ಬಂದು ತಾಕಿದ ದುಃಖವಾರ್ತೆಗೆ ಅಪಾರವಾದ ವ್ಯಥೆಯಿಂದ ನರಳುತ್ತಾ, ಚೀರಾಡುತ್ತಾ, ಅಳುತ್ತಾ ಕುಸಿದು ಕುಳಿತ. ಅವನಲ್ಲಿ ದುಃಖ ಮತ್ತು ಕೋಪದ ಭಾವಗಳು ಎರಡೂ ಒಟ್ಟೊಟ್ಟಿಗೆ ಆವಿರ್ಭವಿಸಿ, ಈಗ ಏನು ಮಾಡಿದರೂ ಅವನನ್ನು ಮರಳಿ ತರಲಾಗದು ಎಂಬ ಅಸಹಾಯಕತೆಗೆ ಬೊಗಸೆ ಬೊಗಸೆ ಮಣ್ಣನ್ನು ತಲೆಯ ಮೇಲೆ ಸುರಿದುಕೊಳ್ಳುತ್ತಾ, ತಲೆಯ ಕೂದಲನ್ನು ಕೋಪದಲ್ಲಿ ಕಿತ್ತುಕೊಳ್ಳುತ್ತಾ, ಎದೆ ಬಡಿದುಕೊಂಡು ನೆಲದ ಮೇಲೆ ಬೋರಾಡಿ ಅಳತೊಡಗಿದ. ಅವನ ದನಿ ಕೇಳಿ ಬಿಡಾರದಲ್ಲಿದ್ದ ಇತರರು, ಪರಿಚಾರಕರು, ದಾಸಿಯರು ಎಲ್ಲರೂ ಹೊರ ಬಂದು ವಿಷಯ ತಿಳಿದು ಅವರೂ ಅವನೊಂದಿಗೆ ಸೇರಿ ಎದೆ ಬಡಿದುಕೊಂಡು ರೋದಿಸತೊಡಗಿದರು. ಪೆಟ್ರೋಕ್ಲಸ್ ಎಲ್ಲರಿಗೂ ಅಷ್ಟು ಅಚ್ಚುಮೆಚ್ಚು! ಅವರ ಈ ರೋದನ ಕೇಳಿ ಮುಖ್ಯವಾಗಿ ಅಖಿಲೀಸನ ಅಳುವನ್ನು ಕೇಳಿ ಅವನ ತಾಯಿ ಥೆಟಿಸ್ ಸಮುದ್ರ ಲೋಕದಿಂದ ಅಲೆಗಳನ್ನು ಭೇದಿಸುತ್ತಾ ಅವನಿಗಾಗಿ ಮೇಲೆ ತೇಲಿ ಬಂದಳು. ರೋದಿಸುತ್ತಿದ್ದ ಪುತ್ರನನ್ನು ಬಾಚಿ ತಬ್ಬಿಕೊಂಡಳು. ತಾಯಿಯ ತೋಳಲ್ಲಿ ಅಖಿಲೀಸ್ ಪುಟ್ಟ ಮಗುವಿನಂತೆ ಉಮ್ಮಳಿಸಿ ಅತ್ತು ಬಿಟ್ಟ. ನಡೆದುದ್ದಕ್ಕೆ ನೀನು ಕಾರಣನಲ್ಲಾ, ವಿನಾ ಕಾರಣ ಇಷ್ಟೊಂದು ಸಂಕಟ ಪಡಬೇಡ ಮಗನೇ ಎಂದು ಸಮಾಧಾನಿಸಿದ ಥೆಟಿಸಳ ಮಾತಿಗೆ,

"ಇಲ್ಲಾ... ನಾನು ಅಗೆಮೆಮ್ನನ ಮೇಲಿನ ಕೋಪದಿಂದ ಯುದ್ಧಕ್ಕೆ ಹೋಗದಿದ್ದುದೇ ಇದಕ್ಕೆಲ್ಲಾ ಕಾರಣ. ನನ್ನ ಕೋಪ ಇಷ್ಟೊಂದು ತುಟ್ಟಿಯಾಗುವುದೆಂದು ನಾನು ಎಣಿಸಿರಲಿಲ್ಲ. ಇದಕ್ಕೆಲ್ಲಾ ನನ್ನ ಮೂರ್ಖತನವೇ ಕಾರಣವಾಯ್ತು. ನಾನಾಗೇ ನಾನೇ ನನ್ನ ಪ್ರಾಣಸಖನನ್ನು ಕಳೆದುಕೊಂಡೆ. ನನ್ನ ಸ್ನೇಹಿತನನ್ನು ಕೊಂದ ಆ ಪಾಪಿಯನ್ನು ಬಿಡಲಾರೆ, ಅವನ ತಲೆಯನ್ನು ಕಡಿದು ಚೆಂಡಾಡುವೆ. ಇಲ್ಲಿಯವರೆಗೂ ಟ್ರೋಜನ್ನರ ಮೇಲೆ ನನಗೆ ಯುದ್ಧ ಮಾಡಲು ಯಾವುದೇ ಸಕಾರಣವಿಲ್ಲದೆ ಒದ್ದಾಡಿದ್ದೆ. ಇನ್ನು ಅವರ ಮೇಲಿನ ಯುದ್ಧ ನ್ಯಾಯ ಸಮ್ಮತವೇ. ಇನ್ನು ಯಾರೇನೇ ಅಂದರೂ ಈ ಯುದ್ಧವನ್ನು ನಾನು ನಿಲ್ಲಿಸುವುದಿಲ್ಲ. ಆ ಹೆಕ್ಟರನನ್ನೂ ಇದೇ ರಣರಂಗದಲ್ಲಿ ಎಳೆದಾಡಿ ಕೊಲ್ಲದೇ ಬಿಡಲಾರೆ. ಇಡೀ ಟ್ರೋಜನ್ನರನ್ನು ಧ್ವಂಸ ಮಾಡಿಬಿಡುವೆ"– ಎಂದು ಗುಡುಗುತ್ತಾ ತನ್ನ ಕವಚ ಮತ್ತು ಆಯುಧಗಳಿಗಾಗಿ ತಡಕಾಡಿದ. ಅವು ಯಾವೂ ಕಾಣದಿದ್ದಾಗ ಇತರ ಸೈನಿಕರು ಪೆಟ್ರೋಕ್ಲಸ್ ಅದನ್ನು ತಾನು ತೊಟ್ಟು ಹೋಗಿದ್ದೂ, ಹೆಕ್ಟರ್ ಅವನನ್ನು ಅಖಿಲೀಸ್ ಎಂದೇ ಭಾವಿಸಿ ಕೊಂದಿದ್ದೂ, ನಂತರ ಎದೆಗವಚವನ್ನು ಹೆಕ್ಟರ್ ತಾನು ಹೊಯ್ದಿದ್ದು ಇನ್ನೂ ಅಲ್ಲಿ ಪೆಟ್ರೋಕ್ಲಸನ ದೇಹವನ್ನು ಎಳೆದಾಡುತ್ತಿದ್ದಾರೆ ಎಂದು ತಿಳಿಸಿದೊಡನೆ ಕೊತಕೊತ ಕುದಿಯುತ್ತಾ ಎದ್ದು ನಿಂತ. ಅವನ ಕೋಪವನ್ನು ನೋಡಿದ

ಥೆಟಿಸ್ ಒಮ್ಮೆ ಕಂಪಿಸಿದಳು. ಅಖಿಲೀಸ್ ಈಗ ಯುದ್ಧಕ್ಕೆ ಹೋದಲ್ಲಿ ಹೆಕ್ಟರ್ ಸಾವು ನಿಶ್ಚಿತ ಎಂದು ನೆನೆದೇ ನಡುಗು ಹೋದಳು. ಅವಳಿಗೆ ಹೆಕ್ಟರ್ ಇಷ್ಟು ಬೇಗ ಸಾಯುವುದು ಇಷ್ಟವಿರಲಿಲ್ಲ. ಹೇಗಾದರೂ ಮಾಡಿ ತನ್ನ ಪುತ್ರನ ವೈರಿ ಹೆಕ್ಟರ್ ಇನ್ನೊಂದಿಷ್ಟು ಕಾಲ ಬದುಕಿರಲಿ ಎಂದೇ ಆಶಿಸುತ್ತಿದ್ದಳು. ಅಖಿಲೀಸ್ ಇಂದು ಯುದ್ಧಕ್ಕೆ ಹೋಗದಂತೆ ಮನಸ್ಸಿನಲ್ಲೇ ದೇವರದೇವನಲ್ಲಿ ಪ್ರಾರ್ಥಿಸುತ್ತಿದ್ದಳು.

ಅಖಿಲೀಸನ ರಣಕಹಳೆ

ಥೆಟಿಸ್ ಕೈಕೈ ಹಿಸುಕಿಕೊಂಡು ಯೋಚನೆಗೆ ಬಿದ್ದಳು. ಅವಳಿಗೆ ತನ್ನ ಮಗ ಹೀಗೆ ಇದ್ದಕ್ಕಿದ್ದಂತೆ ಹೆಕ್ಟರ್ ಮೇಲೆ ದಾಳಿ ಮಾಡುವುದು ಇಷ್ಟವಿರಲಿಲ್ಲ. ಅವನಿಗಿದ್ದ ಕೋಪದಲ್ಲಿ ಹೆಕ್ಟರ್ ಒಂದು ದಿನ ಕಾಲವೂ ಅಖಿಲೀಸನೆದುರು ಕಾಲೂರಿ ನಿಲ್ಲಲು ಸಾಧ್ಯವಿರಲಿಲ್ಲ. ಅಲ್ಲಿಗೆ ಅವನು ಮರಣಿಸುವುದು ಖಚಿತ. ಆದರೆ, ಅವನು ಇಷ್ಟು ಬೇಗ ಮರಣಿಸಬಾರದು. ನಾನು ಹೇಗೆ ತಡೆಯಲಿ ಎಂದು ಆಲೋಚಿಸುತ್ತಿದ್ದವಳಿಗೆ ಒಂದು ಉಪಾಯ ಸೂಚಿಸಿತು. ಕೋಪ ಮತ್ತು ದುಃಖದಿಂದ ಥರಥರ ನಡುಗುತ್ತಾ ಬುಸುಗುಡುತ್ತಿದ್ದ ಅಖಿಲೀಸನನ್ನು ಕಂಡು ಕರುಳು ಹಿಂಡಿದಂತಾಯಿತು. ಆದರೂ ಅವಳು ಮಗನನ್ನು ಯುದ್ಧಕ್ಕೆ ಪ್ರಚೋದಿಸಲಾರಳು. ಅವನನ್ನೇ ಕಣ್ಣು ತುಂಬಿಕೊಳ್ಳುತ್ತಾ,

"ಅಖಿಲೀಸ್... ಪುತ್ರನೇ, ಸ್ವಲ್ಪ ಸಮಾಧಾನ ಮಾಡಿಕೋ. ಹೆಕ್ಟರ್ ಮೇಲೆ ಇಂದು ಯುದ್ಧಕ್ಕೆ ಹೋಗಬೇಡ."

"ಅಮ್ಮಾ, ನಿನಗೇನು ನನ್ನ ಮೇಲೆ ದ್ವೇಷವೇ ಅಥವಾ ಆ ಹೆಕ್ಟರ್ ಮೇಲೆ ಮಮತೆಯೇ? ಇಂತಹ ವೀರನ ತಾಯಿಯಾಗಿ ಮಾತಾಡುವಂತಹ ಮಾತೇ ಇದು! ಈ ಮಾತನ್ನು ನಿಮಗೆ ಹೇಳಲು ಮನಸ್ಸಾದರು ಹೇಗೆ ಬಂತಮ್ಮಾ? ನಿಮ್ಮ ಮಗನಿಗೆ ಆದ ಅನ್ಯಾಯವಲ್ಲವೇ ಇದು. ಬದಲಿಗೆ ನನ್ನನ್ನು ಒಳ್ಳೆಯ ಮನಸ್ಸಿನಿಂದ ಹರಸಿ ಕಳಿಸು."

ಥೆಟಿಸ್ ಯಾವ ಕಾರಣಕ್ಕಾಗಿ ಹೆಕ್ಟರನನ್ನು ಕೊಲ್ಲಬೇಡ ಎಂದು ಹೇಳಿಯಾಳು? ಅವಳ ದುಃಖ ಅವಳು ಯಾರಲ್ಲೂ ತೋಡಿಕೊಳ್ಳಲಾಗದು. ಭವಿಷ್ಯವಾಣಿಯ ಪ್ರಕಾರ ಹೆಕ್ಟರ್ ಯುದ್ಧದಲ್ಲಿ ಮರಣಿಸಿದ ಸ್ವಲ್ಪ ಕಾಲ ಮಾತ್ರ ಅಖಿಲೀಸ್ ಬದುಕಿರುವನು. ಆ ಸತ್ಯವನ್ನು ತಾಯಿಯೇ ಮಗನಿಗೆ ಏನೆಂದು ಹೇಳಿಯಾಳು ಆ ಸತ್ಯವನ್ನು ತನ್ನಲ್ಲೇ ಬಚ್ಚಿಡುತ್ತಾ,

"ಅಖಿಲೀಸ್... ಸರಿಯಾದ ಕವಚ, ಆಯುಧಗಳಿಲ್ಲದೆ ಯುದ್ಧಕ್ಕೆ ಹೋಗಬೇಡ. ಅದನ್ನು ಹೊಂದಿಸುವವರೆಗಾದರೂ ನನ್ನನ್ನು ನಿರೀಕ್ಷಿಸು"– ಎಂದು ಹೇಳಿ ಮಗನ ಎದುರು ಕಣ್ಣೀರು ಜಿನುಗುವ ಮುನ್ನವೇ ಅದೃಶ್ಯವಾದಳು.

ಅಖಿಲೀಸ್ ಕುಳಿತಲ್ಲಿಂದ ಮೇಲೆದ್ದು, ಗ್ರೀಕರು ಕಟ್ಟಿಕೊಂಡಿದ್ದ ಗೋಡೆಯನ್ನು ದಾಟಿ ಆಚೆಗೆ ಬಂದು ದಿಬ್ಬವೊಂದರ ಮೇಲೆ ನಿಂತು ರಣರಂಗವನ್ನು ನೋಡತೊಡಗಿದ. ಅವನಿಗೆ ಅಲ್ಲಿ ಎಲ್ಲಾದರೂ ಪೆಟ್ರೋಕ್ಲಸನ ಶವ ನೋಡಲಾದರೂ ಕಂಡೀತೇ ಎನ್ನುವ ಆಸೆ. ಆದರೆ, ತಾಯಿಯ ಎಚ್ಚರಿಕೆಯ ಮಾತನ್ನು ನೆನೆದು ಅಲ್ಲಿಯೇ ನಿಂತುಕೊಂಡ. ಅವನಿಗಾದ ಅನ್ಯಾಯ ಮತ್ತು ಅವನ ಅಸಹಾಯಕತೆಗೆ ಮೇಲೆ ಸ್ವರ್ಗ ಲೋಕದ ದೇವತೆಗಳೂ ಕೂಡ ಮಿಡಿಯುತ್ತಾ ನಿಂತು ನೋಡುತ್ತಿದ್ದರು. ಅವರಲ್ಲಿ ದೇವತೆ ಅಥಿನಿ ಕೆಳಗೆ ಇಳಿದು ಬಂದು ಅವನ ಹಿಂದೆ ನಿಂತಳು. ಅವಳ ಅನುಗ್ರಹ ಸಿಗುತ್ತಲೇ ಅಖಿಲೀಸನ ಮುಖದ ಸುತ್ತ ಒಂದು ಉಜ್ವಲ ಕಾಂತಿಯ ಪ್ರಭಾವಳಿಯೇ ಮೂಡಿತು. ಅವನ ಬಲಿಷ್ಠ ದೇಹದಿಂದ ಸ್ವರ್ಣವರ್ಣದ ಪ್ರಭಾಪುಂಜವೊಂದು ಗಗನವ್ಯಾಪಿಯಾಗುವಂತೆ ಹೊಮ್ಮಿ ನಿಂತಿತು.

ಹೀಗೆ ದೇವತೆಗಳ ಅನುಗ್ರಹವಾದವರ ಮುಖವು ಪ್ರಜ್ವಲಿಸುವುದರಿಂದ, ಅವರ ಕಣ್ಣುಗಳು ಅತ್ಯಂತ ತೇಜಸ್ಸಿನಿಂದ ಕೂಡಿದ್ದೂ, ಚರ್ಮವೂ ಕಾಂತಿಯುತವಾಗಿ ಸೂರ್ಯನಂತೆ ಹೊಳೆಯುವುದನ್ನು ಎಲ್ಲರೂ ಗಮನಿಸಬಹುದು. ಅಂತಹ ಕಾಂತಿಯ ಒಡೆಯ ಸೊಂಟದ ಮೇಲೆ ಕೈ ಇಟ್ಟು ಸೂರ್ಯನ ಬೆಳಕಿಗೆ ಅಡ್ಡನಾಗಿ ನಿಂತಾಗ ಎಲ್ಲರೂ ಅವನ ಪ್ರಭೆಯನ್ನು ಕಂಡು ಒಮ್ಮೆ ಕಣ್ಣು ಮುಚ್ಚಿಕೊಂಡರು. ದೂರದಲ್ಲಿ ಪೆಟ್ರೋಕ್ಲಸನ ಶವಕ್ಕಾಗಿ ಅನಾಯಸನೊಂದಿಗೆ ಟ್ರೋಜನ್ನರು ಕಿತ್ತಾಡುತ್ತಿದ್ದರು. ಅದನ್ನು ಕಂಡವನೇ ಒಮ್ಮೆ ಕೋಪ ಮತ್ತು ತಕ್ಷಣವೇ ಯುದ್ಧಕ್ಕೆ ಹೋಗಲಾಗದ ಅಸಹಾಯಕತೆಗೆ ನಿಂತಲ್ಲೇ ಒಮ್ಮೆ ಜೋರಾಗಿ ಗರ್ಜಿಸಿದ. ಅವನೊಂದಿಗಿದ್ದ ಅವನ ಪ್ರಿಯ ದೇವತೆ ಅಥಿನಿ ಕೂಡ ಕೋಪದಲ್ಲಿ ರಣಗರ್ಜನೆ ಮಾಡಿದಳು. ಅವರಿಬ್ಬರ ಕೂಗಿಗೆ ಇಡೀ ಬ್ರಹ್ಮಾಂಡವೇ ಬಿರಿದಂತಾಯಿತು. ಗರ್ಭಗಳು ಬಿಚ್ಚಿ ಉದುರಿದಂತಾಯಿತು. ಕೂಗನ್ನು ಕೇಳಿದ ಕುದುರೆಗಳು ಭಯಗೊಂಡು ಮನಸ್ಸು ಬಂದ ಕಡೆ ಹೆದರಿ ಪಲಾಯನ ಮಾಡಿದವು. ಅವುಗಳ ಕಾಲ್ತುಳಿತಕ್ಕೆ

ಸಿಕ್ಕೇ ಎಷ್ಟೋ ಟ್ರೋಜನ್ನರು ನಲುಗಿ ಹೋದರು. ಇನ್ನು ಅದು ಅಖಿಲೀಸನ ಕೂಗು ಎಂದು ಅರಿತವರಿಗೆ ಅವರ ರಕ್ತ ಕರಗಿ ನೀರಾದಂತಾಗಿ ನಿಂತಲ್ಲೇ ಮೂತ್ರ ವಿಸರ್ಜಿಸಿಕೊಂಡು ಓಡಲೂ ಆಗದೇ ನಿಲ್ಲಲೂ ಆಗದೇ ನಿಂತಲ್ಲೇ ಗದಗದ ನಡುಗುತ್ತಾ ಅವರೂ ಹೇಸರಗತ್ತೆಗಳಂತೆ ಅರಚಿಕೊಂಡರು. ರಥಗಳ ಕುದುರೆಗಳು ಏನೋ ಪ್ರಳಯವಾದಂತಹ ಭೀತಿಯಿಂದ ಹುಚ್ಚಾಪಟ್ಟೆ ರಥಗಳನ್ನು ಎಳೆದುಕೊಂಡು ಓಡಿದವು... ಕೆಲವು ಅಲ್ಲಿಯೇ ಮಗುಚಿ ಬಿದ್ದವು. ಅದೇ ಭೀತಿ ಹುಟ್ಟಿಸುವಂತಹ ಕೂಗು ಗ್ರೀಕನ್ನರ ಪಾಲಿಗೆ ಧೈರ್ಯವಾಗಿದ್ದೂ ಹೋದ ಜೀವ ಮರಳಿ ಬಂದಂತಾಗಿತ್ತು. ಅದೇ ಸಂದರ್ಭಕ್ಕಾಗಿ ಕಾದಿದ್ದವರಂತೆ ಧೈರ್ಯವಾಗಿ ಉಸಿರು ಹೊಯ್ಯುತ್ತಾ ಪೆಟ್ರೋಕ್ಲಸನ ಶವವನ್ನು ತಮ್ಮ ಶಿಬಿರಗಳ ಕಡೆಗೆ ಸಾಗಿಸಿಕೊಂಡು ಹೋಗಿ ಶವಾಸನದ ಮೇಲೆ ಮಲಗಿಸಿ ಅಖಿಲೀಸನಿಗಾಗಿ ಕಾದರು. ಅದೇ ಸಮಯಕ್ಕೆ ಸೂರ್ಯಸ್ತವಾದ ಕಾರಣ ಯುದ್ಧವೂ ಅಲ್ಲಿಗೆ ನಿಂತು ಎರಡೂ ಪಕ್ಷದವರೂ ನಿರಾಳವಾಗಿ ಬದುಕಿದೆಯಾ ಬಡಜೀವ ಎಂಬಂತೆ ಕಾಲೆಳೆದುಕೊಂಡು ತಮ್ಮ ತಮ್ಮ ಪಾಳಯಗಳತ್ತ ನಡೆದರು.

ಇತ್ತ ಟ್ರೋಜನ್ನರ ಸೇನಾನಾಯಕ ಹೆಕ್ಟರ್, ಪಾಲಿಡಾಮಸ್ ಆದಿಯಾಗಿ ಎಲ್ಲರಿಗೂ ಅಖಿಲೀಸನ ಈ ಅವತಾರ ಕಂಡು ಒಳಗೊಳಗೆ ದಿಗಿಲು ಹುಟ್ಟಿದ್ದಂತೂ ನಿಜ. ಆದರೆ, ಹೆಕ್ಟರ್ ಅದನ್ನು ಎದುರಿಸಲು ಮಾನಸಿಕವಾಗಿ ಸಿದ್ಧನಾಗಿದ್ದ. ಅದು ವೀರರ ಲಕ್ಷಣ ಆದರೆ ಪಾಲಿಡಾಮಸ್ ತಲೆಯಲ್ಲಿ ಬೇರೆಯೇ ನಡೆದಿತ್ತು. ಅವನಿಗೆ ಅಖಿಲೀಸನನ್ನು ಎದುರಿಸುವ ಛಾತಿಯಿರಲಿಲ್ಲ. ಅಖಿಲೀಸನಿಗಾಗಿ ಇಡೀ ಸೈನ್ಯವೇ ಅಪಾಯಕ್ಕೀಡಾಗುವುದು ಅವನಿಗೆ ಸರಿಯೆನಿಸಲಿಲ್ಲ. ಹಾಗಾಗಿ ಮರುದಿನದ ಯುದ್ಧದ ಯೋಜನೆಯನ್ನು ಬದಲಿಸುವುದೇ ಒಳಿತು ಎನಿಸಿದ್ದೇ ಅದನ್ನು ಕಾರ್ಯರೂಪಕ್ಕೆ ತರಲು ಸೇನಾಪತಿ ಹೆಕ್ಟರ್ ಮತ್ತು ಪ್ರಯಾಮನ ಅನುಮೋದನೆಗಾಗಿ ಅವರೊಂದಿಗೆ ಚರ್ಚಿಸಲು ಲಗುಬಗೆಯಿಂದ ತನ್ನ ಕುದುರೆಯನ್ನು ಕೋಟೆಯ ಕಡೆಗೆ ಒಯ್ದ.

ಆತ್ಮಸಖನ ಶವಸಂಸ್ಕಾರ

ಗ್ರೀಕನ್ನರು ಪೆಟ್ರೋಕ್ಲಸನ ಶವವನ್ನು ತಂದು ಶವಾಸನದ ಮೇಲೆ ಮಲಗಿಸಿ ಅಖಿಲೀಸನಿಗಾಗಿ ಕಾದರು. ಗೆಳೆಯನ ಸನಿಹ ಬರುತ್ತಿದ್ದಂತೆ ಚಿಕ್ಕಂದಿನಿಂದಲೂ ಒಟ್ಟಿಗೆ ಆಡಿ ಬೆಳೆದ ಒಂದೊಂದು ದಿನವೂ ನೆನಪಿಗೆ ಬರಲು ಆರಂಭವಾಯಿತು. ಪೆಟ್ರೋಕ್ಲಸ್ ವಯಸ್ಸಿನಲ್ಲಿ ಅಖಿಲೀಸನಿಗಿಂತ ಎರಡು ವರ್ಷ ದೊಡ್ಡವನು ಮತ್ತು ಸಂಬಂಧಿಯೇ ಆಗಿದ್ದರೂ ಗೆಳೆಯನ ಮೀರಿದ ಆತ್ಮೀಯತೆ ಇಬ್ಬರಲ್ಲೂ ಇತ್ತು. ದಂಪತಿಗಳನ್ನೂ ಮೀರಿದ ಒಲವಿತ್ತು. ಪೆಟ್ರೋಕ್ಲಸ್ ಅಖಿಲೀಸನ ಖಾಸಾ ಗೆಳೆಯ. ಶಸ್ತ್ರಾಭ್ಯಾಸದಲ್ಲಿ ಚಿಕ್ಕಂದಿನಿಂದಲೂ ಜೊತೆಯಾದವನು. ಬಲು ಭಾರದ ಬೆಳ್ಳಿಯ ಕತ್ತಿಯನ್ನು ಹಿಡಿದು ಹೋರಾಡುವುದನ್ನು ಅಚ್ಚರಿ ಕಂಗಳಿಂದ ನೋಡುತ್ತಾ ಖುಷಿಯಿಂದ ಬಾಚಿ ತಬ್ಬಿ ಮುತ್ತಿಡುತ್ತಿದ್ದವನು, ಇಂದು ಅದೇ ಕತ್ತಿಯನ್ನು ಹಿಡಿದು ರಣರಂಗದಲ್ಲಿ ತನ್ನದೇ ಶಿರಸ್ತ್ರಾಣ, ತನ್ನದೇ ಎದೆಗವಚ ಧರಿಸಿ ವೀರಾವೇಶವಾಗಿ ಹೋರಾಡಿದರೂ ಕೊನೆಯಲ್ಲಿ ಹತನಾಗಿ ಬಂದಿದ್ದ. ಯುದ್ಧದಲ್ಲಿ ವೀರಮರಣ ಹೊಂದಿದವರಿಗೆ ಕಣ್ಣೀರು ಮಿಡಿಯಬಾರದು ಎಂಬುದು ಗೊತ್ತಿದ್ದರೂ ಅಖಿಲೀಸ್ ದುಃಖವನ್ನು ಭರಿಸಲಾಗದೇ ಬೋರಾಡಿ ಅಳುತ್ತಿದ್ದಾನೆ. ಅವನ ರೋದನೆಯನ್ನು ಕಂಡ ಇತರರೂ ತಮ್ಮ ದುಃಖವನ್ನು ತಡೆಯದಾದರು. ಅಖಿಲೀಸನನ್ನು ಅವನ ಪಾಡಿಗೆ ಅವನನ್ನು ಮನಸ್ಸು ಹಗುರ ಮಾಡಿಕೊಳ್ಳಲು ಬಿಟ್ಟು ಎಲ್ಲರೂ ಸ್ವಲ್ಪ ಹೊತ್ತು ತಮ್ಮ ತಮ್ಮ

ಬಿಡಾರಗಳಿಗೆ ತೆರಳಿದರು. ಹಲವರ ಶುಶ್ರೂಷೆಯಾಗಬೇಕಿತ್ತು. ಅವರನ್ನು ರಣ ವೈದ್ಯರಲ್ಲಿ ಕರೆದೊಯ್ದರು. ದಣಿದ ಕುದುರೆಗಳಿಗೆ ನೀರು ಮೇವು ಹಾಕಿ ಅವುಗಳನ್ನು ಸುಧಾರಿಸಬೇಕಿತ್ತು. ಮತ್ತೆ ಮರುದಿನ ಇದ್ಯಾವುದೂ ಘಟಿಸಿಯೇ ಇಲ್ಲವೆಂಬಂತಹ ಮಾನಸಿಕ ಸಿದ್ಧತೆಯೊಂದಿಗೆ ಮತ್ತೆ ಹೋರಾಡ ಬೇಕಿತ್ತಲ್ಲ. ಇಲ್ಲಿ ಯಾರು ಸತ್ತರೂ ಅಷ್ಟೆ... ಒಂದಿಷ್ಟು ಕಣ್ಣೀರು ಮಾತ್ರ! ಮತ್ತೆಲ್ಲಾ ಅವರವರ ಕರ್ತವ್ಯಗಳಿಗೆ ಅವರು ಮರಳಲೇ ಬೇಕಿತ್ತಲ್ಲಾ. ಅಖಿಲೀಸ್ ತುಂಬಾ ಹೊತ್ತು ಪೆಟ್ರೋಕ್ಲಸನ ಶವದೊಂದಿಗೆ ಕೂತೇ ಇದ್ದ. ಮುಂದಿನ ಸಂಸ್ಕಾರಗಳು ನೆರವೇರಬೇಕಿತ್ತು. ದೂರದಲ್ಲಾಗಲೇ ಇಂದು ಮರಣಿಸಿದ ವೀರ ಯೋಧರಿಗೆ ಚಿತೆಗಳು ಸಿದ್ಧಗೊಂಡಿದ್ದವು. ನಿತ್ಯವೂ ಹೆಣ ಸುಡುವ ವಾಸನೆಗೆ ನಾಸಿಕವು ಹೊಂದಿಕೊಂಡಿತ್ತೋ ಏನೋ... ಈಗ ಉಬ್ಬಳಿಕೆ ಬಾರದು. ಸುಡದೆ ಬಿಟ್ಟರೆ ರಣಹದ್ದು, ನರಿ, ಸಿಂಗಳೀಕ ಮತ್ತು ಶ್ವಾನಗಳ ಕಾಟ. ಜೊತೆಗೆ ಕೊಳೆವ ಶವಗಳ ದುರ್ನಾತ. ಅದಕ್ಕಿಂತ ಅಂದಂದೇ ಶವಗಳನ್ನು ಸುಟ್ಟು ಸಂಸ್ಕಾರ ಮಾಡುವುದು ಲೇಸು. ಅದಕ್ಕಾಗಿಯೇ ಒಂದಿಷ್ಟು ಜನರನ್ನು ನಿಯೋಜಿಸಲಾಗಿತಲ್ಲ. ಅವರುಗಳ ಕೆಲಸವೇ ಅದು. ಅವರು ಬಂದು ಕೈ ಕಟ್ಟಿ ನಿಂತಾಗ ಅಖಿಲೀಸ್ ಪೆಟ್ರೋಕ್ಲಸನ ಶವವನ್ನು ಮುಟ್ಟಗೊಡಲಿಲ್ಲ. ಬದಲಿಗೆ ಶವದ ಎದೆಯ ಮೇಲೆ ಕೈ ಇಟ್ಟು ಮರುದಿನ ಅವನ ಸಾವಿಗೆ ಕಾರಣನಾದ ಹೆಕ್ಟರನನ್ನು ಕೊಂದು ಅವನನ್ನು ಎಳೆದು ತಂದು ನಿನ್ನ ಮುಂದೆ ಬಿಸಾಕಿದ ನಂತರವೇ ನಿನ್ನನ್ನು ಚಿತೆಗೆ ಏರಿಸುವುದು ಎಂದು ಪ್ರಮಾಣ ಮಾಡಿ ಬಿಟ್ಟನು.

ನಂತರ ತನ್ನ ಸಹಾಯಕರಿಗೆ ತಿಳಿಸಿ ಬಲು ಎತ್ತರವಾದ ಚಿತೆಯೊಂದನ್ನು ನಿರ್ಮಿಸಲು ತಿಳಿಸಿದ. ಶವ ಸಂಸ್ಕಾರ ಮಾಡಲು ಬಂದಿದ್ದ ಯೋಧರೊಡನೆ ಸೇರಿ ಪೆಟ್ರೋಕ್ಲಸನ ಶವವನ್ನು ಬಿಸಿ ನೀರಿನಲ್ಲಿ ತೊಳೆದು, ಇಡೀ ದೇಹಕ್ಕೆ ಆಲೀವ್ ಎಣ್ಣೆಯನ್ನು ಬಳಿದು, ಗಾಯಗಳಿಗೆ ಮುಲಾಮು ಹಚ್ಚಿ ನಿರ್ಮಿಸಲಾದ ಎತ್ತರದ ಚಿತೆಯ ಮೇಲೆ ಪೆಟ್ರೋಕ್ಲಸನ ಶವವನ್ನು ಇರಿಸಿ ಸುತ್ತಲೂ ಕಾವಲಿರಿಸಿದ. ಒಂದಿಷ್ಟು ಹೊತ್ತು ಮೌನವಾಗಿ ಅಲ್ಲೇ ಕೂತಿದ್ದೂ, ನಂತರ ಅಲ್ಲಿಂದ ಎದ್ದು ಪೂರ್ವಕ್ಕೆ ಮುಖ ಮಾಡಿ ಕೈಕಟ್ಟಿ ಸೂರ್ಯೋದಯಕ್ಕಾಗಿ ಬುಸುಗುಡುತ್ತಾ ಕಾಯುತ್ತಾ ನಿಂತ. ಅವನ ನಿಂತ ಪರಿಗೆ ಖುದ್ದು ಸೂರ್ಯ ದೇವನಿಗೂ ಮರುದಿನ ಮೂಡಲು ಭಯವಾಗಿತ್ತು.

ಅತ್ತ ಪ್ರಯಾಮನ ರಾಜಸಭೆಯಲ್ಲಿ ಎಂದಿಗಿಂತ ಇಂದು ಮೌನ ತುಸು ಹೆಚ್ಚೇ ಆವರಿಸಿತ್ತು. ದೊಂದಿಯ ಬೆಳಕಿನಲ್ಲಿ ಎಲ್ಲರ ಮುಖ ಚರ್ಯೆ ಸರಿಯಾಗಿ ಕಾಣದಿದ್ದರೂ ಪ್ರಯಾಮನ ಮುಖದ ಮೇಲೆ ಮೂಡಿದ್ದ ಗೆರೆಗಳು ಅವನ ಪ್ರಾಯಕ್ಕೂ ಮೀರಿ ಸುಕ್ಕುಗಟ್ಟಿದ್ದವು ಎಂಬುದನ್ನು ಓರೆಯಾಗಿ ಬಿದ್ದಿದ್ದ ಆ ಮಂದ ಬೆಳಕಿನಲ್ಲೂ ಯಾರೂ ಗಮನಿಸಬಹುದಾಗಿತ್ತು. ಪೆರಿಸ್ ತಲೆ

ತಗ್ಗಿಸಿ ಕೂತಿದ್ದ. ಹೆಲೆನ್ ದೂರದಲ್ಲಿ ಸಖಿಯರೊಡನೆ ನಿಂತು ಸಭೆಯನ್ನು ಗಮನಿಸುತ್ತಿದ್ದಳು. ಜೊತೆಗೆ ಸಹಾಯಕ್ಕೆ ಬಂದಿದ್ದ ಎಲ್ಲಾ ರಾಜರುಗಳೂ, ಎಲ್ಲಾ ವೀರರೂ, ಇಂದಿನ ಸಭೆಯಲ್ಲಿ ಸೇರಿದ್ದರು. ನಿತ್ಯವೂ ಯುದ್ಧದ ಆಗುಹೋಗುಗಳ ಬಗ್ಗೆ ಚರ್ಚಿಸಿ ಮರುದಿನದ ಯುದ್ಧದ ಬಗ್ಗೆ ತೀರ್ಮಾನ ತೆಗೆದುಕೊಳ್ಳುವುದಕ್ಕೋಸ್ಕರ ಆ ಸಭೆ ಸೇರುತ್ತಿತ್ತು. ಇಂದಿನ ಸಭೆ ಸ್ವಲ್ಪ ಗಂಭೀರವಾಗೇ ಇತ್ತು.

"ಹೆಕ್ಟರ್, ಅಖಿಲೀಸನ ಗರ್ಜನೆ ಕೇಳಿದೆಯೇನು? ನಾಳೆಯ ಯುದ್ಧ ಸಾಮಾನ್ಯವಾಗಿರಲಾರದು ಎಂದೆನಿಸುತ್ತಿದೆಯಲ್ಲವೇ? ಅವನ ಕೋಪಕ್ಕೆ ನಮ್ಮ ಯೋಧರು ಎಷ್ಟು ಸಾವಿರದ ಲೆಕ್ಕದಲ್ಲಿ ಧರೆಗುರುಳುವರೋ... ಲೆಕ್ಕವಿಡಲು ನಾವೇ ಬದುಕಿರುವೆವೋ... ಬಲ್ಲವರಾರು? ಅಲ್ಲವೆ?" ಪಾಲಿಡಾಮಸ್ ಮಾತು ಆರಂಭಿಸಿದ್ದನು.

"ಪಾಲಿಡಾಮಸ್, ಅಷ್ಟೊಂದು ಭಯವೇ ಅಖಿಲೀಸನನ್ನು ಕಂಡರೆ?"

"ಭಯವಲ್ಲ ಇದು. ವಾಸ್ತವ. ನಮ್ಮಲ್ಲಿ ಹೇಗೆ ನೀನು ಶೂರನೋ ಮತ್ತು ನಿನಗ್ಯಾರೂ ಸಮನಾರಿಲ್ಲವೋ ಹಾಗೆಯೇ ಅತ್ತ ಅಖಿಲೀಸ್ ವೀರಾಧಿವೀರ... ಸಾವಿಲ್ಲದ ಶೂರ! ಹಾಗಿರುವಾಗ ಅವನನ್ನು ಗೆಲ್ಲುವುದೆಂತು? ಇಷ್ಟು ದಿನ ಅವನು ಮನಸ್ಸು ಕೊಟ್ಟು ಯುದ್ಧ ಮಾಡಿರಲಿಲ್ಲ ಎಂಬುದು ಎಲ್ಲರಿಗೂ ಗೊತ್ತು. ಆದರೆ, ಈಗ ಅವನ ಖಾಸಾ ಗೆಳೆಯ, ಪ್ರಿಯತಮೆಗಿಂತ ಹೆಚ್ಚಿನ ಒಲವಿಟ್ಟಿದ್ದ ಸ್ನೇಹಿತನನ್ನು ಕೊಂದು ಅವನ ಕೆಂಗಣ್ಣಿಗೆ ಗುರಿಯಾಗಿದ್ದೇವೆ. ಹಾಗೆಂದೇ ನಾಳಿನ ಯುದ್ಧ ಇಷ್ಟು ದಿನದ ಯುದ್ಧಕ್ಕಿಂತ ಅತೀವ ನೋವನ್ನುಂಟು ಮಾಡಬಹುದು ಎನಿಸಿ ಆ ಮಾತನ್ನು ಹೇಳಿದೆಯಷ್ಟೆ. ಅದಕ್ಕೊಂದು ನನ್ನಲ್ಲಿ ಯೋಜನೆಯಿದೆ. ನಾಳೆ ನಾವು ಎಂದಿನಂತೆ ಆಕ್ರಮಣ ಮಾಡದೆ, ಆಕ್ರಮಣವನ್ನು ಎದುರಿಸೋಣ. ಕೋಟೆಯ ಬಾಗಿಲನಂತೂ ಯಾರೂ ಒಡೆಯಲು ಸಾಧ್ಯವಿಲ್ಲ. ನಮ್ಮ ಇಡೀ ಸೈನ್ಯವನ್ನು ಕೋಟೆಯ ಒಳಗೆ ಸ್ಥಳಾಂತರಿಸಿ ನಾವು ಕೋಟೆಯ ಗೋಡೆಯ ಮೇಲೆ ನಿಂತು ಅವರನ್ನು ಎದುರಿಸೋಣ. ಸರಿಯಾಗದೇ?"

"ಕೋಟೆಯ ಒಳಗಡೆ ಅವಿತು ಯುದ್ಧ ಮಾಡುವುದೇ? ಇಷ್ಟು ದಿನ ನಾವೇ ಅವರ ಮೇಲೆ ಮುಗಿ ಬಿದ್ದು ಸದೆ ಬಡಿದಿಲ್ಲವೇ? ಈಗ ಒಮ್ಮೆಲೇ ಇಷ್ಟು ಭಯಪಡುವುದೇ? ಅಥವಾ ನಮ್ಮ ಶಕ್ತಿಯ ಮೇಲೆ ನಿಮಗೆ ಅನುಮಾನವೇ?" ಹೆಕ್ಟರ್ ಕೋಪದಲ್ಲಿ ಕೂಗಾಡುತ್ತಿದ್ದರೆ, ಪೆರಿಸ್ ಒಮ್ಮೆಲೆ ಎದ್ದು ನಿಂತ. ಅವನಿಗೆ ಯಾಕೋ ಎಂಥದ್ದೋ ಒಂದು ದಿಗಿಲು ಹುಟ್ಟಿಕೊಂಡಿದ್ದಂತಿತ್ತು. ಮುಖ್ಯವಾಗಿ ನಾಳೆಯ ಮುಂಜಾನೆಯ ಬಗ್ಗೆ ತುಸು ಹೆಚ್ಚೇ ಕಳವಳಗೊಂಡಂತಿದ್ದ.

"ನನ್ನದೊಂದು ಮಾತು. ಮೆನೆಲೀಯಸನ ರಾಜ ಖಜಾನೆಯಿಂದ ಕದ್ದು ತಂದ ಎಲ್ಲಾ ಸಂಪತ್ತು... ಮತ್ತು ರಾಜ ದೇಗುಲದಿಂದ ಹೊತ್ತು ತಂದಿದ್ದ

ಎಲ್ಲಾ ಸುವರ್ಣ ಸಂಪತ್ತು ಬೇಕಿದ್ದಲ್ಲಿ ಅದಕ್ಕೆ ಮತ್ತೊಂದಿಷ್ಟು ನಮ್ಮ ಸಂಪತ್ತನ್ನು ಗ್ರೀಕನ್ನರಿಗೆ ನೀಡಿ ಯುದ್ಧವನ್ನು ಸಂಧಾನ ಮಾಡಿಕೊಳ್ಳಲಾಗದೇ?"–ಕಳವಳದಿಂದ ಒಂದೇ ಉಸಿರಿಗೆ ಹೇಳಿ ಮುಗಿಸಿದ್ದ. ಹೆಲೆನಳಲ್ಲಿ ಈ ಮಾತನ್ನು ಚರ್ಚಿಸಿಯೇ ಇರಲಿಲ್ಲ. ಹೀಗೆ ಒಮ್ಮಿಂದೊಮ್ಮೆ ಘೋಷಿಸಿದ ತನ್ನ ಪ್ರಿಯಕರನ ಮಾತು ಕೇಳಿ ತಬ್ಬಿಬ್ಬಾದರೂ ಮಾತಲ್ಲಿ ತಪ್ಪೇನಿಲ್ಲ ಎನಿಸಿ ನಿಂತಲ್ಲಿಂದಲೇ ಲಘುವಾಗಿ ಗೋಣು ತೂಗಿ ಸಮ್ಮತಿ ಸೂಚಿಸಿದಳು. ಪೆರಿಸನಿಗೆ ಕೊಂಚ ಸಮಾಧಾನವಾಯಿತು.

"ಮುಖ್ಯವಾದ ಸಂಪತ್ತನ್ನೇ ಬಿಟ್ಟು ಬಿಟ್ಟೆಯಲ್ಲಾ ಪೆರಿಸ್... ಹೆಲೆನ್?!" ಕೊಂಚ ಅಸಮಾಧಾನ ಮತ್ತು ತುಸು ಕೋಪದಲ್ಲೇ ಪಾಲಿಡಾಮಸ್ ಹೇಳಿದ. ಅವನ ಮಾತಲ್ಲಿ ಇದೆಲ್ಲಾ ನಡೆಯುತ್ತಿರುವುದು ಅವಳಿಂದಲೇ ಎನ್ನುವ ಧೋರಣೆಯಿತ್ತು. ದೂರದಲ್ಲಿ ನಿಂತಿದ್ದ ಹೆಲೆನಳ ಉಸಿರೊಮ್ಮೆ ಎದೆಯೇರಿ ಗಂಟಲಲ್ಲಿ ಸಿಕ್ಕಿ ಹಾಕಿಕೊಂಡಂತಾಯಿತು. ಪೆರಿಸ್ ಸೊಂಟದಿಂದ ಕತ್ತಿಯನ್ನೊಮ್ಮೆ 'ಸಳಕ್' ಎಂದು ಹೊರತೆಗೆದ. ತಕ್ಷಣ ಪಕ್ಕದಲ್ಲೇ ಕೂತಿದ್ದ ಹೆಕ್ಟರ್ ಅವನನ್ನು ತಬ್ಬಿ ಹಿಡಿದ. ಪ್ರಯಾಮ್ ಕೂತಲ್ಲೇ ಗುಡುಗಿದ.

"ಇದು ಈಗ ಯಾವ ಸಂಪತ್ತನ್ನೂ ಹಿಂತಿರುಗಿಸಿ ಸಂಧಾನ ಮಾಡುವ ಹಂತವನ್ನು ಮೀರಿ ನಿಂತಿದೆ. ಇದಕ್ಕೂ ಮೊದಲೊಮ್ಮೆ ಇದೇ ವಾಗ್ದಾನವನ್ನು ಮೆನೆಲೀಯಸ್ ಮತ್ತು ಅಗೆಮೆಮ್ನನ್ ನಿರಾಕರಿಸಿದ್ದರು ಎಂಬುದನ್ನು ನೀನೇಕೆ ಮರೆಯುತ್ತಿರುವೆ ಪೆರಿಸ್? ಎಲ್ಲರೂ ಸಮಾಧಾನಚಿತ್ತರಾಗಿ ವ್ಯವಹರಿಸಿ. ಮಗಳೇ ಹೆಲೆನ್ ನೀನು ಪೆರಿಸ್ ನನ್ನು ಕರೆದುಕೊಂಡು ಹೋಗು. ಹ್ಞೂಂ ಪೆರಿಸ್ ಹೋಗಿ ವಿಶ್ರಾಂತಿ ತೆಗೆದುಕೋ"–ಹೆಲೆನ್ ಪೆರಿಸನ ಕೈ ಹಿಡಿದು ಬಲವಂತವಾಗಿ ಕರೆದುಕೊಂಡು ಹೋದಳು. ಪ್ರಯಾಮ್ ಈಗ ಪಾಲಿಡಾಮಸ್ ಕಡೆಗೆ ತಿರುಗಿ ಮುಂದೇನು ಎನ್ನುವಂತೆ ನೋಡಿದ.

"ಇದು ಅನುಮಾನದ ಪ್ರಶ್ನೆಯಲ್ಲ ಹೆಕ್ಟರ್. ನಿಮಗಿನ್ನು ಚಿಕ್ಕ ಪ್ರಾಯ. ಬಿಸಿಯ ರಕ್ತ ನಿಮ್ಮನ್ನು ಹೀಗೆ ಮಾತಾಡಿಸುತ್ತಿದೆ ಮತ್ತದು ವೀರನೊಬ್ಬನಿಗೆ ಇರಲೇ ಬೇಕಾದ ಸಾತ್ವಿಕ ಸೊಕ್ಕು. ಅದನ್ನು ನಾನು ಪ್ರಶಂಸಿಸುತ್ತೇನೆ. ಆದರೆ ಅವನ ಕೋಪಕ್ಕೆ ಸುಮ್ಮನೆ ಯೋಧರ ಪ್ರಾಣಗಳನ್ನು ಏಕೆ ಬಲಿಕೊಡುವುದು? ಅವನ ಕೋಪ ಸ್ವಲ್ಪ ಆರುವವರೆಗೂ ನಾವು ಈ ನೀತಿಯನ್ನು ಅನುಸರಿಸಿದರೆ ಸಾಕು"–ಎಂದು ಎಲ್ಲರನ್ನು ನೋಡಿದ. ಪ್ರಮುಖ ಅನುಮೋದನೆಗಾಗಿ ಪ್ರಯಾಮನ್ನು ಕಣ್ಣಿನಲ್ಲೇ ನಿವೇದಿಸಿದ. ಪರಿಸ್ಥಿತಿಯ ಅರಿವು ಪ್ರಯಾಮನಿಗೂ ಇತ್ತು. ಇದು ಭಾವನಾತ್ಮಕವಾಗಿ ನಿರ್ಧಾರ ತೆಗೆದುಕೊಳ್ಳುವ ಸಮಯವಲ್ಲ. ಒಬ್ಬ ರಾಜನಾಗಿ ಅವನಿಗೂ ತನ್ನ ಯೋಧರನ್ನು ಕಳೆದುಕೊಳ್ಳುವುದು ಬೇಡವೆನಿಸಿತು. ಆದರೂ, ಹೆಕ್ಟರ್ ನನ್ನು ಧೈರ್ಯಗೆಡಿಸುವುದಕ್ಕೂ ಇಷ್ಟವಿರಲಿಲ್ಲ. "ಸರಿ

ಒಂದಿಷ್ಟು ದಿನಗಳವರೆಗೆ ಈಗ ಇರುವ ನೀತಿಯನ್ನೇ ಅನುಸರಿಸುವುದು ಮತ್ತು ಅನಿವಾರ್ಯ ಎನಿಸಿದಲ್ಲಿ ಯಾವುದೇ ಸಮಯದಲ್ಲಿ ರಣತಂತ್ರವನ್ನು ನಾನು ಬದಲಿಸಬಹುದು" ಎಂದು ರಾಜಾಜ್ಞೆಯನ್ನು ಹೊರಡಿಸಿ ಎದ್ದು ನಿಂತ.

ಇತ್ತ ಸ್ವರ್ಗಲೋಕಕ್ಕೆ ಆಗಮಿಸಿದ ಥೆಟಿಸ್ ಅವಳು ಮಾಡುತ್ತಿರುವ ಕಾರ್ಯ ನೆನೆದು ಅವಳಿಗೇ ನಂಬಿಕೆ ಬರುತ್ತಿಲ್ಲ. ತೀರ ಸಾಧಾರಣ ಮನುಷ್ಯಳಂತೆ ಅವಳು ಯೋಚಿಸಿದ್ದಳು. ಅವಳು ಯೋಚಿಸಿದ್ದಳು ಎನ್ನುವುದಕ್ಕಿಂತಲೂ ಅವಳ ತಾಯ ಹೃದಯ ಹಾಗೆ ಅವಳನ್ನು ಚಿಂತಿಸುವಂತೆ ಮಾಡಿತ್ತು ಎನ್ನಬಹುದೇನೋ. ಸಾಧಾರಣ ಸ್ತ್ರೀಯಾಗಿರಲಿ, ರಾಣಿಯಾಗಿರಲಿ, ದೇವತೆಯೇ ಆಗಿರಲಿ, ತಾಯಿ ತಾಯಿಯಷ್ಟೆ. ಆ ಮಾತೃ ಹೃದಯ ಎಲ್ಲ ಸ್ಥಾನದಲ್ಲೂ ಒಂದೇ. ಹಾಗೆಯೇ ಥೆಟಿಸ್ ಕೂಡ ತನ್ನ ಮಗನ ಬಗ್ಗೆ ಮುಂದೆ ಘಟಿಸಲಿರುವ ಪ್ರತಿಯೊಂದು ಘಟನೆಗಳ ಪರಿಣಾಮ ಅವಳಿಗೆ ಗೊತ್ತಿದ್ದರೂ ಸಹ ತೀರ ಸಾಧಾರಣ ಸ್ತ್ರೀಯಂತೆ ತನ್ನ ಮಗನಿಗೆ ಎಷ್ಟು ಸಾಧ್ಯವೋ ಅಷ್ಟು ರಕ್ಷಣೆ ಕೊಡಲು ನಿರ್ಧರಿಸಿ ದೇವಲೋಕದ ಕಮ್ಮಾರನೂ ಹಾಗೂ ಅಗ್ನಿದೇವನೂ ಆದ ಹೆಫೀಸ್ಟಸನನ್ನು ಭೇಟಿ ಮಾಡಿ ತನ್ನ ಮಗನಿಗಾಗಿ ಹೊಸದಾದ ಮತ್ತು ದಿವ್ಯವಾದ ಕವಚ, ಶಿರಸ್ತ್ರಾಣ, ಗುರಾಣಿ ಮತ್ತು ಒಂದು ಜೊತೆ ಕಾಲ್ಜೋಡುಗಳನ್ನು ಮಾಡಿಕೊಡುವಂತೆ ಬೇಡಿಕೊಂಡಿದ್ದನ್ನು ಕಂಡು ಸ್ವತಃ ಅಗ್ನಿ ದೇವನೇ ಬೆರಗಾದ. ಆದರೂ ಆ ತಾಯಿಯ ಕೋರಿಕೆಯಂತೆ ದಿವ್ಯವಾದ ಅಸ್ತ್ರ ಮತ್ತು ಸಲಕರಣೆಗಳನ್ನು ಮಾಡಿಕೊಟ್ಟನು.

ತನ್ನ ತಾಯಿ ಹೆರಾಳಿಂದ ಮಗು ಚಂದವಿಲ್ಲ, ಕಾಲು ಬೇರೆ ಸರಿಯಿಲ್ಲ ಎನ್ನುವ ಕಾರಣದಿಂದ ತಿರಸ್ಕರಿಸಿ ಅಗ್ನಿದೇವನನ್ನು ಸಮುದ್ರದಾಳಕ್ಕೆ ಎಸೆಯಲ್ಪಟ್ಟಿದ್ದಾಗ, ಥೆಟಿಸ್ ಆ ಮಗುವನ್ನು ಬದುಕಿಸಿ, ಸಾಕಿ ಬೆಳೆಸಿದ್ದ ಉಪಕಾರವನ್ನು ಸ್ಮರಿಸುತ್ತಾ ಅದ್ಭುತವಾದ ಐದು ಪದರುಗಳುಳ್ಳ ಬಲು ಗಟ್ಟಿಯಾದ ಗುರಾಣಿಯೊಂದಿಗೆ ಸಕಲವನ್ನೂ ಮಾಡಿಕೊಟ್ಟ.

ಹೆಕ್ಟರ್ ಮರಣ

ಮರುದಿನ ಸೂರ್ಯ ತಾನು ಹೊರಗೆ ಬರಲೋ ಬೇಡವೋ ಎಂಬಂತೆ ಮೂಡಿ ಬಂದಿದ್ದ. ಅದೇ ಹೊತ್ತಿಗೆ ದೇವಿ ಥೆಟಿಸ್ ಕೂಡ ಸ್ವರ್ಗ ಲೋಕದಿಂದ ಗ್ರೀಕರ ಪಾಳಯಕ್ಕೆ ಇಳಿದು ಬಂದಿದ್ದಳು. ತಾನು ದೇವಶಿಲ್ಪಿ ಅಗ್ನಿದೇವನಿಂದ ಹೊಸದಾಗಿ ಮಾಡಿಸಿ ತಂದಿದ್ದ ಸಕಲವನ್ನೂ ಮಗನ ಮುಂದಿಟ್ಟು ಸಮಾಧಾನಿಸಿದಳು.

ಆ ಕವಚ ಶಿರಸ್ತ್ರಾಣಾದಿಗಳನ್ನು ನೋಡಿ ಸುತ್ತ ಇದ್ದ ಮರ್ಮಿಡಾನ್ ಸೈನಿಕರು ಬಿಟ್ಟಗಣ್ಣು ಬಿಟ್ಟಂತೆ ನಿಂತು ಬಿಟ್ಟರು. ದೇವಶಿಲ್ಪಿಯಿಂದ ಮಾಡಲ್ಪಟ್ಟಿದ್ದ ಕಣ್ಣು ಕೋರೈಸುವಂತ್ತಿದ್ದ ಆ ಆಯುಧಗಳನ್ನು ನೋಡಿ ಮೂಕವಿಸ್ಮಿತರಾದರು. ಅವುಗಳನ್ನು ಪ್ರೀತಿಯಿಂದ ಸವರುತ್ತಾ,

"ಅಮ್ಮಾ, ನಾನು ಈ ದಿವ್ಯಾಸ್ತ್ರಗಳನ್ನು ತೊಟ್ಟು ಈಗಲೇ ಯುದ್ಧಕ್ಕೆ ಹೋಗುತ್ತೇನೆ. ಆದರೆ, ನಾನು ಮರಳಿ ಬರುವವರೆಗೂ ನನ್ನ ಸ್ನೇಹಿತನ ಶವವನ್ನು ಕೊಳೆಯದಂತೆ ನೋಡಿಕೊಳ್ಳುವೆಯಾ?" ಎಂದು ಅಂಗಲಾಚಿದನು. ಅದಕ್ಕವಳು "ಒಂದು ವರ್ಷವಾದರೂ ಶವ ಕೆಡದಂತೆ, ಇತರ ಪ್ರಾಣಿಗಳೂ ಮುಟ್ಟದಂತೆ ನೋಡಿಕೊಳ್ಳುವ ಜವಾಬ್ದಾರಿ ನನ್ನದು. ನೀನು ನಿಶ್ಚಿಂತೆಯಿಂದಿರು" ಎಂದು ತಿಳಿಸಿ, ಪೆಟ್ರೋಕ್ಲಸನ ಶವಕ್ಕೆ ಅಮೃತವನ್ನು ಬಳಿದು ಮತ್ತೆ ಶವಾಸನದ ಮೇಲೆ ಮಲಗಿಸಿದಳು.

ಅಖಿಲೀಸ್ ತನ್ನ ತಾಯಿ ತನಗಾಗಿ ಸ್ವರ್ಗಲೋಕದಿಂದ ತಂದ ಎಲ್ಲಾ ಕವಚ ಮತ್ತು ಶಿರಸ್ತ್ರಾಣಗಳಾದಿಯಾಗಿ ತೊಟ್ಟು ಯುದ್ಧಕ್ಕೆ ಸಿದ್ಧನಾಗಿ ನಿಂತ. ಥೆಟಿಸ್ ಪೆಟ್ರೋಕ್ಲಸನ ಶವವನ್ನು ಕೆಡದಂತೆ ಸಂಸ್ಕರಿಸಿ ಇಟ್ಟು ಮಗನಲ್ಲಿ ಬಂದು ನಿಂತು ಅವನನ್ನೊಮ್ಮೆ ಕಣ್ತುಂಬಿ ನೋಡಿ ಮನಸಾರೆ ಮೈದಡವಿದಳು. ಅವಳ

ಮಮತೆಗೆ ಅಖಿಲೀಸನು ಸೋಲುವಂತಿರಲಿಲ್ಲ. ಅಕ್ಕರೆಯಿಂದ ತಾಯಿಯನ್ನು ನೋಡಿದನಷ್ಟೆ. ಅದನ್ನು ಅರ್ಥ ಮಾಡಿಕೊಂಡ ಥೆಟಿಸ್ ಇನ್ನೇನು ಮಾತಾಡದೆ ತನ್ನ ದೈವೀಶಕ್ತಿಯಿಂದ ಅಖಿಲೀಸಲ್ಲಿ ಅದಮ್ಯವಾದ ಶಕ್ತಿ ಮತ್ತು ಧೈರ್ಯವನ್ನು ತುಂಬಿ ಹರಸಿದಳು. ದೇವತೆಯಾಗಿ ತನ್ನ ಮಗನ ಭವಿಷ್ಯವನ್ನು ತಿಳಿದಿದ್ದರೂ ತಾಯಿಯಾಗಿ ಅವನಿಗೆ ಶ್ರೇಯಸ್ಸನ್ನು ಬಯಸುವುದಷ್ಟೇ ಅವಳ ಪಾಲಿಗೆ ಬಂದಿತ್ತು. ಇಂದ್ಯಾಕೋ ಅವಳಿಗೆ ಮತ್ತೆ ಮತ್ತೆ ಅಖಿಲೀಸ್ ಮಗುವಾಗಿದ್ದಾಗ ಸ್ಟೈಸ್ ಪವಿತ್ರ ನದಿಯ ನೀರಿನಲ್ಲಿ ಅದ್ದುವಾಗ ತನ್ನಿಂದಾದ ಅಪಚಾರವನ್ನು ನೆನೆನೆನೆದು ಕರುಳು ಚುರ್ ಎಂದಿತು. ಅದನ್ನು ತೋರಗೊಡದೆ ಅಥಿನಿ ಯುದ್ಧ ದೇವತೆಯನ್ನು ತನ್ನ ಮಗನ ಪರವಾಗಿ ನಿಲ್ಲಲು ಯಾಚಿಸಿದಳು. ಅವನು ಯುದ್ಧ ಮಾಡುವಾಗ ಅವನಿಗೆ ಹಸಿವು ನೀರಡಿಕೆಯಾಗದೆ ಹಾಗೆ ನೋಡಿಕೊಳ್ಳಲು ಕೇಳಿಕೊಂಡಳು. ಪೆಟ್ರೋಕ್ಲಸ್ ಯುದ್ಧಕ್ಕೆ ಹೋಗುವಾಗ ಅಖಿಲೀಸನ ಕವಚ, ಖಡ್ಗ, ಶಿರಸ್ತ್ರಾಣದ ಜೊತೆಗೆ ಅವನ ರಥವನ್ನೂ ಒಯ್ದಿದ್ದ. ಪೆಟ್ರೋಕ್ಲಸ್ ಹತನಾಗುತ್ತಿದ್ದಂತೆ ಹೆಕ್ಟರ್ ಅಖಿಲೀಸನ ದಿವ್ಯಾಶ್ವಗಳ ರಥವನ್ನು ಹಿಡಿಯಲು ಹೋದ. ಆದರೆ ಅವು ಮಾಯದಂತೆ ಅವನ ಕೈಗೆ ಸಿಗದೆ, ಸಾರಥಿಯನ್ನೂ ಹೊತ್ತುಕೊಂಡು ಅಲ್ಲಿಂದ ತಪ್ಪಿಸಿಕೊಂಡು ಬಂದಿದ್ದವು. ಇಂದು ಅಖಿಲೀಸನ ಜೊತೆಗೆ ಅವನ ಆ ರಥವೂ ದಿವ್ಯಾಶ್ವಗಳೂ ಸಿದ್ಧಗೊಂಡು ನಿಂತವು.

ಅಖಿಲೀಸ್ ಒಂದು ಕಡೆ ತಾನು ಅಖೀಯನರ ಜೊತೆಗೆ ಸಿದ್ಧನಾಗಿ ನಿಂತಿದ್ದರೆ, ಅತ್ತ ಟ್ರೋಜನ್ನರು ತಮ್ಮ ಹೊಸ ತಂತ್ರದೊಂದಿಗೆ ಕೋಟೆಯ ಗೋಡೆಯ ಮೇಲೆ ಧನುರ್ಧಾರಿಗಳ ಪಡೆಯೊಂದಿಗೆ ಸಜ್ಜಾಗಿ ನಿಂತಿದ್ದರು.

ಅತ್ತ... ಒಲಿಂಪಸ್ ಸ್ವರ್ಗದಲ್ಲಿ ಝ್ಯೂಸ್ ದೇವನು ಕೂಡ ಒಂದು ಸಭೆಯನ್ನು ಸೇರಿಸಿದ್ದನು. ಇಷ್ಟು ದಿನಗಳವರೆಗೆ ಮಾನವರ ಯುದ್ಧದಲ್ಲಿ ದೇವತೆಗಳು ಸೇರಿಕೊಳ್ಳುವುದು ಬೇಡ ಎಂದು ತೀರ್ಮಾನಿಸಿದರೂ ಕೆಲವೊಂದು ಸಂದರ್ಭದಲ್ಲಿ ಝ್ಯೂಸ್ ದೇವನ ಹಿಡಿತ ಮೀರಿ ದೇವತೆಗಳು ಅವರವರ ಭಕ್ತರ ಸಹಾಯಕ್ಕೆ ಧಾವಿಸಿಬಿಟ್ಟಿದ್ದನ್ನು ನೋಡಿಯೂ ಖಂಡಿಸದೇ ಹೋಗಿದ್ದ. ಆ ವಿಷಯ ಮಾತಾಡಲೆಂದೇ ಇಂದು ಸಕಲ ದೇವತೆಗಳ ಸಭೆಯೊಂದನ್ನು ಸೇರಿಸಿದ್ದ.

"ನನ್ನ ಪ್ರಿಯ ದೇವತೆಗಳೇ, ಭೂಲೋಕದಲ್ಲಿ ನಡೆಯುತ್ತಿರುವ ಸಮರವನ್ನು ನೀವೆಲ್ಲಾ ನೋಡುತ್ತಲೇ ಇದ್ದೀರ. ಈ ಯುದ್ಧದಲ್ಲಿ ಯಾರು ತಪ್ಪು ಯಾರು ಸರಿ ಎಂದು ಸ್ವತಃ ನನ್ನಿಂದಲೇ ನಿರ್ಧರಿಸಲು ಸಾಧ್ಯವಾಗುತ್ತಿಲ್ಲ. ಅಖಿಲೀಸನಂತೂ ಪ್ರತೀಕಾರದ ಜ್ವಾಲೆಯಲ್ಲಿ ಕುದಿಯುತ್ತಿದ್ದಾನೆ. ಅವನನ್ನು ಎದುರಿಸಿ ಹೋರಾಡುವ ಶಕ್ತಿಯಾಗಲಿ, ಧೈರ್ಯವಾಗಲಿ ಟ್ರೋಜನ್ನರಲ್ಲಿ ಇರುವುದು ನಾ ಕಾಣೆ. ಅವನನ್ನು ಮಣಿಸುವುದು ಅಷ್ಟು ಸುಲಭದ ಮಾತಲ್ಲ.

ಅವನನ್ನು ನಿಯಂತ್ರಿಸದೆ ಹೋದಲ್ಲಿ ಟ್ರಾಯ್ ನಗರದ ವಿಧಿಯನ್ನೂ ವಂಚಿಸಿ ಇಂದೇ ಅದಕ್ಕೆ ಬೆಂಕಿ ಇಟ್ಟು ಸುಟ್ಟರೂ ಆಶ್ಚರ್ಯವಿಲ್ಲ. ಹಾಗಾಗಬಾರದು. ಯಾವುದೇ ಸಂದರ್ಭದಲ್ಲೂ... ಏನೇ ಪರಿಸ್ಥಿತಿಗಳು ಏರುಪೇರಾದರೂ ವಿಧಿ ಮಾತ್ರ ಬದಲಾಗಬಾರದು. ಹಾಗಾಗಿ ಈಗ ನೀವೆಲ್ಲರೂ ಹೋಗಿ ನಿಮಗೆ ಇಷ್ಟವಾದ ಪಕ್ಷ ಸೇರಿ ನಿಮ್ಮ ಬಲವನ್ನು ಅವರ ಸೈನ್ಯಕ್ಕೆ ನೀಡಿ ಹೋರಾಡಿ," ಎಂದು ಬಿಟ್ಟ.

ಸ್ವತಃ ಝ್ಯೂಸ್ ಹೀಗೆ ಹೇಳಿದ ಮೇಲೆ ಅಲ್ಲಿಯವರೆಗೆ ತಮ್ಮ ತಮ್ಮ ಇಷ್ಟದ ಜನರು ಹೊಡೆದಾಡುವುದನ್ನು ನೋಡಿ ಕೈ ಕೈ ಹಿಸುಕಿಕೊಂಡು ಕೂತಿದ್ದ ದೇವತೆಗಳು ಅತಿ ಹರ್ಷದಿಂದ ಕೂಗಾಡುತ್ತಾ ರಣರಂಗಕ್ಕೆ ಧಾವಿಸಿಯೇ ಬಿಟ್ಟರು. ಹೆರಾ, ಅಥೀನಿ, ಪೊಸೈಡನ್, ಹರ್ಮೀಸ್, ಹೆಫೀಸ್ಟಸ್ ಇವರು ಗ್ರೀಕರ ಪಕ್ಷಕ್ಕೂ ಏರೀಸ್, ಅಪಾಲೋ, ಆರ್ಟೆಮಿಸ್. ಅಫ್ರೋಡೈಟಿ, ಲೀಟೋ ಮತ್ತು ಗ್ಸಾಂಥಸ್ ಇವರು ಟ್ರೋಜನ್ನರ ಪಕ್ಷಕ್ಕೂ ಸೇರಿಕೊಂಡರು.

ಮೇಲಿಂದ ಝ್ಯೂಸ್ ಭಯ ಮತ್ತು ಕುತೂಹಲದಿಂದ ನೋಡುತ್ತಾ ಕುಳಿತ. ಮಾನವರು ಮತ್ತು ದೇವತೆಗಳು ಹೀಗೆ ಒಟ್ಟೊಟ್ಟಿಗೆ ಸೇರಿ ಯುದ್ಧ ಮಾಡುತ್ತಿರುವ ಜಗತ್ತಿನ ಪ್ರಥಮ ಯುದ್ಧ ಇರಬಹುದು. ಇದರ ಪರಿಣಾಮವೇನಾಗಬಹುದು ಎಂದು ಖುದ್ದು ಝ್ಯೂಸನಿಗೇ ಗೊತ್ತಾಗದೆ ಅವನೂ ಕೂಡ ಕೊಂಚ ತಬ್ಬಿಬ್ಬಾದ ಹಾಗಿತ್ತು. ಏಕೆಂದರೆ ಕೆಳಗೆ ಅವನು ನೋಡುತ್ತಿರುವ ದೃಶ್ಯ ಹಾಗಿತ್ತು. ಅಥೀನಿಗೆ ವಿರುದ್ಧವಾಗಿ ಏರೀಸ್, ಪೊಸೈಡನ್ ಎದುರಿಸಲು ಅಪಾಲೋ, ತನ್ನ ಪತ್ನಿ ಹೆರಾಳ ಎದುರು ಆರ್ಟೆಮಿಸ್, ಲೀಟೋಳ ವಿರುದ್ಧ ಹರ್ಮೀಸ್ ಮತ್ತು ಗ್ಸಾಂಥಸ್ ಎದುರಿಗೆ ಹೆಫೀಸ್ಟಸ್ ತಮ್ಮ ತಮ್ಮ ಆಯುಧ ಮತ್ತು ದಿವ್ಯ ಶಕ್ತಿಗಳೊಡನೆ ಗರ್ಜಿಸುತ್ತಾ ನಿಂತಿದ್ದಾರೆ. ಅಫ್ರೋಡೈಟಿ ತನ್ನ ಪುತ್ರ ಈನಿಯಸನ ಜೊತೆ ನಿಂತು ಹೂಂಕರಿಸುತ್ತಿದ್ದಾಳೆ. ಈ ಯುದ್ಧವಾಗುತ್ತಿರುವುದಕ್ಕೆ ಒಂದು ಕಾರಣ ಅಫ್ರೋಡೈಟಿಯ ವರವೂ ಹೌದು. ಹಾಗಾಗಿ ಪಕ್ಕದಲ್ಲೇ ಪೆರಿಸನನ್ನು ಜೊತೆಗೂಡಿಸಿಕೊಂಡಿದ್ದಾಳೆ. ಇಬ್ಬರನ್ನೂ ರಕ್ಷಿಸುವ ಹೊಣೆ ಅವಳ ಮೇಲಿದೆ.

ಮೊದಲ ಸಾಲಿನಲ್ಲಿ ರತಿಕರು ಮತ್ತು ಮಹಾ ರಥಿಕರು ನಿಂತಿದ್ದರೆ, ಎರಡನೇ ಸಾಲಿನಿಂದ ಒಂದಿಷ್ಟು ಸಾಲುಗಳ ಅಶ್ವದಳ, ಅವರ ಹಿಂದೆ ಧನುರ್ಧಾರಿಗಳು, ಕಡೆಯಲ್ಲಿ ಕಾಲಾಳುಗಳು ಕತ್ತಿ ಮತ್ತು ಗುರಾಣಿಯನ್ನು ಹಿಡಿದು ಸನ್ನದ್ಧರಾಗಿ ಎರಡೂ ಕಡೆಯ ಸೈನ್ಯ ರಣರಂಗದಲ್ಲಿ ನಡೆದು ಬರುತ್ತಿದ್ದರೆ ಲಘು ಭೂಕಂಪವಾಗುತ್ತಿದೆಯೇನೋ ಎನಿಸುವಂತೆ ಕಂಪಿಸುತ್ತಿತ್ತು.

ಎರಡೂ ಕಡೆಯ ಸೈನಿಕರು ಒಬ್ಬರ ಮೇಲೆ ಒಬ್ಬರು ಮುರಿದುಕೊಂಡು ಬಿದ್ದೊಡನೇ ಆಕಾಶ ಒಮ್ಮೆ ಗುಡುಗಿದಂತಾಯ್ತು. ಒಬ್ಬೊಬ್ಬರ ಕತ್ತಿಯಿಂದಲೂ

ರಕ್ತ ಚಿಮ್ಮಿ ಚಿಮ್ಮಿ ನೆಲದ ಮಣ್ಣು ನೆನೆದು ಕೆಂಪಾಗುತ್ತಿತ್ತು. ಎರಡೂ ಬದಿಯ ಸೈನ್ಯದೊಂದಿಗೆ ದೇವತೆಗಳೂ ಸೇರಿ ರಣರಂಗ ಅಕ್ಷರಶಃ ರಣರಂಗವೇ ಆಗಿತ್ತು.

ಪ್ರಯಾಮ್ ಕೋಟೆಯ ಮೇಲೆ ಬಂದು ನಿಂತು ನೋಡುತ್ತಿದ್ದಾನೆ. ಆದರೆ ಕಂಡಿದ್ದೇನಲ್ಲಿ! ಅಖಿಲೀಸನೊಬ್ಬನೇ ಟ್ರೋಜನ್ನರ ಸೈನ್ಯವನ್ನು ತರಿದು ಹಾಕುತ್ತಿದ್ದಾನೆ. ಅವನ ಒಂದೊಂದು ಬಾಣ ನೂರಾರು ಸೈನಿಕರ ಬಲಿ ತೆಗೆದುಕೊಳ್ಳುತ್ತಿದೆ. ಇದಕ್ಕೆ ಅಥೀನಿ ದೇವತೆಯೂ ಸೇರಿರುವುದೇ ಕಾರಣ ಎನ್ನುವುದು ದೊರೆ ಪ್ರಯಾಮನಿಗೆ ತಿಳಿದು ಹೋಯಿತು. ಹೆಕ್ಟರ್ ಕೂಡ ಕಾಣಿಸುತ್ತಿಲ್ಲ. ಇನ್ನು ತಡ ಮಾಡಿದರೆ ಎಲ್ಲಿ ನನ್ನ ಪೂರ್ತಿ ಸೈನ್ಯವೇ ಕಳೆದುಹೋಗುತ್ತದೆಯೋ ಅನ್ನಿಸಿದೇ ತಡ ಹಿಂದಿನ ದಿನದ ಸಭೆಯಲ್ಲಿ ಚರ್ಚಿಸಿದಂತೆ ಅಲ್ಲಿಂದಲೇ ಮಂತ್ರಿಗೆ ಕೂಗಿ ಟ್ರೋಜನ್ನಿರಿಗೆ ಒಳಗೆ ಬರಲು ಅನುಕೂಲವಾಗುವಂತೆ ಕೋಟೆಯ ಬಾಗಿಲನ್ನು ತೆರೆಯಲು ಆದೇಶಿಸಿದನು.

ಅದೇ ಸಮಯಕ್ಕೆ ಸರಿಯಾಗಿ ಅಪೋಲೋ ವೇಷ ಮರಿಸಿಕೊಂಡು ಬಂದು ಅಖಿಲೀಸನ ಗಮನವನ್ನು ತನ್ನತ್ತ ಸೆಳೆದುಕೊಂಡು ಅವನನ್ನು ಕೊಂಚ ದೂರ ಕರೆದುಕೊಂಡು ಹೋದ. ಇತ್ತ ಸೈನ್ಯ ಒಳಗೆ ಬರುತ್ತಲೇ ಕೋಟೆಯ ಬಾಗಿಲನ್ನು ಮುಚ್ಚಿ ಬಿಡಿ ಎನ್ನುತ್ತಲೇ ಬಲವಾದ ಕೋಟೆಯ ಮೂವತ್ತು ಅಡಿ ಎತ್ತರದ ಭಾರವಾದ ಬಾಗಿಲಿನ ಎರಡೂ ಬದಿಯ ಒಳ ಬಾಗಿಲನ್ನು ಮಾತ್ರ ತೆರೆದು ಕಹಳೆಯನ್ನು ಊದಿದರು. ಅದನ್ನು ಕೇಳಿದೊಡನೆ ಟ್ರೋಜನ್ನರು ಶರವೇಗದಲ್ಲಿ ಕೋಟೆಯತ್ತ ತಮ್ಮ ತಮ್ಮ ಕುದುರೆಗಳನ್ನು ದೌಡಾಯಿಸಿ ಬಂದು ಬಾಗಿಲೊಳಗೆ ಸೇರಿಕೊಳ್ಳುತ್ತಲೇ ಬಾಗಿಲನ್ನು ಮುಚ್ಚಲು ಒಳಗಿಂದ ಸೈನಿಕರು ಬಾಗಿಲ ಎರಡೂ ಬದಿಯಲ್ಲಿ ಕಾತುರದಿಂದ ಕಾಯುತ್ತಿದ್ದರು. ಅವರನ್ನು ಹಿಂದೆ ಅಟ್ಟಿಸಿಕೊಂಡು ಬಂದ ಗ್ರೀಕನ್ನರನ್ನು ಕೋಟೆಯ ಮೇಲೆ ನಿಂತಿದ್ದ ಟ್ರೋಜನ್ ಧನುರ್ಧಾರಿಗಳು ಹೊಡೆದು ಉರುಳಿಸುತ್ತಿದ್ದರು. ಅಂತೂ ಇಂತೂ ಟ್ರೋಜನ್ನರು ಕೋಟೆಯ ಒಳ ಬರುತ್ತಲೇ ಕೋಟೆಯ ಬಾಗಿಲನ್ನು ಸಂಪೂರ್ಣವಾಗಿ ಮುಚ್ಚಿ ಭದ್ರ ಪಡಿಸಲಾಯಿತು.

ಇತ್ತ ಅಖೀಲೀಸನು ಕೂಡ ಅಪೋಲೋ ದೇವತೆಯೊಡನೆ ಹೊಡೆದಾಡುತ್ತಾ ರಣರಂಗದಿಂದ ದೂರ ಸಾಗಿ ಹೋಗಿದ್ದ. ಅವನನ್ನು ಬೇಕೆಂದೇ ಕೋಟೆಯಿಂದ ದೂರ ಕರೆದೊಯ್ದಿದ್ದ ಅಪೋಲೋ ಅಲ್ಲಿ ಟ್ರೋಜನ್ನರು ಕೋಟೆಯೊಳಗೆ ಸೇರಿಕೊಂಡಿದ್ದನ್ನು ಗ್ರಹಿಸಿ ತನ್ನ ಕಾರ್ಯವಾಯಿತೆನ್ನುವಂತೆ ಮುಗುಳ್ನಕ್ಕ. ಎಷ್ಟೇ ಹೊತ್ತು ಕಾದಾಡಿದರೂ ಇಬ್ಬರಲ್ಲೂ ಸೋಲುವ ಯಾವುದೇ ಲಕ್ಷಣ ಕಾಣದೇ ಹೋದ ಅಖೀಲೀಸ್ ಕೂಡ ಒಂದು ಕ್ಷಣ ಅಪೋಲೋ ದೇವತೆಯ ಮಾರ್ಮಿಕ ನಗುವಿನ ಅರ್ಥವನ್ನು ಅರಿಯದೆ ಯುದ್ಧ ಮಾಡದೆ ನಿಂತ. ಆಗ, 'ಅಯ್ಯಾ ಅಖೀಲೀಸ್ ನೀನು ದಿನ ಪೂರ್ತಿ ನನ್ನೊಡನೆ ಕಾದಾಡಿದರೂ

ನನ್ನನ್ನು ಸೋಲಿಸಲಾರೆ. ಮೇಲಾಗಿ ನಾನು ಒಬ್ಬ ಅಮರತ್ವ ಹೊಂದಿದ ದೇವತೆ. ನನಗೆ ಸಾವು ಬಾರದು. ಇನ್ನು ನಿನ್ನ ಸಾವು ಕೂಡ ನನ್ನಿಂದ ಸಾಧ್ಯವಿಲ್ಲ. ಮತ್ತೇಕೆ ವಿನಾ ಕಾಲಹರಣ? ಅಲ್ಲಿ ನೋಡು ಟ್ರೋಜನ್ನರು ಎಷ್ಟು ಸುಲಭವಾಗಿ ಕೋಟೆಯ ಒಳಗೆ ಸೇರಿಕೊಂಡಿದ್ದಾರೆ! ನನ್ನ ಕಾರ್ಯವೂ ಆಯಿತು'-ಎಂದು ಅದೃಶ್ಯನಾದನು. ಅಖಿಲೀಸ್ ತನ್ನ ಬೆನ್ನ ಹಿಂದೆ ತಾನು ಸಾಗಿ ಬಂದಿದ್ದ ದಾರಿಯನ್ನು ಒಮ್ಮೆ ತಿರುಗಿ ನೋಡುತ್ತಾನೆ. ದೂರದಲ್ಲೆಲ್ಲೂ ಟ್ರೋಜನ್ನರ ಸಮರ ಪತಾಕೆಗಳು ಕಾಣುತ್ತಿಲ್ಲ. ಅಖೀಯನ್ನರು ಕೂಡ ತಿರುಗಿ ಬಿಡಾರಗಳತ್ತ ಸಾಗುತ್ತಿದ್ದಾರೆ. ಅವನಿಗೀಗ ಅಪೋಲೋ ದೇವತೆಯ ಸಂಚು ಅರಿವಾಗಿ ಸಾರಥಿಗೆ ರಥವನ್ನು ಅತ್ತ ತಿರುಗಿಸಿ ಚಲಾಯಿಸಲು ಆದೇಶಿಸಿ, ಅಪೋಲೋ ದೇವತೆ ಎಸಗಿದ ಮೋಸಕ್ಕೆ ಹಲ್ಲು ಕಡಿಯುತ್ತಾ ನಿಂತ. ಸಾರಥಿ ಓಡಿಸುತ್ತಿದ್ದ ತನ್ನ ಯಕ್ಷ ಕುದುರೆಗಳ ವೇಗ ಸಾಲದೆನ್ನಿಸಿ ಅವನನ್ನು ರಥದಿಂದ ಕೆಳಗಿಳಿಯಲು ಆಜ್ಞಾಪಿಸಿ ತಾನೇ ಕುದುರೆಗಳನ್ನು ಶರವೇಗದಲ್ಲಿ ಹಾರಿಸಿಕೊಂಡು ಹೋದ. ಅವನಿಗೆ ಇಂದು ತನ್ನ ಮಿತ್ರನನ್ನು ಕೊಂದ ಹೆಕ್ಟರನನ್ನು ಜೀವಂತ ತಪ್ಪಿಸಿಕೊಂಡು ಹೋಗಲು ಬಿಡಲಿಷ್ಟವಿರಲಿಲ್ಲ.

ಬೆದರಿ ಕಂಗಾಲಾದ ಹರಿಣಿಯ ಹಿಂಡಿನಂತೆ ಒಬ್ಬರ ಹಿಂದೆ ಒಬ್ಬರು ಓಡೋಡಿ ಬಂದು ಕೋಟೆಯೊಳಗೆ ಸೇರಿಕೊಂಡ ಸೈನ್ಯವನ್ನು ಸಾಂತ್ವನ ನೋಟದಲ್ಲಿ ನೋಡುತ್ತಾ ಗೋಡೆಯ ಮೇಲಿಂದ ಒಳ ಮೆಟ್ಟಿಲಿಳಿದು ಬಂದ ಪ್ರಯಾಮ್ ಸೈನಿಕರಿಗೆ ಒಳ್ಳೆಯ ಮಾತು ಹಾಗೂ ನೀರು ಕೊಟ್ಟು ಉಪಚರಿಸುತ್ತಾ ಹೆಕ್ಟರನಿಗಾಗಿ ಹುಡುಕಾಡಿದ. ಆದರೆ, ಹೆಕ್ಟರ್ ಎಲ್ಲಿ? ಅವನು ಕೋಟೆಯ ಒಳಗೆ ಬಂದೇ ಇರಲಿಲ್ಲ. ಹೀಗೆ ಹೇಡಿಗಳ ಹಾಗೆ ಕೋಟೆಯ ಒಳಗಿಂದ ಯುದ್ಧ ಮಾಡಲು ಹಿಂದಿನ ದಿನವೂ ಒಪ್ಪಿರದ ಹೆಕ್ಟರ್ ಛದ್ಮವೇಷಧಾರಿ ದೇವತೆಯ ಬೆನ್ನಟ್ಟಿ ಹೋಗಿದ್ದ ಅವನು ಮರಳಿ ಬಂದಾಗ ಟ್ರೋಜನ್ ಸೈನ್ಯವಷ್ಟೂ ಕೋಟೆಯ ಒಳಗಡೆ ಸೇರಿಕೊಳ್ಳುತ್ತಿತ್ತು. ತಾನೂ ಹಿಂದೆ ಓಡಿದವ ಕೋಟೆಯ ಒಳಗೆ ಹೋಗಲು ಮನಸ್ಸಾಗದೆ, ಅವನ ಮಾತಿಗೆ ಕಟ್ಟಿಹಾಕಿಕೊಂಡವನಂತೆ ಕೋಟೆಯ ಹೊರಗೆ ತಾನೊಬ್ಬನೇ ಉಳಿದು ಬಿಟ್ಟಿದ್ದ!

ಪ್ರಯಾಮ್ ಮತ್ತೆ ಕೋಟೆಯ ಮೇಲೆ ನಿಂತು ಹೆಕ್ಟರನಿಗಾಗಿ ಹುಡುಕಾಡಿದ. ದೂರದಲ್ಲಿ ಗ್ರೀಕನ್ನರ ಸೈನ್ಯದಲ್ಲೇನಾದರೂ ಸಿಕ್ಕಿ ಹಾಕಿಕೊಂಡಿದ್ದಾನೆಯೇ ಎಂದು ಗಾಬರಿಯಿಂದ ಅತ್ತ ಕಣ್ಣಾಯಿಸಿದ... ಗ್ರೀಕನ್ನರಲ್ಲಿ ಯಾವುದೇ ಕದಲಿಕೆ ಇರಲಿಲ್ಲ. ದೂರದಲ್ಲಿ ಮಾತ್ರ ಶರವೇಗದಲ್ಲಿ ಧಾವಿಸಿ ಬರುತ್ತಿದ್ದ ರಥವೊಂದು ಕಾಣಿಸಿತು. ಅದರ ಮೇಲೆ ನಿಂತಿದ್ದವ ತೊಟ್ಟಿದ್ದ ಕವಚ ಬಿಸಿಲಿಗೆ ಫಳಫಳ ಹೊಳೆಯುತ್ತಾ ಕಣ್ಣಿಗೆ ಮಿಂಚು ಎಸೆಯುತ್ತಿತ್ತು. ಒಂದು ಕೈಯಲ್ಲಿ ಗುರಾಣಿ ಮತ್ತೊಂದು ಕೈಯಲ್ಲಿ ರಜತ ಕತ್ತಿಯನ್ನು ಹಿಡಿದು ಬರುತ್ತಿದ್ದ ಅವನು

ಅಖಿಲೀಸ್ ಎಂದು ಗುರುತಿಸಲು ಹೆಚ್ಚಿನ ಸಮಯವೇನೂ ಬೇಕಾಗಲಿಲ್ಲ. ಕೋಟೆಯ ಬಾಗಿಲ ಬಳಿಯೇ ನಿಂತಿದ್ದ ಹೆಕ್ಟರ್ ಕೋಟೆಯ ಮೇಲೆ ನಿಂತವರಿಗೆ ಕಾಣುತ್ತಿರಲಿಲ್ಲ. ಇಂದು ಏನಾದರೂ ಆಗಲಿ ಅಖಿಲೀಸನೊಡನೆ ದ್ವಂದ್ವ ಯುದ್ಧ ಮಾಡೇ ಬಿಡುವುದೆಂದು ಅವನು ತೀರ್ಮಾನಿಸಿದಂತಿತ್ತು. ಅಖಿಲೀಸನ ಕೋಪಕ್ಕೆ ಇತರೆ ಸೈನಿಕರು ಸಾಯುವುದು ಅವನಿಗೆ ಬೇಡವೆನಿಸಿತ್ತು. ಅಖಿಲೀಸನ ರಥ ಕಾಣುತ್ತಲೇ ಹೆಕ್ಟರ್ ಈಗ ಬಾಗಿಲಿಂದ ಕೊಂಚ ದೂರ ಬಂದು ಅವನಿಗೆದುರಾಗಿಯೇ ನಿಂತ. ಈಗ ಕೋಟೆಯ ಮೇಲೆ ನಿಂತಿದ್ದ ಪ್ರಯಾಮನಿಗೆ ತನ್ನ ಪ್ರಿಯ ಪುತ್ರ ಕಣ್ಣಿಗೆ ಬಿದ್ದಿದ್ದ. ಅತ್ತ ಅಖಿಲೀಸನ ರಥ ದುಡುದುಡುನೇ ನೆಲವನ್ನು ಅದುರಿಸುತ್ತಾ ಓಡಿ ಬರುತ್ತಿದ್ದುದನ್ನು ನೋಡಿ ಪ್ರಯಾಮನಿಗೆ ತನ್ನ ಜಂಘಾಬಲವೇ ಉಡುಗಿ ಹೋಯಿತು. ನಿಂತಲ್ಲೇ ಒಂದು ಕ್ಷಣ ಕಂಪಿಸಿಬಿಟ್ಟ ದೊರೆ. ಅದು ಅವನ ವಯಸ್ಸಿಗೋ, ಪುತ್ರ ಪ್ರೇಮಕ್ಕೋ ಅಥವಾ ಮುಂದೆ ಜರುಗಲಿರುವ ಅನಾಹುತದ ಮುನ್ಸೂಚನೆಯೋ ಅಂತೂ ಬವಳಿ ಬಂದು ಬೀಳುವಂತನಾಗಿ 'ಹೆಕ್ಟರ್' ಎಂದು ಅರಚಿದ್ದ. ಒಳಗೆ ಓಡಿ ಬರಲು ನಿವೇದಿಸಿದ. ಹೆಕ್ಟರ್ ಕಣ್ಣೆತ್ತಿಯೂ ಕೂಡ ಅತ್ತ ನೋಡಲಿಲ್ಲ. ಎಲ್ಲಿ ವೃದ್ಧ ತಂದೆಯ ನೋಟಕ್ಕೆ ಕರಗಿ ಹೋದೇನೋ ಎಂಬ ಭಯ ಅವನಲ್ಲೂ ಇತ್ತು.

ಅವನು ದೃಢವಾಗಿ ನಿಂತ ಪರಿಯನ್ನು ನೋಡಿದರೇ ಎಂಥವರಿಗೂ ಅವನು ಇಂದು ಏಕಾಂಗಿಯಾಗಿಯೇ ಅಖಿಲೀಸನೊಡನೆ ಹೋರಾಡಲು ನಿರ್ಧರಿಸುವುದು ಅರಿವಾಗುತ್ತಿತ್ತು. ಅತ್ತ ಸಾಕ್ಷಾತ್ ಮೃತ್ಯುದೇವತೆಯಂತೆ ಭೀಕರವಾಗಿ ನುಗ್ಗಿ ಬರುತ್ತಿದ್ದ ಅಖಿಲೀಸನನ್ನು ಮತ್ತೊಮ್ಮೆ ನೋಡಿದವನೇ ಭಯಭೀತನಾದ ಪ್ರಯಾಮ್ ತಾನು ದೊರೆ ಎಂಬುದನ್ನೂ ಮರೆತು ತನ್ನೆರೆಡೂ ಕೈಗಳನ್ನೂ ಮಗನತ್ತ ಚಾಚಿ, 'ಹೆಕ್ಟರ್, ಕಂದಾ, ಅಖಿಲೀಸನೊಡನೆ ಒಬ್ಬನೇ ಕಾದಾಡಬೇಡ ಮಗನೇ, ಅವನು ದೇವತಾಂಶಸಂಭೂತನಾದರೂ ಗುಣದಲ್ಲಿ ರಾಕ್ಷಸ. ನೀನು ಬಲಾಢ್ಯನಾದರೂ ಅವನಿಗೆ ಸಾವಿಲ್ಲವಂತೆ. ಇನ್ನು ಕೇವಲ ಕಾದಾಡಿ ಅವನನ್ನು ಮಣಿಸುವುದು ಕಷ್ಟ. ದುಡುಕಿ ಏನಾದರೂ ಅನಾಹುತ ಮಾಡಿಕೊಳ್ಳಬೇಡ. ಯುದ್ಧದ ಆರಂಭದಿಂದ ನಾನು ಎಷ್ಟು ಪುತ್ರರನ್ನು ಕಳೆದುಕೊಂಡೆ! ಇನ್ನು ನಿನ್ನನ್ನು ಕಳೆದುಕೊಳ್ಳಲು ಸಾಧ್ಯವಿಲ್ಲ. ಇಷ್ಟೆಲ್ಲಾ ದುಃಖವನ್ನು ಈ ಮುದುಕನಿಂದ ಸಹಿಸಲಾಗುವುದಿಲ್ಲಪ್ಪಾ... ಬಂದು ಬಿಡು ಕಂದಾ. ಅವನನ್ನು ಸೋಲಿಸಲು ಮತ್ತೇನಾದರೂ ಉಪಾಯ ಮಾಡಿದರಾಯಿತು. ಬಂದು ಬಿಡು ಮಗನೇ'–ಎಂದು ಹಟ ಮಾಡುವ ಮಗುವನ್ನು ರಮಿಸಿ ಕರೆಯುವಂತೆಯೂ... ವೃದ್ಧ ತಂದೆ ಗೋಳಾಡುವಂತೆಯೂ ಪ್ರಲಾಪಿಸಿದರೂ ಹೆಕ್ಟರ್ ಕಂಬದಂತೆ ನಿಂತೇ ಇದ್ದ. ಅಖಿಲೀಸ್ ಕಣ್ಣಿನಲ್ಲೇ ಕಿಡಿಕಾರುತ್ತಾ

ಬರುತ್ತಲೇ ಇದ್ದ. ಪ್ರಯಾಮ್ ಭ್ರಮಿಷ್ಠನಂತೆ ತಲೆಗೂದಲನ್ನು ಹಿಡಿಹಿಡಿಯಾಗಿ ಕಿತ್ತು ಅಸಹಾಯಕತೆಯಿಂದ ಗೋಳಾಡುವ ಸದ್ದಿಗೆ ಅವನ ತಾಯಿ ಹೆಕೆಬೆ ಮತ್ತು ಪತ್ನಿ ಕೂಡ ತನ್ನ ಹಸುಗೂಸನ್ನು ಎತ್ತಿಕೊಂಡೇ ಬಂದು ಪ್ರಯಾಮನ ಭಯದ ಸ್ಥಿತಿ ಕಂಡು ಪರಿಸ್ಥಿತಿಯನ್ನು ಅಂದಾಜಿಸಿ ಕಂಗಾಲಾಗಿ ನಿಂತರು.

ಹೆಕೆಬೆಯ ಕರುಳು ಕಿತ್ತು ಬಂದಂತಹ ಸಂಕಟವೊಂದು ಏಳುತ್ತಲೇ ಅನಾಹುತದ ಸಂಕೇತ ದೊರೆತಂತೆ ಅವಳೂ ಒಮ್ಮೆ ಮೈ ಪೂರ್ತಿ ಝಿಲ್ಲನೇ ಬೆವರಿ ಕಂಪಿಸಿದಳು. ತಕ್ಷಣವೇ ಅವಳ ಕರುಳೇ ಕಿತ್ತು ಬರುವಂತಹ ಆರ್ದ್ರ ದನಿಯಲ್ಲಿ 'ಮಗನೇ, ನೀನು ಶೂರನೇ, ಒಪ್ಪಿಕೊಳ್ಳುತ್ತೇನೆ. ಜಗತ್ತೇ ಒಪ್ಪುತ್ತದೆ. ಆದರೆ, ಒಬ್ಬನೇ ಹೋರಾಡುವುದು ಜಾಣತನವಲ್ಲಪ್ಪಾ, ಒಳಗೆ ಬಂದು ಬಿಡು. ನಾಳೆ ಹೊಸದಾದ ತಂತ್ರದೊಂದಿಗೆ ಅವನೊಂದಿಗೆ ಹೋರಾಡುವಿಯಂತೆ. ಈಗ ನಿನ್ನ ಪತ್ನಿ ಮತ್ತು ಕಂದಮ್ಮನನ್ನು ನೋಡು. ಹಸಿ ಬಾಣಂತಿ ಎಂಬುದನ್ನೂ ಮರೆತು ಹುಚ್ಚಿಯಂತೆ ಓಡಿ ಬಂದಿದ್ದಾಳೆ ನಿನ್ನ ಪತ್ನಿ. ಬಂದು ಬಿಡು ಕಂದಾ'– ಎಂದು ಸೆರಗೊಡ್ಡಿ ಬೇಡಿಕೊಂಡಳು.

ಬಿಳಿಯ ಬಟ್ಟೆಯಲ್ಲಿ ಸುತ್ತಿಕೊಂಡು ಬಂದಿದ್ದ ಆ ಬೊಮ್ಮಟೆಯನ್ನು ಒಮ್ಮೆ ನೋಡಿದ. ಆರಂಭದಿಂದಲೂ ಈ ಯುದ್ಧಕ್ಕೆ ವಿರೋಧ ವ್ಯಕ್ತ ಪಡಿಸುತ್ತಿದ್ದ ಅವನ ಪತ್ನಿ ಆಂಡ್ರೋಮುಖಿ ಏನೂ ಮಾತಾಡದೇ ಕಣ್ಣಿನಲ್ಲೇ ವಿಧವಿಧವಾಗಿ ನಿವೇದಿಸುತ್ತಾ, ಕೆನ್ನೆಯ ಮೇಲಿಳಿಯುತ್ತಿದ್ದ ಕಣ್ಣೀರನ್ನೂ ಒರೆಸುವ ಗೊಡವೆಗೆ ಹೋಗದೆ, ಮಗುವನ್ನು ತಬ್ಬಿ ಹಿಡಿದುಕೊಂಡು ಹುಚ್ಚಿಯಂತೆ ಅವನನ್ನೇ ನೋಡುತ್ತಿದ್ದಳು.

ಹಿಂಡಿನ ಗಂಡು ಸಿಂಹವೊಂದು ತನ್ನ ಪಡೆಯ ರಕ್ಷಣೆಗಾಗಿ, ಎಲ್ಲಿಂದಲೋ ಬಂದ ಮತ್ತೊಂದು ಗಂಡು ಸಿಂಹದೊಡನೆ ಏಕಾಂಗಿಯಾಗಿ ಹೊಡೆದಾಡಲು ನಿಂತಂತೆ ಕಾಲೂರಿ ನಿಂತೇ ಇದ್ದ ಹೆಕ್ಟರ್ ಮನಸ್ಸಿನಲ್ಲಿ ಮಗುವನ್ನು ಕಂಡೊಡನೆ ಕೊಂಚ ಕಸಿವಿಸಿಯಾಯಿತು. ಒಮ್ಮೆ ಉಗುಳನ್ನು ನುಂಗಿ ನಿಂತ ಹೆಕ್ಟರ್ ಒಳಗೆ ಹೋಗುವುದೇ? ನಿಂತು ಕಾದಾಡುವುದೇ? ಯಾವುದು ಸರಿ? ಎಂದು ಯೋಚಿಸಿದ. 'ನಿನ್ನೆ ಪಾಲಿಡಾಮಸ್ ಕೊಟ್ಟ ಸಲಹೆಯನ್ನು ನಾನು ಇಂದು ಕೇಳಿದಿದ್ದರೆ ಇಷ್ಟೊಂದು ಸಾವು ನೋವುಗಳಾಗುತ್ತಿರಲಿಲ್ಲ. ನನ್ನ ಅವಿವೇಕದಿಂದಾಗಿ ಈಗಾಗಲೇ ಅದೆಷ್ಟೋ ಸೈನಿಕರು ಪ್ರಾಣ ಕಳೆದುಕೊಂಡಿದ್ದಾರೆ. ಈಗ ನಾನು ಒಳಗೆ ಹೋದರೆ ನಾನು ನಗೆಪಾಟಲಾಗುವುದಿಲ್ಲವೇ? ಅದರ ಬದಲಿಗೆ ಇಲ್ಲೇ ಇವನೊಂದಿಗೆ ಕಾದಾಡಿ ಸಾಯುವುದೇ ಮೇಲು. ಇಲ್ಲಾ... ಸಾಧ್ಯವಾದರೆ, ಅಖಿಲೀಸನೊಂದಿಗೆ ಯುದ್ಧ ಸಂಧಾನ ಮಾಡಲು ಯತ್ನಿಸುವೆ. ನಿಜಕ್ಕೂ ಸಂಧಾನಕ್ಕೆ ಇವನು ಒಪ್ಪುವನಾ?' ಎಂದು ಯೋಚಿಸುತ್ತಿದ್ದ ಕ್ಷಣಕ್ಷಣಕ್ಕೂ ಅಖಿಲೀಸ್ ಹತ್ತಿರ ಆಗುತ್ತಿದ್ದ. ಅವನ

ದಿವ್ಯವಾದ ಕವಚ ನಿನ್ನೆ ತಾನು ಅವನ ಗೆಳೆಯನಿಂದ ವಶಪಡಿಸಿಕೊಂಡಿದ್ದ ಕವಚಕ್ಕಿಂತ ಇನ್ನೂ ಸೂರ್ಯನಂತೆ ಫಳಫಳ ಎನ್ನುತ್ತಿತ್ತು. ಶಿರಸ್ತ್ರಾಣವಾದರೋ ಕಣ್ಣು ಕೋರೈಸುವಷ್ಟು ಥಳಥಳ ಹೊಳೆಯುತ್ತಿತ್ತು. ಸಾಕ್ಷಾತ್ ದೇವತೆಗಳೇ ಅವನ ಬೆನ್ನಿನ ಹಿಂದೆ ನಿಂತಿದ್ದಾರೆ ಎನ್ನುವುದಕ್ಕೆ ಇಷ್ಟು ಸಾಕ್ಷಿ ಸಾಕಿತ್ತು. ಕೈಯಲ್ಲಿ ರಜತದ ಕತ್ತಿ, ಮತ್ತೊಂದು ಕೈಯಲ್ಲಿ ಗುರಾಣಿ, ಹೆಗಲಿಗೆ ತೂಗಿ ಬಿದ್ದಿದ್ದ ಈಟಿ. ಸಾಕ್ಷಾತ್ ಆ ಯುದ್ಧ ದೇವತೆ ಏರೀಸನಂತೆಯೇ ಕಂಗೊಳಿಸುತ್ತಿದ್ದ.

ಪ್ರಯಾಮದ ದಂಪತಿಗಳ ದುಃಖವಂತೂ ಹೇಳತೀರದು. ಅವರು ಇನ್ನೂ ಪರಿಪರಿಯಾಗಿ ಅವನನ್ನು ಬಿನ್ನವಿಸುತ್ತಲೇ ಇದ್ದರು. ಸುತ್ತಮುತ್ತಲಿನ ಗದ್ದಲಕ್ಕೋ, ತನ್ನ ತಾಯಿಯ ಏರಿದ ಹೃದಯದ ಬಡಿತಕ್ಕೋ ಆಂಡ್ರೋಮುಖಿಯ ಕೈಯಲ್ಲಿದ್ದ ಕೂಸು ಒಂದೇ ಸಮ ಅಳಲು ಶುರುವಿಟ್ಟುಕೊಂಡಿತು. ಅದನ್ನು ಸಮಾಧಾನಿಸುವುದಕ್ಕೂ ಹೊಳೆಯದ ಆಂಡ್ರೋಮುಖಿಯಂತೂ ಏನೂ ಮಾಡಲಾಗದೆ ಗರಬಡಿದವಳಂತೆ ನಿಂತು ಬಿಟ್ಟಿದ್ದಳು. ಹೆಕ್ಟರ್ ಈಗೊಮ್ಮೆ ತನ್ನ ಕೂಸಿನತ್ತ ನೋಡಿದ. ಪ್ರಥಮ ಬಾರಿಗೆ ಅವನ ನಿರ್ಧಾರವನ್ನು ಅವನೇ ಶಂಕಿಸುವಂತಾಗಿತ್ತು.

"ಅಖೀಲೀಸ್... ನನಗೊತ್ತು ನೀನು ನಿನ್ನ ಮಿತ್ರನ ಸಾವಿನ ಹಗೆಯನ್ನು ತೀರಿಸಿಕೊಳ್ಳಲೇ ಬಂದಿದ್ದೀಯೆ ಎಂದು. ನಮ್ಮಿಬ್ಬರ ದ್ವೇಷಕ್ಕೆ ನಮ್ಮ ಸೈನಿಕರು ಹೊಡೆದಾಡುವುದು ಬೇಡ. ನಾವಿಬ್ಬರೇ ಹೊಡೆದಾಡೋಣ"–ಇಂದು ಒಂದೋ ಹೋರಾಟ ಇಲ್ಲಾ ವೀರಮರಣ ಎಂದು ಹೆಕ್ಟರ್ ಮನಸ್ಸಿನಲ್ಲೇ ಎಣಿಸಿ ಬಿಟ್ಟ. ಕೋಟೆಯ ಗೋಡೆಗೆ ಇಟ್ಟಿದ್ದ ತನ್ನ ಗುರಾಣಿಯನ್ನು ಎತ್ತಿ ಕತ್ತಿಯನ್ನೊಮ್ಮೆ ಝಳಫಿಸಿ ನಿಲ್ಲುತ್ತಿದ್ದಂತೇ ಅಖೀಯನ್ನರಲ್ಲಿ ಸಂಚಲನ ಶುರುವಾಗಿಬಿಟ್ಟಿತು.

'ನೀವ್ಯಾರೂ ಇತ್ತ ಬರಲೇಬೇಡಿ. ಈ ಬೇಟೆ ನನ್ನದು'–ಎಂದು ಸಂಜ್ಞೆ ಮಾಡಿ ಹೇಳಿ ಹೆಕ್ಟರನ ಮುಂದೆ ಬಂದು ನಿಂತಿದ್ದ. ಅವನಿಗೆ ಎಲ್ಲಿ ತನಗಿಂತ ಮೊದಲೇ ಯಾರಾದರೂ ಅವನನ್ನು ಕೊಂದು, ತಾನು ಸೇಡು ತೀರಿಸಿಕೊಳ್ಳಬೇಕೆಂದಿರುವ ಆಲೋಚನೆಗೆ ನೀರೆರಚಿಬಿಡುತ್ತಾರೋ ಎನ್ನುವ ಆತಂಕ. ಇವರೀರ್ವರ ಯುದ್ಧವನ್ನು ನೋಡಲು ಮೇಲೆ ಝ್ಯೂಸ್ ಸಮೇತ ಎಲ್ಲಾ ದೇವತೆಗಳೂ ನೆರೆದು ಬಿಟ್ಟಿದ್ದರು. ಹೆಕ್ಟರ್ ಜೊತೆಯಲ್ಲಿ ಅಪೋಲೋ ಧನುರ್ಧಾರಿಯಾಗಿ ನಿಂತಿದ್ದರೆ, ಅಖಿಲೀಸನ ಪರವಾಗಿ ಅಥೀನಿ ಕತ್ತಿ ಹಿಡಿದು ಹ್ಹೂಂಕರಿಸುತ್ತಾ ನಿಂತಿದ್ದಳು.

"ಆದರೆ, ಒಂದು ಮಾತು ಅಖಿಲೀಸ್. ಈ ಹೋರಾಟದಲ್ಲಿ ಯಾರೇ ಸತ್ತರೂ ಅವರ ಶವಕ್ಕೆ ಯಾವುದೇ ಅಪಚಾರ ಮಾಡದೆ ಬಿಟ್ಟುಕೊಡಬೇಕು. ಈ ಒಪ್ಪಂದ ಮಾಡಿಕೊಳ್ಳಲಾದೀತೇ?"–ತನ್ನ ತಂದೆಯ ದುಃಖಕ್ಕೆ ಕಿಂಚಿತ್ತಾದರೂ ಶಮನಗೊಳಿಸಲು ಸಾಧ್ಯವಾದೀತೇ ಎಂದು ಯೋಚಿಸುತ್ತಾ ನುಡಿದಿದ್ದನು

ಹೆಕ್ಟರ್. ಅವರಲ್ಲಿ ಶವ ಸಂಸ್ಕಾರ ಮಾಡಲಾಗದಿದ್ದಲ್ಲಿ ಅದು ಒಂದು ದೊಡ್ಡ ಅಪಚಾರವಾದಂತೆ ಬದುಕಿದ್ದವರು ಒದ್ದಾಡುತ್ತಿದ್ದರು. ಅದನ್ನು ಅಂದಾಜಿಸಿ ಈ ಮಾತನ್ನು ಮುಂದಿಟ್ಟಿದ್ದ. ಆದರೆ ಅಖಿಲೀಸ್ ಅದ್ಯಾವುದನ್ನೂ ಕೇಳುವ ಸ್ಥಿತಿಯಲ್ಲಿರಲಿಲ್ಲ. ಅವನನ್ನೇ ವ್ಯಗ್ರವಾಗಿ ನೋಡುತ್ತಾ,

"ಹೆಕ್ಟರ್, ಸಿಂಹ ಎಂದಾದರೂ ಮನುಷ್ಯನ ಷರತ್ತನ್ನು ಕೇಳಿ ಆಕ್ರಮಣ ಮಾಡುತ್ತದೆಯೇ? ಮೇಲಾಗಿ ಒಬ್ಬ ವೀರನಾಗಿ ಕೇಳುವ ಮಾತೇ ಇದು? ಶತ್ರುಗಳು ಎಂದಿಗೂ ಶತ್ರುಗಳೇ. ಹೊಡೆದಾಡಲು ಬಂದವರೊಂದಿಗೆ ಎಂತಹಾ ಷರತ್ತು? ಎಂತಹಾ ಒಪ್ಪಂದ? ಇಬ್ಬರಲ್ಲಿ ಒಬ್ಬರು ಇಂದು ಸಾಯುವುದು ಮಾತ್ರ ನಿಜ. ನಾನೋ ಅಮರ... ನೀನು ನಿನ್ನ ಭುಜದಲ್ಲಿ ಶಕ್ತಿ ಇರುವವರೆಗೂ ಯುದ್ಧ ಮಾಡು. ಹ್ಞೂಂ ತೆಗೆದುಕೋ ಕತ್ತಿ"–ಎಂದು ತನ್ನ ಈಟಿಯನ್ನು ತೂಗಿ ಎಸೆದೇ ಬಿಟ್ಟನು. ಒಂದಿಷ್ಟೇ ಅಂತರದಲ್ಲಿ ತಪ್ಪಿಸಿಕೊಂಡ ಹೆಕ್ಟರ್ ಯುದ್ಧಕ್ಕೆ ಸನ್ನದ್ಧನಾದ. ತನ್ನ ಈಟಿಯಿಂದ ಅಖಿಲೀಸನ ಮೇಲೆ ಆಕ್ರಮಣ ಮಾಡಿದ. ಅದನ್ನು ಅಂದಾಜಿಸಿಯೇ ಸನ್ನದ್ಧನಾಗಿರುವಂತೆ ಸುಲಭವಾಗಿ ತಪ್ಪಿಸಿಕೊಂಡ ಅಖಿಲೀಸ್ ಚುಚ್ಚಿದ ಅವನ ಈಟಿಯ ಏಟಿಗೆ ಹೆಕ್ಟರನು ಗುರಾಣಿ ಅಡ್ಡ ತಾರದಿದ್ದರೆ ಆಗಲೇ ಹೆಕ್ಟರನ ಕಥೆ ಮುಗಿದಿರುತ್ತಿತ್ತು. ದೇವತೆ ಅಪೋಲೋ ಹೆಕ್ಟರನಲ್ಲಿ ಇನ್ನಿಲ್ಲದ ಧೈರ್ಯವನ್ನು ತುಂಬಿದ. ಈಟಿಯ ಹೊಡೆತಕ್ಕೆ ತತ್ತರಿಸಿ ಹೋಗಿದ್ದ ಹೆಕ್ಟರ್ ಸಾವರಿಸಿಕೊಂಡು ಏಳುವ ಮೊದಲೇ ಅವನ ಮೊಣಕಾಲುಗಳ ಮೇಲೆ ಪ್ರತಿ ಆಕ್ರಮಣ ಮಾಡಿದ. ಅವನ ಪ್ರತಿಯೊಂದು ಆಕ್ರಮಣವನ್ನೂ ಮೊದಲೇ ಅಂದಾಜಿಸಿದವನಂತೆ ಅಖಿಲೀಸ್ ಮೇಲಕ್ಕೆ ಜಿಗಿದವನೇ ಅದೇ ವೇಗದಲ್ಲಿ ಒಂದರ್ಧಸುತ್ತು ಸುತ್ತಿ ನೆಲಕ್ಕೆ ಕಾಲು ತಾಗಿಸುವ ಮುನ್ನ ತನ್ನೆಲ್ಲಾ ಶಕ್ತಿಯನ್ನು ಸೇರಿಸಿ ಈಟಿಯಿಂದ ತಿವಿದ ಏಟಿಗೆ ಅಡ್ಡ ಹಿಡಿದಿದ್ದ ಹೆಕ್ಟರನ ಗುರಾಣಿ ಹಾರಿ ಬೀಳುವುದರಲ್ಲಿತ್ತು. ಆದರೆ, ಹೆಕ್ಟರ್ ಕೂಡ ಕಡಿಮೆ ಪರಾಕ್ರಮಿ ಏನಲ್ಲ. ಸಮಯಕ್ಕೆ ಸರಿಯಾಗಿ ತಾನೂ ಜಿಗಿದು ನಿಂತು ಈಟಿಯಿಂದಲೇ ಬಲವಾಗಿ ಹೊಡೆದ. ಬಲವಾಗಿ ಬೀಸಿದ ತನ್ನ ಶಕ್ತಿಯೊಡನೆ ಅದನ್ನು ಅಷ್ಟೇ ಬಲವಾಗಿ ಪ್ರತಿರೋಧಿಸಿದ ಅಖಿಲೀಸನ ಶಕ್ತಿಯೂ ಸೇರಿ ಹೆಕ್ಟರನ ಈಟಿ ಎರಡು ತುಂಡಾಯಿತು. ಹೆಕ್ಟರನ ತುಂಡಾದ ಈಟಿಯನ್ನು ಕಂಡು ಅಪೋಲೋ ಕಂಗಾಲಾದ. ಅವನಿಗೆ ಸಹಾಯಕ್ಕೆಂದು ಧಾವಿಸುವ ಸಮಯಕ್ಕೆ ಸರಿಯಾಗಿ ಅಥೀನೀ ಗರ್ಜಿಸಿ ಅಪೋಲೋವನ್ನು ತನ್ನ ಮಂತ್ರ ಶಕ್ತಿಯಿಂದ ತಡೆದಳು. ಅವರಿಬ್ಬರ ಹಿಂದೆ ಯಾರಿಗೂ ಕಾಣದಂತೆ ನಿಂತು ಮಾನಸಿಕವಾಗಿ ಅವರಿಬ್ಬರಿಗೂ ಶಕ್ತಿಯನ್ನು ತುಂಬುತ್ತಿದ್ದ ಅಪೋಲೋ ಮತ್ತು ಅಥಿನೀಗೆ ಅವರಿಬ್ಬರಲ್ಲೇ ಹೊಡೆದಾಡಿಕೊಳ್ಳುವಷ್ಟು ಕೋಪ, ಆಕ್ರೋಶ ಹುಟ್ಟುತ್ತಿತ್ತು. ಭೂಮಿಯ ಮೇಲೆ ಹೆಕ್ಟರ್ ಮತ್ತು ಅಖಿಲೀಸ್ ಹೊಡೆದಾಡುತ್ತಿದ್ದರೆ, ಅವರಿಬ್ಬರ

ಪರವಾಗಿ ಅವರವರ ಇಷ್ಟದೈವಗಳಾದ ಇವರಿಬ್ಬರೂ ಹೊಡೆದಾಡುತ್ತಿದ್ದರು. ಝ್ಯೂಸ್ ಚಿಂತಾಕ್ರಾಂತನಾಗಿದ್ದ. ಅವನಿಗೆ ಮುಂದೆ ಘಟಿಸುವುದೆಲ್ಲಾ ಗೊತ್ತಿತ್ತು.

ಅಷ್ಟರಲ್ಲಿ ಹೆಕ್ಟರ್ ತನ್ನ ಮುರಿದುಹೋದ ಈಟಿಯನ್ನು ಅಲ್ಲೇ ಎಸೆದು, ಆಕ್ರಮಣ ಮಾಡಿದ್ದ ಅಖಿಲೀಸನ ಈಟಿಯನ್ನೇ ತನ್ನ ಗುರಾಣಿಯಿಂದಲೇ ಕತ್ತರಿಸಿ ಅದರ ಮುಂಭಾಗವನ್ನು ಭೂಮಿಗೆ ಬೀಳುವ ಮೊದಲೇ ತಾನೇ ತೆಗೆದುಕೊಂಡು ಅಖಿಲೀಸನ ಮೇಲೆ ಆಕ್ರಮಣ ಮಾಡಿದ. ಅಖಿಲೀಸ್ ಅದೆಷ್ಟು ಚುರುಕಾಗಿದ್ದನೆಂದರೆ ಅವನು ಈಟಿಯ ಮುಂಭಾಗದ ಚೂರಿಂದ ಇವನನ್ನು ಚುಚ್ಚಲು ಹೆಕ್ಟರ್ ಬರುವ ಒಂದು ಕ್ಷಣದ ಅಂತರದಲ್ಲಿ ಸೊಂಟದಿಂದ ಕತ್ತಿಯನ್ನು ಎಳೆದು ಅದಕ್ಕೆ ಅಡ್ಡಲಾಗಿ ಹಿಡಿದ. ಇಲ್ಲದೇ ಹೋಗಿದ್ದರೆ ಹೆಕ್ಟರನ ಆ ಆಕ್ರಮಣದಿಂದ ಅಖಿಲೀಸ್ ನೆಲಕ್ಕೆ ಉರುಳುತ್ತಿದ್ದುದಂತೂ ನಿಜ. ಹೆಕ್ಟರ್ ಈಗ ಆ ಈಟಿಯ ತುಂಡನ್ನೂ ಎಸೆದು ಅವನೂ ಕತ್ತಿಯನ್ನು ಸೆಳೆದುಕೊಂಡು ಹೊಡೆದಾಡತೊಡಗಿದ. ಈರ್ವರ ಕತ್ತಿ ಮತ್ತು ಗುರಾಣಿಗಳ ಠಣ್ ಠಣ್ ಸದ್ದು, ಮತ್ತು ಅವರಿಬ್ಬರ ಘರ್ಜನೆ ಮತ್ತು ನಡು ನಡುವೆ ಅವರ ಹೂಂಕಾರ, ತೇಕುಗಳ ಶಬ್ದ ಬಿಟ್ಟರೆ ಇಡೀ ಮೈದಾನದಲ್ಲಿ ಸೂಜಿ ಬಿದ್ದರೂ ಕೇಳಿಸುವಷ್ಟು ನಿಶ್ಶಬ್ದವಾಗಿತ್ತು. ಎಲ್ಲರೂ ಉಸಿರು ಬಿಗಿ ಹಿಡಿದು ಕಾಳಗವನ್ನು ವೀಕ್ಷಿಸುತ್ತಿದ್ದರೆ ಆಂಡ್ರೋಮುಖಿ ತನ್ನ ಉಸಿರೇ ಮೈದಾನದಲ್ಲಿ ಹೋರಾಡುತ್ತಿದೆ ಎಂಬಂತೆ ಬಾಯಿಗೆ ಸೆರಗಚ್ಚಿ ನಿಂತಿದ್ದಳು. ಕಣ್ಣುಗಳಿಂದ ನಿಲ್ಲದ ಅಶ್ರು ಅವಳು ಅವನನ್ನು ಎಷ್ಟು ಪ್ರೀತಿಸುತ್ತಿದ್ದಳು ಎಂಬುದನ್ನು ಸಾರುತ್ತಿತ್ತು.

ನಿಮಿಷಗಳು ಕ್ಷಣಗಳಂತೆ ಉರುಳಿ ಹೋಗುತ್ತಿದ್ದವು. ಅಖಿಲೀಸನ ಎದುರಿಗೆ ಇಷ್ಟು ಕಾಲ ನಿಂತು ಹೋರಾಡಿದವರೇ ಇಲ್ಲ. ಹೆಕ್ಟರನನ್ನು ಒಂದೇ ಏಟಿಗೆ ಹೊಡೆದು ಸಾಯಿಸುವೆ ಎಂದು ಅಂದಾಜಿಸಿದವನಿಗೆ ಹೆಕ್ಟರ್ ಬಲು ದೊಡ್ಡ ಪ್ರಶ್ನೆಯಾಗಿ ನಿಂತಿದ್ದ. ಅಖಿಲೀಸನ ಕೋಪ ಕ್ಷಣದಿಂದ ಕ್ಷಣಕ್ಕೆ ಏರುತ್ತಿತ್ತು. ಅವನನ್ನು ಇನ್ನೂ ತನ್ನಿಂದ ಕೊಲ್ಲಲು ಸಾಧ್ಯವಾಗಿಲ್ಲವಲ್ಲಾ ಎಂಬ ಅಸಹಾಯಕತೆಯಿಂದ ಕಿರಿಚುತ್ತಿದ್ದ. ಅದೇ ಸಮಯಕ್ಕೆ ಹೆಕ್ಟರ್ ಹಾರಿ ಅಖಿಲೀಸನ ಮೇಲೆ ಬಂದಿದ್ದ. ಅವನ ಬಲಗೈಯಲ್ಲಿ ಕತ್ತಿ ಇತ್ತು. ಅದನ್ನು ತನ್ನ ಎಡಗೈ ಗುರಾಣಿಯಲ್ಲಿ ತಡೆಯಲು ಹೋದ ಅಖಿಲೀಸನ ಗುರಾಣಿಯ ಹಿಡಿಕೆಯೊಳಗೆ ಹೆಕ್ಟರನ ಕೈ ಬಂದು ನೇರ ಸಿಕ್ಕಿ ಹಾಕಿಕೊಂಡು ಬಿಟ್ಟಿತು. ವಿಧಿಯೇ ಅವನನ್ನು ಅಲ್ಲಿಗೆ ತಂದು ಹಾಕಿದಂತೆ ಕೈ ಸಿಕ್ಕಿಸಿಕೊಂಡ ಹೆಕ್ಟರ್ ಕಳವಳಗೊಂಡು ಕೈ ಬಿಡಿಸಿಕೊಳ್ಳಲು ಹವಣಿಸುವುದಕ್ಕೂ ಮುಂಚೆಯೇ ಒಂದೇ ಕ್ಷಣದಲ್ಲಿ ಅಖಿಲೀಸ್ ಘರ್ಜಿಸುತ್ತಾ ತನ್ನ ಕತ್ತಿಯಿಂದ ಅವನ ಬಲಗೈಯನ್ನು ಕಡಿದು ಹಾಕಿದ್ದ. ಆಂಡ್ರೋಮುಖಿ ಗದುಗುಟ್ಟಿ ನಡುಗಿದಳು. ಪ್ರಯಾಮ್ ಕಣ್ಣು ಮುಚ್ಚಿಕೊಂಡು ಬಿಟ್ಟ. ಹೆಕೆಬೆ ಎದೆ ಹಿಡಿದುಕೊಂಡು

ಬಿದ್ದಳು. ಹೆಲೆನ್ ಆಂಡ್ರೋಮುಖಿಯನ್ನು ಮೈದಾನದ ವಿರುದ್ಧ ದಿಕ್ಕಿಗೆ ಅವಳನ್ನು ತಿರುಗಿಸಿ ಅಲ್ಲಿದ್ದ ಆಸನದ ಮೇಲೆ ಅವಳನ್ನು ಬಲವಾಗಿ ಕೂರಿಸಿ ಒತ್ತಿ ಹಿಡಿದುಕೊಂಡಳು. ಪೆರಿಸ್ ಇದೆಲ್ಲಾ ನನ್ನಿಂದಲೇ ನಡೆಯುತ್ತಿರುವುದು ಎಂಬಂತೆ ತಪ್ಪಿತಸ್ಥ ಮನೋಭಾವದಿಂದ ಕುಗ್ಗಿ ಹೋಗಿದ್ದ. ಅವನಿಗೆ ತಾನು ಇಲ್ಲೇ ಸತ್ತು ಹೋಗಿಬಿಡಬಾರದೆ ಎನಿಸುತ್ತಿತ್ತು.

ಹೆಕ್ಟರ್ ರಕ್ತ ಸುರಿಯುತ್ತಿದ್ದ ತನ್ನ ತೋಳನ್ನು ಎಡಗೈಯಿಂದ ಒತ್ತಿ ಹಿಡಿದು ಕತ್ತಿಗಾಗಿ ಹುಡುಕಾಡಿದ. ಅಖಿಲೀಸ್ ತನ್ನ ಬಲವಾದ ಗುರಾಣಿಯನ್ನು ಅವನಿಗೆ ಅಡ್ಡ ಹಿಡಿದು, ಹೆಕ್ಟರ್ ಯಾವ ಭಾಗಕ್ಕೆ ತಿವಿದರೆ ಮರ್ಮಾಘಾತವಾದೀತೆಂದು ತೀಕ್ಷ್ಣವಾಗಿ ಗಮನಿಸಿದ. ನೋಡಿದರೆ ತನ್ನದೇ ಕವಚವನ್ನು ಹೆಕ್ಟರ್ ತೊಟ್ಟಿದ್ದಾನೆ. ನಿನ್ನೆ ತನ್ನ ಮಿತ್ರ ಸೈನಿಕರನ್ನು ನಂಬಿಸಲೋಸುಗ ತೊಟ್ಟು ರಣರಂಗಕ್ಕೆ ತೆರಳಿದ್ದ ಕವಚ! ಅವನನ್ನು ಕೊಂದಾಗ ಅವನ ಮೈಯಿಂದ ಕಳಚಿಕೊಂಡಿದ್ದು. ಅದನ್ನು ಭೇದಿಸುವುದು ಕಷ್ಟವೆಂದು ಅಖಿಲೀಸನಿಗೆ ಅರಿವಾಯಿತು. ತನ್ನದೇ ಕವಚವಲ್ಲವೇ! ಅದು ಕುತ್ತಿಗೆಯ ಭಾಗದಲ್ಲಿ ಮಾತ್ರ ಸರಿಯಾಗಿ ಮುಚ್ಚುವುದಿಲ್ಲ ಎಂಬುದು ಗೊತ್ತಿದ್ದೂ ಆ ತೆರವಾದ ಜಾಗಕ್ಕೇ ತನ್ನ ಈಟಿಯಿಂದ ಬಲವಾಗಿ ತಿವಿದ. ಗಸಕ್ಕನೆ ತಿವಿದ ರಭಸಕ್ಕೆ ಈಟಿ ಬಲವಾಗಿ ನಾಟಿಕೊಂಡಿತು. ಹೆಕ್ಟರ್ ತತ್ತರಿಸಿಕೊಂಡು ಬಿದ್ದು ಬಿಟ್ಟ. ಪ್ರಯಾಮ್ 'ಹೋ' ಎಂದು ತಲೆಯ ಮೇಲೆ ಕೈಹೊತ್ತು ಬಿದ್ದ. ಹೆಕೆಬೆ ಎದೆ ಹಿಡಿದುಕೊಂಡು ನೆಲದ ಮೇಲೆ ಬಿದ್ದವಳು ಮೇಲೇಳಲಾಗದೆ ಅಲ್ಲೇ ಗೋಳಾಡುತ್ತಿದ್ದಳು. ಮೇಲೆ ಆಗಸದಲ್ಲಿ ನೆಲೆಸಿದ್ದ ದೇವತೆಗಳು ಹೌಹಾರಿ ಬಿಟ್ಟರು! ಝ್ಯೂಸ್ ತನ್ನ ನ್ಯಾಯ ತಕ್ಕಡಿಯನ್ನು ಹಿಡಿದು ನೋಡಿದಾಗ ಹೆಕ್ಟರನ ಸಾವು ಸನ್ನಿಹಿತ ಎಂಬುದು ಸ್ಪಷ್ಟವಾಯಿತು. ಅದನ್ನು ಕಂಡವನೇ ಅಪೋಲೋ ಇನ್ನು ತಾನಿದ್ದು ಇಲ್ಲಿ ಏನೂ ಉಪಯೋಗವಿಲ್ಲ ಎಂದು ಹೆಕ್ಟರನನ್ನು ಬಿಟ್ಟು ಹೋದ. ಅಥಿನೀ ಕೋಪದಲ್ಲಿ ಹ್ಞೂಂಕರಿಸುತ್ತಲೇ ಇದ್ದಳು. ಹೆಕ್ಟರ್ ಕತ್ತಿನಿಂದ ಈಟಿಯನ್ನು ಕಿತ್ತೊಗೆಯಲು ಪ್ರಯತ್ನಿಸುತ್ತಾ ತೂರಾಡುತ್ತಿದ್ದ. ಅವನ ಕಣ್ಣುಗಳ ಮುಂದೆ ಅಖಿಲೀಸ್ ಅಸ್ಪಷ್ಟನಾಗಿ ಕಾಣುತ್ತಿದ್ದ. ಕಣ್ಣಿಗೆ ಕವಿಯುತ್ತಿದ್ದ ಕತ್ತಲನ್ನು ಬಲವಂತವಾಗಿ ತಲೆ ಕೊಡವಿ ಹೊಡೆದೋಡಿಸುವ ಪ್ರಯತ್ನ ಮಾಡುತ್ತಾ, ಕೆಳಗೆ ಬೀಳದಂತೆ ಮೈದಾನಕ್ಕೆ ಬಲವಾಗಿ ಕಾಲೂರಿ ನಿಂತನು.

"ಹೆಕ್ಟರ್... ಖಂಡಿತವಾಗಿಯೂ ನಿನಗೂ ನನಗೂ ಏನೇನೂ ದ್ವೇಷವಿರಲಿಲ್ಲ. ಅದಾಗ್ಯೂ ನನ್ನ ಸ್ನೇಹಿತನನ್ನು ನಾನೆಂದೇ ತಿಳಿದು ಇರಿದು ಕೊಂದೆಯಲ್ಲವೇ? ಅದು ನಾನಲ್ಲ ಎಂದು ಗೊತ್ತಾದ ಮೇಲೂ ನನ್ನ ಕವಚಕ್ಕಾಗಿ ಅದೆಷ್ಟು ಹೊಡೆದಾಡಿದಿರಿ... ಪೆಟ್ರೋಕ್ಲಸನ ಶವವನ್ನೂ ಕೊಡಲೊಪ್ಪದೆ ಅದೆಷ್ಟು ಬಡಿದಾಡಿದಿರಿ... ಇಂದು ನಿನಗೂ ಅದೇ ಗತಿ ಬರಲಿದೆ. ಅದನ್ನು ನಾನು

ನಿನಗೆ ದಯಪಾಲಿಸುತ್ತೇನೆ"–ಅವನನ್ನು ಎಡದಿಂದ ಅರ್ಧ ಸುತ್ತಿ ಬಂದ ಅಖಿಲೀಸ್ ಅವನ ಎರಡೂ ಹಿಮ್ಮಡಿಯ ಮೇಲಿರುವ ಬಲುದೊಡ್ಡ ನರವನ್ನೇ ಒಂದೇ ಏಟಿಗೆ ಕತ್ತರಿಸಿ ಬಿಟ್ಟ. ನೆಲದ ಮೇಲೆ ಬಲವಾಗಿ ಕಾಲೂರಿ ನಿಂತಿದ್ದ ಹೆಕ್ಟರ್ ಒಮ್ಮೆಲೆ ಬುಡಕಡಿದ ಬಾಳೇಗಂಬದಂತೆ ಮಂಡಿಯ ಮೇಲೆ ಕುಸಿದು ಬಿದ್ದ. ಅವನಿಗೆ ಅವನ ಸಾವು ಖಚಿತವೆಂದು ಗೊತ್ತಾಯಿತು. ಕೋಟೆಯ ಮೇಲೆ ನಿಂತಿದ್ದ ಆಂಡ್ರೋಮುಖಿ ಮೂರ್ಛೆ ತಪ್ಪಿ ಬಿದ್ದಿದ್ದಳು. ಕೈಯಲ್ಲಿದ್ದ ಕೂಸನ್ನು ದಾಸಿ ಎತ್ತಿಕೊಂಡು ಆಂಡ್ರೋಮುಖಿಯನ್ನು ಒಳಗೆ ಶೂಶ್ರೂಷೆಗೆ ಒಯ್ಯಲಾಯಿತು.

ಹೆಕ್ಟರನ ಉಸಿರು ಕ್ರಮೇಣ ಗೊಗ್ಗರಾಗುತ್ತಾ ಮಾತಾಡಲು ಕೂಡ ಆಗದಂತೆ ಒದ್ದಾಡುತ್ತಾ, "ಇದೇ ಕೋಟೆಯಲ್ಲಿ ನೀನು ಕೂಡ ನನ್ನಂತೆಯೇ ಸಾಯುತ್ತೀ"–ಎಂದು ಮಾತು ಮುಗಿಸಿ ಕೆಳಗೆ ಬಿದ್ದೊಡನೆ ಅವನ ಪ್ರಾಣ ಪಕ್ಷಿ ಹಾರಿ ಹೋಗಿತ್ತು.

"ಅದು ನನ್ನ ವಿಧಿ ಇದ್ದ ಹಾಗೆ ಆಗುತ್ತದೆ" ಎಂದು ಸಿಕ್ಕಿಕೊಂಡಿದ್ದ ಈಟಿಯನ್ನು ಕಿತ್ತು ತೆಗೆದು, ಹೆಕ್ಟರ್ ಮೈ ಮೇಲಿದ್ದ ತನ್ನ ಕವಚವನ್ನು ಬಿಡಿಸಿ ತೆಗೆದುಕೊಂಡು ತನ್ನ ರಥಕ್ಕೆ ಏರಿಸಿದ. ಅಖಿಲೀಸನ ವಿಜಯವೇ ಆಗಿದ್ದರೂ ಹೆಕ್ಟರನ ಪೌರುಷವನ್ನು ಮನಸ್ಸಿನಲ್ಲೇ ಮೆಚ್ಚುತ್ತಾ, ಟ್ರೋಜನ್ನರ ಜೊತೆ ಗ್ರೀಕನ್ನರೂ ಸೇರಿ ಕಣ್ಣೀರು ಹಾಕಿದರು. ಇಡೀ ರಣರಂಗ ಮೌನವಾಗಿತ್ತು. ಇಂದಿಗೆ ಇಷ್ಟು ಸಾಕು ಎಂಬಂತೆ ಯುದ್ಧ ಮಾಡುವುದನ್ನು ಮರೆತು ಎಲ್ಲರೂ ಕಾಲೆಳೆದುಕೊಂಡು ಮರಳಿದರು.

ಅಖಿಲೀಸನ ಕೋಪ ಮಾತ್ರ ಇನ್ನೂ ತಗ್ಗಿರಲಿಲ್ಲ. ತನ್ನ ಮಿತ್ರನನ್ನು ಕೊಂದ ಎಂಬ ಕಾರಣಕ್ಕೆ ಹೆಕ್ಟರನ ಶವವನ್ನು ತುಂಡುತುಂಡು ಮಾಡಿದ್ದರೂ ಅವನ ಕೋಪ ಶಮನವಾಗುವಂತೆ ಕಾಣುತ್ತಿರಲಿಲ್ಲ. ಕಾಲುಗಳನ್ನು ಕತ್ತರಿಸಿದ ಜಾಗಕ್ಕೇನೇ ಹಗ್ಗವೊಂದನ್ನು ಬಿಗಿದ. ಹೆಕ್ಟರನ ಮುಖ ಮೇಲೆ ಬರುವಂತೆ ಮಾಡಿ ಆ ಶವವನ್ನು ರಥಕ್ಕೆ ಕಟ್ಟಿಕೊಂಡು ತಾನೂ ಏರಿ ಕುದುರೆಗಳಿಗೆ ಒಂದು ಏಟು ಕೊಡುತ್ತಲೇ ಕುದುರೆಗಳು ಒಮ್ಮೆ ಕೆನೆದು ಗಾಳಿಯಲ್ಲಿ ತೂರಿ ಹೋಗುವಂತೆ ಮುಂದಕ್ಕೆ ಹಾರಿದವು. ಪ್ರಯಾಮ್ ಹುಚ್ಚನಂತೆ ಕೋಟೆಯ ಬಾಗಿಲಿನಿಂದ ಹೊರಗೋಡಿ ಬಂದ. ಅವನ ಕಣ್ಣೆದುರೇ ಅವನ ಪುತ್ರನನ್ನು ಕೊಂದು ಅಷ್ಟು ಸಾಲದೆಂಬಂತೆ ಅವನ ಹೆಣವನ್ನು ರಥಕ್ಕೆ ಕಟ್ಟಿ ಕಲ್ಲು ಮುಳ್ಳಿನ ಮೇಲೆ ದರದರ ಎಳೆದುಕೊಂಡು ಹೋಗುವುದನ್ನು ನೋಡಲಾರದೆ ನಿಂತಲ್ಲಿಂದಲೇ ಕೂಗಿ ಕೂಗಿ ಅಂಗಲಾಚುತ್ತಿದ್ದ. ಅಖಿಲೀಸ್ ಮಾತ್ರ ತನಗೆ ಕೇಳಿಸಿಯೇ ಇಲ್ಲವೆನ್ನುವಂತೆ ಶವವನ್ನು ತಗ್ಗು ದಿನ್ನೆಯಲ್ಲಿ ಏಳುತ್ತಾ ಬೀಳುತ್ತಾ ಮಣ್ಣಿನಲ್ಲಿ ಎಳೆದುಕೊಂಡು ಹೋಗಿಯೇ ಬಿಟ್ಟ.

ಹನ್ನೊಂದು ದಿನಗಳ ಶೋಕಾಚರಣೆ

ಗ್ರೀಕ್ ಬಿಡಾರಕ್ಕೆ ಹೆಕ್ಟರನ ಹೆಣವನ್ನು ಎಳೆದು ತಂದ ವಿಷಯ ಕೇಳಿ ಬ್ರೈಸೀಯಸ್ ಹೊರ ಓಡಿ ಬಂದವಳೇ ಕಣ್ಮುಂದಿನ ದೃಶ್ಯವನ್ನು ನೋಡಲಾಗದೆ ಅಳುತ್ತಾ ಓಡಿ ಹೋಗಿ ಬಿಟ್ಟಳು. ಅವಳಿಗಾಗಿ... ಅವಳ ಪ್ರೀತಿಗಾಗಿ ಯುದ್ಧವನ್ನೇ ಬಿಟ್ಟು ಹೊರಟಿದ್ದ ಅಖಿಲೀಸ್ ಗೆಳೆಯನ ಮರಣದ ಪ್ರತೀಕಾರದ ಹಗೆಯಲ್ಲಿ ಹೆಕ್ಟರನ ಹಗೆಯೊಂದಿಗೆ ಬಂದಿದ್ದ. ರಥಕ್ಕೆ ಅವನ ಹೆಕ್ಟರನ ಹೆಣವನ್ನು ಕಟ್ಟಿಕೊಂಡೇ ಪೆಟ್ರೋಕ್ಲಸನ ಹೆಣದ ಸುತ್ತ ಮೂರು ಪ್ರದಕ್ಷಿಣೆ ಸುತ್ತಿದ. ನಂತರದಲ್ಲಿ ಗೆಳೆಯನ ಶವದ ಬಳಿ ಬಂದವನೇ,

"ಪೆಟ್ರೋಕ್ಲಸ್ ನೋಡಿಲ್ಲಿ. ನಾನು ಮಾತು ಕೊಟ್ಟಂತೆ ನಿನ್ನ ಕೊಂದವನನ್ನು ಕೊಂದು ಎಳೆದುಕೊಂಡು ಬಂದಿದ್ದೇನೆ. ಇನ್ನು ನಿನ್ನ ಅಂತ್ಯ ಸಂಸ್ಕಾರಕ್ಕೆ ಬೇಕಾದ ವ್ಯವಸ್ಥೆಯನ್ನು ಮಾಡಿಸುತ್ತೇನೆ. ನಾಳೆ ಮುಂಜಾನೆ ನಿನಗಿಷ್ಟವಾದ ಎಲ್ಲಾ ಪ್ರಾಣಿಗಳ ಬಲಿ ಕೊಡುತ್ತೇನೆ. ನೀನು ಮೇಲೆ ಅಧೋಲೋಕದಲ್ಲಿ ಸುಖವಾಗಿ ಇರುವಿಯಂತೆ"–ಎಂದು ಅವನೆದೆಯ ಮೇಲೆ ಬಿದ್ದು ಬೋರಾಡಿ ಅತ್ತ. ಬಿಡಾರಕ್ಕೆ ಹೋಗಲು ಮನಸ್ಸಾಗದೆ, ಕಡಲ ತೀರದಲ್ಲೇ ಕುಳಿತ್ತಿದ್ದ. ರಾತ್ರಿ ಅದು ಯಾವ ಜಾವದಲ್ಲಿ ನಿದ್ದೆ ಬಂತೋ! ಕನಸಿನಲ್ಲಿ ಪೆಟ್ರೋಕ್ಲಸ್ ಬಂದಿದ್ದ. ತನಗೆ ಸಾಧ್ಯವಾದಷ್ಟು ಬೇಗ ಅಂತ್ಯಸಂಸ್ಕಾರ ಮಾಡಿ ಕಳಿಸಿಕೊಡು ಎಂದು ಬೇಡಿಕೊಳ್ಳುತ್ತಿದ್ದ. ದಹನ ಕ್ರಿಯೆಯಾಗದೆ ಅಧೋಲೋಕದಲ್ಲಿ ಪ್ರವೇಶವಿಲ್ಲ

ಎಂದ. ನೀನು ಕೂಡ ಆದಷ್ಟು ಬೇಗ ನನ್ನೊಂದಿಗೆ ಸೇರುತ್ತಿ... ಎಂದಂತೆ ಕನಸು ಕಂಡು ಎಚ್ಚರಗೊಂಡ. ಪೂರ್ವದಲ್ಲಿ ಬೆಳಕು ಮೂಡುತ್ತಿತ್ತು.

ಪೆಟ್ರೋಕ್ಲಸ್ ದಹನ ಕ್ರಿಯೆಗೆ ಸಕಲ ಸಿದ್ಧತೆ ನಡೆಯುತ್ತಿತ್ತು. ಪೆಟ್ರೋಕ್ಲಸ್ ಶವದ ಮೆರವಣಿಗೆಯ ನಂತರ ಅಖಿಲೀಸ್ ತನ್ನ ಕೂದಲನ್ನು ಕತ್ತರಿಸಿ ಪೆಟ್ರೋಕ್ಲಸನ ಕೈಯಲ್ಲಿ ಇಟ್ಟ. ನೂರು ಅಡಿಗಳಷ್ಟು ದೊಡ್ಡ ಚಿತೆಯೊಂದು ಸಿದ್ಧಗೊಂಡಿತ್ತು. ಅದರ ಮೇಲೆ ಪೆಟ್ರೋಕ್ಲಸನ ಶವವನ್ನು ಏರಿಸಲಾಯಿತು. ಶವದ ಪಕ್ಕದಲ್ಲಿ ಕುದುರೆ, ಕುರಿ, ನಾಯಿ ಮತ್ತು ಹನ್ನೆರಡು ಟ್ರೋಜನ್ ಯುವಕರನ್ನು ಬಲಿಕೊಟ್ಟು, ಸ್ವತಃ ಅಖಿಲೀಸನೇ ಅಗ್ನಿ ಸ್ಪರ್ಶ ಮಾಡಿ, "ಪೆಟ್ರೋಕ್ಲಸ್! ನನ್ನ ಮಾತಿನಂತೆ ನಾನು ನಡೆದುಕೊಂಡಿದ್ದೇನೆ. ಇನ್ನು ನೀನು ಅಧೋಲೋಕಕ್ಕೆ ಹೋಗಬಹುದು. ನಿನ್ನ ಕೊಂದ ಈ ಪಾಪಿಗೆ ಮಾತ್ರ ಇದ್ಯಾವುದೂ ಸಿಗದ ಹಾಗೆ ಮಾಡುತ್ತೇನೆ"–ಎಂದು ಹಲ್ಲು ಕಡಿದನು.

ನಾಯಿ, ನರಿಗಳಿಗೆ ಆಹಾರವಾಗಲಿ ಎಂದು ಹೆಕ್ಟರನ ಶವವನ್ನು ಒಗೆದಿದ್ದರೂ ಅದನ್ನು ಯಾವ ಪ್ರಾಣಿಯೂ ಮುಟ್ಟದಂತೆ ಅಫ್ರೋಡೈಟಿ ಕಾಪಾಡಿದ್ದಳು. ದೇಹವೂ ಕೂಡ ಕೆಡದಂತೆ ಅಮೃತ ಲೇಪನ ಮಾಡಿ, ಬಿಸಿಲಿಗೂ ಒಣಗದಂತೆ ಅಪೋಲೋ ಮತ್ತು ಅಫ್ರೋಡೈಟಿ ಇಬ್ಬರೂ ಜವಾಬ್ದಾರಿ ಹೊತ್ತಿದ್ದರು.

ಇತ್ತ, ಇಡೀ ಟ್ರಾಯ್ ನಗರ ಸೂತಕ ಛಾಯೆ ಹೊದ್ದು ಮಲಗಿತ್ತು. ಅರಮನೆಯಂತೂ ಶೋಕಸಾಗರದಲ್ಲಿ ಮುಳುಗಿ ಹೋಗಿತ್ತು. ಆಂಡ್ರೋಮುಖಿಗೆ ಸಾಂತ್ವನವಿರಲಿ ಮಾತಾಡಿಸುವ ಧೈರ್ಯ ಕೂಡ ಯಾರಲ್ಲೂ ಇರಲಿಲ್ಲ. ಪೆರಿಸ್ ಮತ್ತು ಹೆಲೆನ್ ಸೋತು ಹೋಗಿದ್ದರು. ಹೆಕೆಬೆ ಹಾಸಿಗೆ ಹಿಡಿದಿದ್ದಳು. ಪ್ರಯಾಮ್ ಕುಸಿದು ಹೋಗಿದ್ದ.

ದೊರೆ ಪ್ರಯಾಮನಿಗಂತೂ ಅಖಿಲೀಸ್ ಹೆಕ್ಟರನ ಶವವನ್ನು ದರದರನೆ ಎಳೆದುಕೊಂಡು ಹೋದ ಚಿತ್ರವೇ ಕಣ್ಣು ಮುಂದೆ ಬರುತ್ತಿತ್ತು. ಒಂದು ಕ್ಷಣವೂ ಅವನಿಗೆ ಕಣ್ಣು ಮುಚ್ಚಲು ಸಾಧ್ಯವಾಗಿರಲಿಲ್ಲ. ಮಗನಂತೂ ಸತ್ತು ಹೋಗಿದ್ದ. ಆದರೆ, ಸರಿಯಾದ ಅಂತ್ಯಕ್ರಿಯೆಯೂ ಪ್ರಾಪ್ತವಾಗಲಿಲ್ಲ ಎಂಬುದು ಅವನನ್ನು ಜೀವಂತ ಸುಡುತ್ತಿತ್ತು. ಯಾವುದೋ ಒಂದು ನಿರ್ಧಾರಕ್ಕೆ ಬಂದವನಂತೆ ಎದ್ದು ಕೂತ.

ಪೆಟ್ರೋಕ್ಲಸನ ಸಾವಾದ ಮೇಲೆ ಅಖಿಲೀಸ್ ಬ್ರೈಸೀಯಸಳ ಬಳಿ ಹೋಗಿರಲಿಲ್ಲ. ಯುದ್ಧವೇ ಬೇಡವೆಂದು ಕಾಡುತ್ತಿದ್ದ ಪ್ರೇಯಸಿಯ ಬಳಿ ಜೊತೆಗೆ ಆಡಿ ಬೆಳೆದ ಅವಳ ಸೋದರ ಸಂಬಂಧಿಯನ್ನು ಕೊಂದು ಹೇಗೆ ತಾನೇ ಹೋದಾನು? ಬೇರೊಂದು ಬಿಡಾರದಲ್ಲಿ ಸೂರನ್ನೇ ನೋಡುತ್ತಾ ಮಲಗಿದ್ದವನಿಗೆ ಸರಿ ರಾತ್ರಿಯಾದರೂ ಕಣ್ಣೆವೆಗಳು ಕೂಡಿರಲಿಲ್ಲ. ಹೊರಗೆ

ಕತ್ತಲು ಗವ್ ಎನ್ನುತ್ತಿತ್ತು. ಆಗ ಇದ್ದಕ್ಕಿದ್ದಂತೆ ವೃದ್ಧ ಪ್ರಯಾಮ್ ಬಿಡಾರದೊಳಗೆ ಅಡಿ ಇಟ್ಟಿದ್ದ. ಶತ್ರು ರಾಜನನ್ನು ಹೀಗೆ ಇದ್ದಕ್ಕಿದ್ದಂತೆ ಬಿಡಾರದೊಳಗೆ ಕಂಡರೆ ಉಂಟಾಗಬಹುದಾದ ಉದ್ವಿಗ್ನ ಸ್ಥಿತಿಗಿಂತ ಭಿನ್ನವಾದದ್ದು ಅಲ್ಲೇನು ಘಟಿಸಲಿಲ್ಲ. ಆದರೂ ಅದ್ಯಾಕೋ ಅಖಿಲೀಸ್ ತನ್ನ ಕತ್ತಿಗಾಗಿ ತಡಕಲಿಲ್ಲ. ನೇರ ಪ್ರಯಾಮನ ಕಣ್ಣುಗಳಲ್ಲೇ ಇಣುಕಿ ನೋಡಿದ. ಅವುಗಳು ದೊರೆ ಪ್ರಯಾಮನ ಕಣ್ಣಾಗಿರಲಿಲ್ಲ. ಪುತ್ರಶೋಕದಲ್ಲಿ ಅತ್ತು ಅತ್ತು ಬಳಲಿದ ದುರದೃಷ್ಟ ಅಪ್ಪನ ಕಣ್ಣುಗಳಾಗಿದ್ದವು. ಪ್ರಯಾಮ್ ಅಖಿಲೀಸನನ್ನು ಕಾಣುತ್ತಲೇ ಓಡಿ ಬಂದು ಅವನ ಕಾಲುಗಳನ್ನು ಗಟ್ಟಿಯಾಗಿ ಹಿಡಿದುಕೊಂಡನು. ಹೆಕ್ಟರನನ್ನು ಸೇರಿ ಇನ್ನೂ ಅನೇಕ ಮಕ್ಕಳನ್ನು ಕೊಂದಿದ್ದವನ ಕೈಗಳನ್ನೇ ಚುಂಬಿಸಿದ. ತುಟಿಯೊತ್ತಿ ಮೇಲೇಳುವ ಹೊತ್ತಿಗೆ ಕಣ್ಣಿಂದ ದಳದಳನೇ ಇಳಿದ ಕಣ್ಣೀರು ಅಖಿಲೀಸನ ಇಡೀ ಕೈಯನ್ನೇ ತೊಯ್ಯಿಸಿತ್ತು.

'ದೊರೆ ಪ್ರಯಾಮ್... ಈ ಹೊತ್ತಿನಲ್ಲಿ ಇಲ್ಲಿ! ನಿಮ್ಮೊಂದಿಗೆ ಮತ್ಯಾರಿದ್ದಾರೆ?'–ಅವಸರಿಸಿದ್ದ ಅಖಿಲೀಸ್.

"ಯಾರೂ ಇಲ್ಲ. ನಾನೊಬ್ಬನೇ ಬಂದಿದ್ದೇನೆ. ನನ್ನ ಜೊತೆ ಇದ್ದರೆ ಅದು ನನ್ನ ದುರದೃಷ್ಟವಷ್ಟೆ. ನಿನಗೂ ನನ್ನ ವಯಸ್ಸಿನ ತಂದೆಯಿರಬೇಕಲ್ಲವೇ? ಆದರೆ ಅವನು ನನ್ನ ಹಾಗೆ ಅದೃಷ್ಟ ಹೀನನಂತೂ ಅಲ್ಲ. ಮಗ ಬರುವ ಖಾತ್ರಿಯಾದರೂ ಇದೆ. ಆದರೆ ನನಗೆ? ಅಖಿಲೀಸ್ ಈ ವೃದ್ಧನ ಮಾತನ್ನು ದಯಮಾಡಿ ಕೊಂಚ ಸಮಾಧಾನದಿಂದ ಆಲಿಸು. ಈ ಯುದ್ಧದಿಂದ ನಾನು ಬಹಳಷ್ಟು ಕಳೆದುಕೊಂಡಿದ್ದೇನೆ. ಎಲ್ಲರಿಗಿಂತ ಮಿಗಿಲಾಗಿ ಹೆಕ್ಟರನೂ ಸತ್ತಿದ್ದಾನೆ. ಅವನನ್ನು ಮರಳಿ ಪಡೆಯಲಂತೂ ಸಾಧ್ಯವಿಲ್ಲ. ಆದರೆ ತಕ್ಕನಾದ ಅಂತ್ಯಕ್ರಿಯೆಯಾದರೂ ಈ ಅಪ್ಪನಿಂದ ಮಾಡಲು ಸಾಧ್ಯವಾದೀತೇ? ಇಷ್ಟು ದಯೆ ತೋರಿಸಲಾರೆಯಾ? ಬದಲಿಗೆ ಪರಿಹಾರ ದ್ರವ್ಯವನ್ನು ತಂದಿದ್ದೇನೆ. ಇಲ್ಲ ಎನ್ನಬೇಡ. ಈ ಭೂಮಿಯಲ್ಲಿ ಯಾರೂ ಮಾಡಲಾಗದಂತಹ ದೀನವಾದ ಕೆಲಸವನ್ನು ಮಾಡಿದ್ದೇನೆ. ನನ್ನ ಪುತ್ರನನ್ನು ಸಾಯಿಸಿದ ಕೈಗಳಿಗೇ ಚುಂಬಿಸಿದ್ದೇನೆ. ಈಗಲಾದರೂ ನಾನು ನಿನ್ನ ದಯೆಗೆ ಪಾತ್ರನಾಗಿದ್ದೇನಲ್ಲವೇ?"–ಎನ್ನುತ್ತಾ ಅವನ ಕೈಗಳನ್ನು ಮತ್ತೊಮ್ಮೆ ಚುಂಬಿಸಿದ.

ಅಖಿಲೀಸ್ ನಿಜಕ್ಕೂ ಯೋಚನೆಗೆ ಬಿದ್ದ. ಪ್ರಯಾಮ್ ಮನಸ್ಸು ಮಾಡಿದ್ದರೆ ಬಂದಷ್ಟೇ ಸಲೀಸಾಗಿ ಹೆಕ್ಟರನ ಹೆಣ ಹೊತ್ತುಕೊಂಡು ಹೋಗಬಹುದಾಗಿತ್ತು. ಇಲ್ಲವೇ, ಮಲಗಿದ್ದ ನನ್ನನ್ನು ಕ್ಷಣ ಮಾತ್ರದಲ್ಲಿ ಇನ್ನಿಲ್ಲದ್ದಂತೆ ಮಾಡಬಹುದಾಗಿತ್ತು. ಆದರೆ ಅದ್ಯಾವುದನ್ನೂ ಮಾಡದೆ ದೀನನಾಗಿ ನನ್ನೆದುರಿಗೆ ಕಾಲು ಹಿಡಿದು ಯಾಚಿಸುತ್ತಿದ್ದಾನೆ... ಇಲ್ಲಾ ಇನ್ನೂ ಅಲ್ಲೇ ಕಾಲ ಬಳಿಯೇ ತಲೆ ಬಾಗಿಸಿ ಅಳುತ್ತಿದ್ದಾನೆ. ನನಗಾದರೂ ಇಷ್ಟು ಕೋಪ

ಏಕೆ ಬಂತು? ಎಲ್ಲಾ ಬಿಟ್ಟು ಸೈನ್ಯದೊಂದಿಗೆ ಹೊರಟವನಲ್ಲವೇ ನಾನು? ನನ್ನ ಗೆಳೆಯನೊಬ್ಬ ಜೊತೆಯಲ್ಲಿದ್ದಿದ್ದರೆ ಬ್ರೈಸೀಯಸಳೊಂದಿಗೆ ಇಷ್ಟೊತ್ತಿಗೆ ಅರ್ಧ ಸಮುದ್ರ ಯಾನವಾಗಿರುತ್ತಿತ್ತಲ್ಲವೇ? ಎಂದು ಯೋಚಿಸುತ್ತಿದ್ದಂತೆಯೇ ಅವನೂ ಗಳಗಳನೇ ಅತ್ತು ಬಿಟ್ಟ. ಇಬ್ಬರೂ ಕೊಂಚ ಹೊತ್ತು ಅತ್ತ ಬಳಿಕ, ಅಖಿಲೀಸ್ ಪಲ್ಲಂಗದಿಂದ ಮೇಲೆದ್ದು ಪ್ರಯಾಮನನ್ನೂ ಕೈ ಹಿಡಿದು ಮೇಲಕ್ಕೇಳಿಸಿ ಪಕ್ಕದಲ್ಲಿ ಕುಳಿತುಕೊಳ್ಳಲು ಹೇಳಿದ. ಪ್ರಯಾಮ್ ಕುಳಿತುಕೊಳ್ಳಲಿಲ್ಲ.

"ಇಷ್ಟು ಸರಿ ರಾತ್ರಿಯಲ್ಲಿ ಒಬ್ಬಂಟಿಯಾಗಿ ಶತ್ರು ಪಾಳಯಕ್ಕೆ ಬಂದ ನಿನ್ನ ಧೈರ್ಯವನ್ನು ಮೆಚ್ಚ ತಕ್ಕದ್ದೆ. ಆದರೂ ನನ್ನ ಕೈಯಿಂದಲೇ ನಿನ್ನ ಮಕ್ಕಳನ್ನು ಕಳೆದುಕೊಂಡ ಭಾಗ್ಯಹೀನ. ಹಾಗೆಂದು ನನ್ನ ತಂದೆ ಮಹಾ ಭಾಗ್ಯಶಾಲಿ ಎಂದು ಎಣಿಸಬೇಡ. ನಿನಗಾದರೋ ಹಲವು ಮಕ್ಕಳು. ಅವನಿಗೆ ನಾನೊಬ್ಬನೇ. ವೃದ್ಧಾಪ್ಯದಲ್ಲಿ ಅವನೊಂದಿಗಿದ್ದು ಅವನ ಸೇವೆ ಮಾಡುವುದು ಬಿಟ್ಟು ಇಲ್ಲಿ ಯಾರಿಗೋಸ್ಕರವೋ ಹೊಡೆದಾಡುತ್ತಾ ಇದ್ದೇನೆ. ಮರಳಿ ಹೋಗುತ್ತೇನೋ ಇಲ್ಲವೋ ಯಾರು ಬಲ್ಲರು? ಎಲ್ಲವೂ ದೈವಚಿತ್ತ."

"ಇರಬಹುದು... ಎಲ್ಲವೂ ವಿಧಿಯ ಕೈವಾಡ. ಇರಲಿ. ನನ್ನನ್ನು ಕುಳಿತುಕೊಳ್ಳಲು ಕೇಳಿಕೊಳ್ಳಬೇಡ. ನನ್ನ ಮಗನ ಶವವನ್ನು ನೋಡದೆ ನನಗೆ ಸಮಾಧಾನವಿಲ್ಲ. ಒಮ್ಮೆ ಅವನೆದೆಯ ಮೇಲೆ ಬಿದ್ದು ಗೋಳಾಡಿ ಅಳಬೇಕು"–ಎಂದು ದುಃಖಿಸಿದ. ಅಖಿಲೀಸ್ ಅಲ್ಲಿ ನಿಲ್ಲಲಾರದೆ ಬಿಡಾರದ ಹೊರಗೆ ಹೋದ. ಪ್ರಯಾಮನಿಗೆ ಯಾಕೆಂದು ಅರಿವಾಗಲಿಲ್ಲ. ಏನಾದರು ಮಾಡಿಯಾನು ಎಂದು ಭಯವೂ ಆಗಲಿಲ್ಲ. ನಿರ್ವಿಕಾರನಾಗಿ ನಿಂತೇ ಇದ್ದ. ಸ್ವಲ್ಪ ಸಮಯದಲ್ಲಿ ಬಂದ ಅಖಿಲೀಸ್,

"ಹೆಕ್ಟರನ ಶವವನ್ನು ನಿಮ್ಮ ರಥದಲ್ಲಿ ಇರಿಸಿದ್ದೇನೆ. ಅಗೆಮೆಮ್ನನ್ ಕಣ್ಣಿಗೆ ಬಿದ್ದರೆ ಶವವನ್ನು ಹಿಂದಿರುಗಿಸುವುದಿರಲಿ, ನಿಮ್ಮನ್ನೂ ಬಂಧಿ ಮಾಡಿಯಾನು! ಆದ್ದರಿಂದ ನೀವೀಗಲೇ ಹೊರಟರೆ ಕ್ಷೇಮ. ಹ್ಞಾಂ ಹಾಗೆಯೇ ನೀವು ನಿಮ್ಮ ಪುತ್ರನ ಶವ ಸಂಸ್ಕಾರ ಮುಗಿಸುವವರೆಗೂ ಯುದ್ಧವಿರುವುದಿಲ್ಲ. ಅಂತ್ಯ ಸಂಸ್ಕಾರದ ವಿಧಿ ಮುಗಿಸಿದ ಹದಿಮೂರನೇ ದಿನದಿಂದ ಮತ್ತೆ ಯುದ್ಧ ಆರಂಭಿಸೋಣ"–ಎಂದು ತಲೆ ಬಾಗಿ ಬೀಳ್ಕೊಡುವ ಸಮಯಕ್ಕೆ ಸರಿಯಾಗಿ ಬ್ರೈಸೀಯಾಸ್ ಓಡಿ ಬಂದಿದ್ದಳು. ತಂದೆ ಪ್ರಯಾಮನನ್ನು ನೋಡುತ್ತಲೇ ಜಿಂಕೆಯಂತೆ ಓಡಿ ಬಂದು ಅವನನ್ನು ಅಪ್ಪಿದ್ದಳು. ಪ್ರಯಾಮ್ ಮತ್ತು ರಾಜ ಪರಿವಾರ ಗ್ರೀಕ್ ಆಕ್ರಮಣ ಸಮಯದಲ್ಲಿ ದೇವಾಲಯಕ್ಕೆ ಹೋದವಳು ಅವರ ಕೈಯಲ್ಲಿ ಹತಳಾದಳೆಂದೇ ನಂಬಿದ್ದ ಬ್ರೈಸೀಯಾಸ್ ಜೀವಂತವಾಗಿ ಕುಣಿಕುಣಿದು ಬಂದಾಗ ಅಂತಹ ದುಃಖದಲ್ಲೂ ಪ್ರಯಾಮ್ ಮುಗುಳ್ನಕ್ಕಿದ್ದ. ಅಪ್ಪನ ಆಲಿಂಗನದಲ್ಲಿ ಬ್ರೈಸೀಯಸಳನ್ನು ಕಂಡ ಅಖಿಲೀಸ್ ಅದಾಗಲೇ

ಅವಳನ್ನೂ ಕೂಡ ಕಳೆದುಕೊಳ್ಳಲು ಮಾನಸಿಕವಾಗಿ ಸಿದ್ಧನಾಗಿಬಿಟ್ಟ. ಅಳುವ ಕಂಗಳಲ್ಲೇ ಅವನೆಡೆಗೆ ಒಮ್ಮೆ ನೋಡಿದಳು.

"ನೀನು ಸ್ವತಂತ್ರಳು" ಎಂದಷ್ಟೇ ನುಡಿದ ಅಖಿಲೀಸ್ ತಲೆ ಎತ್ತಿ ಅವಳನ್ನು ನೋಡದಾದ. ಅವಳೂ ಆ ನೋಟವನ್ನು ಏನೆಂದು ಅರ್ಥೈಸಿಕೊಳ್ಳಲಾಗದೆ, ಶತ್ರು ಸೈನ್ಯದಲ್ಲಿ ಇನ್ನೆಷ್ಟು ದಿನ ಹೀಗೆ ಇರಬೇಕೋ ಎಂದು ಯೋಚಿಸುತ್ತಲೇ ಪ್ರಯಾಮ್ ರಥವನ್ನು ಹತ್ತಿದಳು. ಅಖಿಲೀಸ್ ಏನೂ ಮಾತಾಡಲಿಲ್ಲ... ಪ್ರಯಾಮ್ ಅಖಿಲೀಸನೆಡೆಗೆ ಒಂದು ಮುಗುಳ್ನಕ್ಕು ರಥವನ್ನು ಮುಂದಕ್ಕೆ ಓಡಿಸಿದನು. ಆ ನಗು ಅದೆಷ್ಟು ದೀನವಾಗಿತ್ತೆಂದರೆ ಪುತ್ರನ ಶವವನ್ನು ಪಡೆದಿದ್ದು ಅಸಲಿಗೆ ಮರಳಿ ಪುತ್ರನನ್ನೇ ಜೀವಂತ ಪಡೆದಷ್ಟು ಕೃತಜ್ಞತೆಯ ನಗುವಾಗಿತ್ತು. ಅಖಿಲೀಸನಿಗೆ ದುಃಖ ಉಮ್ಮಳಿಸಿ ಬಂತು. ಬಿಡಾರದೊಳಗೆ ಹೋದವನೇ ಒಡಲು ಒಡೆದು ಹೋಗುವಂತೆ ಅಬ್ಬರಿಸಿ ಅತ್ತುಬಿಟ್ಟ. ಆ ಅಳುವಿನಲ್ಲಿ ಪ್ರಿಯ ಗೆಳೆಯನ ಸಾವಿನ ದುಃಖ, ಸೇಡಿನ ಹಗೆಯಲ್ಲಿ ತಾನೆಷ್ಟು ನೀಚನಾಗಿ ವರ್ತಿಸಿದ್ದೆ ಎನ್ನುವ ಅಪರಾಧಿ ಮನೋಭಾವ, ಪ್ರೇಯಸಿಯ ಅಗಲುವಿಕೆ ಎಲ್ಲಾ ಸೇರಿತ್ತು. ಪ್ರಯಾಮ್ ಮಗನ ಶವದೊಂದಿಗೆ ಕಣ್ಣೀರು ಸುರಿಸುತ್ತಲೇ ಟ್ರಾಯ್ ನಗರದ ಕಡೆಗೆ ಹೊರಟು ಕೋಟೆಯ ಬಾಗಿಲು ತಲಪುವಷ್ಟರಲ್ಲಿ ಬೆಳ್ಳನೆ ಬೆಳಕು ಹರಿಯುತ್ತಿತ್ತು.

ಇತ್ತ ಗ್ರೀಕನ್ನರ ಬಿಡಾರದಲ್ಲಿ ಪ್ರಯಾಮ್ ಬಂದು ಹೆಕ್ಟರ್ ಶವವನ್ನು ಅಖಿಲೀಸನಿಂದ ಒಯ್ದ ವಿಷಯ ಅಗೆಮೆಮ್ನನ್ ಕಿವಿಗೆ ಬಿದ್ದುದ್ದೇ ಕೆಂಡಮಂಡಲನಾದ. ಎಲ್ಲದಕ್ಕಿಂತಲೂ ಅವನಿಗೆ ಕೋಪ ತರಿಸಿದ್ದು ಅಖಿಲೀಸ್ ಘೋಷಿಸಿದ ಯುದ್ಧವಿರಾಮ.

"ಹನ್ನೆರೆಡು ದಿನಗಳವರೆಗೂ ಯುದ್ಧವಿರಾಮ ಎಂದರೇನು? ಯಾರ ಅನುಮತಿ ಪಡೆದು ಅಖಿಲೀಸ್ ಈ ನಿರ್ಧಾರ ತೆಗೆದುಕೊಂಡನಂತೆ? ಅದೂ ಅಲ್ಲದೆ ಆ ಪ್ರಯಾಮನನ್ನು ಅಷ್ಟು ಸುಲಭವಾಗಿ ಹೋಗಲು ಬಿಟ್ಟಿದ್ಯಾಕೆ? ಅವನನ್ನು ಕೊಂದಿದ್ದರೆ ಅಲ್ಲಿಗೆ ಯುದ್ಧವೇ ಮುಗಿದು ಹೋಗುತ್ತಿತ್ತಲ್ಲಾ?" ಅಗೆಮೆಮ್ನನ್ ಒಂದೇ ಸಮನೆ ಅರಚುತ್ತಿದ್ದ.

"ಆ ವೃದ್ಧನನ್ನು ಹಿಡಿದರೆ ಅಥವಾ ಕೊಂದರೆ ಏನು ಉಪಯೋಗ? ಕೋಟೆಯ ಒಳಗೆ ಹೋಗುವ ರಹಸ್ಯವಂತೂ ತಿಳಿಯುತ್ತಿರಲಿಲ್ಲವಲ್ಲಾ? ಹೆಲೆನಳನ್ನು ಹೇಗೆ ಕರೆದೊಯ್ಯೋದು? ಛೆ!!! ಅಖಿಲೀಸ್ ಆ ರಹಸ್ಯವನ್ನು ಪಡೆದ ನಂತರವಾದರೂ ಹೆಕ್ಟರ್‌ನ ಶವವನ್ನು ಒಪ್ಪಿಸಬಾರದಿತ್ತೆ? ಮೇಲಾಗಿ ಯುದ್ಧ ವಿರಾಮ ಬೇರೆ!" ಎಂದು ವಾಸಿಯಾಗದ ಗಾಯಗಳೊಂದಿಗೆ ಹಾಸಿಗೆ ಹಿಡಿದಿದ್ದ ಮೆನೆಲೀಯಸ್ ಅಂಥಾ ಪರಿಸ್ಥಿತಿಯಲ್ಲೂ ಕೂಡ ಹಲ್ಲು ಮಸೆಯುತ್ತಿದ್ದ. ಓಡಿಸಿಸ್ ಮಾತ್ರ ಸುಮ್ಮನೆ ತಲೆ ತಗ್ಗಿಸಿ ನಿಂತಿದ್ದ. ಅಖಿಲೀಸ್

ತನ್ನ ಯೋಧರನ್ನು ಮರಳಿ ಕಳುಹಿಸಲು ಯೋಚಿಸುತ್ತಿದ್ದು ತಾನು ಮಾತ್ರ ಗ್ರೀಕನ್ನರ ಪರವಾಗಿ ಹೋರಾಡಲು ಉಳಿದುಕೊಳ್ಳುತ್ತಿದ್ದಾನೆ. ಅವನ ಯೋಧರು ಮರಳಿ ಹೋದರೂ ಅಡ್ಡಿಯಿಲ್ಲ. ಅವನು ಉಳಿದುಕೊಂಡರೂ ಸಾಕು. ಅವನೇ ಒಂದು ಸೈನ್ಯಕ್ಕೆ ಸಮ! ಹೀಗಿರುವಾಗ ಅವನನ್ನು ಎದುರು ಹಾಕಿಕೊಳ್ಳುವುದು ಓಡೆಸಿಸ್ ದೃಷ್ಟಿಯಲ್ಲಿ ಸರಿಯಲ್ಲ. ಆದರೆ, ಅಗೆಮೆಮ್ನನ್ ಕೋಪ ಕೂಡ ಶಮನವಾಗುವಂಥದಲ್ಲ. ಅದನ್ನೇ ಯೋಚಿಸುತ್ತಾ ಕುಳಿತ್ತಿದ್ದ ಓಡೆಸಿಸನಿಗೆ ಒಂದು ಉಪಾಯ ಹೊಳೆಯಿತು. ಇಷ್ಟುದಿನ ಟ್ರಾಯ್ ವಶಪಡಿಸಿಕೊಳ್ಳಲು ಅವರು ಶಕ್ತಿಯನ್ನು ಮಾತ್ರ ಉಪಯೋಗಿಸಿದ್ದರು ಆದರೆ, ಅದರ ಜೊತೆಗೆ ಯುಕ್ತಿಯೂ ಬೇಕು ಎನ್ನುವುದು ಅವನ ಆಲೋಚನೆಯಾಗಿತ್ತು. ಆ ಉಪಾಯವನ್ನು ಅಗೆಮೆಮ್ನನ್‌ಗೆ ತಿಳಿಸಿದ ಮೇಲೆ ಅಗೆಮೆಮ್ನನ್ ಓಡೆಸಿಸನನ್ನು ಬಿಗಿದಪ್ಪಿದ. ಅಲ್ಲಿಂದ ಹನ್ನೆರೆಡು ದಿನಗಳ ಕಾಲ ಗ್ರೀಕನ್ನರು ಟ್ರಾಯ್ ಕಡೆ ಮುಖ ಕೂಡ ಮಾಡದಿರುವಂತೆ ನಿರ್ಧರಿಸಿದರು.

ಇತ್ತ ಪ್ರಯಾಮ್ ಕೋಟೆಯನ್ನು ಸಮೀಪಿಸುತ್ತಿದ್ದಂತೆಯೇ ಕೋಟೆಯ ಮೇಲೆ ನಿಂತು ಪ್ರಯಾಮನ ಎದಿರು ನೋಡುತ್ತಿದ್ದ ರಾಜ ಪರಿವಾರ ಓಡೋಡಿ ಬಂತು. ಹಿಂದೆಯೇ ಸಂಪೂರ್ಣ ಪುರಜನರು ಗುಂಪುಗೂಡಿದರು. ಪ್ರಯಾಮ್ ಗಾಡಿಯನ್ನು ಅರಮನೆಯ ಬಾಗಿಲವರೆಗೆ ಹೋಗುವವರೆಗೂ ನಿಲ್ಲಿಸಲಿಲ್ಲ. ನಂತರ ಹೆಕ್ಟರನ ಶಿಬಿಕೆಯನ್ನು ರಥದಿಂದ ಇಳಿಸಿ ಅರಮನೆಯ ಮೈದಾನಕ್ಕೆ ಒಯ್ದು ಇಡಲಾಯಿತು. ರಾಜ ಪರಿವಾರದವರೆಲ್ಲಾ ಸೇರಿ ಹೆಕ್ಟರನ ಶವವನ್ನು ಚುಂಬಿಸಿ, ಮುದ್ದಾಡಿ ಗೋಳಿಟ್ಟರು. ಜನರೆಲ್ಲಾ ಸುತ್ತ ಸೇರಿ ಪ್ರಲಾಪಿಸುತ್ತಿದ್ದರು. ಆಂಡ್ರೋಮುಖಿ ತಲೆಗೂದಲನ್ನು ಹಿರಿದುಕೊಳ್ಳುತ್ತಾ ತನ್ನ ಪತಿಯ ಶವದ ಮೇಲೆ ಬಿದ್ದು ಅವನನ್ನು ಎಳೆದಾಡಿ ಗೋಳಾಡಿದಳು. ಅವಳನ್ನು ಸಮಾಧಾನ ಪಡಿಸುವಷ್ಟು ಸಂಯಮ ಅಲ್ಲಿ ಯಾರಿಗೂ ಇರಲಿಲ್ಲ. ಹೆಕ್ಟರನಿಗಾಗಿ ಎಲ್ಲರೂ ಸಮಾನ ದುಃಖಿಗಳು. ಅವನೆಂದರೆ ಎಲ್ಲರಿಗೂ ಅಷ್ಟು ಪ್ರಾಣ. ಹೆಲೆನ್ ಕೂಡ ಬಿಕ್ಕಳಿಸಿ ಅತ್ತಳು.

ಪ್ರಯಾಮ್ ಪುತ್ರನ ಅಂತ್ಯ ಸಂಸ್ಕಾರಕ್ಕೆ ಬೇಕಾದ ಸಕಲ ಸಿದ್ಧತೆಗಳನ್ನು ಮಾಡಿಸಿದ. ಈ ಎಲ್ಲಾ ಕಾರ್ಯಗಳನ್ನು ಕೋಟೆಯ ಆಚೆ ರಾಜ ಪರಿವಾರದವರಿಗಾಗಿ ಮೀಸಲಿಟ್ಟಿದ್ದ ಬಯಲಿನಲ್ಲೇ ಧೈರ್ಯವಾಗಿ ಆಯೋಜಿಸಿದ. ಪ್ರಯಾಮನಿಗೆ ಅಖಿಲೀಸನ ಮಾತಿನ ಮೇಲೆ ನಂಬಿಕೆಯಿತ್ತು. ಗ್ರೀಕನ್ನರು ಕೂಡ ಅವರನ್ನು ಅವರ ಪಾಡಿಗೆ ಬಿಟ್ಟುಬಿಟ್ಟಿದ್ದರು. ಅದು ಹೆಕ್ಟರ್ ಎನ್ನುವ ಮಹಾ ವೀರನಿಗೆ ಸಲ್ಲಲೇ ಬೇಕಾದ ಗೌರವ ಎಂದು ಅವರೂ ಕೂಡ ನಂಬಿದಂತಿತ್ತು. ಎಲ್ಲರ ಶೋಕದ ನಡುವೆಯೇ ಹೆಕ್ಟರನ ಅಗ್ನಿಸಂಸ್ಕಾರ ನೆರವೇರಿತು. ಅಗ್ನಿ ಸ್ಪರ್ಶಕ್ಕಾಗಿ ಕಾದಿದ್ದಂತೆ ಹೊತ್ತಿಕೊಂಡು

ಧಗಧಗನೇ ಉರಿಯುವುದನ್ನು ನೋಡಿ ಪ್ರಯಾಮ್ ಬಿಕ್ಕಳಿಸಿ ಅತ್ತುಬಿಟ್ಟ. ಸೂರ್ಯಾಸ್ತದೊಳಗೆ ಕಾರ್ಯವನ್ನು ನೆರವೇರಿಸಿದ ರಾಜ ರಾತ್ರಿ ಎಲ್ಲಾ ಅಲ್ಲೇ ಕೂತಿದ್ದ. ಮರುದಿನ ಹೆಕ್ಟರನ ಸೋದರರೊಂದಿಗೆ ರಾತ್ರಿ ಎಲ್ಲಾ ಹೊತ್ತು ಉರಿದು ಈಗ ಕಿಡಿಯಾಡುತ್ತಿದ್ದ ಬೆಂಕಿಗೆ ದ್ರಾಕ್ಷಾರಸವನ್ನು ಸುರಿದು ನಂದಿಸಿ, ಅಸ್ಥಿಸಂಚಯನ ಮಾಡಿ, ಅದನ್ನು ಶ್ವೇತ ವರ್ಣದ ಬಟ್ಟೆಯೊಂದರಲ್ಲಿ ಸುತ್ತಿ, ಸುವರ್ಣ ಸಂಪುಟವಿರುವ ಒಂದು ಪೆಟ್ಟಿಗೆಯಲ್ಲಿಟ್ಟು, ರಾಜ ಮುದ್ರೆ ಹಾಕಿ, ರಾಜ ಮರ್ಯಾದೆಯೊಂದಿಗೆ ತೋಡಿದ್ದ ಗುಂಡಿಯಲ್ಲಿ ಹೂತಿಟ್ಟು ಅದರ ಮೇಲೆ ಗೋರಿಯೊಂದನ್ನು ಕಟ್ಟುವುದರೊಂದಿಗೆ ಟ್ರಾಯ್ ಸಾಮ್ರಾಜ್ಯದ ವೀರ ಹೆಕ್ಟರನ ಶವಸಂಸ್ಕಾರ ಸಂಪೂರ್ಣವಾಯಿತು. ಇತಿಹಾಸದಲ್ಲಿ ಅವನ ಹೆಸರು ಶಾಶ್ವತವಾಯಿತು. ಹನ್ನೆರಡನೇ ದಿನದ ಕಾರ್ಯಗಳಾದ ನಂತರ ಟ್ರಾಯ್ ಕೋಟೆ ಬಾಗಿಲನ್ನು ಪುನಃ ಭದ್ರ ಪಡಿಸಲಾಯಿತು.

ಮರದ ಬಲಿಕುದುರೆ

ಹದಿಮೂರನೆ ದಿನ ಪುನಃ ಯುದ್ಧ ಆರಂಭವಾಗಬೇಕು. ಹನ್ನೆರೆಡು ದಿನಗಳ ಕಾಲ ಮುಚ್ಚೇ ಇದ್ದ ಕೋಟೆಯ ಬಾಗಿಲನ್ನು ಇನ್ನೇನು ತೆರೆಯಬೇಕು ಅಷ್ಟರಲ್ಲಿ ಗ್ರೀಕನ್ನರ ಸೈನ್ಯ ಸಿದ್ಧತೆಯನ್ನು ವೀಕ್ಷಿಸಿ ಬರಲು ಕಳುಹಿಸಿದ್ದ ಟ್ರಾಯ್ ಗುಪ್ತಚರ ಕುದುರೆ ಏರಿ ಎತ್ತರದ ಗುಡ್ಡದ ಮೇಲೆ ನಿಂತು ಅಲ್ಲಿನ ಚಿತ್ರಣವನ್ನು ಕಂಡವನೇ ಹೌಹಾರಿ ಅವಸರವಸರವಾಗಿ ಓಡೋಡಿ ಬಂದ. ಅವನ ಹೇಳಿದ ವಿಚಾರ ಕೇಳಿ ಪ್ರಯಾಮ್ ಕೂಡ ನಂಬಲಿಲ್ಲ. ಸ್ವತಃ ತನ್ನ ಕಣ್ಣಾರೆ ನಾನೇ ನೋಡಿ ಬರುವೆ ಎಂದು ಹೊರಟವನನ್ನು ಎಲ್ಲರೂ ಹಿಂಬಾಲಿಸಿದರು. ಐದೈದು ಬಲವಾದ ಜನರು ಒಂದೊಂದು ಕಡೆ ನಿಂತು ಹಾಕಿದ್ದ ಮರದ ಅಗುಳಿಯನ್ನು ಹೊರಲಾರದೆ ಕಷ್ಟ ಪಟ್ಟು ಹೊತ್ತು ಎಳೆದ ನಂತರ, ಬಾಗಿಲ ಮೇಲಿನ ಹಿಂಭಾಗಕ್ಕೊಂದು, ಬಾಗಿಲ ಕೆಳಗಿನ ಹಿಂಬಾಗಕ್ಕೊಂದು ಕಟ್ಟಿದ್ದ ಹಗ್ಗವನ್ನು ಅತ್ತಿತ್ತ ಒಂದು ಮೂವತ್ತು ನಲವತ್ತು ಜನರು ಸೇರಿ ಎಳೆದಾಗ ಹನ್ನೆರಡು ದಿನಗಳಿಂದ ಮುಚ್ಚೇ ಇದ್ದ ಕೋಟೆಯ ಬಾಗಿಲು ಕಿರ್ರ್ ಎನ್ನುವ ಸದ್ದಿನೊಂದಿಗೆ ತೆರೆಯಲಪಟ್ಟಿತ್ತು. ಪ್ರಯಾಮ್, ಪೆರಿಸ್ ಎಲ್ಲರೂ ಒಮ್ಮೆಲೆ ಆತುರಾತುರವಾಗಿ ಹೊರಗೆ ಓಡೋಡಿ ಬಂದು ಎದುರಿನ ದೃಶ್ಯವನ್ನು ಕಂಡು ದಂಗಾಗಿ ನಿಂತರು. ಅಲ್ಲೇನಿದೆ? ಅವರು ಕನಸಲ್ಲೂ ಊಹಿಸದ ಚಿತ್ರಣ ಅವರ ಕಣ್ಮುಂದೆ ಇದೆ. ಗ್ರೀಕನ್ನರ ಎಲ್ಲಾ ಬಿಡಾರಗಳು ಸುಟ್ಟುಹೋಗಿ ಹೊಗೆಯಾಡುತ್ತಿವೆ. ಇದ್ದ ಬದ್ದ

ವಸ್ತುಗಳೆಲ್ಲಾ ಉರಿದು ಭಸ್ಮವಾಗಿವೆ. ಕಡಲ ಮೇಲೆ ಸಾಲುಸಾಲಾಗಿ ನಿಂತಿದ್ದ ಸಾವಿರಾರು ನೌಕೆಗಳು ಯಾವಾಗಲೋ ಮಾಯವಾಗಿದ್ದವು. ಪ್ರಯಾಮ್ ತನ್ನ ಕಣ್ಣನ್ನು ತಾನು ನಂಬದಾದ. ನೋಡುತ್ತಿದ್ದ ದೃಶ್ಯವೂ ನಿಜಕ್ಕೂ ನಿಜವೇ ಎಂದು ದೃಢಪಡಿಸಿಕೊಳ್ಳಲು ಇನ್ನೂ ಸನಿಹ ಹೋದ. ಅವನ ಜೊತೆಗೆ ಇಡೀ ರಾಜ ಪರಿವಾರ ಮತ್ತವರ ರಕ್ಷಣೆ ಪಡೆ ಸಾಗುತ್ತಿತ್ತು. ಎತ್ತರದ ಮರಳ ದಿನ್ನೆಯಿಂದ ಕೆಳಗಿಳಿದು ಅವರ ಬಿಡಾರಗಳ ಹತ್ತಿರವೇ ಬಂದರು. ಬಿಡಾರಗಳಿಗೆ ಹಾಕಿದ ಬೆಂಕಿ ಇಂದಿನದಲ್ಲ... ಅವಾಗಲೇ ಕಳೆದೆರೆಡು ದಿನಗಳಿಂದ ಉರಿದಿರಬಹುದು ಎಂಬುದು ರಾಶಿ ಬಿದ್ದ ಅವುಗಳ ಬೂದಿಯಿಂದಲೇ ತಿಳಿಯಬಹುದಾಗಿತ್ತು. ಅಲ್ಲಿಗೆ ಗ್ರೀಕನ್ನರು ನಿಜಕ್ಕೂ ಅವರೇ ತಮ್ಮ ಬಿಡಾರಗಳಿಗೆ ಬೆಂಕಿ ಇಟ್ಟು ಪಾಲಾಯನ ಮಾಡಿದ್ದಾರೆ. ಆದರೆ ಕಾರಣ ಮಾತ್ರ ಯಾರಿಗೂ ತಿಳಿಯದು. ಕಾರಣ ಏನೇ ಇದ್ದರೂ ಹತ್ತು ವರ್ಷಗಳಿಂದ ನಡೆಯುತ್ತಿದ್ದ ಯುದ್ಧ ಕೊನೆಗೂ ಮುಗಿಯಿತಲ್ಲ ಎಂದು ಕೆಲವರು ಚಪ್ಪಾಳೆ ಹಾಕಿ ಕುಣಿಯುತ್ತಿದ್ದರೆ, ಕೆಲವರು ಮುಂದೆ ಹೆಜ್ಜೆ ಇಡಲೇ, ಬೇಡವೇ ಎಂದು ನಡುಗುತ್ತಾ ಎಲ್ಲಿ ಯಾವ ಮೂಲೆಯಿಂದ ಗ್ರೀಕನ್ನರು ಹೊರಗೆ ಬರುತ್ತಾರೋ ಎಂಬ ಭಯದಲ್ಲಿ ಪ್ರಯಾಮ್ ಪಕ್ಕ ಪಕ್ಕದಲ್ಲೇ ಬರುತ್ತಿದ್ದರು. ಪ್ರಯಾಮ್ ಅಂಗ ರಕ್ಷಕರಂತೂ ಯಾವ ಕ್ಷಣದ ಆಕ್ರಮಣಕ್ಕೂ ಸನ್ನದ್ಧರಾಗಿರುವಂತೆ ಕತ್ತಿಯನ್ನು ಎಳೆದುಕೊಂಡೇ ಬರುತ್ತಿದ್ದರು. ಪ್ರಯಾಮ್ ಮಾತ್ರ ಎಲ್ಲವನ್ನೂ ಪರೀಕ್ಷಿಸುವಂತೆ ವೀಕ್ಷಿಸುತಿದ್ದ. ಅಲ್ಲಿ ನಿಜಕ್ಕೂ ಶತ್ರುವಿನ ಯಾವುದೇ ಸುಳಿವಿರಲಿಲ್ಲ.

ಅಂತೂ ಅಲ್ಲಿ ಯಾರೂ ಇಲ್ಲ ಎನ್ನುವುದು ಖಾತ್ರಿಯಾದ ಮೇಲೆ ಎಲ್ಲರೂ ಕೋಟೆಯಿಂದಲೇ ಇವರ ಗಮನ ಸೆಳೆದ ಆ ಆಕೃತಿಯತ್ತ ಕುತೂಹಲದಿಂದ ನೋಡತೊಡಗಿದರು. ಎಲ್ಲಾ ಸುಟ್ಟು ಹೋದ ಬಿಡಾರಗಳ ನಡುವಿನ ಮೈದಾನದಲ್ಲಿ ಆ ಒಂದು ದೊಡ್ಡ ಆಕೃತಿ ನಿಂತಿತ್ತು! ಅದರತ್ತಲೇ ಎಲ್ಲರೂ ನಡೆದರು. ಅದೊಂದು ಬೃಹದಾಕಾರದ ಮರದ ಕುದುರೆ! ಅದು ಎಷ್ಟು ದೊಡ್ಡದಿತ್ತೆಂದರೆ ಅದನ್ನು ನೋಡುತ್ತಿದ್ದವರ ಎಲ್ಲರ ಕಣ್ಣಲ್ಲೂ ಅದು ಬೆರಗು ಮೂಡಿಸಿತ್ತು. ಕಪ್ಪು ಮರದ ಹಡುಗಿನ ಮರದ ಹಲಗೆಗಳಿಂದ ರಚಿಸಿದ್ದ ಆ ಕುದುರೆ ಹಡಗಿನಷ್ಟೇ ದೊಡ್ಡದ್ದಿತ್ತು. ಖಂಡಿತ ಮನರಂಜನೆಗೆ ಮಾಡಿದ್ದಂತೂ ಇರಲಾರದು. ಹಾಗಿದ್ದ ಮೇಲೆ ಅಷ್ಟು ಎತ್ತರದ, ಅಷ್ಟು ಗಾತ್ರದ ಮರದ ಕುದುರೆ ಏಕೆ ಮಾಡಿದ್ದರು ಎಂಬುದೇ ಅರ್ಥವಾಗಲಿಲ್ಲ. ಅವರೇ ಗುಸುಗುಸು ಮಾತಾಡಿಕೊಳ್ಳುತ್ತಿರುವಾಗ ಅವರಲ್ಲಿ ಕೆಲವರು ಆ ಕುದುರೆಯ ಎದೆಯ ಭಾಗದಲ್ಲಿ ಏನೋ ಬರೆದಿರುವುದನ್ನು ಗಮನಿಸಿದರು.

“ಅಥೀನೀ ದೇವತೆಯ ಕೃಪಾಕಟಾಕ್ಷಕ್ಕೆ ಮತ್ತು ನೆರವಿಗಾಗಿ ಅರ್ಪಿಸಿರುವ ಕಾಣಿಕೆ” ಎಂದು ಬರೆದಿತ್ತು. ಅದನ್ನು ಓದಿದವರು ಕೆಲವರು ಕೈ ಮುಗಿದರು.

ಮತ್ತೆ ಕೆಲವರು ಇದರಲ್ಲೇನಾದರೂ ಸಂಚು ಇರಬಹುದೇ ಎಂದೇ ಅನುಮಾನಿಸಿದರು. ಅಷ್ಟರಲ್ಲಿ ಬಿಡಾರಗಳ ಇನ್ನೊಂದು ಮೂಲೆಯಲ್ಲಿ ಯಾರೋ ಕ್ಷೀಣ ಸ್ವರದಲ್ಲಿ ಮುಲಕಾಡುತ್ತಿರುವ ಸ್ವರ ಕೇಳಿ ಬರಲು ಎಲ್ಲರೂ ಅತ್ತ ಓಡಿ ಹೋದರು. ಅಲ್ಲಿ ನೋಡಿದರೆ ಸಿನೋನ್ ಎನ್ನುವ ಒಬ್ಬ ಗ್ರೀಕನನ್ನು ಬಲಿಪೀಠದ ಕಂಬಕ್ಕೆ ಕಟ್ಟಿ ಹಾಕಲಾಗಿತ್ತು. ಅವನ ಅವಸ್ಥೆ ನೋಡಿದರೆ ಅವನು ಎಷ್ಟೋ ದಿನಗಳಿಂದ ಅನ್ನ-ನೀರುಗಳಿಲ್ಲದೆ ಉಪವಾಸ ಬಿದ್ದಿರಬಹುದು ಎಂದು ಯಾರು ಬೇಕಾದರೂ ಹೇಳಬಹುದಿತ್ತು. ಅವನ ಬಾಯಿ ಪೂರ್ತಿ ಒಣಗಿ ನಾಲಿಗೆ ಬಾಯಿಯ ಅಂಗಳಕ್ಕೆ ಅಂಟಿಕೊಂಡಂತಾಗಿ ಮಾತಾಡಲು ಆಗುತ್ತಲೇ ಇರಲಿಲ್ಲ. ಮೊದಲಿಗೆ ಅವನಿಗೆ ಕುಡಿಯಲು ನೀರು ಕೊಡಲಿಕ್ಕೆ ದೊರೆ ಪ್ರಯಾಮ್ ಆದೇಶಿಸಿದ. ಕಟ್ಟಿಕೊಂಡ ಕೈಯಲ್ಲೇ ಬಾಯಿ ತಗೆದು ಪ್ರಾಣಿಯ ಹಾಗೆ ಬಾಯಿ ತೆರೆದು ನೀರು ಕುಡಿದ ಸಿನೋನ್ ಒಂದೆರೆಡು ಕ್ಷಣ ಏನೂ ಮಾತಾಡದೆ ಕಣ್ಣು ಮುಚ್ಚಿ ಹೋಗುತ್ತಿದ್ದ ಜೀವ ಮರಳಿ ಬಂದಿದ್ದಕ್ಕೆ ಮನಸ್ಸಿನಲ್ಲೇ ಯಾವುದೋ ದೇವರನ್ನು ಮಣ ಮಣ ಜಪಿಸುತ್ತಿದ್ದನು.

"ನೀನು ಯಾರು? ಏನು ನಿನ್ನ ಅವಸ್ಥೆ? ಯಾಕ್ಹೀಗೆ ನಿನ್ನನ್ನು ಕಟ್ಟಿ ಹಾಕಿದ್ದಾರೆ? ಎಲ್ಲಾ ಗ್ರೀಕನ್ನರೆಲ್ಲಿ? ಆ ಮರದ ಕುದುರೆ ಏತಕ್ಕಾಗಿ?" ಪ್ರಯಾಮನು ಒಂದೇ ಸಮನೆ ಪ್ರಶ್ನೆಗಳ ಮಳೆಗರೆದ. ಏನೊಂದೂ ಮಾತಾಡದ ಆ ಯೋಧ ದೃಷ್ಟಿಯನ್ನು ಕೆಳಗೆ ಹಾಕಿದ. "ಹಾಗಿದ್ದರೆ ಇಲ್ಲೇ ಹಸಿವಿನಿಂದ ಸಾಯಿ" ಎಂದು ಬೆನ್ನು ಹಾಕಿದ ಪ್ರಯಾಮನಿಗೆ "ನಿಲ್ಲಿ" ಎನ್ನುವ ಅವನ ದನಿ ಮತ್ತೆ ಅವನತ್ತ ತಿರುಗುವಂತೆ ಮಾಡಿತು.

"ನೀವು ಕೇಳುವ ನಿಮ್ಮೆಲ್ಲಾ ಪ್ರಶ್ನೆಗಳಿಗೆ ಉತ್ತರಿಸಿದ ಮೇಲೆ ನನ್ನನ್ನು ಬಿಚ್ಚುತ್ತೀರಿ ಅಂತ ಹೇಗೆ ನಂಬಲಿ?" ಎಂದ ಅವನ ಮಾತಿಗೆ ಅವನ ಕುತ್ತಿಗೆಯ ಬಳಿ ಕತ್ತಿಯನ್ನು ಹಿಡಿದುಕೊಂಡೇ ನಿಂತಿದ್ದ ಪ್ರಯಾಮನ ಆಪ್ತ ಭಟರಿಗೆ ಅವನ ಕೈಗಳಿಗೆ ಕಟ್ಟಿದ್ದ ಸರಪಳಿಯನ್ನು ಕಳಚಲು ಕಣ್ಣಿನಲ್ಲೇ ತಿಳಿಸಿದ. "ಈಗ ನೀನು ಧೈರ್ಯವಾಗಿ ಮಾತಾಡಬಹುದು" ಎಂದು ಪ್ರಯಾಮ್ ಅಭಯವನ್ನಿಟ್ಟ ಮೇಲೆ ಸಿನೋನ್ ಬಾಯಿ ಬಿಟ್ಟಿದ್ದ.

"ನನ್ನ ಹೆಸರು ಸಿನೋನ್. ಯುದ್ಧ ಆರಂಭವಾಗಿ ಇಷ್ಟು ವರ್ಷಗಳಾದರೂ ಟ್ರಾಯ್ ವಶಪಡಿಸಿಕೊಳ್ಳಲಾಗಲಿಲ್ಲ... ಹಾಗೂ ಯುದ್ಧದಲ್ಲಿ ಆದ ಸಾವು ನೋವುಗಳಿಂದ ಬೇಸರ ಮೂಡಿ ಅಖಿಲೀಸನ ಯೋಧರು ಮರಳಿ ಹೋದರು. ನಂತರ ಗ್ರೀಕನ್ನರು ಕೂಡ ಅನುಕೂಲಕರ ಗಾಳಿ ಬೀಸುತ್ತಲೇ ತಮ್ಮ ತಮ್ಮ ಊರುಗಳಿಗೆ ಹೋಗುವುದೆಂದು ನಿರ್ಧಾರ ಮಾಡಿದರು. ಮರಳಿ ಯಾನ ಮಾಡುವಾಗ ಅನುಕೂಲಕರ ಗಾಳಿ ಬೀಸಲಿ ಎನ್ನುವ ಕಾರಣಕ್ಕೆ ನನ್ನನ್ನು ಬಲಿ ಕೊಡಲು ಸಿದ್ಧ ಪಡಿಸಿದ್ದ ಸಮಯಕ್ಕೆ ಸರಿಯಾಗಿ ಸೂಕ್ತ ಮಾರುತ ಬೀಸಲು,

ಆತುರಾತುರವಾಗಿ ಹೊರಟು ನಿಂತರು. ಬಲಿಯಾಚರಣೆಗೆ ಸಮಯವಿರಲಿಲ್ಲ. ಹೇಗೂ ನನ್ನನ್ನು ಕಟ್ಟಿ ಹಾಕಿರುವುದರಿಂದ ನಾನು ಸಾಯುವುದು ನಿಶ್ಚಯ ಎನಿಸಿ ನನ್ನನ್ನು ಸಾಯಲು ಬಿಟ್ಟು ಹೊರಟು ಬಿಟ್ಟರು" ಎಂದು ಅಳತೊಡಗಿದ. ಅವನ ಹೊಟ್ಟೆ ಅನ್ನ ನೀರಿಲ್ಲದೆ ಬೆನ್ನಿಗಂಟಿಕೊಂಡಿತ್ತು.

"ಅದು ಸರಿ ಆ ಮರದ ಕುದುರೆ?" ಪ್ರಯಾಮ್ ಅವಸರಿಸಿದ.

"ಇಷ್ಟು ದಿನದ ಯುದ್ಧದಲ್ಲಿ ಅಥಿನೀ ದೇವತೆ ಸಹಕರಿಸಿದ್ದಕ್ಕೆ ಕಾಣಿಕೆಯಾಗಿ ಈ ಮರದ ಕುದುರೆಯನ್ನು ನಿರ್ಮಿಸಿ ಅರ್ಪಿಸಿದ್ದಾರೆ, ಮತ್ತದನ್ನು ಯಾರೂ ಹೊತ್ತಯ್ಯಬಾರದು ಎನ್ನುವ ಉದ್ದೇಶದಿಂದ ತುಂಬಾ ದೊಡ್ಡದಾಗಿ ನಿರ್ಮಿಸಿದ್ದಾರೆ. ನೀವು ಒಯ್ದರೆ ನಿಮಗೆ ಒಳ್ಳೆಯದಾಗಬಹುದು ಎಂದು ಕೋಟೆಯ ಬಾಗಿಲೊಳಗೆ ಹೋಗಲಾರದಷ್ಟು ದೊಡ್ಡ ಕುದುರೆಯನ್ನು ಮಾಡು ಎಂದು ಎಪ್ಪೆಯಸ್ ಎಂಬ ಶಿಲ್ಪಿ ರಾಜಕುಮಾರನಿಗೆ ಹೇಳಿ ಮಾಡಿಸಿದ್ದಾರೆ" ಎಂದು ವರದಿ ಒಪ್ಪಿಸಿದ.

ಪ್ರಯಾಮ್ ಕುದುರೆ ಕಡೆಗೆ ತಿರುಗಿ ನೋಡಿದ ಹೌದು! ಕುದುರೆ ಕೋಟೆಯ ಬಾಗಿಲಲ್ಲಿ ಹಿಡಿಸಲಾರದಷ್ಟು ದೊಡ್ಡದಿದೆ ಎನಿಸಿತು. ಆದರೂ ಅಪೋಲೋ ಜೊತೆ ಜೊತೆಗೆ ಅಥೀನೀ ದೇವತೆಯ ಕೃಪಕಟಾಕ್ಷವೂ ದೊರೆತರೆ ಟ್ರಾಯ್ ನಿಜಕ್ಕೂ ಅಭೇದ್ಯ ಎನ್ನಿಸಿದ್ದೇ ಅದನ್ನು ತೆಗೆದುಕೊಂಡು ಹೋಗಬೇಕು ಎನ್ನುವ ಆಸೆ ಪ್ರಯಾಮನಿಗೆ ಹುಟ್ಟಿತು. ಪೆರಿಸ್ ಮತ್ತು ಪೂಜಾರಿ ಲವೊಕೂನ್ ಮಾತ್ರ ಇದರಲ್ಲಿ ಏನೋ ಸಂಚಿದೆ. ಇವನ ಮಾತು ಕೂಡ ನಂಬಲಸಾಧ್ಯವೆಂದೇ ವಾದಿಸಿದರು. ಕುದುರೆಯನ್ನು ಇಲ್ಲೇ ಸುಟ್ಟು ಹಾಕಿ ಬಿಡೋಣ ಎಂದು ಪೆರಿಸ್ ಆಗ್ರಹಿಸಿದ. ಆದರೆ, ಯಾರು ತಾನೆ ಹೀಗೆ ಹಸಿವಿನಿಂದ ಸಾಯಲು ಒಪ್ಪುತ್ತಾರೆ? ಅದೂ ಅಲ್ಲದೆ 'ಸಾಯುವವನನ್ನು ಬದುಕಿಸಿದ್ದೇವೆ. ಸಿನೋನನ ಮಾತು ನಿಜವೇ ಇರಬೇಕು' ಎಂದು ಬಹಳಷ್ಟು ಮಂದಿ ವಾದಿಸಿದರು. ಪ್ರಯಾಮ್ 'ಅದು ದೇವತೆಯ ಹೆಸರಿನ ಕಾಣಿಕೆಯಾದ್ದರಿಂದ ಅದನ್ನು ಸುಟ್ಟು ಹಾಕುವುದು ಸರಿಯಲ್ಲ. ಅದರಿಂದ ದೇವತೆಗೆ ಕೋಪ ಬರಬಹುದು' ಎಂದು ಪ್ರಯಾಮ್ ಯೋಚಿಸಿ ಅದನ್ನು ಕೋಟೆಯ ಒಳಗೆ ಒಯ್ಯುವುದೆಂದು ನಿರ್ಧರಿಸಿದ.

ಕುದುರೆಯನ್ನು ಒಯ್ಯುವುದು ಅವರು ಎಣಿಸಿದಷ್ಟು ಸುಲಭವಿರಲಿಲ್ಲ. ಅಸಲಿಗೆ ಅದನ್ನು ಮಿಸುಕಾಡಿಸಲೇ ಸಾಧ್ಯವಾಗಲಿಲ್ಲ. ಅಲ್ಲಿಗೆ ಇದನ್ನು ನಾವು ಒಯ್ಯಲಿ ಎನ್ನುವ ಯಾವುದೇ ಉದ್ದೇಶ ಗ್ರೀಕನ್ನರಿಗೆ ಇರಲಿಕ್ಕೆ ಸಾಧ್ಯವಿಲ್ಲ ಎಂದು ಯೋಚಿಸಿ ಬಲು ಆಸ್ಥೆಯಿಂದ ಆ ಕುದುರೆಯನ್ನು ಕೋಟೆಯ ಒಳಗಡೆ ಒಯ್ಯಲು ಏರ್ಪಾಡು ಮಾಡಲಾಯಿತು. ಅದರ ಅಗಲಕ್ಕಿಂತ ಕೊಂಚ ದೊಡ್ಡದಾದ ಮರದ ದಿಮ್ಮಿಗಳ ಅಟ್ಟಣಿಗೆಯನ್ನು ಮಾಡಿ ಅದಕ್ಕೆ ಗಾಲಿಗಳನ್ನು ಹೊಂದಿಸಿ ಅದರ ಮುಂಭಾಗದಲ್ಲಿರಿಸಿ ಕುದುರೆಗೆ ಹಗ್ಗವನ್ನು

ಕಟ್ಟಿ ಬಲವಾದ ಜಟ್ಟಿಗಳು ಅದನ್ನು ಆ ಅಟ್ಟಣಿಗೆಯ ಮೇಲೆ ಎಳೆದರು. ಕುದುರೆ ಕೊಂಚ ಕದಲಿ ಮುಂದಕ್ಕಡಿ ಇಟ್ಟಿತು. ಸಾಗರದಿಂದ ನೌಕೆಯೊಂದನ್ನು ತೀರಕ್ಕೆ ಎಳೆವಂತೆ ತೀರದಿಂದ ಕೋಟೆಯ ಬಾಗಿಲಿನವರೆಗೆ ಹೀಗೆ ಒಂದಿಷ್ಟಿಷ್ಟೇ ಕದಲುತ್ತಾ ಬಂತು. ಆದರೆ ಕೋಟೆಯ ಒಳಗೆ ನುಸುಳಿಸಲು ಆಗಲಿಲ್ಲ. ಕೋಟೆಯ ಗೋಡೆಯನ್ನು ಸಹ ಕೊಂಚ ಕೆಡವಿ ಕುದುರೆಯನ್ನು ಸಾಗಿಸಿ ಪುನಃ ಗೋಡೆಯನ್ನು ನಿರ್ಮಿಸಲಾಯಿತು. ಅಂತೂ ಇಂತೂ ಮರದ ಕುದುರೆ ಕೋಟೆಯ ಒಳಗಡೆ ಬಂದೇ ಬಿಟ್ಟಿತು.

ಅಥೀನೀ ದೇವತೆಗೆ ಅರ್ಪಿಸಿದ ಕಾಣಿಕೆಯನ್ನು ಅವಳ ಪ್ರಸಾದವೇ ಎಂದು ತಿಳಿದು ಜನರು ಅದನ್ನು ಮುಟ್ಟಿ ಪ್ರೀತಿ ವ್ಯಕ್ತ ಪಡಿಸಿದರು. ಕೆಲವರು ಅದರ ಕೊರಳಿಗೆ ದೊಡ್ಡ ಹೂ ಮಾಲೆಯನ್ನು ಮಾಡಿ ತೊಡಿಸಿದರು. ಅದರ ಕಾಲುಗಳ ಗೊರಸಿನ ಸುತ್ತಾ ಹೂವುಗಳನ್ನು ಜೋಡಿಸಿ ಪ್ರೀತಿ ಮೆರೆದರು. ಸುತ್ತಾ ಹಾಡಿ ಕುಣಿದರು. ಕೊನೆಗೂ ನಮ್ಮ ಪ್ರೀತಿ ಗೆದ್ದಿತು ಎನ್ನುವ ಖುಷಿಯಲ್ಲಿ ಪೆರಿಸ್ ಮತ್ತು ಹೆಲೆನ್ ಒಬ್ಬರನೊಬ್ಬರು ಆಲಿಂಗಿಸಿಕೊಂಡು ದೀರ್ಘವಾಗಿ ಚುಂಬಿಸಿದರು. ಅದೆಷ್ಟೋ ದಿನಗಳಿಂದ ಅವರಿಬ್ಬರು ಇಂತಹ ಆಲಿಂಗನವನ್ನು ಅನುಭವಿಸಿರಲಿಲ್ಲ. ಬರೀ ಸಾವು–ನೋವು ಶೋಕಾಚರಣೆ ಯುದ್ಧದ ಭೀತಿಯಲ್ಲೇ ತೊಡಗಿದ್ದವರಿಗೆ ಇಂದು ನಿಜಕ್ಕೂ ಸ್ವಾತಂತ್ರ್ಯ ಸಿಕ್ಕಂತಾಗಿತ್ತು. ಪ್ರಯಾಮ್ ಅಂತೂ ಯುದ್ಧ ಮುಗಿದ ಖುಷಿಯಲ್ಲಿ ಔತಣವನ್ನೇ ಏರ್ಪಡಿಸಿದ. ಆದರೆ, ಅಲ್ಲಿ ದೂರದಲ್ಲಿ ಅರಮನೆಯ ಒಳಗೆ ಸುಪ್ಪತ್ತಿಗೆಯಲ್ಲಿ ಮಲಗಿದ್ದ ಅವಳು ಮಾತ್ರ ಕಿಟಾರನೆ ಚೀರಿ, ಉರಿ ಉರಿ ಎಂದು ಎದ್ದು ಕೂತಿದ್ದಳು.

ಟ್ರಾಯ್ ಪತನ

ಪೆರಿಸ್ ಟ್ರಾಯ್ ನಗರಕ್ಕೆ ಮರಳಿ ಬಂದಾಗಿನಿಂದಲೂ ಕಸಾಂಡ್ರಳ ಭವಿಷ್ಯವಾಣಿಯನ್ನು ಅಲಕ್ಷಿಸಲಾಗಿತ್ತು. ದಾಸಿಯರ ಆರೈಕೆಯಲ್ಲಿಟ್ಟಿದ್ದ ರಾಜಕುಮಾರಿ ಕಸಾಂಡ್ರ ಮಾತ್ರ ಮರದ ಕುದುರೆ ಒಳಗಡಿ ಇಡುತ್ತಲೇ ಬೆಂಕಿಯುಂಡೆಯೊಂದು ಒಡಲಲ್ಲಿ ಬಂದು ಬಿದ್ದಂತೆ ಭಯ ಪಡುತ್ತಾ ಚೀರಿಟ್ಟಳು. ಆದರೆ, ಅವಳ ಬಡಬಡಿಕೆಗಳನ್ನು ಯಾರೂ ಗಮನಹರಿಸದಂತೆ ಅಲಕ್ಷಿಸಿ ಎಂದು ರಾಜಾಜ್ಞೆಯಾದ್ದರಿಂದ ಅವಳನ್ನು ಸಮಾಧಾನಗೊಳಿಸಿದರೇ ವಿನಾ ಅವಳ ಕನವರಿಕೆಗಳನ್ನು ಯಾರೂ ಗಂಭೀರವಾಗಿ ಪರಿಗಣಿಸಲೇ ಇಲ್ಲ.

ಅಂದು ರಾತ್ರಿ ಎಲ್ಲರೂ ವಿಜಯೋತ್ಸವದ ಉನ್ಮಾದದಲ್ಲಿ ತೇಲಿ ಕುಣಿಯುತ್ತಾ ಗಾನ, ಪಾನದಲ್ಲಿ ಮೈ ಮರೆತ್ತಿದ್ದರು. ಪ್ರಯಾಮ್ ಆ ವಿಜಯೋತ್ಸವಕ್ಕೆ ಸಿನೋನನ್ನೂ ಕೂಡ ಆಹ್ವಾನಿಸಲು ಮರೆಯಲಿಲ್ಲ. ಈ ದಿನದ ಸಂತೋಷಕ್ಕೆ ಅವನೇ ನಿಜವಾದ ಕಾರಣ ಎಂದು ಅವನು ನಂಬಿದ್ದನು. ಬ್ರೈಸೀಯಸ್ ಜೀವಂತವಾಗಿ ಮರಳಿ ಬಂದಿದ್ದೂ ಕೂಡ ಇಂದಿನ ಖುಷಿ ಹೆಚ್ಚಿಸಿತ್ತು. ಬ್ರೈಸೀಯಸ್ ಮಾತ್ರ ಅರಮನೆಗೆ ಮರಳಿ ಬಂದರೂ ಸಂಪೂರ್ಣವಾಗಿ ಖುಷಿಯಾಗಿರಲಿಲ್ಲ. ಅವಳ ಒಂದು ಮನಸ್ಸು ಅಖಿಲೀಸನಲ್ಲೇ ಇತ್ತು. ಅವನನ್ನು ಬಿಟ್ಟು ಬಂದಿದ್ದು ಸರಿಯೋ ತಪ್ಪೋ ತೋಚದಾಗಿ ಗೊಂದಲದಲ್ಲಿದ್ದಳು.

ಉತ್ಸವ ಸಂಭ್ರಮಾಚರಣೆ ತಾರಕಕ್ಕೇರಿ ಹೆಣ್ಣು ಗಂಡೆಂಬ ಭೇದಭಾವವಿಲ್ಲದೆ ಎಲ್ಲರೂ ಕುಡಿದು ಮೈಮರೆತು ಸುಖ ನಿದ್ರೆಗೆ ಜಾರಿದರು. ಹೆಲೆನ್ ಮತ್ತು ಪೆರಿಸರಿಗಂತೂ ಇಷ್ಟು ದಿನಗಳ ಮೇಲಾದರೂ ಅವರ ಪ್ರೀತಿಗೆ ಗೆಲುವು ಸಿಕ್ಕಿತ್ತಲ್ಲಾ ಎಂಬ ಖುಷಿ. ಅದೇ ಸಂತೋಷದಲ್ಲಿ ಒಬ್ಬರನೊಬ್ಬರು ಆಲಂಗಿಸಿಕೊಂಡು ಮುತ್ತಿಟ್ಟರು. ಅವರ ಮೊದಲ ಭೇಟಿ ನೆನಪು ಮಾಡಿಕೊಂಡು ನಕ್ಕು ನಲಿದು, ಶೃಂಗಾರದ ಕಾಮನಬಿಲ್ಲಿನ ಮೈ ಮೇಲೆ ಶೃಂಗಾರದ ಪರಾಕಾಷ್ಠಯಲ್ಲಿ

ನಲಿದಾಡಿ, ಸುಖದ ಉನ್ಮಾದದಲ್ಲಿ ಒಬ್ಬರನೊಬ್ಬರು ಮೀರಿಸುತ್ತಾ ಆಡುತ್ತಾ, ಕಾಡುತ್ತಾ, ದಣಿದು ಒಬ್ಬರನೊಬ್ಬರು ಹೊಸೆದುಕೊಂಡು ತೆಕ್ಕೆ ಬಿದ್ದು ನಿದ್ದೆಗೆ ಜಾರಿದರು. ಇಡೀ ಟ್ರಾಯ್ ನಗರ ಎಷ್ಟೋ ವರ್ಷಗಳ ನಂತರ ಇಂತಹ ಒಂದು ಸುಖದ ನಿದ್ದೆಗೆ ಜಾರಿತ್ತು. ಅವನೊಬ್ಬನನ್ನು ಬಿಟ್ಟು!

ಅವನು ತನಗೆ ವಹಿಸಿದ್ದ ಕೆಲಸ ಪೂರ್ಣಗೊಳಿಸುವ ಸಲುವಾಗಿ ಕಣ್ಣಿಗೆ ಎಣ್ಣೆ ಬಿಟ್ಟುಕೊಂಡಂತೆ ಕಾಯುತ್ತಿದ್ದ. ಊರ ನಾಯಿಗಳೂ ಸಹ ಎಚ್ಚರವಿಲ್ಲದ್ದಂತೆ ಮಲಗಿದ್ದ ಸಮಯದಲ್ಲಿ ಅವನು ಕೈಯಲ್ಲೊಂದು ದೊಂದಿಯನ್ನು ಹಿಡಿದು ನರಿಯಂತೆ ಮೆಲ್ಲನೆ ತನ್ನ ಮಲಗು ಕೋಣೆಯಿಂದ ಹೊರಬಂದ. ಕಾವಲು ಸೈನಿಕರು ಖುಷಿಯಲ್ಲಿ ಏರಿಸಿದ್ದ ದೇಶೀ ಮದ್ಯ ಹೊಟ್ಟೆ ಬೆಚ್ಚಗಾಗಿಸಿ ಅವರೆಲ್ಲರನ್ನೂ ಇದ್ದಲ್ಲೇ ಮಲಗಿಸಿಬಿಟ್ಟಿತ್ತು. ಇಷ್ಟು ವರ್ಷದ ದಣಿವು ಅವರನ್ನೆಲ್ಲ ಆ ಪರಿ ಮಲಗಿಸಿತ್ತೋ...? ಅಥವಾ ವಿಧಿ ಅವರನ್ನು ಅಂತಹ ನಿದ್ದೆಯ ರೂಪದಲ್ಲಿ ಆವರಿಸಿತ್ತೋ...? ಆ ದೇವನೇ ಬಲ್ಲ! ಅವರನ್ನೆಲ್ಲಾ ಮುಸುಕು ಧರಿಸಿ ಹೊರಗೆ ಬಿದ್ದಿದ್ದ ಅವನು ಗಮನಿಸುತ್ತಲೇ ಕಳ್ಳ ಹೆಜ್ಜೆಯನಿಡುತ್ತಾ ಅವರನ್ನೆಲ್ಲಾ ಮೆಲ್ಲನೆ ದಾಟುತ್ತಲೇ ಕೋಟೆಯ ಬಾಗಿಲಿನವರೆಗೂ ಬಂದ. ಕೋಟೆಯ ಗೋಡೆಯನ್ನು ಕೋತಿಯಂತೆ ಸದ್ದಿಲ್ಲದೆ ಏರಿ, ವೀಕ್ಷಣಾ ಗೋಪುರಕ್ಕೆ ಬಂದವನೇ ಕೈಯಲ್ಲಿದ್ದ ಪಂಜಿಗೆ ಬೆಂಕಿ ತಾಗಿಸಿ ಅದು ಕತ್ತಲಲ್ಲಿ ಬೆಂಕಿಯ ಹೂವಿನಂತೆ ಅರಳುತ್ತಿದ್ದಂತೆ ಅದನ್ನು ಗಾಳಿಯಲ್ಲಿ ಅತ್ತಿಂದಿತ್ತ ಹೊಯ್ದಾಡಿಸಿದ. ಅವನು ಹಾಗೆ ಆ ಬೆಂಕಿಯ ಹೂವನ್ನು ಹೊಯ್ದಾಡಿಸುತ್ತಾ ಕೆಲವೇ ಕ್ಷಣಗಳಲ್ಲಿ ದೂರದ ಕಡಲ ಮಧ್ಯದಿಂದ ಅದೇ ತರಹದ ಬೆಂಕಿಯ ಇನ್ನೊಂದು ಹೂವು ಗಾಳಿಯಲ್ಲಿ ತೇಲುತ್ತಿರುವುದು ಕಂಡು ಮುಗುಳ್ನಕ್ಕನು. ಅಲ್ಲಿಗೆ ಅವನು ವಹಿಸಿಕೊಂಡಿದ್ದ ಒಂದು ಕಾರ್ಯವು ಮುಗಿದಂತಾಯ್ತು. ಇನ್ನು ಎರಡನೇ ಜವಬ್ದಾರಿಯತ್ತ ಅದೇ ಕಳ್ಳ ಹೆಜ್ಜೆ ಇಡುತ್ತಾ ಓಡಿದ. ಅವನು ಉಸಿರು ಕೂಡ ಆಡುತ್ತಿದ್ದನಾ? ಇಲ್ಲವಾ? ಗಾಳಿಗೂ ಕೂಡ ಗೊತ್ತಾಗುತ್ತಿರಲಿಲ್ಲ. ಇಂತಹಾ ಕೆಲಸಕ್ಕಾಗಿ ಸಿನೋನನೇ ಸೂಕ್ತನೆಂದು ಓಡೆಸಿಸನಿಗೆ ಗೊತ್ತಿತ್ತು.

ಸಿನೋನ್ ಕೋಟೆಯ ಗೋಡೆಯನ್ನು ಇಳಿದು ಬಂದವನೇ ಮೆಲ್ಲನೇ ಮರದ ಕುದುರೆಯ ಬಳಿ ಸಾಗಿ ಅದರ ಕುತ್ತಿಗೆಯ ಭಾಗದಲ್ಲಿದ್ದ ಒಂದು ಚೌಕವನ್ನು ಒತ್ತಿದೊಡನೇ ಕಿಂಡಿಯೊಂದು ತೆರೆದುಕೊಂಡಿತು. ಅಲ್ಲಿ ಮುಖವಿಟ್ಟು "ಸಮಯ ಸೂಕ್ತವಾಗಿದೆ" ಎಂದಷ್ಟೇ ಪಿಸುಗುಟ್ಟಿ ಕಿಂಡಿ ಮುಚ್ಚಿಟ್ಟು, ಕತ್ತಲಲ್ಲಿ ಕರಗಿ ಮತ್ತೆ ಕೋಟೆಯ ಬಾಗಿಲ ಬಳಿ ಬಂದ.

ಎಲ್ಲರೂ ಮರಳಿ ಹೋಗಿರಬಹುದು ಎಂದು ತಿಳಿದಿದ್ದ ಗ್ರೀಕನ್ನರ ಹಡಗುಗಳು ಅವರು ಮರದ ಕುದುರೆಯನ್ನು ಊರ ಒಳಗೆ ಒಯ್ಯುತ್ತಲೇ ಮುಖವನ್ನು ತಿರುಗಿಸಿ ನೀರಿನಲ್ಲಿ ಮತ್ತೆ ತೇಲಿ ಟ್ರಾಯ್ ನಗರದ ಕಡೆಗೆ

ಯಾನಿಸಿ ಸಿನೋನ್ ಸಂಜ್ಞೆ ಕೊಡುವ ಹೊತ್ತಿಗೆ ತೀರವನ್ನು ಸಮೀಪಿಸಿದ್ದವು. ಅವನ ಈ ಸಂಜ್ಞೆಗೆ ಕಾಯುತ್ತಿದ್ದಂತೆ ಹಡುಗುಗಳಿಂದ ಶಸ್ತ್ರಾಧಾರಿಗಳು ಒಬ್ಬೊಬ್ಬರೇ ಧುಮುಕಿ ಇಲಿಗಳಂತೆ ಪುತುಪುತು ಓಡಿ ಬಂದರು. ಇತ್ತ ಸಿನೋನನ ಪಿಸುಗುಟ್ಟುವಿಕೆ ಕೇಳಿದ್ದೇ ಮರದ ಕುದುರೆಯ ಒಳಗೆ ಕದಲುವಿಕೆ ಶುರುವಾಯಿತು. ನೋಡು ನೋಡುತ್ತಿದ್ದಂತೆ ಮರದ ಕುದುರೆಯ ನಾಲ್ಕೂ ದಿಕ್ಕಿನಿಂದ ಬಾಗಿಲಿನ ರೀತಿ ಮರದ ಹಲಗೆಗಳು ತೆರೆದುಕೊಂಡು ನೂಲಿನ ಹಗ್ಗದ ಸಹಾಯದಿಂದ ಅಗೆಮೆಮ್ನನ್, ಅಖಿಲೀಸ್, ಓಡೆಸಿಸ್ ಆದಿಯಾಗಿ ಎಲ್ಲಾ ಗ್ರೀಕ್ ವೀರರು ಇಳಿದು ಬಂದರು. ಅಲ್ಲಿ ಸಿನೋನ್ ಕೋಟೆಯ ಬಾಗಿಲ ಬಳಿ ಅವರಿಗಾಗಿಯೇ ಕಾದಿದ್ದ. ಐವತ್ತಕ್ಕೂ ಹೆಚ್ಚಿನ ಸಂಖ್ಯೆಯಲ್ಲಿ ಕುದುರೆಯ ಒಳಗೆ ಅವಿತು ಕುಳಿತ್ತಿದ್ದ ಗ್ರೀಕನ್ನರು ಸದ್ದು ಮಾಡದೆ ಕೋಟೆಯ ಕಾವಿಲಿಗೆ ನಿಂತು ಅಲ್ಲಿಯೇ ನಿದ್ದೆ ಹೋಗಿದ್ದ ಟ್ರೋಜನ್ನರನ್ನು ಅವರು ಕಣ್ಣು ಬಿಡುವ ಗೋಜಿಗೆ ಹೋಗದಂತೆ, ಅವರ ಉಸಿರು ಕೂಡ ಈಚೆ ಬರದಂತೆ ಬಾಯಿ ಮುಚ್ಚಿ ಅವರು ಮಲಗಿದ್ದ ಜಾಗದಲ್ಲೇ ಇರಿದು ಕೊಲ್ಲಲಾಯಿತು. ನೋಡುನೋಡುತ್ತಿದ್ದಂತೆ ಎಲ್ಲರೂ ಸೇರಿ ಕೋಟೆಯ ಬಾಗಿಲನ್ನು ತೆಗೆದೇ ಬಿಟ್ಟರೂ. ಅದಕ್ಕೇ ಕಾಯುತ್ತಿದ್ದ ಗ್ರೀಕ್ ವೀರರು ಸಾಗರೋಪಾದಿಯಲ್ಲಿ ಒಳ ನುಗ್ಗಿದರು. ಅವರ ಗುಲ್ಲಿಗೆ ಏನಾಯಿತೋ ಎಂದು ಕಣ್ಣು ಬಿಟ್ಟು ಈ ಲೋಕಕ್ಕೆ ಬರುವಷ್ಟರಲ್ಲಿ ಗ್ರೀಕ್ ಯೋಧರು ಅವರನ್ನು ಇಹಲೋಕಕ್ಕೆ ಕಳುಹಿಸಿಯಾಗಿರುತ್ತಿತ್ತು. ಮದಿರೆಯ ನಶೆಗೆ ವಶರಾಗಿ ಮೈ ಮರೆತು ಮಲಗಿದ್ದ ಸೈನಿಕರಿಗೆ ಇಲ್ಲಿ ಏನಾಗುತ್ತಿದೆ ಎಂದು ಯೋಚಿಸುವಷ್ಟರಲ್ಲಿ ಗ್ರೀಕರ ಕತ್ತಿಗೆ ಬಲಿಯಾಗುತ್ತಿದ್ದರು. ಹತ್ತು ವರ್ಷಗಳ ನಂತರ ಕೋಟೆ ಗ್ರೀಕರ ಪಾಲಾಗಿತ್ತು!

ಅಗೆಮೆಮ್ನನ್ ಪ್ರಯಾಮನನ್ನು ಹುಡುಕಿಕೊಂಡು ಓಡಿ ಹೋದ. ಓಡೆಸಿಸ್ ಹೆಲೆನಳನ್ನು ಹುಡುಕಿಕೊಂಡು ಅವಳ ಅಂತಃಪುರದ ಕಡೆಗೆ ಓಡಿದರೆ, ಅಖಿಲೀಸ್ ಕಣ್ಣುಗಳು ಮಾತ್ರ ಯಾರನ್ನೋ ಹುಡುಕುತ್ತಾ ಅರಮನೆಯತ್ತ ಹೋದನು.

ಸುಖ ನಿದ್ರೆಯಲ್ಲಿದ್ದ ಪೆರಿಸ್ ಎಚ್ಚರಗೊಂಡು ಏನಾಯಿತೋ ಎಂದು ಕಿಟಕಿಯಿಂದಾಚೆ ನೋಡಿದ. ಬೃಹದಾಕಾರದ ಕುದುರೆ ಹೂವಿನಂತೆ ಬಿರಿದು ಹೊಟ್ಟೆ ಬರಿದಾಗಿ ನಿಂತಿತ್ತು. ಕೋಟೆಯ ಒಳಗಡೆ ಎಲ್ಲಿ ನೋಡಿದರಲ್ಲಿ ಗ್ರೀಕ್ ಯೋಧರು ನುಗ್ಗಿ ಕಂಡಕಂಡ ಮನೆಗಳಿಗೆ ಬೆಂಕಿ ಇಡುತ್ತಿದ್ದರು. ಪ್ರಯಾಮ್ ಎದ್ದವನೇ ಹೊರಗಿನ ದೃಶ್ಯ ನೋಡಿ ನಡುಗಿ ಹೋದ. ಅವನಿಗೆ ಅವನ ತಪ್ಪಿನ ಅರಿವು ಆಗುವುದರೊಳಗೆ ಇಡೀ ಶತ್ರು ಸೈನ್ಯವೇ ಅರಮನೆಯೊಳಗಿತ್ತು. ಇಡೀ ಟ್ರಾಯ್ ನಗರ ಬೆಂಕಿಗೆ ಆಹುತಿಯಾಗಿತ್ತು. ಕಸಾಂಡ್ರಾಳ ಮಾತು ನಿಜವಾಗಿತ್ತು.

ಹೆಕ್ಟರ್ ಇಂತಹ ಕಷ್ಟದ ಕಾಲವನ್ನು ಮುಂದಾಲೋಚನೆ ಮಾಡಿಯೇ ಯುದ್ಧದ ಆರಂಭದಲ್ಲೇ ಆಂಡ್ರೋಮುಖಿಗೆ ಗುಪ್ತ ಮಾರ್ಗ ಒಂದನ್ನು ತೋರಿಸಿಕೊಟ್ಟಿದ್ದ. ಅದನ್ನು ನೆನಪಿಸಿಕೊಂಡವಳೇ ಮಗುವನ್ನು ಎತ್ತಿಕೊಂಡು ಆಂಡ್ರೋಮುಖಿ ಹೆಲೆನಳನ್ನು ಹುಡುಕುತ್ತಾ ಓಡಿ ಬಂದಾಗ ಪೆರಿಸ್ ಕತ್ತಿಯನ್ನು ಹಿಡಿದುಕೊಂಡು ಹೊರಟಿದ್ದ. ಹೆಲೆನ್ ಪೆರಿಸನನ್ನು ಪರಿಪರಿಯಾಗಿ ಬೇಡುತ್ತಿದ್ದಳು. ಅವಳ ಪ್ರಕಾರ ಅವಳು ಮೆನೆಲೀಯಸ್‌ಗೆ ಹೋಗಿ ಶರಣಾದರೆ ಅವನು ತನ್ನ ಸೈನ್ಯವನ್ನು ಹಿಂತೆಗೆದುಕೊಳ್ಳ ಬಹುದು ಎಂದು ಅಂದಾಜಿಸಿ ಪೆರಿಸನನ್ನು ಬೇಡುತ್ತಿದ್ದಳು. ಆದರೆ, ಈಗ ಅದು ಯಾವುದೇ ಕೋನದಿಂದಲೂ ಸಾಧ್ಯವಿಲ್ಲವೆಂಬುದು ಪೆರಿಸನಿಗೆ ಗೊತ್ತು.

ಆಂಡ್ರೋಮುಖಿ ಸಮಯ ವ್ಯರ್ಥ ಮಾಡದೆ, ಅವಳಿಗೆ ಅದನ್ನು ವಿವರಿಸಿ ಹೇಳುವ ಬದಲು ಕೈ ಹಿಡಿದುಕೊಂಡು ಎಳೆದುಕೊಂಡೇ ಹೋದಳು. ಪೆರಿಸ್ ಕೊನೆಯ ಬಾರಿಗೆ ಎಂಬಂತೆ ಅವಳನ್ನು ಬರಸೆಳೆದು ಅಪ್ಪಿ ಮುತ್ತಿಟ್ಟ. ಹೆಲೆನ್ ಕಣ್ಣುಗಳು ಎಂದು ಮತ್ತೆ ನಾನು ಪೆರಿಸ್ ನನ್ನು ನೋಡುವುದೋ ಎಂದು ಅವನ ಬಿಂಬವನ್ನು ತುಂಬಿಕೊಳ್ಳುತ್ತಿತ್ತು. ಪ್ರಿಯಾಮ್ ಕೂಡ ಪೆರಿಸನನ್ನು ಸೇರಿಕೊಂಡ. ಎಲ್ಲಾ ಸಹೋದರರು ರಹಸ್ಯದ್ವಾರಕ್ಕೆ ಅಡ್ಡಲಾಗಿ ನಿಂತು ಹೆಂಗಸರನ್ನು, ಮಕ್ಕಳನ್ನು ಆ ಸುರಂಗದ ರಹಸ್ಯ ಮಾರ್ಗವಾಗಿ ಓಡಿ ದೂರದ ಇಡಾ ಬೆಟ್ಟ ತಲುಪಲು ತಿಳಿಸಿದರು.

"ಪೆರಿಸ್ ನೀನೂ ಬಂದುಬಿಡು" ಹೆಲೆನ್ ಅವನನ್ನು ಗಟ್ಟಿ ಹಿಡಿದು ಯಾಚಿಸಿದ್ದಳು.

"ಪ್ರಿಯೆ, ನೀನು ನನ್ನವಳು ಎಂದ ಮೇಲೆ ಕೇವಲ ಇಲ್ಲೇನು? ಆ ಸ್ವರ್ಗದಲ್ಲೂ ನೀನು ನನ್ನವಳೇ. ನಿನಗಾಗಿ ಅಲ್ಲಿ ಕಾಯುತ್ತಿರುತ್ತೇನೆ" ಎಂದು ಅಪ್ಪಿ ಮುತ್ತಿಟ್ಟ. ಇದನ್ನು ಕಂಡ ಅಫ್ರೋಡೈಟಿ ಬಿಕ್ಕಳಿಸಿ ಅತ್ತಳು. ಪೆರಿಸನ ಎದೆಗೇ ಆತುಕೊಂಡು ನಿಂತಿದ್ದ ಹೆಲೆನಳನ್ನು ಬಲವಂತವಾಗಿ ಎಳೆದುಕೊಂಡ ಆಂಡ್ರೋಮುಖಿ ಅವಸರಿಸಿದಳು. ಎದೆಯ ಮೇಲಿಂದ ಹೆಲೆನ್ ದೂರವಾಗುತ್ತಲೇ ಪೆರಿಸ್ ಸರ್ವಸ್ವವನ್ನೂ ಕಳೆದುಕೊಂಡಂತೆ ಬಳಲಿದ. ಅದೇ ಸಮಯಕ್ಕೆ ಬ್ರೈಸೀಯಸ್ ಚೀರಿಟ್ಟಳು. ಪೆರಿಸ್ ಅತ್ತ ಓಡಿದ.

ಅರಮನೆಯ ಆವರಣದಲ್ಲಿ ಎಲ್ಲಿ ನೋಡಿದರಲ್ಲಿ ರಕ್ತ... ಅಖಿಲೀಸ್ ಬಿರುಗಾಳಿಯಂತೆ ನುಗ್ಗುತ್ತಾ ಅಲ್ಲಿ ಇಲ್ಲಿ ಹುಡುಕಾಡುತ್ತಿದ್ದ... ಎದುರಿಗೆ ಬಂದ ಟ್ರೋಜನ್ ಸೈನಿಕನ ಮೇಲೆ ಆಕ್ರಮಣ ಮಾಡದೆ, ಅವನನ್ನು ಕೇವಲ ಮಣಿಸಿ ಬ್ರೈಸೀಯಸ್ ಎಲ್ಲಿರುತ್ತಾಳೆ ಎಂದು ಬೇಡಿದ. ಆ ಯೋಧನಿಗೆ ಏನು ಮಾಡಬೇಕೆಂಬ ಗೊಂದಲದಲ್ಲಿರುವಾಗ ಅಖಿಲೀಸನ ಕತ್ತಿ ಹೊರಬಂದಿತ್ತು... ತಕ್ಷಣ ಯೋಧ ಬ್ರೈಸೀಯಸ್ ಕೋಣೆಯತ್ತ ಕೈ ಎತ್ತಿ

ತೋರಿಸಿದ. ಅಖಿಲೀಸ್ ಅವನನ್ನು ಅಲ್ಲಿಯೇ ಬಿಟ್ಟು ಅವನು ತೋರಿಸಿದ ಕೋಣೆಯತ್ತ ಓಡಿದ. ಪ್ರಥಮ ಬಾರಿಗೆ ಅವನು ಶತ್ರುವಿನ ತಲೆ ಕಡಿಯದೆ ಬಿಟ್ಟಿದ್ದ. ಅವನ ಲಕ್ಷ್ಯವೀಗ ಕೇವಲ ಬ್ರೈಸೀಯಸಳನ್ನು ರಕ್ಷಿಸುವುದು ಮಾತ್ರವಾಗಿತ್ತು. ಅದೇ ಕಾರಣದಿಂದ ತನ್ನ ಯೋದರನ್ನೆಲ್ಲಾ ಮರಳಿ ಅವರನ್ನು ತಾಯ್ನಾಡಿಗೆ ಕಳುಹಿಸಿದ್ದರೂ ತಾನೊಬ್ಬ ಮಾತ್ರ ಅಗೆಮೆಮ್ನನನ್ನೊಂದಿಗೆ ಉಳಿದುಕೊಂಡಿದ್ದ. ಕೇವಲ ಬ್ರೈಸೀಯಸಳಿಗಾಗಿ ಉಳಿದುಕೊಂಡಿದ್ದ. ಅವಳೊಂದಿಗೆ ಇವನಿಗೆ ಪ್ರೇಮವಾದಗಿನಿಂದ ನಿಜಕ್ಕೂ ಪ್ರೀತಿ ಎಂದರೇನೆಂದು ಕಂಡುಕೊಂಡಿದ್ದ. ಅವಳ ಸಾಂಗತ್ಯದಲ್ಲಿ, ಅವಳು ಬದುಕು ನೋಡುವ ಕಲೆ ಕಂಡು ಬೆರಗಾಗಿದ್ದ... ಅವನಿಗೀಗ ಯುದ್ಧದಲ್ಲಿ ಮನಸ್ಸಿರಲಿಲ್ಲ. ಅವಳನ್ನು ತನ್ನೊಂದಿಗೆ ಕರೆದುಕೊಂಡು ಹೋಗಿ ಅವಳನ್ನು ಮದುವೆಯಾಗ ಬಯಸಿದ್ದ. ಅದಕ್ಕೆಂದೇ ಅವಳಿಗೋಸ್ಕರ ಇಂದು ಶತ್ರು ಅರಮನೆಯಲ್ಲಿ ಮಗುವಿನಂತೆ ಅರಸುತ್ತಿದ್ದ.

"ಅಖಿಲೀಸ್..." ಮೂಲೆಯೊಂದರಿಂದ ಅವಳ ಸ್ವರ ಕೇಳಿಬಂತು.

"ಬ್ರೈಸೀಯಸ್..." ಅಖಿಲೀಸ್ ದನಿ ಬಂದತ್ತ ತಿರುಗಿ ಕೂಗಿದ. ಛಾವಣಿಯಿಂದ ನೆಲದವರೆಗೂ ಇಳಿಬಿದ್ದಿದ್ದ ಶ್ವೇತ ಪರದೆಯ ಹಿಂದೆ ಕೆಲವು ನೆರಳುಗಳು ಕದಲುತ್ತಿದ್ದೂ, ಅಲ್ಲಿಂದಲೇ ಮತ್ತೊಮ್ಮೆ ಬ್ರೈಸೀಯಸಳ ಸ್ವರ ತೇಲಿ ಬಂತು. ಈ ಬಾರಿ ಅದು ಕರ್ಣಕಠೋರವಾಗಿತ್ತು.

"ಅಖಿಲೀ...ಸ್" ಅಖಿಲೀಸ್ ಅಲ್ಲಿಗೆ ಹೋಗುವುದಕ್ಕೂ ಗ್ರೀಕ್ ಯೋಧನೊಬ್ಬ ಅವಳಿಗೆ ಇರಿಯುವುದಕ್ಕೂ ಸರಿಹೋಯಿತು. "ಬ್ರೈಸೀಯಸ್..." ಎಂದು ಒಡಲು ಬಿಚ್ಚಿ ಹೋಗುವಂತೆ ಅರಚಿಕೊಂಡು ಓಡಿ ಹೋಗಿ ಕುಸಿಯುತಲಿದ್ದ ಅವಳಿಗೆ ಆಸರೆಯಾದ. ಗ್ರೀಕ್ ಯೋಧರಿಗೆ ಅರ್ಥವಾಗಲಿಲ್ಲ... ಆದರೆ, ಅಖಿಲೀಸನ ಕೋಪ ಕಂಡಿದ್ದೇ ಏನೋ ತಪ್ಪಾಯ್ತು ಎಂದರಿತು ಅಲ್ಲಿಂದ ಜಾಗ ಖಾಲಿ ಮಾಡಿದರು. ಅಖಿಲೀಸ್ ಬ್ರೈಸೀಯಸಳನ್ನು ಅಪ್ಪಿಕೊಂಡು ರೋಧಿಸುತಿದ್ದ. 'ಬ್ರೈಸೀಯಸ್, ದಯವಿಟ್ಟು ನನ್ನ ಬಿಟ್ಟು ಹೋಗಬೇಡ. ನೀನು ನನಗೆ ಬೇಕು'–ಎಂದು ಕಣ್ಣುಗಳನ್ನು ಮುಚ್ಚುತ್ತಿದ್ದ ಅವಳ ಕೆನ್ನೆಗೆ ಪಟಪಟನೆ ಹೊಡೆದು ಅವಳು ಕಣ್ಣು ಬಿಡುವಂತೆ ಯಾಚಿಸುತ್ತಿದ್ದ. ಅವಳು ಕಂಗಳು ಇನಿಯನಿಗೆ ಕೊನೆಯ ವಿದಾಯವನ್ನು ಹೇಳುವಂತೆ ತೇಲಿ ತೇಲಿ ಬರುತ್ತಿದ್ದವು.

ಅವರ ಕೂಗನ್ನು ಕೇಳಿ ಅಖಿಲೀಸನ ಬೆನ್ನಿನ ಹಿಂದಿನಿಂದ ಅಲ್ಲಿಗೆ ಓಡಿ ಬಂದ ಪೆರಿಸ್ ಅಖಿಲೀಸನ ಕೈಯಲ್ಲಿ ಬ್ರೈಸೀಯಸ್ ಇರುವುದನ್ನು ನೋಡಿದ್ದೇ ತಡ ಬಿಲ್ಲನ್ನು ಹೆದೆಗೇರಿಸಿ ಬಾಣ ಎಳೆದು ಬೆನ್ನಿಗೆ ಗುರಿ ಇಟ್ಟು ಹೊಡೆದೇ ಬಿಟ್ಟ. ಅವನ ಗುರಿ ಎಂದೂ ತಪ್ಪದು. ಅವನು ಅಪ್ಪಟ ಬಿಲ್ಲುಗಾರ. ಆದರೆ,

ಅದೇ ಸಮಯಕ್ಕೆ ಅಪೋಲೋ ದೇವತೆ ಬಂದು ಆ ಬಾಣದ ಗುರಿಯನ್ನು ತಿರುಗಿಸುತ್ತಾ ಅದರ ಗತಿಯನ್ನು ಏರಿಸಿದ. ಬೆನ್ನಿಗೆ ಇಟ್ಟಿದ್ದ ಗುರಿ ಬಾಗಿ ಸೀದ ಅಖಿಲೀಸನ ಬಲಗಾಲಿನ ಇಮ್ಮಡಿಯನ್ನು ಸೀಳಿತ್ತು. ಅದೊಂದು ಭಾಗವನ್ನು ಬಿಟ್ಟು ಅವನಿಗೆ ಬೇರೆ ಯಾವುದೇ ಭಾಗಕ್ಕೆ ಹೊಡೆದರೂ ಅವನಿಗೆ ಮರಣ ಸಾಧ್ಯವಿರಲಿಲ್ಲ. ಅವನು ವಜ್ರಕಾಯಿ. ಆದರೆ, ಇಂದು ಅವನ ಪ್ರಾಣ ಅಡಗಿದ್ದ ಆ ಮರ್ಮಸ್ಥಳಕ್ಕೆ ಸರಿಯಾಗಿ ಬಾಣ ತಾಗಿದ್ದು, ಅಪೋಲೋ ತನ್ನ ದೇಗುಲದಲ್ಲಿ ಅಖಿಲೀಸ್ ಎಸಗಿದ್ದ ಅಪಚಾರಕ್ಕೆ ಸೇಡು ತೀರಿಸಿಕೊಂಡಿದ್ದ. ಅಖಿಲೀಸ್ ಭಯಪಡಲಿಲ್ಲ... ದುಃಖವೂ ಆಗಲಿಲ್ಲ... ಖುಷಿಖುಷಿಯಲ್ಲಿ ಯಾರಿಗೋಸ್ಕರ ಯುದ್ಧವನ್ನು ತ್ಯಜಿಸಿ ಬಂದಿದ್ದನೋ ಅವಳನ್ನು ತನ್ನ ಬಾಹುಗಳಲ್ಲಿ ಹಿಡಿದುಕೊಂಡೇ, ಗಾಢವಾಗಿ ಅವಳ ತುಟಿಗಳನ್ನು ಚುಂಬಿಸುತ್ತಾ ಅವಳೊಂದಿಗೇ ಇಹಲೋಕವನ್ನು ತ್ಯಜಿಸಿದ್ದನು.

ಪ್ರೀತಿಯೇ ಗೊತ್ತಿರದ, ಕೇವಲ ಯುದ್ಧಕ್ಕಾಗಿಯೇ ಹುಟ್ಟಿದವನೆಂಬಂತೆ ಕಾದಾಡುತ್ತಿದ್ದ ಕಲ್ಲು ಹೃದಯವೂ ಕೂಡ ಪ್ರೀತಿಗೆ ಕರಗಿ, ಶಸ್ತ್ರತ್ಯಾಗ ಮಾಡಿದವನಂತೆ, ಪ್ರೇಯಸಿಗಾಗಿ ಪ್ರಾಣವನ್ನು ಪಣಕ್ಕಿಟ್ಟು ಶತ್ರುವಿನ ಮನೆಗೇ ನುಗ್ಗಿ ಅವಳನ್ನು ಅಪ್ಪಿಕೊಂಡೇ ಪ್ರಾಣ ಬಿಡುವುದರ ಮೂಲಕ ಪ್ರೀತಿಗೆ ಹೊಸ ವ್ಯಾಖ್ಯಾನ ಬರೆದಿದ್ದ.

ಅವರನ್ನು ಕಂಡು ಪೆರಿಸನ ಗಂಟಲುಬ್ಬಿ ಬಂತು. ಅಖಿಲೀಸನನ್ನು ಕೊಲ್ಲುವುದರ ಮೂಲಕ ಹೆಕ್ಟರ್ ಸಾವಿನ ಸೇಡನ್ನು ತೀರಿಸಿಕೊಳ್ಳಬೇಕು ಎನ್ನುವ ಉದ್ದೇಶವಂತೂ ಅವನಲ್ಲಿ ಇರಲಿಲ್ಲ. ಬ್ರೈಸೀಯಸ್ ಅವನ ಕೈಯಲ್ಲಿ ಸಿಕ್ಕಿ ಹಾಕಿಕೊಂಡಿದ್ದಾಳೆ ಎಂದು ತಪ್ಪಾಗಿ ಅರ್ಥೈಸಿ ಬಾಣಬಿಟ್ಟಿದ್ದ. ಅವಳನ್ನೂ ಬದುಕಿಸಲಾಗಲಿಲ್ಲ ಎನ್ನುವ ವ್ಯಥೆಯಿಂದ ಅಲ್ಲಿಂದ ಪ್ರಯಾಮನ ಕಡೆಗೆ ಹೋದ. ಅಲ್ಲಿಗೆ ಹೋಗುವಷ್ಟರಲ್ಲಿ ಪ್ರಯಾಮನನ್ನು ಯಾರೋ ಇರಿದು ಕೊಂದಾಗಿತ್ತು. ಪೆರಿಸನ ಕಣ್ಣಿನ ಮುಂದೆ ಕತ್ತಲೆ ಕವಿದಂತಾಯ್ತು. ಈಗ ತಂದೆಯ ಸಾವಿಗೆ ಶೋಕಿಸುವಷ್ಟೂ ಸಮಯವಿರಲಿಲ್ಲ... ಹೆಲೆನ್, ಆಂಡ್ರೋಮುಖಿ, ಮತ್ತಿನಿತರೆ ರಾಜ ಪರಿವಾರದವರು ಎಷ್ಟು ಸಾಧ್ಯವೋ ಅಷ್ಟು ಜನರನ್ನು ಕರೆದುಕೊಂಡು ಗುಪ್ತ ಮಾರ್ಗದ ಮೂಲಕ ಟ್ರಾಯ್ ನಗರವನ್ನು ತೊರೆದು ಓಡಿ ಹೋಗುತ್ತಿದ್ದರು. ಹಾಗೆ ಓಡಿ ಹೋದ ಜನರು ಮಾತ್ರ ಗ್ರೀಕನ್ನರಿಂದ ಉಳಿದುಕೊಳ್ಳಲು ಸಾಧ್ಯವೆಂದು ಗೊತ್ತಿತ್ತು. ಸಾಧ್ಯವಾದಷ್ಟು ಜನರನ್ನು ಆ ಮಾರ್ಗದಿಂದ ಕಳುಹಿಸಿದ ಪೆರಿಸ್ ಆ ಮಾರ್ಗವನ್ನು ಮುಚ್ಚುವಾಗ ದೂರದಿಂದಲೇ ಹೆಲೆನ್ ಇವನೆಡೆಗೊಮ್ಮೆ ತಿರುಗಿ ನೋಡಿದಳು... ದ್ವಾರ ಇಷ್ಟಿಷ್ಟೇ ಅವಳ ಆಕಾರವನ್ನು ಕರುಗಿಸುತ್ತಾ ಸಂಪೂರ್ಣವಾಗಿ ಮುಚ್ಚಿಕೊಂಡಿತು. ಅದಕ್ಕೆ ಅಡ್ಡಲಾಗಿ ಪ್ರಯಾಮ್ ಕೊಟ್ಟಿದ್ದ ಟ್ರೋಜನ್ ಕತ್ತಿ ಹಿಡಿದುಕೊಂಡು

ಪೆರಿಸ್ ನಿಂತ. ಇವನತ್ತ ಓಡಿ ಬರುತ್ತಿದ್ದ ಗ್ರೀಕನ್ನರ ತಲೆಗಳನ್ನು ಒಂದೇ ಏಟಿಗೆ ಕತ್ತರಿಸಿ ಹಾಕುತ್ತಾ ಬೆಟ್ಟದ್ದಂತೆ ನಿಂತೇ ಇದ್ದ. ಕಣ್ಮುಂದೆ ಟ್ರಾಯ್ ನಗರ ದ್ವೇಷದ ಬೆಂಕಿಗೆ ಆಹುತಿಯಾಗಿ ಧಗಧಗನೇ ಉರಿಯುತ್ತಿತ್ತು. ಬೆನ್ನ ಹಿಂದೆ ಹೆಲೆನ್ ಒಲ್ಲದ ಮನಸ್ಸಿನಲ್ಲಿ ಗುಂಪಿನಲ್ಲಿ ಹೆಜ್ಜೆ ಹಾಕುತ್ತಿದ್ದರೆ ಇತ್ತ ಪೆರಿಸ್ ಕಣ್ಮುಂದೆ ನೂರಾರು ಗ್ರೀಕನ್ನರು ಕತ್ತಿ ಹಿಡಿದು ಬರುತ್ತಲೇ ಇದ್ದರು. ಪೆರಿಸನ ಕಣ್ಣಿನ ಮುಂದೆ ಮತ್ತೊಮ್ಮೆ ಆ ಮೂರು ಜನ ದೇವತೆಯರು ಸುಳಿದಾಡಿದಂತಾಗಿ ಕೊನೆಯಲ್ಲಿ ಅಫ್ರೋಡೈಟಿಯ ಮುಖ ಮಾತ್ರ ತೇಲಿ ಬಂದ ಹಾಗಾಯ್ತು. ತನ್ನ ಕೈಯಿಂದ ಅವನ ಕೆನ್ನೆಯನೊಮ್ಮೆ ಸವರಿದ ಅವಳನ್ನು ಪೆರಿಸ್ ಕತ್ತೆತ್ತಿ ನೋಡಿದ. ಅವಳೂ ಕಣ್ಣೀರುಗರೆಯುತ್ತಿದ್ದಳು. ಪೆರಿಸನ ಸುತ್ತಾ ಇದ್ದ ಜನರೆಲ್ಲಾ ಮಂಜಿನಂತೆ ಕರಗಿದಂತಾಗಿ ಕೇವಲ ಅಫ್ರೋಡೈಟಿಯೇ ತೇಲಿ ಬಂದು ತನ್ನ ಶ್ವೇತ ಬಾಹುಗಳನ್ನು ತೆರೆದು ಬಾ ಎಂದು ಕರೆದಂತಾಯಿತು. ತಕ್ಷಣ ಅವನ ಕೈಯಿಂದ ಕತ್ತಿ ಕೆಳಗೆ ಬಿತ್ತು. ಅದೇ ಸಮಯಕ್ಕೆ ಅವನ ದೇಹದ ನಾನಾ ಭಾಗಗಳಿಗೆ ಅನೇಕರ ತಣ್ಣನೆಯ ಕತ್ತಿಗಳು ಹಿರಿಯುತ್ತಿದ್ದವು. ಪೆರಿಸ್ ಮೆಲ್ಲನೆ ಕಣ್ಮುಚ್ಚಿದ.

ದ್ವೇಷ, ಹಗೆ, ಮತ್ಸರವೇ ಗೊತ್ತಿರದ ಒಂದು ಮುಗ್ಧ ಜೀವ ಹೃದಯ ಕೊಟ್ಟ ತಪ್ಪಿಗಾಗಿ ಹಗೆಯೆಂಬ ಕತ್ತಿಗೆ ಎದೆಕೊಟ್ಟು ಮಲಗಿತ್ತು. ಇತಿಹಾಸ ಮರೆಯಲಾರದ ಪ್ರೇಮಕಥೆಯೊಂದು ಕತ್ತಿಯ ಮೇಲೆ ಬರೆದಿದ್ದು ಮಾತ್ರ ವಿಪರ್ಯಾಸ. ಎಲ್ಲಾ ಬಲ್ಲವ ದೇವಾದಿ ದೇವನ ಕಣ್ಣುಗಳೂ ಜಿನುಗಿದವು.

* * *

ಟ್ರಾಯ್ ಗ್ರೀಕನ್ನರ ಪಾಲಾಗಿತ್ತು ಎನ್ನುವುದಕ್ಕಿಂತಲೂ, ಸಂಪೂರ್ಣವಾಗಿ ಉರಿದು ಬೂದಿಯಾಗಿತ್ತು. ಹಾಗಿದ್ದರೆ ಗ್ರೀಕನ್ನರು ಗೆದ್ದಿದ್ದಾದರು ಏನನ್ನು? ಗಾಯಗೊಂಡಿದ್ದ ಮೆನೆಲೀಯಸ್ ಸತ್ತ, ಅಲ್ಲಿಂದ ಮರಳಿ ಹೋಗುವ ಹಾದಿಯಲ್ಲಿ ಅನೇಕರು ಸತ್ತರು, ಇನ್ನು ಕೆಲವರು ಕಾರಾಣಾಂತರಗಳಿಂದ ಅವರ ನಾಡನ್ನು ತಲುಪಲೇ ಇಲ್ಲ. ಒಡೆಸಿಸ್ ದಾರಿ ತಪ್ಪಿ ನಾಡನ್ನು ಇನ್ನೂ ಹತ್ತು ವರ್ಗಳವರೆಗೆ ತಲುಪಲಾಗಲಿಲ್ಲ. ಹತ್ತು ವರ್ಷಗಳ ಮೇಲೆ ತಾಯ್ನಾಡಿಗೆ ತಲುಪಿದ ಅಗೆಮೆಮ್ನನ್ ಅವರ ಆಪ್ತರಿಂದಲೇ ಕೊಲೆಗೊಂಡ. ಹಾಗಿದ್ದರೆ ಇಲ್ಲಿ ಸೋತವರ್ಯಾರು...? ಗೆದ್ದವರ್ಯಾರು...? ಒಟ್ಟಿನಲ್ಲಿ ಟ್ರಾಯ್ ಕೋಟೆಯ ಗೋಡೆಯ ಕೆಳಗೆ ಸೋತವರು ಅಥವಾ ಗೆದ್ದವರು ಎನ್ನುವವರೇ ಇಲ್ಲವೇನೋ. ಹೊಗೆಯಾಡುತ್ತಿದ್ದ ಟ್ರಾಯ್ ನಗರದ ಜೊತೆಯಲ್ಲೇ ದ್ವೇಷದ ಹಗೆಯಿಂದ ಬಾಳಿ ಬದುಕಬೇಕಿದ್ದ ಒಂದು ಸುಂದರ ಪ್ರೇಮ ಕಥೆಯೂ ಧಗಿಧಗಿಸಿ ಹೋಗಿದ್ದು ಮಾತ್ರ ನಿಜ.

ವೀರಲೋಕದ ಪ್ರಕಟಣೆಗಳು

1. ಕೈ ಹಿಡಿದು ನೀ ನಡೆಸು ತಂದೆ
2. ವಿಶ್ವಸುಂದರಿ
3. ಇವರು ಅವರು ದೇವರು
4. ಒಳ್ಳೆಯ ಬದುಕಿನ ಸೂತ್ರಗಳು
5. ಬೆಳ್ಳಿತೆರೆಯ ಬಂಗಾರದ ಗೆರೆ
6. ಸೋಲೆಂಬ ಗೆಲುವು
7. ಲಾಸ್ಟ್ ಡೇಸ್ ಆಫ್ ಲೆಜೆಂಡ್ಸ್
8. ಮನಿ ಮನಿ ಎಕಾನಮಿ
9. ನಿಮಗೆಷ್ಟು ಹಣ ಬೇಕು?
10. ಆರ್ಟ್ ಆಫ್ ಸಕ್ಸಸ್
11. ಮಾದಕ ದೊರೆ
12. ನಟನ ಕಥೆ–ಮಂಡ್ಯ ರಮೇಶ್
13. ಬದುಕೇ ಭಗವಂತ
14. ತ್ಯಾಗಕ್ಕಿಲ್ಲ ನೂಕುನುಗ್ಗಲು
15. ಕೃಷಿ ಯಾಕೆ ಖುಷಿ?
16. ಮೆಮರೀಸ್ ಆಫ್ ಬಾರ್ಸಾ
17. ಹಿಂದಿನ ನಿಲ್ದಾಣ
18. ಪ್ರೀತ್‌ಸು
19. ಕಥಾ ಸಾಗರಿ
20. ಹೃದಯದ ಮಾತು ಕೇಳಿ
21. ದ್ವೈತ
22. ಕ್ಷಯ
23. ಯಾರೂ ಹೇಳದ ಕಥೆಗಳು
24. ಅರ್ಧ ಬಿಸಿಲು ಅರ್ಧ ಮಳೆ...
25. ಗದಾಯುದ್ಧಂ
26. ಫಾರೆಸ್ಟರ್ ಪೊನ್ನಪ್ಪ
27. ನಾ ಸೆರೆಹಿಡಿದ ಕನ್ಯಾಸ್ತ್ರೀ
28. ವಿಶ್ವಯಾನಕ್ಕೆ ಗಣಿತವಾಹನ
29. ಮೇರುನಟ
30. ಟ್ರಾಯ್
31. ಕುಣಿಗಲ್ ಟು ಕಂದಹಾರ್
32. ಲೆಟ್ಸ್ ಮೇಕ್ ಎ ಶಾರ್ಟ್ ಫಿಲಂ

www.ingramcontent.com/pod-product-compliance
Lightning Source LLC
LaVergne TN
LVHW100826051026
849519LV00006B/2193